D1772152

தமிழில் யாப்பிலக்கணம்

வரலாறும் வளர்ச்சியும்

தமிழில் யாப்பிலக்கணம்

வரலாறும் வளர்ச்சியும்

ய. மணிகண்டன்

தமிழ் யாப்பு இலக்கண வரலாற்று நூல் இது. காலந்தோறும் மாறியும் வளர்ந்தும் வந்துள்ள யாப்பு இலக்கணத்தை, இலக்கண நூல்களை அடிப்படையாகக் கொண்டு இந்நூல் தெளிவாக எடுத்துச் சொல்கிறது.

இலக்கணம் அறிந்த இளந்தலைமுறைக்கும், இலக்கணம் தெளிந்த முதிய தலைமுறைக்கும் ஒருசேர இது பயன்படும்.

யாப்பருங்கலக்காரிகையே தொல்காப்பியத்திற்குப் பின் யாப்பு இலக்கணத்திற்குக் ‘கையேடு’. காரிகையை மையமாகக் கொண்டு அதற்கு முன்னும் பின்னும் இயற்றப்பட்ட யாப்பிலக்கண நூல்கள் அனைத்தையும் ய. மணிகண்டன் திறமாக மதிப்பிடுகிறார். அதிலும் சான்று இலக்கிய நூல்கள் அனைத்தையும் ஒன்றுவிடாமல் ஆராய்ந்திருப்பது இந்நூலின் தனிச் சிறப்பு.

யாப்பிலக்கணத்தை அறியவிரும்பும், ஆராய விரும்பும் எவராலும் இந்நூலைத் தவிர்க்க இயலாது. ‘கூப்பிட்டுச் சொன்னால் கும்பிட்டுக் கேட்கும் யாப்புக்கு அதிகாரி ய. மணிகண்டன்’ என்ற ஈரோடு தமிழன்பனின் மதிப்பீடு மிகையல்ல என்பதற்கு இந்நூல் சான்றாகும்.

ய. மணிகண்டன் (பி. 1965)

தமிழ் யாப்பியல், சுவடிப்பதிப்பியல், பாரதியியல், பாரதிதாசனியல் ஆகிய களங்களில் குறிப்பிடத்தக்க பங்களிப்புகளை நிகழ்த்தியுள்ள முனைவர் ய. மணிகண்டன் தஞ்சை சரசுவதி மகால் நூலகத் தமிழ்த் துறையில் பத்தாண்டுகளுக்கும்மேல் பணியாற்றியவர்; சென்னைப் பல்கலைக்கழகத் தமிழ்மொழித் துறையின் பேராசிரியர்-தலைவராகப் பணியாற்றி வருபவர்.

நூலாசிரியரின் பிற நூல்கள்

- பாரதிதாசனின் அரிய படைப்புகள் (2001)
- பாரதிதாசன் கவிதைகளில் பாரதியார் (2004)
- பாரதிதாசனும் சக்தி இதழும் (2005)
- பாரதிதாசன் இலக்கியம்: அறியப்படாத படைப்புகள் (2005)
- பாரதிதாசன் கவிதை இலக்கியங்கள்: சுயமரியாதை, சமத்துவம் (2005)
- பாரதிதாசன் கவிதை இலக்கியங்கள்: இறைமை, இந்தியவிடுதலை இயக்கம் (2006)
- நேரிசை வெண்பா இலக்கியக் களஞ்சியம் (2006)
- மகாகவி பாரதியும் சங்க இலக்கியமும் (2011)
- ந. பிச்சமூர்த்தி கட்டுரைகள் (2012)
- கட்டளைக் கலித்துறை (2014)
- Early Studies in Tamil Prosody (2014)
- பாரதியியல்: கவனம்பெறாத உண்மைகள் (2014)
- பாரதியின் இறுதிக்காலம்: கோவில் யானை சொல்லும் கதை (2014)
- பாரதிதாசன் யாப்பியல் (2014)
- மணிக்கொடி மரபும் பாரதிதாசனும் (2014)
- தமிழில் பில்கணீயம்: மணிக்கொடி எழுத்தாளர்கள் – பாரதிதாசன் (2014)
- மணிக்கொடி: கவிதைகள் (2016)
- புதுவை புயலும் பாரதியும் (2021)
- பாரதியும் காந்தியும் (2022)

ய. மணிகண்டன்

தமிழில் யாப்பிலக்கணம்
வரலாறும் வளர்ச்சியும்

காலச்சுவடு பதிப்பகம்

அன்பார்ந்த வாசகருக்கு,

வணக்கம்.

காலச்சுவடு நூலை வாங்கியமைக்கு நன்றி.

நூலின் உள்ளடக்கம், உருவாக்கம், அட்டைப்படம் இன்ன பிற அம்சங்கள் பற்றிய உங்கள் கருத்துகளையும் ஆலோசனைகளையும் காலச்சுவடு வரவேற்கிறது. தகவல், எழுத்து, வாக்கியப் பிழைகள் தென்பட்டால் கட்டாயம் தெரிவித்து உதவுங்கள். நூல் தயாரிப்பில் கடும் குறைபாடு இருப்பின் மாற்றுப் பிரதி உங்களுக்குக் கிடைக்கக் காலச்சுவடு ஏற்பாடு செய்யும்.

மின்னஞ்சல்: publisher@kalachuvadu.com

காலச்சுவடு நாகர்கோவில் தலைமையகத்துக்கும் கடிதம் அனுப்பலாம்.

தங்கள்
எஸ்.ஆர். சுந்தரம் (கண்ணன்)
பதிப்பாளர் — நிர்வாக இயக்குநர்

தமிழில் யாப்பிலக்கணம் வரலாறும் வளர்ச்சியும் • ஆய்வுநூல் • ஆசிரியர்: ய. மணிகண்டன் • © ய. மணிகண்டன் • காலச்சுவடு திருத்திய முதல் பதிப்பு: மே 2016, ஐந்தாம் (குறும்) பதிப்பு: டிசம்பர் 2022 • வெளியீடு: காலச்சுவடு பப்ளிகேஷன்ஸ் (பி) லிட்., 669, கே.பி. சாலை, நாகர்கோவில் 629001

tamizil yaappilakkaNam varalarum valarchiyum • Research work • Y. Manikandan • © Y. Manikandan • Language: Tamil • Kalachuvadu First Edition: May 2016, Fifth (Short) Edition: December 2022 • Size: Demy 1 x 8 • Paper: 18.6 kg maplitho • Pages: 360

Published by Kalachuvadu Publications Pvt. Ltd., 669, K.P. Road, Nagercoil 629001, India • Phone: 91-4652-278525 • e-mail: publications @kalachuvadu.com • Printed at Clicto Print, Jaleel Towers,42 KB Dasan Road, Teynampet Chennai 600018

ISBN: 978-93-82033-35-6

12/2022/S.No.714, kcp 4135, 18.6 (5) 1k

தந்தையாய்
நல்லாசானாய்த்
திகழ்ந்து
என்னை ஆளாக்கிய
அறிஞர் இரா. இளவரசு அவர்களின்
நினைவுகளுக்கு...

உள்ளுறை

யாப்பிலக்கண முழுமை உணர...		11
முன்னுரை		17
1.	யாப்பிலக்கண வளர்ச்சி (காரிகைவரை)	25
2.	காரிகைக்குப் பிந்தைய யாப்பிலக்கணங்கள்	103
3.	உறுப்பிலக்கண வளர்ச்சி	141
4.	பா இலக்கண வளர்ச்சி	212
5.	யாப்புச் சான்றிலக்கிய நூல்கள்	290
	முடிவுரை	333
	குறுக்க விளக்கம்	339
	துணைநூற்பட்டியல்	341

யாப்பிலக்கண முழுமை உணர...

தமிழ்க் கவிதையியலை வடிவ நிலையில் புரிந்துகொள்ளப் பயன்படும் இலக்கணத்துறையாக யாப்பியல் விளங்குகின்றது. புதுக்கவிதை செல்வாக்குப் பெற்றுவிட்ட காலகட்டம் இது. எனினும் மரபுக்கவிதைப் படைப்பாக்கம் அற்றுவிடவில்லை. மரபு நிலையிலான கவிதைகளைப் படைக்கவும் யாப்பு கருவியாகின்றது; இரண்டாயிரம் ஆண்டுக்காலமாக மரபு யாப்பமைப்பில் படைக்கப்பட்ட கவிதைகளின் அமைப்பைப் புரிந்துகொள்ளவும் கருவியாகின்றது; நாட்டார் பாடல், இசைப்பாடல், திரைப்பாடல் ஆகியவற்றிலும் ஏன் புதுக்கவிதையிலும்கூட யாப்பமைதியும் யாப்பின் கூறுகளும் இருந்துகொண்டு இருக்கின்ற நிலையில், யாப்பறிவு இவற்றைப் புரிந்துகொள்ளவும் துணையாகின்றது. திராவிட மொழிக்குடும்பம் என்னும் கருத்தியலை முதன் முதலாக முன்வைத்த அறிஞர் எல்லீசு தமிழ் யாப்பின் பயனை வேறொரு வகையாகச் சொன்னார்: 'தமிழில் யாப்பு கவிதைகளைப் படைக்க உதவும் கருவி மட்டுமன்று; படைக்கப்பட்ட கவிதைகளைப் பாதுகாக்கும் கருவியும்கூட' என்று. பலபலவாய் முற்றுகையிடும் பாடவேறுபாடுகளையும் பதிப்புச் சிக்கல்களையும் எதிர்கொள்ள யாப்பு பயன்படும், பெரிதும் நம்பகமான மூலவடிவத்தைப் பெற உறுதுணையாகும் என்பது அவர் கருத்து. தமிழில் யாப்பின் பயன் மிகப்பெரிது.

தமிழ் யாப்பியல் இரண்டாயிரமாண்டுக் காலத்திற்கும் மேலான வரலாற்றையும் வளத்தையும் கொண்டது. மிகப்பல கவிதை வடிவங்கள், ஒலி அழகுகள், இசையோடு இணைந்த நிலை, பொருண்மைக்கும் வடிவத்திற்குமான தொடர்பு, பெரிதும் பிறமொழித் தாக்கமற்ற தனித்தன்மை முதலியன தமிழ் யாப்பின் சிறப்புக்கூறுகள்.

இலக்கணத் துறையாகிய தமிழ் யாப்பிலக்கணத்தில் முதன்மையாகப் பங்களித்த இலக்கணிகளாகத் தொல்காப்பியர் (தொல்காப்பியம்), காக்கைபாடினியார் (காக்கைபாடினியம்), அமிதசாகரர் (யாப்பருங்கலம், காரிகை), புத்தமித்திரனார் (வீரசோழியம்), திருக்குருகைப் பெருமாள் கவிராயர் (மாறன் பாப்பாவினம்), வீரமாமுனிவர் (தொன்னூல் விளக்கம், செந்தமிழ்), தண்டபாணி சுவாமிகள் (வண்ணத்தியல்பு), தி. வீரபத்திரமுதலியார் (விருத்தப்பாவியல்), சி.வை. தாமோதரம் பிள்ளை (கட்டளைக் கலித்துறை), புலவர் குழந்தை (யாப்பதிகாரம்), த. சரவணத்தமிழன் (யாப்புநூல்) முதலியவர்கள் ஒளிமுகங் காட்டுகின்றனர்.

சங்கப் புலவர்களும் வள்ளுவரும் இளங்கோவும் திருத்தக்கதேவரும் ஞானசம்பந்தரும் கம்பரும் செயங்கொண் டாரும் புகழேந்தியும் அருணகிரிநாதரும் அண்ணாமலை ரெட்டியாரும் என முதன்மையான இலக்கியவாணர்கள் தம் படைப்பின் வடிவமாகிய யாப்பிலும் சாதனை நிகழ்த்தியவர்களாகத் திகழ்கின்றனர்.

யாப்பின் இலக்கண நெறியையும் இலக்கிய ஒளியையும் நுட்பமாக நோக்கி யாப்பியலில் ஈடுபாடு காட்டிய, ஆராய்ந்த அறிஞர்களாகத் தி. வீரபத்திர முதலியார், ஈ.ந. தணிகாசல முதலியார், அ. சிதம்பரநாதன் செட்டியார், தெ.பொ.மீ., வ.சுப. மா., தமிழண்ணல், ந.வீ. செயராமன், ச.வே. சுப்பிரமணியன், அன்னிதாமஸ், அ. பிச்சை, இரா. திருமுருகன், சோ.ந. கந்தசாமி, அ. சண்முகதாஸ், செ.வை. சண்முகம், பொற்கோ, சி. மணி (செல்வம்), எஸ். சுப்ரமணியன், நா. சுப்பிரமணியன் முதலியோர் தனித்துத் துலங்குகின்றனர். தமிழ்நிலம் தந்த இப்பெருமக்களோடு அயல்நிலம் தந்த பெருந்தகைகளான வீரமாமுனிவர், எல்லீசு, கால்டுவெல், ஜி.யூ. போப், கமில் சுவலபில், ஜே.ஆர். மார், ஜார்ஜ் எல். ஹார்ட், உல்ரிகே நிக்கலஸ் முதலியோரும் நம் யாப்பின் நுட்பத்தில் திளைத்துள்ளனர்; வியந்துள்ளனர்; விளக்கியுள்ளனர்; ஆய்ந்து அரிய உண்மைகளைப் புலப்படுத்தியுள்ளனர்.

படைப்புக்களத்திலும் ஆய்வுக்களத்திலும் யாப்பில் நிகழ்த்தப்பட்டுள்ள சாதனைகள் முக்கியமானவை; குறிப்பிடத்

தக்கவை. தோய்ந்து பயன்கொள்ளத்தக்கவை. யாப்பாய்வுலகில் வரலாற்று நோக்கில் யாப்பியலை ஆராய்தல், குறிப்பிட்ட இலக்கியத்தின் யாப்பியலைத் தனித்து ஆராய்தல், ஒப்பீட்டு நிலையில் மொழிகளின் யாப்பியலை ஆராய்தல் எனவெல்லாம் ஆய்வுகள் பன்முக நிலையில் வளர்ச்சி கண்டுள்ளன. இந்தச் சீரிய ஆய்வு முயற்சிகளின் வரிசையில் தனித்து எண்ணத்தக்கதாக அமைவதே 'தமிழில் யாப்பிலக்கணம் வரலாறும் வளர்ச்சியும்' என்னும் இந்நூல்.

இருபது நூற்றாண்டுகளில் தோன்றியுள்ள இலக்கண நூல்கள், உரைகள் ஆகியவற்றின் அடிப்படையில் தமிழ் யாப்பிலக்கணத்தின் வரலாற்றையும் வளர்ச்சியையும் முழுமைநிலையில் விரிவாக ஆராய்வதாக இந்நூல் அமைந்துள்ளது.

தமிழ் யாப்பியலின் பண்டைய நிலை, யாப்பருங்கலக் காரிகைக்குப் பிந்தைய பெருவளர்ச்சி ஆகியவற்றை இலக்கண நூல்கள், உரைகள், நிகண்டுகள், யாப்புச் சான்றிலக்கிய நூல்கள் ஆகியவற்றின் அடிப்படையில் ஆராயும் நூலாக இந்நூல் விளங்குகின்றது. தமிழ் யாப்பியற் பரப்பின் அடிப்படைகளையும் நுட்பங்களையும் தனித்தன்மைகளையும் வரலாற்றையும் வளர்ச்சியையும் இந்நூல் தமிழுலகின் பார்வைக்கு ஒரு சேர வழங்குகின்றது.

~

'தமிழில் யாப்பிலக்கண வளர்ச்சி' என்னும் தலைப்பில் சென்னைப் பல்கலைக்கழகத்திற்கு வழங்கப்பட்ட என் முனைவர்பட்ட ஆய்வேடு ***(2000)***, விழிகள் பதிப்பகத்தால் நூலாக ***(2001)*** முதலில் வெளியிடப்பட்டது. மூத்த அறிஞர் வ.அய். சுப்பிரமணியம் உள்ளிட்டோரின் பாராட்டையும் எண்ணற்ற இலக்கண ஆய்வாளர்களின் பயன்பாட்டையும் ஒருசேரப் பெற்ற நூலாகக் கடந்த பதினைந்து ஆண்டுகளாக இந்நூல் விளங்கி வருகின்றது.

இந்நூற்றாண்டின் தனித்தன்மை வாய்ந்த யாப்பிலக்கண நூலாசிரியர் த. சரவணத்தமிழன், தமிழறிஞராகவும் மூத்த கவிஞராகவும் ஒருசேரத் திகழும் ஈரோடு தமிழன்பன், மரபிலக்கணத்திலும் மொழியியலிலும் வல்ல அறிஞர் பொற்கோ, தமிழின் பல்துறைகளிலும் பாரதிதாசனியலிலும் ஆழங்காற்பட்ட அறிஞரும் என் முனைவர்பட்ட ஆய்வு நெறியாளருமாகிய இரா. இளவரசு ஆகியோரிடம் பெற்ற பயிற்சியே தமிழ் யாப்பியலில் தனித்தன்மை வாய்ந்த ஆய்வை நான் நிகழ்த்தவும் ஓர் ஆய்வு மாணவப் பரம்பரையை உருவாக்கவும் அடிப்படையாய் அமைந்தது.

சில ஆண்டுகளாகவே இந்நூல் விற்பனையில் இல்லா திருந்தது. மாணவர்கள் ஆய்வாளர்கள் பலரும் நகலெடுத்துப் பயன்படுத்தி வந்தனர். இதனைக் கருத்தில் கொண்டு இந்நூல் இப்பொழுது காலச்சுவடு வழி வெளிவருகின்றது. முதற்பதிப்பு ஆய்வேட்டின் நூல்வடிவமாகவே அமைந்தது. இப்பதிப்பு தலைப்பு மாற்றத்தோடும் நூல் என்னும் உணர்வில் ஆங்காங்கு செய்யப் பெற்ற சிறுமாற்றங்களுடனும் வெளிவருகின்றது. யாப்பியல் அறிவும் ஆய்வுப் பார்வையும் நவீன இலக்கிய வாசகனுக்கும்கூட அறிமுக நிலையிலேனும் தேவை. புதுமைப்பித்தன், ந. பிச்சமூர்த்தி, கு.ப.ரா., சி.சு. செல்லப்பா முதலியோரெல்லாம் யாப்புப் பயிற்சியும் யாப்பியற் பார்வையும் கொண்டவர்களே. இதனைக் கருத்தில் கொண்டு உலகளாவிய தமிழியல் ஆய்வின் குறிப்பிடத் தக்க அறிஞர்களுள் ஒருவராகிய பேரா. ஆ.இரா. வேங்கடா சலபதியும், இலக்கிய, சமூக வரலாற்று ஆய்வாளர்களுள் குறிப்பிடத்தக்கவராகிய முனைவர் பழ. அதியமான் அவர்களும் தம் பார்வை செலுத்தி இப்பதிப்பை வளப்படுத்தியுள்ளனர். நவீன இலக்கிய வெளியீட்டில் முதன்மைபெறும் காலச்சுவடும் திரு. கண்ணன் அவர்களும் இந்நூல் வெளியீட்டில் ஈடுபாடு காட்டியிருப்பது தமிழின் பேறு என்றே தோன்றுகின்றது.

ஆய்வேட்டை முதன்முறையாக எழுதிய காலத்தில் முழுமையாகப் பார்வையிட்டு ஒளி பாய்ச்சியவர்கள் பெரும் பேராசிரியர் அ.மா. பரிமணம், புலவர் ப.வெ. நாகராசன், பேராசிரியர் பா. மதிவாணன் ஆகியோர்; ஆய்வேட்டின் அமைப்பிற்கு ஆலோசனை வழங்கிச் செழுமை சேர்த்தவர் தமிழ்ப் பல்கலைக்கழகத்தின் முன்னைத் துணைவேந்தர் இ. சுந்தரமூர்த்தி அவர்கள்; ஆய்வுக்குப் பயன்படுத்திக் கொள்ளத் தம் நூற் கருவூலத்தைத் திறந்து வைத்தவர் சேக்கிழார் அடிப்பொடி தி.ந. இராமச்சந்திரன் அவர்கள்; முதற்பதிப்பை வெளியிட்டவர் விழிகள் பதிப்பகம் அன்பிற்குரிய அண்ணன் தி. நடராசன் அவர்கள்; அண்ணன் தி. வேணுகோபால் அவர்கள்; என் தமிழ்ப் பணிகளின் பின்புலத்தில் சுமைகளைத் தாங்கித் துணைநிற்கும் என் மனைவி ம. சாந்தி, அன்பு மகன் ம. நச்சினார்க்கினியன்; இப்போது இந்த நூலாக்கப் பணியில் உறுதுணையாகச் செயல்பட்டவர் காலச்சுவடு கலா அவர்கள். இப்பதிப்பு வெளிவரும் இத்தருணத்தில் இவர்கள் அனைவரையும் நினைந்து நெஞ்சு நிறைகின்றேன்.

என்னுடைய அன்பிற்கினிய ஆய்வு மாணவச் செல்வங்கள் க. சசி, ச. உமாதேவி, கு. முதற்பாவலர், ஜெ. இராதாகிருஷ்ணன், செ. வீரபாண்டியன், து. ரஞ்சனி, ம.அ.மணிமேகலை, கா. லாரன்ஸ், சி. முருகன், ஏ. கவிதா முதலியோர் இந்நூற் பணியில் ஒவ்வொரு

நிலையில் உறுதுணையாகச் செயல்பட்டுள்ளனர். இவர்களுக்கு என் அன்பையும் வாழ்த்துகளையும் இங்கே பதிவுசெய்து மகிழ்கின்றேன்.

~

தமிழியலின் அடிப்படையான, முதன்மையான துறைகளுள் ஒன்று யாப்பியல். யாப்பறிவும் புலமையும் யாப்பாய்வும் தமிழ் மாணவனுக்கு மட்டுமல்லாமல் இலக்கிய ஆர்வலருக்கும்கூட இலக்கிய இன்பம் பெறவும் இலக்கியத்தைப் புரிந்து திளைக்கவும் ஓரளவிற்கேனும் தேவை. இதனை உணராச் சிலர் புதுக்கவிதை யுகமான இக்காலத்தில் இலக்கணம் தேவையா யாப்பு தேவையா என எழுப்பும் வினாக்களும் சில மூலைகளிலிருந்து ஒலித்துக் கொண்டுதான் இருக்கின்றன. சங்க இலக்கியங்கள் தொடங்கிப் பாரதி, பாரதிதாசன் முதலிய இருபதாம் நூற்றாண்டுக் கவிஞர்களின் இலக்கியங்கள் இருக்கும்வரை - அவை பயிலப் பெறும்வரை - அவற்றின் வடிவ அழகில் திளைக்க, புரிந்துகொள்ளத் தமிழ் யாப்பு தேவைப்பட்டுக்கொண்டுதான் இருக்கும். அவ்வகையில் யாப்பறிவும் யாப்பாய்வும் தொடர்ந்து செழிக்க இந்நூல் என்றும் உறுதுணையாகும். தமிழ் இலக்கண வளத்தை, யாப்பிலக்கண வளத்தை, வரலாற்றை, வளர்ச்சியை முழுமை நிலையில் உணரவும் இந்நூல் அருந்துணையாகும்.

தமிழுலகம் பயன்கொள்க.

சென்னை   ய. மணிகண்டன்
5.5.2015

முன்னுரை

தமிழிலக்கண மரபில் தொன்மையும் வளமையும் தொடர்ச்சியும் கொண்டதாக யாப்பிலக்கணம் விளங்குகிறது. இவ்விலக்கணம் அரிய ஆய்வுகளுக்கு இடமளிப்பது; ஆய்ந்து முறைப்படுத்தப் பெறவேண்டிய சிக்கல்கள் பலவற்றைக் கொண்டது. எனினும் தமிழில் யாப்பிலக்கண ஆய்வுகள் அருகியே நிகழ்ந்துவருகின்றன. “இன்று இலக்கணத் துறையிலும் பல்கள ஆராய்ச்சி பெருகி வந்தாலும், யாப்புப்பற்றிய ஆய்வு தூக்காக இல்லை... ஆய்வு மாணவர்கள் யாப்புத் தலைப்புக்களை ஆய்வுப் பொருளாகக் கொள்ளவேண்டும்” என்பார் வ.சுப. மாணிக்கம் (தொல்காப்பியக் கடல், ப. 223). அவ்வகையில், மிகுதியான ஆய்வுகள் நிகழ்த்தப்பெற வேண்டியதும் ஆழமான ஆய்வுகளுக்கு இடந்தருவதுமான தமிழ் யாப்பிலக்கணத்தின் வரலாற்றையும் வளர்ச்சியையும் இந்நூல் விரிவாக ஆராய்கின்றது.

யாப்பிலக்கண அடிப்படையில் பலவகையான ஆய்வுகள் தமிழில் நிகழ்ந்துள்ளன. பட்டப்பேற்றுக் கான ஆய்வுரைகளாகவும், தனிநூல் முயற்சி களாகவும், நிறுவனங்களின் ஆய்வுத் திட்ட வெளியீடுகளாகவும் யாப்பாய்வுகள் வெளிப் பட்டுள்ளன.

பல்கலைக்கழக அளவில் முனைவர் பட்டத்திற்காக மேற்கொள்ளப்பட்ட ஆய்வுகளுள் அ. சிதம்பரநாத செட்டியாரின் ‘தமிழ் யாப்பியல் உயராய்வு’ *(Advanced Studies In Tamil Prosody,*

Annamalai University, 1943), அன்னி மிருதுலகுமாரி தாமசின் 'காலந்தோறும் தமிழ் யாப்பு' (*Tamil Prosody through the Ages, Kerala University, 1974*), ந.வீ. செயராமனின் 'சிலப்பதிகார யாப்பமைதி' (அண்ணாமலைப் பல்கலைக்கழகம், 1977), கே.வி. தாட்சாயணியின் 'கம்பராமாயண யாப்பமைதி' (*The Metres in Kambaramayanam, Annamalai University, 1979*), இரா. திருமுருகனின் 'சிந்துப்பாடல்களின் யாப்பிலக்கணம்' (சென்னைப் பல்கலைக்கழகம், 1993), இரா. இராசேந்திரனின் 'தமிழ் யாப்பிலக்கண வளர்ச்சி' (2000) ஆகியன குறிப்பிடத்தக்கன.

நிறுவனங்களின் யாப்பியலாய்வுத் திட்டங்களின்வழி வெளிவந்துள்ள சில ஆய்வுநூல்கள் சிறப்பாகக் குறிப்பிடத்தக்கன. எஸ். சுப்பிரமணியனின் 'திராவிட மொழிகளின் யாப்புப் பொதுமை' (*The Commonness in the Metre of the Dravidian Languages, Dravidian Linguistics Association, 1977*), தமிழ் யாப்பியலை முழுமையாக வரலாற்றுப் பார்வையில் ஆராயும் பெருந்திட்டத்தின் ஒரு பகுதியாக வெளியான சோ.ந. கந்தசாமியின் 'தமிழ் யாப்பியலின் தோற்றமும் வளர்ச்சியும்' (தமிழ்ப் பல்கலைக்கழகம், 1989) ஆகியவை இவ்வகையின.

இவற்றோடு மு. சண்முகம் பிள்ளையின் 'திருக்குறள் யாப்பு அமைதியும் பாடவேறுபாடும்' (1971), பொற்கோவின் 'புதிய நோக்கில் தமிழ் யாப்பு' (1995), அ. சண்முகதாஸின் 'தமிழின் பாவடிவங்கள்' (1998) முதலியனவும் குறிப்பிடத்தக்கன.

ஆய்வுமுயற்சிகள் தமிழ் யாப்பியலாய்வுத் துறையை மேம்படுத்தும் வகையில் விளங்குகின்றன; தனித்த இலக்கியங் களின் யாப்பமைதியை ஆராய்தல், தனித்த பாவின் இலக்கணத்தை ஆராய்தல், வரலாற்று நோக்கில் இலக்கியங்களை இணைத்த நிலையில் யாப்பியலை ஆராய்தல், குறிப்பிட்ட காலப் பாவடிவங் களை ஆராய்தல், ஒப்பிலக்கண நோக்கில் சில மொழிகளின் யாப்புகளை ஆராய்தல் ஆகிய போக்குகளை இம்முயற்சிகள் கொண்டுள்ளன. இவற்றுள் வரலாற்றுநோக்கில் யாப்பியலை ஆராயும் முயற்சி முற்றுப்பெறா நிலையிலேயே உள்ளது.

இம்முந்துமுயற்சிகளில், தனித்தும் முழுமையாகவும் யாப்பிலக்கண நூல்களைக் களனாக்கி வரலாற்று நோக்கில் யாப்பிலக்கண வளர்ச்சியை ஆராயும் முயற்சி செழுமையும் முழுமையும் பெற வேண்டியதாக உள்ளது.

தமிழில் தோன்றியுள்ள யாப்பிலக்கணங்கூறும் நூல்களனைத்தையும் தனித்துத் திரட்டி ஆராய்ந்து இலக்கண நூல்களின்வழி யாப்பிலக்கண வளர்ச்சியை மதிப்பிடுவதே இந்நூலின் நோக்கமாகும்.

மிகப் பல யாப்பிலக்கண நூல்கள் தோன்றியுள்ளன எனினும், இதுவரை இவையனைத்தும் முழுமையாகத் தொகுக்கப் பெற்று ஆய்வுக்கு உட்படுத்தப்பெறவில்லை. காரிகைக்குப் பிந்தைய சில அரிய நூல்கள், முன்னை ஆய்வாளர், அறிஞர்தம் பார்வையிற்பட வில்லை. முன்னை ஆய்வுகளுக்குப்பின் சில இலக்கண நூல்கள் தோன்றியுள்ளன. காரிகைக்குப் பின் தனிவகையாய் வளர்ந்துள்ள 'யாப்புச் சான்றிலக்கிய நூல்கள்' இதுவரை தொகுத்து ஆராயப் பெறவில்லை.

இந்நூல், யாப்பிலக்கண நூல்களை மட்டுமே சிறப்பாக ஆராய்தல், இதுவரை ஆய்வுக்கு உட்படுத்தப்படாத இலக்கண நூல்களை முதன்முறையாய் உள்ளடக்கி ஆராய்தல், முதன்முறை யாய் யாப்புச் சான்றிலக்கியங்களைத் தொகுத்தாராய்தல் ஆகிய தனித்தன்மைகளைக் கொண்டது. இவ்வடிப்படைகளில் யாப்பிலக்கண வளர்ச்சியை, குறிப்பாகக் காரிகைக்குப் பிந்தைய வளர்ச்சியை உறுப்பிலக்கண வளர்ச்சி, பாவிலக்கண வளர்ச்சி எனும் நிலைகளில் ஆராய்ந்து மதிப்பிடுகிறது.

தமிழில் இக்காலம் வரையிலான வளர்ச்சிகளுக்கேற்பப் புதிய இலக்கணம் வகுக்கப்பெறவேண்டுமெனும் கருத்து அறிஞர்களால் எடுத்துரைக்கப்பட்டு வருகிறது. அவ்வகையில் யாப்பிற்குப் புதிய முழுமையான இலக்கணநூல் இயற்றுவதற்கு, இதுவரை தோன்றியுள்ள யாப்பிலக்கணநூல்களை வரலாற்றடிப்படையில் ஆராய்ந்து, கூறப்பட்டுள்ள இலக்கணம், முறை, ஏற்பட்டுள்ள வளர்ச்சி, கூறப்பட வேண்டியவை முதலியவற்றை மதிப்பிட்டறிவது இன்றியமையாததாகும்.

தொல்காப்பியம் தொடங்கி இக்காலப் 'பாவலர் பண்ணை' ஈறாக யாப்பிலக்கண வளர்ச்சிப் போக்குகளைக் காட்டுகின்ற இலக்கண நூல்களனைத்தையும் ஆய்வு மூலங்களாக இந்நூல் கொண்டுள்ளது. தொல்காப்பியம், வீரசோழியம், இலக்கண விளக்கம், தொன்னூல் விளக்கம், சுவாமிநாதம், முத்துவீரியம், அறுவகை இலக்கணம், ஏழாம் இலக்கணம், இலகு தமிழ் ஐந்திலக்கணம், தென்னூல் ஆகிய பொது இலக்கண நூல் களுள் இடம்பெற்றுள்ள யாப்பிலக்கணமும், தனிநூலாகக் கிட்டாமல் இலக்கண உரைகளால் அறியலாகும் பல்காயம், காக்கைபாடினியம், அவிநயம், சிறுகாக்கைபாடினியம், மயேச்சுரம் முதலியவற்றின் நூற்பாக்கள் தரும் யாப்பிலக்கணமும், யாப்பருங்கலம், யாப்பருங்கலக்காரிகை, வண்ணத்தியல்பு, விருத்தப்பாவியல், யாப்பொளி, குமாரபூபதீயம் என்னும் வண்ணப்பா யாப்பிலக்கணம், சிந்துப்பாவியல் ஆகிய தனி யாப்பிலக்கண நூல்கள் கூறும் யாப்பிலக்கணமும், சிதம்பரப்

பாட்டியல், இலக்கணச் சூடாமணி, யாப்புநூல் ஆகிய யாப்பு – பாட்டியல் நூல்களில் இடம்பெற்றுள்ள யாப்பிலக்கணமும், மூலநூலினும் கூடுதலாக உரைகள் காட்டும் யாப்பிலக்கணமும், நிகண்டுகளில் இடம்பெற்றுள்ள யாப்புச் செய்திகளும், உரைநடை வடிவிலமைந்த கட்டளைக் கலித்துறை, யாப்பதிகாரம், கவிபாடலாம், கவிஞராக, தொடையதிகாரம், இலக்கண விளக்கம் – யாப்பியல், எளிதாகப் பாடலாம், பாவலர் பண்ணை ஆகிய தனி யாப்பிலக்கண நூல்களிலும், செய்யுளிலக்கணம் எனும் யாப்பு – பாட்டியல் நூலிலும், 'செந்தமிழ்' எனும் இலத்தீனில் எழுதப்பட்டு ஆங்கில ஆக்கம் பெற்ற நூலிலும் இடம்பெற்றுள்ள யாப்பிலக்கணமும் இந்நூலுக்கு மூலங்களாய் அமைகின்றன.

சான்றுப்பாக்களையும் யாப்பிலக்கணத்தையும் ஒருங்கு கொண்ட, பாப்பாவினம், சிதம்பரச் செய்யுட் கோவை, திருவலங்கற்றிரட்டு – பல்சந்தப்பரிமளம், திருவேங்கடவன் திருமண வரலாற்றுச் செய்யுள் நூல், எழில்விருத்தம், அரங்கன் கவிதை அமுதம் (திருவரங்கச் செய்யுட் கோவை), செந்தமிழ்ச் செய்யுட் கோவை ஆகிய யாப்புச் சான்றிலக்கியங்களும் இவ்வாய்வின் மூலங்களாய் அமைகின்றன.

தொல்காப்பியம் தொடங்கி அண்மைக்காலம் வரை தோன்றியுள்ள இவ்வனைத்து நூல்களும் பொதுவாக ஆய்வுக்கு எடுத்துக்கொள்ளப்பட்டிருப்பினும், யாப்பருங்கலக்காரிகைக்குப் பிந்தைய யாப்பிலக்கண நூல்களே சிறப்பாக ஆய்வுக்கு உட்படுத்தப்பட்டுள்ளன.

யாப்பிலக்கண நூல்களை ஆய்வுப்பொருளாக எடுத்துக் கொண்டு யாப்பிலக்கண வளர்ச்சியை மதிப்பிடும் இந்நூல், வரலாற்றியல், ஒப்பியல், விளக்கவியல் என மூன்றும் ஒருங்கிணைந்த அணுகுமுறையோடு நிகழ்த்தப்பெற்றுள்ளது.

சில இலக்கண நூற்பெயர்கள் பொருள் மயக்கத்திற்கு இடந்தருவதைத் தவிர்க்க இந்நூலுள் ஒற்றைமேற்கோட் குறிக்குள் தரப்பட்டுள்ளன. சான்றெண் விளக்கப்பகுதியின் விரிவைத் தவிர்க்கும் வகையில் அடிக்கடி பயன்படுத்தப்படும் இலக்கணச் சான்றுகள், எடுத்துக்காட்டுப் பாக்கள் பற்றிய குறிப்புகள் அவற்றையடுத்தே பிறைக்கோட்டில் தரப்பட்டுள்ளன. யாப்பருங்கல விருத்தியுரை, யாப்பருங்கலக் காரிகையுரை ஆகியவற்றின் உரைகள் ஒவ்வொரு நூற்பாவுக்கும் பல பக்கங்கள் நீண்டு அமைவதாலும், ஒரு நூற்பாவுக்கான உரைப்பகுதியிலிருந்தே பல சான்றுகள் காட்டப்பெறுவதாலும் சான்றுகளைத் துல்லியமாகக் குறிக்கும்பொருட்டு, யாப்பருங்கல விருத்தியுரையின் கழகப் பதிப்பையும் (1976), யாப்பருங்கலக் காரிகையின் கழகப்

பதிப்பையும் (1996) அடிப்படையாகக் கொண்டு பக்க எண்களால் சான்றுகள் குறிப்பிடப்படுகின்றன.

தமிழ் யாப்பியலில் தொல்காப்பியத்திற்குப் பின் யாப்பருங் கலக்காரிகையே சிறந்த இலக்கணமாக மதிக்கவும் பயிலவும் பெறுகின்றது. நால்வகைப் பாக்கள், அவற்றின் மும்மூன்றினம், மருட்பா எனும் காரிகையின் வகைப்பாட்டைத் தாண்டிய பாவடிவ இலக்கணங்கள் பிந்தைய நூல்களில்தாம் இடம்பெறுகின்றன. இவற்றால் காரிகையை ஓர் எல்லையாகக் கொண்டு யாப்பிலக்கண வளர்ச்சி காரிகைவரை ஒரு பகுதியாகவும், காரிகைக்குப்பின் விரிவான ஒரு பகுதியாகவும் வகைப்படுத்தி ஆராயப்பெற்றுள்ளது. காரிகைக்குப் பிந்தைய வளர்ச்சி உறுப்பிலக்கணம், பா இலக்கணம், யாப்புச் சான்றிலக்கிய நூல்கள் எனும் மூன்று நிலைகளில் பகுத்தாராயப் பெற்றுள்ளது.

இந்நூல் யாப்பிலக்கண வளர்ச்சி (காரிகைவரை), காரிகைக்குப் பிந்தைய யாப்பிலக்கணங்கள், உறுப்பிலக்கண வளர்ச்சி, பா இலக்கண வளர்ச்சி, யாப்புச் சான்றிலக்கிய நூல்கள் என்னும் ஐந்து இயல்களைப் பெற்றுள்ளது.

ஆய்வின் நோக்கம், ஆய்வு மூலங்களும் நூல் எல்லையும், ஆய்வு அணுகுமுறை, நூல் அமைப்பு, இயல்களின் சுருக்கங்கள் ஆகியவற்றை முன்னுரை முன்வைக்கின்றது.

யாப்பருங்கலக்காரிகை வரையிலான யாப்பிலக்கண வளர்ச்சியை 'யாப்பிலக்கண வளர்ச்சி: காரிகைவரை' என்னும் முதல் இயல் ஆராய்கின்றது. யாப்பிலக்கண வளர்ச்சியில் தொல்காப்பியத்தின் தனித்த இடமும், பின்னர் நிலவிய பல்வேறு யாப்பிலக்கணச் சிந்தனைப் போக்குகளும் ஆராயப்பட்டுள்ளன. உரைகளால் அறியலாகும் பல்காயம், காக்கைபாடினியம் எனும் வரிசையிலமைந்த யாப்பிலக்கண நூல்களும், யாப்பருங்கலம், யாப்பருங்கலக்காரிகை ஆகியனவும் அறிமுகப்படுத்தப்பெற்று அவ்வந் நூற்செய்திகள் தொகுத்துரைக்கப்பட்டுள்ளன. நூல் களின் காலத்தையொட்டி எழுந்தவை, நூலோடு இணைத்தே நோக்கும் மரபிற்குரியன என்னும் அடிப்படையில் யாப்பருங்கல விருத்தியுரை, யாப்பருங்கலக் காரிகையுரை ஆகியனவும் ஆராயப் பட்டுள்ளன. யாப்பருங்கல விருத்தியுரையின் தனித்த பங்களிப்பு எடுத்துரைக்கப்பட்டுள்ளது. செய்யுள் உறுப்புகள், பா வடிவங்கள் ஆகியன பெற்றுள்ள மாற்றங்களும் வளர்ச்சிகளும் வரலாற்று நோக்கில் மதிப்பிடப் பெற்றுள்ளன.

காரிகைக்குப்பின் அண்மைக்காலம் வரை தோன்றியுள்ள செய்யுள் வடிவிலமைந்த யாப்பிலக்கண நூல்கள், உரைநடை

வடிவிலமைந்த யாப்பிலக்கண நூல்கள், இலக்கண உரைகள் ஆகியனவற்றை வரலாற்று நோக்கில் 'காரிகைக்குப் பிந்தைய யாப்பிலக்கணங்கள்' என்னும் இரண்டாம் இயல் அறிமுகப்படுத்து கிறது. அவற்றில் இடம்பெற்றுள்ள குறிப்பிடத்தக்க சில இலக்கணச் செய்திகள் எடுத்துரைக்கப்பட்டுள்ளன. நிகண்டு களில் இடம்பெற்றுள்ள சில அரிய யாப்புச் செய்திகள் குறிப்பிடப் பெற்றுள்ளன. காரிகைக்குப்பின் தோன்றிய நூல்களின் தனித்த இயல்புகள், இவை காட்டும் இலக்கண வளர்ச்சிப் போக்குகள் ஆகியன தொகுத்துரைக்கப்பட்டுள்ளன. காரிகைக்குப் பிந்தைய யாப்பிலக்கண வரலாற்றில் உறுப்பிலக்கணமும் பாவிலக்கணமும் பெற்றுள்ள வளர்ச்சியை ஆராய அடிப்படையாக அமையும் இலக்கணப் படைப்புகள் குறித்த அறிமுகவியலாக இவ்வியல் அமைகிறது.

காரிகைக்குப்பின் பா உறுப்புகளான எழுத்து, அசை, சீர், தளை, அடி, தொடை ஆகியன சில புதிய இலக்கணங்களைப் பெற்றுள்ளன. வண்ணம், சந்தம், சிந்து ஆகிய பா வடிவங்கள் புதிய உறுப்பிலக்கணங்களைப் பெற்றுள்ளன. பா உறுப்பிலக்கணங் களில் நேர்ந்துள்ள மாற்றங்களும் வளர்ச்சிகளும், புதிய உறுப்பிலக்கணங்களின் வன்மை மென்மைகள் ஆகியனவற்றை 'உறுப்பிலக்கண வளர்ச்சி' என்னும் மூன்றாம் இயல் ஆராய்கின்றது.

நாற்பா, மருட்பா, பாவினம், இனவினம் எனத் தமிழ்ப்பா வடிவங்கள் பல்கிக் காட்சியளிக்கின்றன. தொல்காப்பியம் தவிர்ந்த, காரிகை வரையிலான நூல்கள் நாற்பா, அவற்றின் இனம், மருட்பா ஆகிய வடிவங்களுக்கே இலக்கணங் கூறி யுள்ளன. பிந்தைய நூல்களே 'இனவினம்' எனும் பெயரில் அடக்கத்தக்கவையான பல புதிய பா வடிவங்களின் இலக்கணங் களைக் கூறியுள்ளன. காரிகைக்குப் பிந்தைய வரலாற்றில் நாற்பாக்களின் இலக்கணங்களில் ஏற்பட்டுள்ள வளர்ச்சி, பாவின இலக்கணங்களில் நிகழ்ந்துள்ள வளர்ச்சி, இனவின இலக்கண வளர்ச்சி ஆகியனவற்றைப் 'பா இலக்கண வளர்ச்சி' என்னும் நான்காம் இயல் விரிவாக ஆராய்கின்றது. காரிகைக்குப்பின் இலக்கணம் பெற்ற புதிய பா வடிவங்கள், அவற்றுக்கு இலக்கணங் கூறிய நூல்கள், கூறப்பட்டுள்ள இலக்கணம், இலக்கணப் பொருத்தப்பாடு முதலியன ஆராயப்பட்டுள்ளன. இலக்கிய ஆட்சியில் அதிகம் இடம்பெறாத புதிய பா வடிவங்களுக்கும் சில இலக்கண நூல்கள் தொடர்ந்து இலக்கணங்கூறி வந்துள்ளமை எடுத்துரைக்கப்பட்டுள்ளது. மேலும் சில வடிவங்களுக்குத் துலக்கமாகவும் விரிவாகவும் இலக்கணங் கூறப்படவேண்டுமென்பது தெளிவுபடுத்தப்பட்டுள்ளது.

காரிகைக்குப்பின் தோற்றம்பெற்ற புதுவகை யாப்பிலக்கண நூல்களான யாப்புச் சான்றிலக்கிய நூல்களை ஐந்தாம் இயல் முதன்முறையாகத் தொகுத்து ஆராய்கின்றது. 'யாப்பு வடிவங்களுக்குச் சான்றுப்பாக்கள் – உரைநடையில் அவற்றுக்கான யாப்பிலக்கணம்' எனும் அமைப்பினைக் கொண்ட பாப்பாவினம், சிதம்பரச் செய்யுட் கோவை முதலிய ஏழுநூல்கள் விரிவாக ஆராயப்பட்டுள்ளன. சான்றிலக்கிய நூல்களின் தனித்த இயல்புகள் கண்டுகாட்டப்பட்டுள்ளன. தமிழ் யாப்பிலக்கண வளர்ச்சியில் யாப்புச் சான்றிலக்கிய நூல்களின் பங்களிப்பு மதிப்பிடப் பெற்றுள்ளது.

நூலின் முடிவுரை, முன்னைய இயல்களில் ஆராய்ந்து பெற்ற முடிவுகளில் குறிப்பிடத்தக்கனவற்றை தொகுத்துரைக்கின்றது. இவ்வாய்வுப் பொருண்மையோடு தொடர்புடைய மேலாய்வுக் களங்களையும் சுட்டுகின்றது.

~ ~

1

யாப்பிலக்கண வளர்ச்சி
காரிகைவரை

யாப்பிலக்கணச் செய்திகளுள் தொன்மை யானவையாக நமக்குக் கிடைத்துள்ளவை தொல்காப்பியத்தினின்று பெறப்பட்டவையே. அச்செய்திகள் தொல்காப்பியர் காலத்திலேயே யாப்பிலக்கணம் நன்கு வளர்ச்சியுற்றிருந்த நிலையைக் காட்டுகின்றன. மேலும் தொல்காப்பியர்க்கு முன்னரே 'யாப்பறி புலவர்கள்' பலர் இருந்தமையையும் யாப்பிலக்கணச் சிந்தனை வளர்ந்தமையையும் அறியமுடிகின்றது.

தமிழிலக்கியத்தைப் பொறுத்தவரையில் வடமொழி தன்னிடமிருந்து மொழிபெயர்ப் பதற்குச் சில காவியங்களையும் புராணங் களையும் உதவியது. இலக்கணத்தில் அலங்காரம் என்னும் அணியை உதவியது. மற்ற எழுத்தும், சொல்லும், பொருளும், யாப்பும் தமிழின் தனிச்செல்வமே ஆகும். வடமொழித் தொடர்பு அற்ற யாப்பிலக்கணம் பழந்தமிழில் அமைந்திருத்தல் இங்கு ஆராய்ந்து போற்றுதற்கு உரியதாகும். வெண்பா, ஆசிரியப்பா, கலிப்பா, வஞ்சிப்பா எனப் பாவும், அவற்றிற்கு ஏற்பச் செப்பல், அகவல், துள்ளல், தூங்கல் என ஓசையும் தனித்தனியே அமைந்து

தளை தொடை முதலியனவும் தனியே அமைந்துள்ள முறை வடமொழியோடு எவ்வகையிலும் தொடர்பற்றதாக உள்ளது ... கலப்பற்ற தூய யாப்பிலக்கணம் ஒரு மொழிக்கு அமைய வேண்டும் எனின் அந்த மொழி அதற்குமுன் எவ்வளவு பண்பட்டுத் தனியே வளர்ந்திருக்க வேண்டும் என்பது எண்ணிப் போற்றுதற்கு உரியதாகும்.¹

என்று தமிழ் யாப்பிலக்கணத்தின் தொன்மையையும் தூய தனித்தன்மையையும் விதந்துரைக்கும் மு. வரதராசனார் கூற்று மனங்கொள்ளத்தக்கதாகும்.

தமிழ் யாப்பிலக்கணத்தின் உயர்வைப் படைப்பாளிகளும் சிறப்பாகக் குறிப்பிடுகின்றனர்.

தமிழில் செய்யுளியலைப் பற்றி ஆராய்ச்சியிருந்திருக்கிறது. அதாவது கவிதையின் வடிவத்தைப் (Form) பற்றி நன்றாக ஆராய்ந்திருக்கிறார்கள். கவிதைக்குத் தமிழ் யாப்பிலக் கணத்தைப்போல் இயற்கையான அமைப்பு வேறு கிடையாதென்றே கூறிவிடலாம்²

இவ்வியல் தொல்காப்பியம் தொட்டுக் காரிகை வரையுள்ள காலத்து யாப்பிலக்கணச் செய்திகளை, அவ்வந்நூலளவில் தொகுத்து, யாப்பிலக்கண வளர்ச்சியைத் தெளிவுபடுத்துகிறது.

தொல்காப்பியத்திற்கு முன்பு யாப்பிலக்கணம்

தொல்காப்பியர், 'முந்துநூல் கண்டு', 'புலந்தொகுத்து' இலக்கணத்தைச் செய்தார் என்று தொல்காப்பியத்தின் சிறப்புப்பாயிரம் குறிப்பிட்டுள்ளது. 'முந்து நூல்'களில் யாப்பு நூல்களும் அடங்குமெனக் கொள்ளலாம். முந்தைய யாப்பிலக்கணங்களைத் தொகுத்தும் அவர் நூல் செய்தமையைத் தொல்காப்பியத்தின் பல நூற்பாக்கள் புலப்படுத்துகின்றன. தொல்காப்பியம், செய்யுளியலில் 'நல்லிசைப் புலவர்' (நூ.1), 'வாய்மொழிப் புலவர்' (நூ.71), 'யாப்பறி புலவர்' (நூ.74), 'நூல்நவில் புலவர்' (நூ.148), 'உயர்மொழிப் புலவர்' (நூ.163), 'தொன்னெறிப் புலவர்' (நூ.230), 'புலன் உணர்ந்தோர்' (செய்.நூ.233) எனச் சிறப்பாகவும், 'என்ப' (நூ.18, 19...), 'என்மனார் புலவர்' (நூ.2), 'மொழிப' (நூ.17) எனப் பொதுவாகவும் முன்னைய யாப்பிலக்கணிகளைச் சுட்டி, அவர்கள் கூறியனவாக யாப்பிலக்கணச் செய்திகள் பலவற்றைக் குறிப்பிட்டுச் செல்கிறது.

தொல்காப்பியச் செய்யுளியலும் யாப்பிலக்கண வளர்ச்சியும்

தொல்காப்பியம், பொருளதிகாரத்தின் ஒருபகுதியாகச் 'செய்யுளியல்' எனும் ஓர் இயலில் யாப்பிலக்கணங் கூறுகின்றது.

இவ்வியலில் இளம்பூரணர் உரையின்படி 235 நூற்பாக்களும், பேராசிரியர், நச்சினார்க்கினியர் உரைகளின்படி 243 நூற்பாக்களும் உள்ளன. இவ்வியலினை ஓர் இயலாகக் கருதாமல் ஓர் அதிகாரமாகவே கருதும் வழக்கமும் பிற்றைநாள் ஆசிரியர் சிலரிடம் இருந்திருக்கின்றது. "மற்றிதனை யாப்பதிகாரம் என வேறோர் அதிகாரமாக்கி உரைப்பாரும் உளர்" என்னும் பேராசிரியரின் உரைப்பகுதி (செய்.நூ.1, பேரா.) இதனை உணர்த்துகின்றது. யாப்பதிகாரம் ஒரு தனியதிகாரமாக எண்ணப் பெற்ற நிலையை இறையனார் களவியலின் பாயிர உரை காட்டுகின்றது. தொல்காப்பியத்துள் அமைந்துள்ள 27 இயல்களுள் இச்செய்யுளியலே அளவில் பெரியது என்பது அக்கால யாப்பிலக்கண விரிவைக் காட்டுவதாகும்.

தமிழிலக்கணம், முக்கூறாக இருந்ததைத் தொல்காப்பியத்தாலும், நான்காம் தனிக்கூறாக யாப்பிலக்கணத்தை வகைப்படுத்தி நாற்கூறாகக் கருதப் பெற்றமையை இறையனார் களவியலின் பாயிரவுரையாலும், சிறுகாக்கைபாடினியத்தாலும் (தொல்.மரபியல் நூ.95, பேரா.), ஐங்கூறாக வளர்ந்தது எனக் கருதப் பெற்றமையை வீரசோழியத்தாலும் அறியலாம். யாப்பினது ஒழிபாகவும் வளர்ச்சியாகவும் அமைந்த பாட்டியல் இலக்கணம் தனித்த நூல்களைப் பெற்றுக் குறிப்பிடத்தக்க நிலையை அடைந்துள்ளது. தமிழிலக்கணத்தின் ஆறாம் கூறாகப் பாட்டியலைக் கொள்வதுண்டு.[3] தண்டபாணி சுவாமிகள் புலமை இலக்கணத்தை ஆறாவதாகக் கொள்வது தனித்துநிற்கும் வகைப்பாடாகும்.

'மூன்றிலக்கண நெறி'யமைந்த தொல்காப்பியக் காலத்திற்குப் பின்பும் 'ஐந்திலக்கண நெறி'யாக அமையும் வீரசோழியக் காலத்திற்கு முன்பும் தோன்றிய காக்கைபாடினியம், யாப்பருங்கலம், யாப்பருங்கலக்காரிகை முதலிய தனி யாப்பிலக்கண நூல்கள், வளர்ச்சியுற்ற யாப்பிலக்கண மரபைக் காட்டுகின்றன.

தொல்காப்பியச் செய்யுளியல் இலக்கணங்கள்

1. மாத்திரை, எழுத்தியல், அசை, சீர், அடி, யாப்பு, மரபு, தூக்கு, தொடை, நோக்கு, பா, அளவியல், திணை, கைகோள், கூற்று, கேட்போர், களன், காலம், பயன், மெய்ப்பாடு, எச்சம், முன்னம், பொருள்வகை, துறை, மாட்டு, வண்ணம் ஆகிய இருபத்தாறு உறுப்புகளை ஒரு தொகுதியாகவும், அம்மை, அழகு, தொன்மை, தோல், விருந்து, இயைபு, புலன், இழைபு ஆகிய வனப்புகள் எட்டினை மற்றொரு தொகுதியாகவும் குறிப்பிட்டு மொத்தம் முப்பத்து நான்கு செய்யுள் உறுப்புகளின் இலக்கணத்தைத் தொல்காப்பியச் செய்யுளியல் (நூ.1) விளக்குகின்றது.

2. நேர், நிரை (நூ.3), நேர்பு, நிரைபு (நூ.4) எனும் அசை வகைகளையும், இயலசை, உரியசைப் பாகுபாட்டையும் (நூ.5) காட்டுகின்றது.

3. ஓரசைச் சீர், ஈரசைச் சீர், மூவசைச் சீர் ஆகியவற்றை இயற்சீர், ஆசிரிய உரிச்சீர், வெண்பா உரிச்சீர் (வெண்சீர்), வஞ்சிச்சீர் எனப் பெயரிட்டு (நூ.10–19, 22) வகுத்துப் பேசுகின்றது.

4. நாற்சீரடி எழுத்தெண்ணிக்கை அடிப்படையில் குறளடி, சிந்தடி, நேரடி, நெடிலடி, கழிநெடிலடி என ஐவகைப்படு மெனவும் (நூ.35–39), இருசீர், முச்சீர், ஐஞ்சீர், அறுசீர், எழுசீர்களாலும் அடி அமையுமெனவும் (நூ.43, 45, 60, 61, 62), ஐஞ்சீர், அறுசீர், எழுசீர் அடிகளில் முடுகியல் ஓசை பயிலுமெனவும் (நூ.62, 63) கூறுகின்றது.

5. தளையை உறுப்பாகக் கூறவில்லை. எனினும் ஆசிரியத் தளை, வெண்டளை, கலித்தளை இலக்கணத்தைக் (நூ.53, 55, 57, 58) கூறுகின்றது.

6. ஐவகை அடிகளின் விரி 625 எனவும் (நூ.48), தொடை விரி 13,699 எனவும் (நூ.97 இளம்பூரணர் உரையின்படி) குறிப்பிடுகின்றது.

7. எழுத்து, அசை, சீர், அடி என்னும் அமைப்பில், குறித்த பொருள் நிறையுமாறு சொற்களையமைத்தல் யாப்பு எனப்படும் (நூ.74) என்றும், அந்த யாப்புறுப்பு பாட்டு, உரை, நூல், வாய்மொழி, பிசி, அங்கதம், முதுசொல் என எழுவகைப்படும் (நூ.75) என்றும் கூறுகின்றது. இவற்றுள் பாட்டு மட்டுமே அடிவரையறையுடையதென்றும் பிற ஆறும் அடிவரையறை யில்லனவென்றும் (நூ.157) கூறுவதோடு, அவ்வாறின் இலக்கணத்தையும் (நூ.158–172) கூறுகின்றது.

8. நாற்பாக்களுக்குரிய அகவல், அகவலல்லாதது[4] (செப்பல்), துள்ளல், தூங்கல் எனும் ஓசைகள், மருட்பாவுக்குத் தனித்த ஓசை இன்மை ஆகியவற்றைச் (நூ.77–81) சுட்டுகின்றது.

9. தொடைவகைகளாக முதலில் மோனை, எதுகை, முரண், இயைபு, அளபெடை ஆகிய ஐந்தினையும் (நூ.84,85), பின்னர்ப் பொழிப்பு, ஒரூஉ, செந்தொடை, நிரனிறை, இரட்டை யாப்பு ஆகியவற்றையும் (நூ.86,87) குறிப்பிட்டு இலக்கணங் கூறுகின்றது (நூ. 88–96). மோனைத் தொடைக்கும் எதுகைத் தொடைக்கும் கிளையெழுத்துகள் உரிய என்றும் கூறுகின்றது (நூ. 90).

10. ஆசிரியம், வெண்பா, கலிப்பா, வஞ்சிப்பா எனப் பாவகைவிரி நான்காகும் (நூ.101) எனவும், ஆசிரிய நடையை வஞ்சியும் வெண்பா நடையைக் கலியும் பெறுவதால் (நூ.104) நாற்பாவும் ஆசிரியம், வெண்பா எனும் இரண்டனுள்ளேயே அடங்கிவிடுமென்றும் (நூ.103) கூறுகின்றது. மருட்பா இலக்கணத்தையும் (நூ.115) தருகின்றது. பெயர் சுட்டாமல் நேரிசை ஆசிரியப்பா வடிவத்தையும் இணைக்குறள் ஆசிரியப்பா வடிவத்தையும் (நூ.65, 66) குறிப்பிடுகின்றது.

11. நெடுவெண்பாட்டு, குறுவெண்பாட்டு, கைக்கிளை, பரிபாடல், அங்கதச்செய்யுள் ஆகியவற்றை வெண்பா யாப்பினவெனச் சுட்டி விளக்குகின்றது (நூ.114 – 122).

12. ஒத்தாழிசைக்கலி, கலிவெண்பாட்டு, கொச்சகம், உறழ்கலி எனக் கலிப்பா நால்வகைப்படுமென்றும் (நூ.126), ஒத்தாழிசைக்கலி இருவகைப்படுமென்றும் (நூ.127) குறிப்பிடுகின்றது. ஒத்தாழிசைக் கலியின் முதல்வகைக்குத் தொல்காப்பியம் பெயர் சுட்டவில்லை. பேராசிரியரும் நச்சினார்க்கினியரும் இதனை 'அகநிலை ஒத்தாழிசைக் கலி' (நூ.138, பேரா., நச்.) என்பர். இரண்டாவது வகை, வண்ணகம், ஒருபோகு என மேலும் இருவகைப்படுமென்றும், இவற்றுள் ஒருபோகு கொச்சக ஒருபோகு, அம்போதரங்கம் என இருவகைப்படுமென்றும் வகைப்படுத்தி இலக்கணங் கூறுகின்றது (நூ.127–146).

13. பரிபாடலுக்கும் கலிப்பாவுக்கும் மட்டும் தனித்த உள்ளுறுப்பு களைக் கூறுகின்றது. கொச்சகம், அராகம், சுரிதகம், எருத்து ஆகிய நான்கினைப் பரிபாடல் உறுப்புகளாகவும் (நூ.117), தரவு, தாழிசை, எண், தனிச்சொல், வாரம், அராகம், கொச்சகம் ஆகியவற்றைக் கலிப்பா உறுப்புகளாகவும் (நூ.128, 135, 146) கூறுகின்றது.

14. வஞ்சிப்பா இருசீராலும் முச்சீராலும் அமைந்த அடிகளைப் பெறும் என்கிறது (நூ.43, 45).

15. பாக்களின் அடிச்சிறுமையை ஆசிரியப்பாவிற்கு மூன்றடியென்றும், குறுவெண்பாட்டுக்கு ஏழுசீரென்றும், பரிபாடலுக்கு இருபத்தைந்து அடியென்றும், அம்போதரங்க ஒருபோகுக்கு முப்பது அடியென்றும், அடிப் பெருமையை ஆசிரியப்பாவிற்கு ஆயிரம் அடியென்றும், நெடுவெண்பாட்டுக்குப் பன்னீரடி யென்றும், பரிபாடலுக்கு நானூறு அடியென்றும், அம்போதரங்க ஒருபோகுக்கு

அறுபது அடியென்றும் கூறுகின்றது. வெண்பாவே போல் அங்கதப்பாட்டு அடியளவு பெறும் என்கிறது (நூ.144, 145, 150, 151, 152, 155). இவ்விலக்கணங்களை 'அளவியல்' என்று குறிப்பிடுகின்றது (நூ.156).

16. பண்ணத்தி எனும் வடிவத்தையும் அது பன்னிரு அடிபெறும் என்பதையும் (நூ.173–175) குறிப்பிடுகின்றது.

17. வண்ணம் இருபது வகைப்படும் (நூ.204–226) எனவும், வனப்பு எண்வகைப்படும் (நூ.227–234) எனவும் விளக்குகின்றது.

இச்செய்யுளியல் உறுப்புகளுள் ஒன்றின் பெயரான 'யாப்பு' என்பது பிற்காலத்தில் பாவடிவங்களின் புற இலக்கணம் அனைத்தையும் குறிக்கும் பொதுப் பெயராக மாற்றம் பெற்றுள்ளமையும் 'யாப்பியல்', 'யாப்பறிபுலவர்' எனும் ஆட்சிகள் தொல்காப்பியத்திலேயே இடம்பெற்றுத் தொடர்ந்து பேசப்பெறுகின்ற பெற்றிமையும் குறிப்பிடத்தக்கன.

தொல்காப்பியம் செய்யுள் உறுப்புகளை இருதொகுதிகளாகப் பகுத்துப்பேசுதலும் முதல் இருபத்தாறு உறுப்புகளை 'யாப்பியல் வகையின் இருபத்தாறும்' எனக் குறிப்பிடலும் தனித்துச் சுட்டத்தக்கன.

தொல்காப்பியம் குறிப்பிடும் செய்யுள் உறுப்புகளை வடிவம் சார்ந்தவை, பொருள்பற்றியவை, நாடகப்பண்பு சார்ந்த இலக்கிய உறுப்புகள், பெரும்பாலும் வடிவச் சார்பும் சிறிதளவு பொருட்சார்பும் உடையவை, வடிவமும் பொருளும் ஒருங்கிணைந்து கூடியமையால் உருவான உறுப்புகள் என வகைப் படுத்திப் பேசும் தமிழண்ணல், வடிவம்சார்ந்த உறுப்புகளின் அடிப்படையில் பிற்காலத்தில் யாப்பிலக்கண நூல்கள் தோன்றின என்பதைப் பின்வருமாறு குறிப்பிடுகின்றார்.

> (1) மாத்திரை (2) மாத்திரையாலாகிய ஒலி எழுத்து (3) எழுத்துக்கள் சேர்ந்தமைந்த அசை (4) அசை சேர்ந்த சீர் (5) சீரால் தளைக்கப்பட்ட அடி (6) மோனை, எதுகை எனத் தொடுக்கும் தொடை (7) அடியால் உருவாகும் பா (8) பாவினது அடி அளவு (9) பாவிலமையும் ஓசைநலம் இவை வடிவம் (form) சார்ந்த உறுப்புகள். இவைபற்றிப் பிற்காலத்தில் பல யாப்பிலக்கண நூல்கள் (prosody) எழுந்தன.[5]

செய்யுளியலில் செய்யுளின் வடிவங்குறித்தும் பொருண்மை குறித்தும் செய்திகள் இடம்பெற்றுள்ளன. செய்யுளியல் கூறும் செய்யுள் உறுப்புகளுள் எழுத்து, அசை, சீர், அடி,

தூக்கு, தொடை, பா, அளவியல் என்னும் வடிவஞ்சார்ந்த உறுப்புகளின் இலக்கணமே பிற்காலத்தில் யாப்பிலக்கணம் என உருப்பெற்றுள்ளது. வண்ணமும் வனப்பும் பிற்கால யாப்பிலக்கணத்துள் சுருக்கமாகவே சுட்டப்பெறுகின்றன. தொல்காப்பியம் கூறிய எழுவகைச் செய்யுள்களுள் அடிவரையறை யுடைய பாட்டின் இலக்கணத்தையே பிற்கால யாப்பிலக்கண நூல்கள் பேசுகின்றன.

வடிவம் சார்ந்த மேலேகண்ட செய்திகள் தவிர, செய்யுளியலில் பொருண்மைசார்ந்த செய்திகளும் இருநிலைகளில் பேசப் படுகின்றன. அவை: (1) பாக்களில் அமையும் பொருண்மை (2) பொருளிலக்கண உறுப்புகளான திணை, கைகோள், கூற்று, துறை, கேட்போர், பொருள் முதலியன.

பாக்களுக்குரிய பொருண்மைச் செய்திகளாகக் கூறப்படுவன வற்றைப் பின்வருமாறு தொகுத்து வகைப்படுத்தலாம்:

பா வகைகள்	பாவகைகளில் அமையும் பொருண்மைக் கூறுகள்
ஆசிரியம், வெண்பா, கலி, வஞ்சி	அறம், பொருள், இன்பம், வாழ்த்தியல்.
ஆசிரியம், வெண்பா	புறநிலை வாழ்த்து, வாயுறை வாழ்த்து, அவையடக்கியல், செவியறிவுறூஉ.
வெண்பா	கைக்கிளை
பரிபாடல்	காமம் (அகத்திணை)
ஒத்தாழிசைக் கலியின் ஒருவகை	தேவர்ப் பராவல்
கலிவெண்பா	ஒருபொருள் நுதலுதல்
மருட்பா	கைக்கிளை, புறநிலை வாழ்த்து, வாயுறை வாழ்த்து, செவியறிவுறூஉ.

பாக்களுக்குரிய பொருண்மைகளாகக் கூறப்படும் இச்செய்தி களும், யாப்பு, மரபு, நோக்கு, திணை, கைகோள், கூற்று, கேட்போர், களன், காலம், பயன், மெய்ப்பாடு, எச்சம், முன்னம், பொருள், துறை, மாட்டு ஆகிய பொருண்மைச் சார்பான செய்யுள் உறுப்புகளும் பிற்கால யாப்பிலக்கண நூல்களில் இடம்பெறவில்லை.

வெண்பா யாப்பினவாக நெடுவெண்பாட்டு, குறுவெண் பாட்டு, கைக்கிளை, பரிபாடல், அங்கதச் செய்யுள் ஆகியவற்றைத் தொல்காப்பியம் குறிப்பிடினும் அவற்றுள் வடிவம் சார்ந்த வகைகளான நெடுவெண்பாட்டும் குறுவெண்பாட்டுமே பஃறொடை வெண்பா, குறள் வெண்பா எனும் பெயர்களில் பிற்கால நூல்களில் பேசப் பெறுகின்றன.

பரிபாடல், உறழ்கலி, மருட்பா ஆகிய பாவடிவங்கள் பெரிதும் பொருண்மையுடன் இணைத்துக் கூறப்பட்டுள்ளன. இவற்றுள் மருட்பா மட்டுமே பிற்கால யாப்பிலக்கண நூல்களுள் இடம்பெற்றுள்ளது; பொருண்மையுடன் இணைத்தும் பேசப் பட்டுள்ளது. பொருண்மைச் சார்புடைய பரிபாடலும் உறழ்கலியும் இலக்கிய வழக்கு அருகியமையால் பின்னிலக்கண நூல்களில் பேசப்படவில்லை.

தொல்காப்பியத்தில் பா, இனம் எனும் பகுப்பும் இலக்கணமும் கூறப்படவில்லை. எனினும் இளம்பூரணர் தொல்காப்பியம் குறிப்பிடும் 'பண்ணத்தி'யின் இலக்கணத்தில் பாவினங்களை அடக்கிக் காட்டுகின்றார் (நூ.173, 175 இளம்). பேராசிரியரும் நச்சினார்க்கினியரும் 'கொச்சக ஒருபோகு' இலக்கணத்துள் பாவினங்களை அடக்கிக் காட்டுகின்றனர் (செய்.நூ.149 பேரா., நச்.). இவ்விருவருடைய இவ்விளக்கங்களும் தொல்காப்பியர் காலத்தில் இல்லாமல் தமக்கு முற்பட்ட காலத்தில் தோற்றமெய்தி, செல்வாக்குப் பெற்றிருந்த பாவினப் பகுப்புகளுக்குத் தொல்காப்பியத்தில் ஏற்ற இடங்கண்டு அமைத்துக் காட்டிய அமைதிகளேயாகும். பரிபாடல், உறழ்கலி வடிவங்கள் பிற்கால யாப்பிலக்கண நூல்களில் இடம்பெறாதது போலவே 'பண்ணத்தி' வடிவமும் இடம்பெறவில்லை. ஜைனர்கள் இயற்றிய பூர்வீகச் செய்யுள் வகையொன்றின் பெயரான 'ப்ரக்ஞப்தி' என்பது பாகதச்சிதைவாகப் 'பண்ணத்தி' எனத் தமிழில் வந்துள்ளதென்றும், பாகத நூல்களில் காணப்படும் செய்யுள் வகையின் இலக்கணத்தைத் தமிழ்ச் செய்யுள் வகைக்குச் சார்த்தித் தொல்காப்பியர் விதித்தனரென்றும் வையாபுரிப் பிள்ளை 'பண்ணத்தி' யாப்பு வகைபற்றிக் குறிப்பிடுகின்றார்.[6]

> சில சொற்களில் தற்செயலான வடிவ ஒற்றுமையைக் கொண்டு அவற்றைச் சமஸ்கிருதத்திலிருந்து பெறப்பட்டவை என முடிவு கட்டக் கூடாது எனப் பழைய உரையாசிரியர்கள் சுட்டிக் காட்டுவர். குறுகிய அளவு உடைய இசைப்பாடல்களைக் குறிக்கப் 'பண்ணத்தி' என்ற சொல் தொல்காப்பியத்தில் பயன்படுத்தப்பட்டுள்ளது. *'Prakñapti'* என்ற சமஸ்கிருதச் சொல்லிலிருந்து வந்ததாகக் கூறப்படும் சமணர்களின் நீண்ட இலக்கியப் படைப்புகளைக் குறிக்கும் 'பண்ணத்தி' என்ற

சொல்லிலிருந்து தொல்காப்பியர் குறிப்பிடும் 'பண்ணத்தி' மாறுபட்டது. பழைய உரையாசிரியர்கள் சுட்டிக்காட்டுவது போல, தொல்காப்பியர் குறிப்பிடும் 'பண்ணத்தி' என்பது 'பண்' – என்ற தமிழ் வேரிலிருந்து வந்ததாகும்.[7]

என்று தெ.பொ.மீ. விளக்குதல் 'பண்ணத்தி' தமிழுக்கேயுரிய யாப்புவகை என்பதைத் தெளிவாக்குகின்றது. இப்பண்ணத்தி வடிவம் பிற்கால யாப்பிலக்கண நூல்களில் பேசப்படாமைக்கு இலக்கிய ஆட்சி இன்மையே காரணம் ஆகும்.

தொல்காப்பியச் செய்யுளியலையும் பின்னைய யாப்பிலக்கண நூல்களையும் ஒப்பிட்டு நோக்கும்போது, தொல்காப்பியத்தின் பொருண்மை சுட்டும் போக்கினைத் தவிர்த்துப் பாவகைகளின் புறவடிவ இலக்கணங்கூறுதலே யாப்பிலக்கணம் எனப் பிற்கால யாப்பிலக்கண நூல்கள் வரையறுத்துக் கொண்டுள்ளதை அறியமுடிகிறது.

'செய்யுளியல்' பிற்கால 'யாப்பிலக்கண நூல்கள்' போலாது 'இலக்கிய இயல்' என்னுமளவு பொருட்பரப்புடையதாக அமைக்கப்பட்டுள்ளது. யாப்பிலக்கணம் மட்டுமல்லாது, யாப்பிலக்கணக் கோட்பாடுகளும் *(Basic Theories)* இதிலடங்கியுள்ளன.[8]

எனத் தொல்காப்பியச் செய்யுளியலின் தனித்தன்மையைக் குறிப்பிடுவார் தமிழண்ணல்.

தமிழ் யாப்பிலக்கணத்தில் தொல்காப்பியச் செய்யுளியல், இத்தகு குறிப்பிடத்தக்க கூறுகளைக் கொண்டமைந்து தனிச் சிறப்புப் பெற்றுத் திகழ்கின்றது. மேலுமது பலநிலைகளாக வளர்ச்சியுற்றுள்ள யாப்பியலின் பண்டை நிலையினைப் புலப்படுத்தி நிற்பதாகவும் உள்ளது.

தொல்காப்பியத்திற்கும் யாப்பருங்கலத்திற்கும் இடையே...

தொல்காப்பியத்திற்குப் பின்னர் யாப்பிலக்கணத்தை முழுமையாகக் கூறும் நூலாக முதலில் கிடைப்பது யாப்பருங்கலமேயாகும். இது யாப்பிலக்கணத்தைப் புதிய போக்கில் கூறுவதால் மட்டுமன்றித் தனக்கமைந்த விருத்தியுரையாலும் சிறந்து திகழுகிறது.

தொல்காப்பியத்திற்குப் பின்னர்த் தோன்றிய யாப்பிலக்கணத்தை முழுமையாகவோ ஒருபகுதியாகவோ கூறிய பல இலக்கண நூல்களின் பெயர்களையும் அவற்றின் நூற்பாக்கள் பலவற்றையும் யாப்பருங்கல விருத்தியுரை அளிக்கின்றது. அவ்விலக்கண நூல்களின் நூற்பாக்கள் சிலவற்றை யாப்பருங்கலக்காரிகையுரை, தொல்காப்பியச் செய்யுளியல்

உரைகள், வீரசோழிய உரை முதலியன வழங்குகின்றன. அவ்வுரை களில் இடம்பெற்று வெவ்வேறு எண்ணிக்கையில் கிடைக்கின்ற நூற்பாக்களைக் கொண்டு பெயரளவில் அறியப்படுகின்ற இடைக்கால யாப்பிலக்கண நூல்களில் எதுவும் முழுநூல் வடிவில் இதுவரை கிடைக்கவில்லை. ஆயினும், கிடைத்துள்ள நூற்பாக்களுள், 'அவிநயம்', 'காக்கைபாடினியம்' எனப் பெயரிய நூல்களில் இடம்பெற்றுள்ளனவாக அறியப்படும் நூற்பாக்களைத் தொகுத்தும் வகுத்தும் 'அவிநயம்', 'காக்கைபாடினியம்' எனும் தலைப்புகளில் தனித்தனி நூல்களாக முறையே க.ப. அறவாணனும் இரா. இளங்குமரனும் வெளியிட்டுள்ளனர்.

உரைகளால் அறியலாகும் யாப்பிலக்கண நூல்களின் நூற்பாக்களைத் தொகுத்து மயிலை சீனி. வேங்கடசாமி தமது 'மறைந்துபோன தமிழ்நூல்கள்' எனும் நூலில் அளித்துள்ளார். அவ்வாறே தி.வே. கோபாலையரும் தமது 'இலக்கண விளக்கம் – செய்யுளியல்' பதிப்பில் அளித்துள்ளார். உரைவழி அறியலாகும் யாப்பிலக்கண நூல்களில் சிலவற்றை இரா. இளங்குமரன் 'இலக்கண வரலாறு' நூலில் அறிமுகம் செய்துள்ளார். சோ.ந. கந்தசாமியும் 'தமிழ் யாப்பியலின் தோற்றமும் வளர்ச்சியும்' நூலில் அவற்றை அறிமுகப்படுத்தி ஆராய்ந்துள்ளார்.

தொல்காப்பியத்திற்கும் யாப்பருங்கலத்திற்கும் இடைக் காலத்தில் தோன்றிய யாப்பிலக்கண நூல்களைப் பின்வருமாறு தொகுக்கலாம்.

(1) அகத்தியம் (2) அவிநயம் (3) அவிநயப் புறனடை – நாலடி நாற்பது (4) கடியநன்னியார் கைக்கிளைச் சூத்திரம் (5) காக்கைபாடினியம் (6) கையனார் யாப்பியல் (7) சங்கயாப்பு (8) சிறுகாக்கைபாடினியம் (9) செய்யுளியல் (10) நக்கீரர் அடிநூல் (11) நல்லாறன் மொழிவரி (12) நற்றத்தம் (13) பரிமாணனார் யாப்பிலக்கணம் (14) பல்காயம் (15) பனம்பாரம் (16) பெரியபம்மம் (17) மயேச்சுரர் யாப்பு (18) மாபுராணம் (19) வாய்ப்பியம்

இவையன்றி யாப்பிலக்கணத் தொடர்புடையனவாய்க் குறுவேட்டுவச் செய்யுள், உலோக விலாசனி, பெருவளநல்லூர்ப் பாசாண்டம், கவிமயக்கறை ஆகிய நூற்பெயர்களை யாப்பருங்கல விருத்தியும் (யா.வி.ப.491,552), பல்காப்பியம், பல்காப்பியப் புறனடை ஆகிய நூற்பெயர்களைத் தொல்காப்பியப் பேராசிரியர் உரையும் (தொல். மரபியல் நூ.94, 95, பேரா.) குறிப்பிடுகின்றன.

இவைதவிர 'அமுதசாகரம்' எனும் பெயரில் யாப்பிலக்கண நூல் ஒன்று வெளிவந்துள்ளது. இது க.ப.அறவாணனால் யாப்பருங்கல விருத்தியுரையிலிருந்து தொகுத்து உருவாக்கப்

பெற்றதாகும். அமுதசாகரனார் யாப்பருங்கலம், யாப்பருங்கலக் காரிகை எனும் இரண்டு நூல்களன்றிப் பிறிதொரு நூலையும் இயற்றியுள்ளார் என்பது ஆய்வால் புலனாவதாகவும், அந்நூலின் பெயர் தெரியவில்லையென்றும் குறிப்பிட்டுக் க.ப. அறவாணன் தாம் தொகுத்த அந்நூலுக்கு 'அமுதசாகரம்' எனப் பெயரிட்டுள்ளார்.[9] இத்தொகுப்புநூலை மு.வை. அரவிந்தன்[10], அ. பிச்சை[11] ஆகியோர் தனித்தனியே ஆராய்ந்துள்ளனர். 'அமுதசாகரம்' எனும் நூலைத் தொகுக்கத் தொகுப்பாசிரியர் மேற்கொண்ட அடிப்படைகள் வலுவில்லாதவை, இயைபற்றவை என்பதையும், நூலில் இடம்பெற்றுள்ள நூற்பாக்கள் யாப்பருங்கல விருத்தியுரையாசிரியர் இயற்றிய உரைச்சூத்திரங்களே என்பதையும், 'அமுதசாகரம்' எனும் நூல் தமிழ் யாப்பிலக்கண வரலாற்றில் தோன்றாத ஒன்று என்பதையும் இருவரின் ஆய்வுரைகளும் தக்க சான்றுகள் காட்டி நிறுவியுள்ளன. எனவே அந்நூல் இவண் ஆய்வுக்கு எடுத்துக் கொள்ளப்படவில்லை. அத்தொகைநூல் யாப்பியல் வரலாற்றில் நிலைபேறு அடையவில்லை என்பதும் குறிப்பிடத்தக்கது.

யாப்பிலக்கணங்களில் முதன்மையான சிந்தனைப் போக்குகள்

தொல்காப்பியரின் யாப்பிலக்கணக் கோட்பாடுகளைச் சில கூறுகளில் பின்பற்றியும் பலகூறுகளில் மாறுபட்டும் பிற்கால யாப்பிலக்கணிகளின் சிந்தனைப் போக்குகள் அமைந்துள்ளன.

தொல்காப்பியர் முதலிய ஒருசாராசிரியர்	(யா.வி.ப. 58)
தொல்காப்பியனாரும் நற்றத்தனாரும் முதலாகிய ஆசிரியர்	(யா.வி.ப. 454)
தொல்காப்பியனாரும் கையனாரும் முதலாக உடையார்	(யா.வி.ப. 411)
தொல்காப்பியனாரும் கீரனாரும் முதலாக உள்ளார்	(யா.வி.ப. 436)
பல்காயனார் முதலிய ஒருசாராசிரியர்	(யா.வி.ப. 58)
காக்கைபாடினியார் முதலிய ஒருசாராசிரியர்	(யா.வி.ப. 58)
காக்கைபாடினியாரும் பாட்டியல் உடையாரும் வாய்ப்பியம் உடையாரும் முதலாகிய ஒருசார் ஆசிரியர்	(யா.வி.ப. 486)
கையனார் முதலாகிய ஒருசார் ஆசிரியர்	(யா.வி.ப. 181)
சிறுகாக்கைபாடினியார் முதலாகிய ஒருசார் ஆசிரியர்	(யா.வி.ப. 222)
மயேச்சுரர் முதலாகிய ஒருசார் ஆசிரியர்	(யா.வி.ப. 365)

ஒருசார் வடநூல்வழித் தமிழாசிரியர் (யா.வி.ப. 48)

நத்தத்தனார் முதலாகிய ஒருசார் ஆசிரியர் (யா.கா.உரை.ப. 77)

மேற்கண்ட குறிப்புகள் யாப்பருங்கலத்திற்கு முன்னர் யாப்பின் ஒவ்வொரு கூறுக்கும் இலக்கணம்கூறுவதில் தனித்தனிப் போக்குகளையுடைய இலக்கணிகளின் குழுக்களையும் அவற்றுக்குத் தலைமையேற்கும் இலக்கணிகளையும் காட்டுகின்றன.

இக்குறிப்புகளிலிருந்து யாப்பருங்கலம், காரிகை ஆகிய வற்றுக்கு முற்பட்ட காலப்பரப்பில் தொல்காப்பியர், பல்காயனார், காக்கைபாடினியார், கையனார், சிறுகாக்கைபாடினியார், நற்றத்தனார், மயேச்சுரர் ஆகியோரும் சில வடநூல் வழித் தமிழாசிரியரும் குறிப்பிடத்தக்க யாப்பிலக்கணிகளாய் விளங்கியமையை அறியமுடிகிறது. இவர்களுள் நற்றத்தனார், கையனார், கீரனார் ஆகியோர் தொல்காப்பியரோடு இணைத்துக் குறிக்கப்படுகின்றனர். தொல்காப்பிய நெறியை இலக்கணிகள் சிலர் குறிப்பிடத்தக்க அளவு பின்பற்றுகின்றமையை இது காட்டுகின்றது.

தொல்காப் பியப்புலவோர் தோன்ற விரித்துரைத்தார்
பல்காய னார்பகுத்துப் பன்னினார் – நல்யாப்புக்
கற்றார் மதிக்குங் கலைக்காக்கை பாடினியார்
சொற்றார்தந் நூலுள் தொகுத்து. (யா.வி.ப. 19)

என்னும் விருத்தியுரையில் இடம்பெற்றுள்ள பாடல் யாப்பருங்கலம் வரையிலான காலப்பரப்பில் விளங்கிய இலக்கணிகளுள் தொல்காப்பியர், பல்காயனார், காக்கைபாடினியார் ஆகிய மூவரை விதந்து குறிப்பிடுகின்றது. இலக்கணச் செய்திகளைத் தொல்காப்பியர் விரித்துரைத்ததாகவும், பல்காயனார் பகுத்துரைத்ததாகவும், காக்கைபாடினியார் தொகுத்துரைத்த தாகவும் இப்பாடல் தெரிவிக்கின்றது. தொல்காப்பியத்திற்குப் பின்னர்த் தனித்த யாப்பிலக்கணப் போக்குகளையுடையனவாக இப்பாடலில் பாராட்டப்படும் பல்காயமும் காக்கைபாடினியமும் 'பல்காயனார் மதம்' (யா.வி.ப.436), 'காக்கைபாடினியார் மதம்' (யா.வி.ப.58) எனவும் விருத்தியுரையில் குறிப்பிடப்பெற்றுள்ளன. இக்குறிப்புகளால் தொல்காப்பியத்திற்குப் பின்னர் இவ்விரு யாப்பிலக்கணங்களும் தனிச்சிறப்பான இடத்தைப் பெற்றிருந்ததை அறியமுடிகிறது.

காரிகை வரையிலான காலப்பரப்பில் தோன்றியுள்ள யாப்பியல் நூல்கள் பலவற்றின் காலத்தை வரையறுக்கத் தகுந்த சான்றுகள் கிடைக்கவில்லை. விருத்தியுரையின் வெண்பாவில் பல்காயமும் காக்கைபாடினியமும் தலைமை நெறியுடையனவாய்த் தனித்துச் சுட்டப்படுவதால் இவ்விரு நூல்களைப் பற்றி முதலிலும்

பிறநூல்களைப் பற்றி அகரவரிசையிலும் இனிக் காண்பது பொருந்தும்.

பல்காயம்

இந்நூல் விருத்தியுரை காட்டும் வெண்பாவில் காக்கை பாடினியத்திற்கு முன்னர் வைத்துப் பேசப்படுகின்றது. ஆய்வாளர்களாலும் காக்கைபாடினியத்தினும் முற்பட்டது எனக் கருதப்படுகிறது.[12] பல்காயம் கூறுகின்ற இலக்கணச் செய்திகள், தொல்காப்பியத்திற்கு அடுத்த நிலையிலும் காக்கைபாடினியத் திற்கு முற்பட்ட நிலையிலும் பல்காயத்தைக் கருதவைக்கின்றன. 'பல்காயத்'தின் 37 நூற்பாக்கள்[13] உரைகளின்வழிக் கிடைக்கின்றன.[14]

பல்காயம் கூறும் இலக்கணச் செய்திகளில் குறிப்பிடத் தக்கவற்றைப் பின்வருமாறு தொகுக்கலாம்.

1. யாப்பு உறுப்புகள் எழுத்து, அசை, சீர், தளை, அடி, தொடை, தூக்கு எனும் ஏழாகும் (யா.வி.ப.16,17).

2. நேர் அசை நால்வகைப்படும்; நிரை அசை நால்வகைப்படும் (யா.வி.ப.53).

3. நேர், நிரை, நேர்பு, நிரைபு எனும் நான்கு அசைகளையும் நாலசைப் பொதுச்சீரையும் குறிப்பிடுகிறது (யா.வி.ப.58).

4. ஆசிரியப்பாவின் சிற்றெல்லை மூன்றடி, பேரெல்லை ஆயிரம் அடி, வெண்பாவின் சிற்றெல்லை இரண்டடி, பேரெல்லை ஏழடி (யா.வி.ப.1[illegible]3) ஆகும்.

5. மோனை, எதுகை, முரண், இயைபு, அளபெடை, செந்தொடை, இரட்டை, பொழிப்பு, ஒரூஉ எனத் தொடை ஒன்பது வகையாகும். பிற வகைகளும் வரும் (யா.வி.ப.184).

6. உரை, நூல், வாய்மொழி, பிசி, முதுசொல் என்பன அடிவரையின்றி நடக்கும்; ஓரோவழி பாட்டு, உரை, நூல், மந்திரம், பிசி, முதுசொல், அங்கதம், வாழ்த்து ஆகியனவும் பிறவும் ஓரடியான் நடக்கும் (யா.வி.ப.428,429).

பன்னிருபாட்டியலில் பல்காயனார் பெயரால் பாட்டியல் இலக்கணங் கூறும் நூற்பா ஒன்று உள்ளது.[15]

பல்காயம் நேர்பு, நிரைபு அசைகளைக் கூறுதல், ஆசிரியப்பாவின் அடிப் பெருமை, சிறுமைகளை ஆயிரமடி, மூன்றடி எனல், அடிவரையில்லாச் செய்யுள் கூறல் ஆகிய வற்றால் தொல்காப்பியத்தைப் பின்பற்றும் நூலாக உள்ளது; தொல்காப்பியம் கூறியுள்ள நிரல்நிறையை மட்டும் விடுத்து,

வேறெந்த மாற்றமுமின்றித் தொடை வகைகளைக் கூறியுள்ளது. ஓரடியானும் பாட்டு முதலியன நடக்குமென இந்நூல் கூறியுள்ளமை தனித்துச் சுட்டத்தக்கது.

இவ்வாறு தொல்காப்பியத்தோடு நெருக்கமான ஒப்புமை களைக் கொண்டுள்ளபோதிலும் யாப்புறுப்புகளை ஏழு என வகுத்துக்கூறல், நாலசைச் சீர் பற்றிக் கூறல் ஆகியவற்றால் பிற்கால யாப்பிலக்கண நெறிகளுக்கு முன்னோடி நூலாக இது இருந்திருக்கலாம்.

காக்கைபாடினியம்

யாப்பருங்கலம், யாப்பருங்கலக்காரிகை ஆகியவற்றுக்கு முதனூலாகும் சிறப்புடையது இது. இந்நூல் 'தொல்லாசிரியர்' (யா.வி.ப.58), 'மாப்பெரும் புலவர்' (யா.வி.ப.101,443), 'மாக்கவிப்புலவோர்' (யா.வி.ப.430), 'நல்யாப்புக் கற்றார் மதிக்கும் கலைக் காக்கைபாடினியார்' (யா.வி.ப.19) என்றெல்லாம் போற்றப்பெறும் காக்கைபாடினியாரால் இயற்றப்பெற்றதாகும்.

காக்கைபாடினியத்தில் விருத்த இலக்கணம் உள்ளமை கொண்டு அதன் காலத்தைக் கி.பி. பத்தாம் நூற்றாண்டு எனக் கருதுவார் ந.சி. கந்தையா பிள்ளை.[16] இக்கருத்தினை மறுத்து இரா. இளங்குமரன், "காக்கைபாடினியார் கி.பி. இரண்டாம் நூற்றாண்டுக்கும் 7ஆம் நூற்றாண்டுக்கும் இடைப்பட்ட காலத்தவராய் இருத்தல் கூடும்" என்று கூறுகின்றார்.[17]

காக்கைபாடினியத்தின் நூற்பாக்களும் இலக்கணச் செய்திகளும் மிகுந்த எண்ணிக்கையில் யாப்பருங்கல விருத்தியுரை யிலும், யாப்பருங்கலக் காரிகையுரையிலும் இடம்பெற்றுள்ளன. காக்கைபாடினியத்தின் சில நூற்பாக்களும் செய்திகளும் இறையனார் களவியலுரை, தொல்காப்பியச் செய்யுளியல் உரைகள், வீரசோழிய உரை, பாப்பாவினக் குறிப்புரை ஆகியவற்றிலும் இடம்பெற்றுள்ளன.[18]

உரை மேற்கோள்களாகக் கிடைக்கும் நூற்பாக்கள் அனைத்தையும் தொகுத்து வகைப்படுத்திக் 'காக்கைபாடினியத்தை' நூல் வடிவில் இரா. இளங்குமரன் வழங்கியுள்ளார். கிடைத்துள்ள காக்கைபாடினிய நூற்பாக்கள் 76 ஆகும். சில தொடை வகைகளுக் கும், சிந்தியல் வெண்பா, குறட்டாழிசை, நேரிசை ஆசிரியம், ஆசிரியத் தாழிசை ஆகியவற்றுக்குமான நூற்பாக்கள் கிடைக்க வில்லை. விடுபட்ட இலக்கணங்களுக்கு ஆங்காங்குப் பிற நூல் நூற்பாக்களைப் பெய்து 89 நூற்பாக்களைக் கொண்டதாக இந்நூலை இரா. இளங்குமரன் அமைத்திருக்கின்றார். விடுபட்ட வற்றை நிரப்ப இவரால் அமைக்கப்பெற்ற நூற்பாக்கள் விலக்கப்

பெற்றுக் காக்கைபாடினியார் பெயரால் அமைந்தவற்றினின்று செய்திகள் தொகுத்தளிக்கப் பெறுகின்றன.

காக்கைபாடினிய இலக்கணங்கள்

காக்கைபாடினியம் கூறுகின்ற இலக்கணங்கள் வருமாறு:

1. அசைக்கு உறுப்பாகும் எழுத்துகள் பதின்மூன்று ஆகும் (நூ.1).

2. அசை தனியசை, இணையசை என இரண்டாகும் (நூ.5).

3. ஈரசைச்சீர், இயற்சீர் எனப்படும். அது ஆசிரிய உரிச்சீர் ஆகும். தனியசை இறுதியாய மூவசைச்சீர் வெண்பா உரிச்சீர் ஆகும். இணையசை இறுதியாய மூவசைச்சீர் வஞ்சி உரிச்சீர் ஆகும். நாலசைச்சீர், ஓரசைச்சீர் என்பனவும் சீர் வகைகளாகும் (நூ.8–14).

4. ஆசிரியத்தளை, வெண்டளை, கலித்தளை, வஞ்சித்தளை எனும் நால்வகைத் தளைகளும் கூறப்பட்டுள்ளன (நூ.16–20). இயற்சீர் வெண்டளை, வெண்சீர் வெண்டளை, ஒன்றிய வஞ்சித்தளை, ஒன்றாத வஞ்சித்தளை, நேரொன்றாசிரியத்தளை, நிரையொன்றாசிரியத்தளை ஆகிய தளை வகைகள் உணர்த்தப்படுகின்ற போதிலும் அப்பெயராட்சிகள் குறிப்பிடப்பெறவில்லை.

5. இருசீரடியைக் குறளடி எனவும், முச்சீரடியைச் சிந்தடி எனவும், நாற்சீரடியை அளவடி எனவும், ஐஞ்சீரடியை நெடிலடி எனவும், அறுசீர், எழுசீர், எண்சீர் அடிகளைக் கழிநெடிலடி எனவும் குறிப்பிட்டுச் சீர் வகையடிகளின் இலக்கணங் கூறப்பட்டுள்ளது (நூ.21–23).

6. அடி இருசீர் முதல் எண்சீர் வரை பெறும். எண்சீர்களுக்கு மேற்பட்ட சீர்களைக் கொண்ட அடிகள் சிறப்பில்லாதன (நூ.24).

7. பாக்களின் அடிச்சிறுமை வெண்பாவிற்கு ஈரடி, ஆசிரியப்பாவுக்கும் வஞ்சிப்பாவுக்கும் மூன்றடி, கலிக்கு நான்கடி ஆகும் (நூ.29,30). அடிப்பெருமை உரைப்போர் குறிப்பேயாகும் (நூ.31).

8. மோனை, எதுகை, ஆசிடை எதுகை, முரண், செந்தொடை ஆகிய தொடை வகையிலக்கணங்கள் கூறப்பட்டுள்ளன (நூ.33–35,44).

9. வெண்பா செப்பல் இசையுடையது (நூ.46). கலிப்பா துள்ளல் இசையுடையது (நூ.68). வஞ்சிப்பா தூங்கிசை

உடையது (நூ.82). ஆசிரியப்பாவின் இசைகூறும் நூற்பா கிடைக்கவில்லை. துள்ளல், தூங்கிசை முதலியவற்றைத் தொல்காப்பிய நெறிநின்று 'ஓசை' எனக் குறிக்காமல் இந்நூல் 'இசை' என்றே குறிப்பிடுகின்றது.

10. குறள்வெண்பா, நேரிசைவெண்பா, இன்னிசைவெண்பா, பஃறொடை வெண்பா ஆகிய வெண்பா வகையிலக்கணங்கள் கூறப்பட்டுள்ளன (நூ.46–48, 50–52).

11. குறள்வெண்செந்துறை, வெளிவிருத்தம், வெண்டுறை, வெண்டாழிசை ஆகிய வெண்பாவினங்களின் இலக்கணங்கள் இடம்பெற்றுள்ளன (நூ.54,56–58).

12. நிலைமண்டில ஆசிரியப்பா, மண்டிலயாப்பு (அடிமறி மண்டிலம்), இணைக்குறள் ஆசிரியப்பா ஆகிய அகவற்பா வகைகளின் இலக்கணங்கள் இடம்பெற்றுள்ளன (நூ.60–63).

13. ஆசிரியவிருத்தம், ஆசிரியத்துறை ஆகிய ஆசிரியப்பாவின வகைகளின் இலக்கணங்கள் இடம்பெற்றுள்ளன (நூ.64–66).

14. வெண்கலி, ஒத்தாழிசைக்கலி, கொச்சகக்கலி எனக் கலிப்பா மூவகைப்படுமெனக் குறிப்பிட்டு அவற்றின் இலக்கணத்தைக் கூறுகின்றது. ஒத்தாழிசைக் கலிப்பாவின் வகைகளான அம்போதரங்க ஒத்தாழிசைக் கலிப்பா, வண்ணக ஒத்தாழிசைக் கலிப்பா ஆகியவற்றின் இலக்கணங் களும் கூறப்பட்டுள்ளன (நூ.68–78).

15. கலிவிருத்தம், கலித்துறை, கலித்தாழிசை ஆகிய கலிப்பாவின் இனங்களுக்கு இலக்கணங் கூறப்பட்டுள்ளது (நூ.79–81).

16. குறளடி, சிந்தடி வஞ்சிப்பாக்களுக்கும் (நூ.25,82), வஞ்சித்துறை, வஞ்சித்தாழிசை ஆகிய வஞ்சிப்பாவினங்களுக்கும் இலக்கணங்கள் இடம்பெற்றுள்ளன (நூ.84,85).

17. பாவின வைப்புமுறை விருத்தம், துறை, தாழிசை எனக் கூறப்பட்டுள்ளது (நூ.53).

18. மருட்பா இலக்கணம் இடம்பெற்றுள்ளது (நூ.86).

"நேர், நிரை, நேர்பு, நிரைபு என்னும் அசைகளை ர, ட, ரு, டு என்று இட்டு எழுதும் புதுக்கருத்தினையும் இவர் [காக்கைபாடினியார்] குறித்தனர்"[19] என்கிறார் சோ.ந. கந்தசாமி. இக்கருத்துத் தவறு. தம் ஆய்விற்கு அடிப்படையாக இவர் கொண்ட யாப்பருங்கல விருத்தியுரைப் பதிப்பே இதற்குக் காரணம்.[20] அசைபற்றிய அக்கருத்து, காக்கைபாடினியாரால் கூறப்பட்டதன்று என்பதை, "நேர்பு அசை நிரைபு அசை வேண்டாது,

நேரசை நிரையசை வேண்டி, நாலசைப் பொதுச்சீர் வேண்டினார் காக்கைபாடினியார் முதலிய ஒருசார் ஆசிரியர்" (யா.வி.ப.58) எனும் யாப்பருங்கல விருத்தியுரைப் பகுதியை அகச்சான்றாகக் கொண்டு தெளியலாம்.

தொல்காப்பியர் தளையை ஓர் உறுப்பாகக் கொள்ளவில்லை. காக்கைபாடினியம் தளையை ஓர் உறுப்பாகக் கொண்டதா என அறிவதற்கான, செய்யுள் உறுப்புகளைக் கூறும் காக்கைபாடினிய நூற்பாக் கிடைக்கப் பெறவில்லை. தொல்காப்பியரின் ஒருசாலை மாணாக்கராகிய காக்கைபாடினியார் தளையை உறுப்பாகக் கொள்ளவில்லையென்றும் பிற்காலத்தில் தோன்றிய காக்கைபாடினியார் தளையை உறுப்பாகக் கொண்டாரென்றும் பேராசிரியரும் நச்சினார்க்கினியரும் (செய்.நூ.1, பேரா., நச்.) கூறியுள்ளனர். இக்காக்கைபாடினியார் தொல்காப்பியரின் பிற்பட்ட காலத்தில் தோன்றியவர் என்பதால் உரையாசிரியர்கள் கூற்றின்வழி நின்று இவர் தளையை உறுப்பாகக் கொண்டிருக்கக்கூடும் எனக் கருதமுடிகிறது.

சந்தம், தாண்டகம் எனும் வடமொழி வழிப்பட்ட செய்யுள் வகைகளைக் காக்கைபாடினியார் பாவினத்துள் அடக்குவார் என்று யாப்பருங்கலவிருத்தியுரை (யா.வி.ப.486) தெரிவிக்கின்றது.

அசைக்கு உறுப்பாகும் எழுத்துப் பதின்மூன்று எனலும், நேர், நிரை அசைகளைத் தனியசை, இணையசை எனும் பெயர்களால் குறிப்பிடலும், நாலசைப் பொதுச்சீர் பற்றிக் கூறலும், எழுத்து வகை அடிகளின் பெயர்களான குறள், சிந்து, அளவு, நெடில், கழிநெடில் ஆகியவற்றைச் சீர்வகையடிகளுக்கு வழங்குதலும், பாக்களின் அடிப்பெருமை 'உரைப்போர் உள்ளக் குறிப்பைப்' பொறுத்ததே எனலும், பாவின வைப்புமுறையை விருத்தம், துறை, தாழிசை எனக் குறித்து அவற்றின் இலக்கணங் கூறலும், உறழ்கலியை நீக்கிக் கலிப்பா மூவகைப்படும் என வரையறுத்தலும், நெடுவெண்பாட்டைப் பஃறொடை வெண்பா எனும் பெயரால் குறித்தலும், அராக உறுப்புப் பயிலும் ஒத்தாழிசைக்கலியை வண்ணக ஒத்தாழிசைக்கலியெனவும் அம்போதரங்க உறுப்புப் பயிலும் ஒத்தாழிசைக்கலியை அம்போதரங்க ஒத்தாழிசைக் கலியெனவும் குறிப்பிடலும், பாக்களின் 'ஓசை'களை 'இசை' எனும் பெயரால் கூறலும் தொல்காப்பியத்தினின்று மாறுபட்டு இந்நூல் தரும் புதிய செய்திகளாகும்.

அகத்தியம்

அகத்தியர் பெயராலும் 'அகத்தியம்' எனும் நூற்பெயராலும் யாப்பிலக்கணங் கூறுவனவாய் ஐந்து நூற்பாக்கள் யாப்பருங்கல

விருத்தியுரை, தொல்காப்பியச் செய்யுளியல் இளம்பூரணர் உரை ஆகியவற்றில் இடம்பெற்றுள்ளன.[21]

அகத்தியர் பெயரால் வழங்கும் நூற்பாக்களை ஆராய்ந்த மயிலை சீனி. வேங்கடசாமி,[22] இரா. இளங்குமரன்[23] ஆகியோர் உரைகளில் அகத்திய நூற்பெயரால் இடம்பெறும் நூற்பாக்கள் பிற்காலத்தன என்பதைத் தெளிவாக எடுத்துரைத்துள்ளனர்.

அகத்திய நூற்பெயரில் தொல்காப்பியச் செய்யுளியலின் இளம்பூரணர் உரையில் (செய்.நூ.117, இளம்.) இடம்பெற்றுள்ள நூற்பாக்கள் பரிபாடல் உறுப்புகள் குறித்த இலக்கணங்களைப் பேசுகின்றன. தரவு, எருத்தம், அராகம், கொச்சகம், அடக்கியல் ஆகிய ஐந்தும் பரிபாடல் உறுப்புகள் எனவும், அடக்கியல் எனும் சுரிதகம் இன்றியும் பரிபாடல் அமையுமெனவும், அராகவுறுப்பின் பெருமை ஆறடி, சிறுமை ஈரடி எனவும் அகத்திய நூற்பாக்கள் கூறுகின்றன.

தொல்காப்பியம் பரிபாடல் உறுப்புகளாகக் கொச்சகம், அராகம், சுரிதகம், எருத்து ஆகிய நான்கையே கூறுகின்றது. எருத்து எனும் பெயரால் தொல்காப்பியம் தரவு எனும் உறுப்பையே குறிப்பிடுகிறது. அகத்தியமோ தரவு, எருத்தம் ஆகியவற்றை வெவ்வேறு உறுப்புகளாகக் கொண்டு பரிபாடலுக்கு ஐந்துறுப்பைக் கூறுகின்றது. தரவைச் சார்ந்து நிற்கும் உறுப்பாக எருத்தத்தை இளம்பூரணர் குறிப்பிடுகின்றார்.

யாப்பருங்கல விருத்தியுரையில்(யா.வி.ப.45) இடம்பெற்றுள்ள அகத்திய நூற்பா, எழுத்து அளபெடுக்கும் போது அலகுபெறுதல் பற்றிக் கூறுகின்றது.

அவிநயம்

உரைகளில் இடம்பெற்றுள்ள அவிநய நூற்பாக்களைத் தொகுத்து வகைப்படுத்தி 'அவிநயம்' எனும் நூலைக் க.ப. அறவாணன் உருவாக்கியுள்ளார்.

> தொல்காப்பியர் நெறியினின்று வேறுபட்ட இலக்கணச் செய்திகள் நன்னூலிலும், யாப்பருங்கலம், யாப்பருங்கலக் காரிகையிலும் பிற இலக்கண நூல்களிலும் ஆங்காங்கு இடம்பெற்றுள்ளன. இடம்பெற்ற இச்செய்திகள் பலவற்றிற்கு மூலம் அவிநயம் என்றே தெரிகிறது. இவ்வாறு தனிப்பெரும் இலக்கணக் கோட்பாட்டைத் தன்னகத்துக் கொண்ட இந்நூல் இன்று முற்றும் கிடைக்கவில்லை. எனினும் (1) யாப்பருங்கல விருத்தி (2) யாப்பருங்கலக்காரிகையுரை (3) வீரசோழிய உரை (4) நேமிநாத உரை (5) நன்னூல் மயிலைநாதர் உரை

(6) சங்கர நமச்சிவாயர் உரை (7) தக்கயாகப்பரணி உரை (8) நவநீதப் பாட்டியல் உரை (9) பன்னிருபாட்டியல் (10) திருக்குறள் நுண்பொருள் மாலை உரை ஆகிய நூற்களில் அவிநயம் என்ற நூற்பெயரும், அவிநயனார் என்ற நூலாசிரியர் பெயரும், அவிநய நூற்பாக்களும் எடுத்தாளப்பட்டிருக்கின்றன[24]

என்று அவிநயம் குறித்தும், அவிநய நூற்பாக்கள் இடம்பெற்றுள்ள உரைகள் குறித்தும் க.ப. அறவாணன் அதில் கூறியுள்ளார்.

அவிநயனார் இயற்றிய நூலின் இலக்கணவகை, பெயர் குறித்துத் திட்டவட்டமாக வரையறுத்துக்கூற இயலாவிடினும், அவிநயனார் பெயரால் கிடைத்துள்ள நூற்பாக்கள் எழுத்து, சொல், பொருள், யாப்பு, பாட்டியல் பற்றிய இலக்கணச் செய்திகளை உணர்த்துவனவாக உள்ளன. ‘அவிநயம்’, ‘அவிநயனார் யாப்பு’, ‘அவிநயப் புறனடை’, ‘அவிநயனார் கலாவியல்’ எனும் பெயர்கள் உரைகளில் இடம்பெற்றுள்ளன.

அவிநயம் மூன்றிலக்கண நூலாகவோ ஐந்திலக்கண நூலாகவோ இருக்கலாமெனவும் அன்றி அவிநயனார் தம்நூலை ஒவ்வோர் இலக்கணத்தையும் கூறும் தனித்தனி நூல்களாகவும் படைத்திருக்கலாமெனவும் குறிப்பர்.[25] சமணசமயத்தைச் சார்ந்த அவிநயனாரின் காலத்தை மயிலை சீனி. வேங்கடசாமி கி.பி. 5 அல்லது 6ஆம் நூற்றாண்டென்றும்,[26] க.ப. அறவாணன் கி.பி. 9ஆம் நூற்றாண்டென்றும்[27] குறிப்பிடுகின்றனர். அவிநயத்திற்கு இராச பவித்திரப் பல்லவதரையன் என்பவர் உரைவரைந்தார் எனும் செய்தி நன்னூல் மயிலைநாதர் உரையில் (நூ.359) கிடைக்கின்றது. அவ்வுரை இப்போது கிடைக்கவில்லை. யாப்பிலக்கணங் கூறுவனவாய் 71 அவிநய நூற்பாக்கள் உரைகளில் காணப்படுகின்றன. அவிநயத்தின் நூற்பாக்களை எடுத்துக் காட்டுவதோடு நூற்பாக்களில் குறிப்பிடப்பெறாத அவிநயத்தின் சில இலக்கணச் செய்திகளையும் இலக்கண உரைகள் எடுத்துக்காட்டிப் பேசியுள்ளன.[28]

அவிநயம் தரும் யாப்பிலக்கணம்

1. நெடில், குறில், உயிர்மெய், உயிர், வல்லினம், மெல்லினம், இடையினம், அளபெடை, மூவுயிர்க்குறுக்கம் ஆகியன அசைக்குரிய எழுத்துகளாகும் (அவி.நூ.47).

   குறிலை முதலில் வைக்கும் மரபுக்கு மாறாக இந்நூல் நெடிலை முதலில் வைத்துள்ளமை எண்ணத்தக்கது.

2. நேரசை, நிரையசை, நேர்பசை, நிரைபசை ஆகிய அசை வகைகளையும், இவை முறையே ஓரலகு, இரண்டலகு,

மூன்றலகு, நான்கலகு பெறுமென்னும் செய்தியையும் கூறுகின்றது (அவி.நூ.52,53).

நேர்பசை மூன்றலகு; நிரைபசை நான்கலகு பெறும் எனக் கூறியுள்ளமை விளக்கமற்றுள்ளது.

3. ஓரசைச் சீர், ஈரசைச் சீர், மூவசைச் சீர், நாலசைச் சீர்[29] இலக்கணங்கள் பேசப்பட்டுள்ளன (அவி.நூ.55–58).

4. ஆசிரியம், வெண்பா, கலி, வஞ்சி ஆகிய நாற்பாக்களுக்கும் அடிச்சிறுமை முறையே ஒன்று, இரண்டு, மூன்று, நான்கு அடிகளாகும். அடிப்பெருமை தத்தம் குறிப்பைப் பொறுத்த தாகும் (அவி.நூ.65).

5. அளபெடை, முரண், செந்தொடை, இரட்டை ஆகிய தொடை வகைகளையும் ஒரூஉ, கீழ்க்கதுவாய், மேற்கதுவாய் ஆகிய விகற்பங்களையும் கூறும் நூற்பாக்களே கிடைத்துள்ளன (அவி.நூ.66–71).

6. நாற்பாக்களுக்குரிய 'ஓசை'யை 'இசை' எனும் பெயராலேயே குறிப்பிடுகின்றது. வெண்பாவுக்குரிய ஓசையை மட்டும் ஏந்திசைச் செப்பல் இசை (அவி.நூ.73) என்று குறிப்பிடு கின்றது. பிற பாக்களில் ஓசையை அகவல் இசை (அவி.நூ.82), துள்ளல் இசை (அவி.நூ.92), தூங்கல் இசை (அவி.நூ.100) எனக் குறிப்பிடுகின்றது.

7. பா, பாவினம் இரண்டின் இலக்கணங்களும் கூறப்பட்டுள்ளன. பாவகைகளில் குறள்வெண்பா (அவி.நூ.76), நேரிசை வெண்பா (அவி.நூ.75), பஃறொடை வெண்பா (அவி.நூ.77), நேரிசை ஆசிரியப்பா (அவி.நூ.85), இணைக்குறள் ஆசிரியப்பா (அவி.நூ.86), அடிமறிமண்டில ஆசிரியப்பா (அவி.நூ.87), நிலைமண்டில ஆசிரியப்பா (அவி.நூ.88), நேரிசை ஒத்தாழிசைக் கலிப்பா (அவி.நூ.93), அம்போதரங்க ஒத்தாழிசைக் கலிப்பா (அவி.நூ.94), வண்ணக ஒத்தாழிசைக் கலிப்பா (அவி.நூ.95), கொச்சகக் கலிப்பா (அவி.நூ.96), வெண்கலிப்பா (அவி.நூ.97), வஞ்சிப்பா (அவி.நூ.100) ஆகியன இலக்கணம் பெற்றுள்ளன.

பாவினங்களில் வெண்செந்துறை (அவி.நூ.76), வெள்ளொத்தாழிசை (அவி.நூ.79), வெண்டுறை (அவி.நூ.80), வெளிவிருத்தம் (அவி.நூ.81), ஆசிரியத்துறை (அவி.நூ.89), ஆசிரிய விருத்தம் (அவி.நூ.90), கலித்துறை (அவி.நூ.98), கலிவிருத்தம் (அவி.நூ.99), வஞ்சித்தாழிசை, வஞ்சித்துறை (அவி.நூ.101) ஆகியனவற்றின் இலக்கணம் கூறப்பெற்றுள்ளது.

ஆசிரியத்தாழிசை, கலித்தாழிசை, வஞ்சிவிருத்தம் ஆகிய வற்றின் இலக்கணங்கூறும் நூற்பாக்கள் கிடைக்கவில்லை.

8. பாவின வைப்புமுறை தாழிசை, துறை, விருத்தம் என வரிசைப்படுத்தப்பட்டுள்ளது (அவி.நூ.78).

9. கலிப்பா ஒத்தாழிசைக்கலி, வெண்கலி, கொச்சகம் என மூவகைப்படும் என்று வரையறுக்கப்பட்டுள்ளது (அவி.நூ.91).

10. அவிநயம் வண்ணங்களை அவற்றுள்ளேயே கூட்டியுறழ நூறு வண்ணம் பிறக்குமெனப் பெருக்கிக் கூறியுள்ளது (யா.வி.ப.411).

11. 'செப்பலோசையின் மூவகைக்கும் அவிநயம் சான்று காட்டியது' எனும் குறிப்பு (யா.வி.ப.228), செப்பலோசையின் மூவகையிலக்கணத்தையும் அவிநயம் கூறியிருக்க வேண்டும் என்பதையும், சான்றுப் பாடல்களை உள்ளடக்கிய நூலாக வும் அது அமைந்திருந்தது என்பதையும் புலப்படுத்துகின்றது.

அவிநயம் நேர்பு, நிரைபு அசைகளைத் தொல்காப்பியத்தை அடியொற்றிக் கூறுதல் நோக்கத்தக்கது. தொல்காப்பியம் 'ஓசை' எனக் குறிப்பிடும் யாப்புக் கூறினை 'இசை' என இந்நூல் கூறுதலும், கலிப்பாவைத் தொல்காப்பியம் நால்வகைப்படுத்த இந்நூல் உறழ்கலியை நீக்கிவிட்டு மூவகையாக வரையறுத்தலும் குறிப்பிடத்தக்கன. ஆசிரியப்பாவுக்கு ஓரடிச் சிறுமை என இந்நூல் குறிப்பிட்டுள்ளது தனித்துச் சுட்டத்தக்கது. தொல்காப்பியம் இருபது வண்ணமே கூற, அவிநயம் அதனை நூறாக விரித்துள்ளமை விதந்து குறிக்கத்தக்கது. காக்கைபாடினியத்தை அவிநயம் பெரிதும் ஒத்துள்ளது.

முன்னைய அவிநய நூற்பாத் தொகுப்புகள் எவற்றிலும் இடம் பெறாதனவாகிய கட்டளைக் கலித்துறையின் இலக்கணங் கூறும் இரண்டு அவிநய நூற்பாக்கள் சிதம்பரப் பாட்டியலின் உரையில் (சி.பா.நூ.15) இடம்பெற்றுள்ளமை தனித்துக் குறிப்பிடத்தக்கது. இவ்வவிநயத்தைச் சேர்ந்தனவே அவ்விரு நூற்பாக்களும் எனின், தமிழ் யாப்பிலக்கண வரலாற்றில் 'கட்டளைக் கலித்துறை' எனும் பெயர் சுட்டி அவ்வகையைக் குறிப்பிட்ட முதல் இலக்கணநூல் அவிநயமே எனலாம்.

அவிநயப் புறனடை (நாலடி நாற்பது)

'அவிநயப் புறனடை' நூல் 'நாலடி நாற்பது' எனவும் குறிக்கப்படுமென மயிலை சீனி. வேங்கடசாமியும்[30], க.ப. அறவாணனும்[31] குறிப்பிடுகின்றனர். அவிநயனாரின் 'நாலடி நாற்பது' யாப்பருங்கலக்காரிகைக்கு ஒரு கோணத்தில் முன்னோடி

நூலாவதை, "அவிநயர் யாப்பிற்கு நாலடி நாற்பதும் போல யாப்பருங்கலம் என்னும் யாப்பிற்கு அங்கமாய் அலங்காரம் உடைத்தாகச் செய்யப்பட்டமையால் யாப்பருங்கலக்காரிகை என்னும் பெயர்த்து" என்று காரிகையுரையாசிரியர் குணசாகரர் குறிப்பிட்டுள்ளமை (யா.கா. உரை ப.2) உணர்த்துகின்றது.

யாப்பருங்கல விருத்தியுரையிலும் நன்னூல் மயிலைநாதர் உரையிலும் நாலடி நாற்பது, அவிநயப் புறனடை எனும் பெயர்களில் நூற்பாக்கள் இடம்பெற்றுள்ளன. யாப்பருங்கல விருத்தியுரையில் இடம்பெற்ற வெண்பா யாப்பிலமைந்த ஐந்து நூற்பாக்கள் மட்டுமே (யா.வி.ப.30,31,69,129) யாப்பிலக்கணச் செய்திகளைப் பேசுகின்றன.

அவை அசைக்கு உறுப்பாகும் எழுத்துகள், அடி மயக்கம், தளை மயக்கம், நாலசைச்சீர் பயிலுமிடம் ஆகியவற்றைக் கூறுகின்றன. குறில், நெடில், ஆய்தம், அளபெடை, ஐகாரக்குறுக்கம், குற்றியலிகரம், குற்றியலுகரம், உயிர், மெய், உயிர்மெய், வல்லினம், மெல்லினம், இடையினம் ஆகிய எழுத்து வகைகளை அசைக்குறுப்பாகவும் (யா.வி. ப.30), ஆசிரியப்பாவில் பிற பா அடிகள் மயங்குதல், கலிப்பாவில் ஆசிரிய, வெண்பா அடிகள் மயங்குதல், ஆசிரிய, வெண்பா, கலியடிகள் வஞ்சிப்பாவின்கண் மயங்குதல், வெண்பாவில் பிற பா அடிகள் மயங்காமை ஆகியவற்றை அடி மயக்கம் தொடர்பாகவும் (யா.வி.ப.129), வெண்பாவில் பிறதளை விரவாமை, கலிப்பாவில் வெண்டளை விரவல் முதலியவற்றைத் தளைவிரவல் தொடர்பாகவும் (யா.வி.ப.129), நாலசைச்சீர்கள் வெண்பாவில் இடம்பெறா, வஞ்சிப்பாக்களில் இடம்பெறும் என நாலசைச்சீர் குறித்தும் (யா.வி.ப.69) கிடைத்துள்ள நாலடி நாற்பது நூலின் வெண்பாக்கள் குறிப்பிடுகின்றன.

கடியநன்னியார் கைக்கிளைச் சூத்திரம்

கடியநன்னியார் எனும் புலவர் இயற்றியனவாய் நான்கு நூற்பாக்களை யாப்பருங்கல விருத்தியுரை (யா.வி.ப.215,270) எடுத்துக்காட்டுகின்றது. 'என்பது கடியநன்னியார் செய்த கைக்கிளைச் சூத்திரம்' என்று குறிப்பிடுவதுகொண்டு (யா.வி.ப.215), 'கைக்கிளைச் சூத்திரம்' என்பது நூற்பெயரைக் குறிக்கின்றதா 'கைக்கிளையின் இலக்கணங்கூறும் நூற்பா' எனும் அளவில் பொருள் தருகிறதா என்பது தெளிவாகவில்லை. கடியநன்னியாரின் காலத்தை வரையறுக்கச் சான்றுகள் எதுவும் காணப்படவில்லை.

கடியநன்னியார் பெயரால் இடம்பெற்றுள்ள நூற்பாக்கள், கைக்கிளைப் பொருண்மைதாங்கி அமையும் மருட்பா எனும்

பாவடிவம்குறித்துப் பேசுகின்றன. மருட்பாவில் கைக்கிளைப் பொருண்மை அமையுமெனப் பொருண்மையைத் தொடர்புறுத்தியும், மருட்பாவின் முற்பகுதி வெண்பாவின் முற்பகுதியாகவும் பிற்பகுதி நேரிசை ஆசிரியப்பாவின் இறுதி ஈரடிகளாகவும் அமையுமென வடிவம்குறித்தும் அந்நூற்பாக்கள் இலக்கணம் கூறுகின்றன *(யா.வி.ப.215,270).*

நான்கு நூற்பாக்களையும் நுணுகி நோக்குங்கால் இரு நூற்பாக்களே பாடவேறுபாடுகளால் திரிபுபெற்று நான்காகக் காட்சியளிக்கின்றன எனக் கருத இடமளிக்கின்றன.

கையனார் யாப்பியல்

கையனார் பெயரால் யாப்பருங்கல விருத்தியுரையில் இரண்டு நூற்பாக்களும்[32] *(யா.வி.ப.23,27),* யாப்பருங்கல விருத்தியுரை, காரிகையுரை இரண்டிலும் இலக்கணச் செய்திகளும் *(யா.வி.ப.138,146,159,181,411, யா.கா.உரை ப.50, 151)* இடம்பெற்றுள்ளன. கையனார் இயற்றிய நூற்பெயரை அறியமுடியாத நிலையில் அதனைக் 'கையனார் யாப்பியல்' எனப் பெயரிட்டு வழங்குவர் மயிலை சீனி. வேங்கடசாமி.[33]

கையனாரின் நூல், இலக்கணங் கூறுவதோடு உதாரணமுங் காட்டிய நூல் என்பதை, "இப்பாட்டுக் கையனார் காட்டியது எனக்கொள்க" *(யா.வி.ப.159)* முதலிய தொடர்கள் உணர்த்துகின்றன.

கையனார் யாப்பிலக்கணமாக இன்று அறியக் கிடைப்பன தொடையிலக்கணம் குறித்தும் வண்ண விகற்பம் குறித்தும் அமையும் செய்திகளே ஆகும். உயிரெதுகை, ஆசிடையெதுகை, இனமோனை, வல்லினமோனை, கடையிணை முரண், பின்முரண், இடைப்புணர் முரண், இயைபுத் தொடை ஆகிய தொடை வகைகள் குறித்தும், மேற்கதுவாய், கீழ்க்கதுவாய் ஆகிய தொடை விகற்பங்கள் குறித்தும் வண்ணவிகற்பங் குறித்தும் கையனார் கூறிய இலக்கணங்கள் உரைகளின் வழியாகக் கிடைக்கின்றன.

இரண்டாம் சீர்க்கண் இல்லாததனைக் கீழ்க்கதுவாய் என்றும் மூன்றாம் சீர்க்கண் இல்லாததனை மேற்கதுவாய் என்றும் கூறுதல் *(யா.வி.ப.181, யா.கா. உரை ப.50),* தொல்காப்பியரைப் பின்பற்றி வண்ணவிகற்பம் இருபதைக் கூறுதல் *(யா.வி.ப.411),* இயைபுத் தொடைக்கு ஏழு விகற்பங்களையும் இறுதிச்சீர் முதலாகக் காட்டுதல்[34] ஆகியன கையனார் இலக்கணத்துள் குறிப்பிடத்தக்கன.

இலக்கண ஆசிரியர் பலரும் நாற்சீரடியில் முதலாம், மூன்றாம், நான்காம் சீர்களில் மோனையமைவதை மேற்கதுவாய் எனவும், முதலாம், இரண்டாம், நான்காம் சீர்களில் மோனையமைவதைக்

கீழ்க்கதுவாய் எனவும் குறிப்பிட, கையனார் இரண்டாம் சீர்க்கண் மோனை இல்லாததனைக் கீழ்க்கதுவாய் எனவும், மூன்றாம் சீர்க்கண் மோனை இல்லாததனை மேற்கதுவாய் எனவும் கொள்ளுதல் குறிப்பிடத்தக்கது.

இயைபுத்தொடைக்கு அடி முதல் முற்று ஈறாய் எட்டு வகையைத் தொல்காப்பியனாரும் கையனாரும் கூறினர் (யா.வி. ப.138) எனும் கருத்தை உரை காட்டுகின்றது. எனினும் தொல்காப்பியர் எட்டுவகை விகற்பங் கூறவில்லை என்பது வெளிப்படை.

சங்கயாப்பு

சங்கயாப்பு எனும் யாப்பிலக்கண நூலின் 24 நூற்பாக்களை யாப்பருங்கல விருத்தியுரை தன்னகத்தே கொண்டுள்ளது.[35] இதனை இயற்றியவர் பெயரைச் சுட்டாமல் 'சங்கயாப்புடையார்' என்று மட்டுமே குறிக்கின்றது. இதன் காலம் பற்றி வரையறுக்கத் தகுந்த சான்றுகள் காணப்படவில்லை. எனினும் "பாவினங்களுக்குரிய இலக்கணம் இதில் இடம் பெற்றிருப்பதால் ஐந்தாம் நூற்றாண்டு ஆறாம் நூற்றாண்டு என்று கொள்ளலாம்"[36] என்று இரா. இளங்குமரன் குறிப்பிடுகின்றார்.

இந்நூல் இலக்கணங்கூறியதோடு உதாரணமும் காட்டிய நூல் என்பதைப் "பிறவும் கடையாகு கழிநெடிலடியாற் பாவினம் வந்தவாறு சங்கயாப்பிற் கண்டுகொள்க" (யா.வி.ப.122) எனும் உரைக்குறிப்புக் காட்டுகின்றது.

சங்கயாப்பு நூலினவாக இடம்பெற்றுள்ள யாப்பிலக் கணங்களில் குறிப்பிடத்தக்கவற்றைப் பின்வருமாறு தொகுக்கலாம்.

1. நேரசை நால்வகைப்படும்; நிரையசை நால்வகைப்படும் (யா.வி.ப.53).

2. ஆசிரியப்பா, வெண்பாவுக்கு அடிப்பெருமை முறையே ஆயிரமடி, ஏழடி; அடிச்சிறுமை மூன்றடி, ஈரடி ஆகும். மிகுந்த அடிப் பெருமையும் செய்யுட்கு உரியதாகும் (யா.வி.ப. 132,133).

3. மோனை, எதுகை, அளபெடை, முரண், செந்தொடை, இயைபு, பொழிப்பு, ஒரூஉ, இரட்டை ஆகிய தொடை வகைகள் குறிப்பிடப்பெற்றுத் தொடை விரி 13,699 எனச் சுட்டப்பெற்றுள்ளது (யா.வி.ப.184).

4. வெண்பாவுக்குரிய செப்பலோசையின் மூவகையினவான ஏந்திசை, தூங்கிசை, ஒழுகிசைச் செப்பலோசைகளின் இலக் கணத்தினை இந்நூல் கூறுகின்றது (யா.வி.ப.224,226,227).

5. கொச்சகம், வெண்கலி, ஒத்தாழிசை எனக் கலிப்பா மூவகைப்படும் (யா.வி.ப.293).

ஆசிரியப்பாவுக்கு அடியெல்லை கூறுவதிலும் தொடைவிரி கூறுவதிலும் தொல்காப்பியத்தைப் பின்பற்றியபோதிலும் இந்நூல், தொல்காப்பியம் கூறிய ‘உறழ்கலி’ வகையைக் குறிப்பிடாது கலிப்பா மூவகைப்படும் என வரையறுத்தல் குறிப்பிடத்தக்கது. பாவினம் குறித்த இந்நூலின் நூற்பாவெதுவும் கிடைக்காத போதிலும், பாவின இலக்கணத்தைச் சங்கயாப்பு கூறியிருக்க வேண்டுமென்பதை உரைக்குறிப்பு ஒன்று காட்டுகின்றது (யா.வி.ப. 122). வெண்பாவின் ஓசையை முதன்முதலில் மூவகைப்படுத்திய நூலாகச் சங்க யாப்பைக் கூறலாம். இது யாப்பியல் வரலாற்றில் குறிப்பிடத்தக்கதாகும்.

சிறுகாக்கைபாடினியம்

காக்கைபாடினியார்க்குப் பின்னர்த் தோன்றிய சிறுகாக்கைபாடினியார் இயற்றியனவாய் 31 நூற்பாக்கள் யாப்பருங்கல விருத்தியுரை, காரிகையுரை ஆகியவற்றில் இடம்பெற்றுள்ளன.[37] “யாப்பருங்கல விருத்தியுடையார் காக்கைபாடினியார் நூற்பாவுக்குப் பின்னரே இவர் நூற்பாவை மேற்கோள் காட்டும் வரன்முறை மேற்கொண்டிருத்தலும் எண்ணத்தக்கது”[38] எனும் இரா. இளங்குமரன் கூற்றும் இத்தொடர்பில் கருதத்தக்கது.

அமிதசாகரர் யாப்பருங்கலத்தில், காக்கைபாடினியாரைப் பின்பற்றிப் பாவின வைப்பு முறையை விருத்தம், துறை, தாழிசை என வைக்காமல், சிறுகாக்கைபாடினியாரையே பின்பற்றித் தாழிசை, துறை, விருத்தம் என வைத்தார் என்பது (யா.வி.ப. 222) இந்நூலின் சிறப்பையும், பாவின வைப்பு முறையில் யாப்பருங்கலத்துக்கு முன்னோடி நூல் இதுவென்பதையும் காட்டுகின்றது.

இறையனார் களவியல் உரை கூறுவதுபோலத் தமிழ் இலக்கணம் எழுத்து, சொல், பொருள், யாப்பு என நாற்கூறுபெற்று நடக்கத் தொடங்கிய காலத்தில் இந்நூல் இயற்றப்பட்டது என்பதை,

நாட்டியல் வழக்கம் நான்மையிற் கடைக்கண்
யாப்பின திலக்கணம் அறைகுவன் முறையே

(தொல். மரபியல் நூ. 95, பேரா.)

எனும் இதன் தற்சிறப்புப்பாயிர நூற்பாக் காட்டுகின்றது. இதன்வழி யாப்பினை நான்காம் இலக்கணமாகத் தனித்துச்

சுட்டிய முதல் இலக்கணியாகச் சிறுகாக்கைபாடினியாரைக் கருதலாம்.

சிறுகாக்கைபாடினியார் நூற்பாக்களாகக் கிடைப்பனவற்றில் இடம்பெற்றுள்ள குறிப்பிடத்தக்க இலக்கணங்களைப் பின்வருமாறு தொகுக்கலாம்.

1. குறில், நெடில், அளபெடை, உயிர், மெய், உயிர்மெய், வல்லினம், மெல்லினம், இடையினம், அளபெடை, குற்றியலுகரம், குற்றியலிகரம், ஐகாரக்குறுக்கம் எனும் பதின்மூன்றும் அசைக்கு உறுப்பாம் எழுத்துகள் ஆகும் (யா.வி.ப.30).

2. நேரசை, நிரையசை எனும் அசை வகைகளும் (யா.வி.ப.53,54), ஈரசைச்சீர், மூவசைச்சீர் எனும் சீர்வகைகளும் (யா.வி.ப.63) பேசப்பட்டுள்ளன.

3. வெண்டளை, ஆசிரியத்தளை, கலித்தளை, வஞ்சித்தளை ஆகிய தளை வகைகளும் (யா.வி.ப.95), மோனை, எதுகை, அளபெடை, செந்தொடை ஆகிய தொடை வகைகளும் (யா.வி.ப.154,169,187) இலக்கணம் பெற்றுள்ளன.

4. பாவகைகளில் இன்னிசை வெண்பா (யா.வி.ப.246), பஃறொடை வெண்பா (யா.வி.ப.250), நேரிசை ஆசிரியம் (யா.வி.ப.270), இணைக்குறள் ஆசிரியம் (யா.வி.ப.273, யா.கா. உரை ப. 87), அடிமறிமண்டில ஆசிரியம் (யா.வி.ப.274), நேரிசை ஒத்தாழிசைக்கலி, அம்போதரங்க ஒத்தாழிசைக்கலி (யா.வி.ப.306) ஆகியன இலக்கணம் பெற்றுள்ளன.

5. தாழிசை, துறை, விருத்தம் எனும் வைப்புமுறை பாவினத்திற்குக் கூறப்பட்டுள்ளது (யா.வி.ப.221).

6. பாவின வகைகளுள் வெள்ளொத்தாழிசை (யா.வி.ப.258), வெளிவிருத்தம் (யா.வி.ப.263), ஆசிரிய ஒத்தாழிசை (யா.வி.ப.279), ஆசிரிய விருத்தம் (யா.வி.ப.288), கலித்தாழிசை (யா.வி.ப.349), கலிவிருத்தம் (யா.வி.ப.352), வஞ்சித்தாழிசை, வஞ்சித்துறை (யா.வி.ப.360), வஞ்சி விருத்தம் (யா.வி.ப.362) ஆகியன இலக்கணம் பெற்றுள்ளன.

பிற பாவுறுப்புகள், பா, பாவின வகைகளின் இலக்கணங் கூறும் சிறுகாக்கைபாடினிய நூற்பாக்கள் கிடைக்கப்பெறவில்லை.

பாவின வைப்புமுறை கூறுவதிலும் அசை வகைகளை நேரசை, நிரையசை எனும் பெயர்களால் கூறுவதிலும் காக்கை

பாடினியத்திலிருந்து வேறுபடும் இந்நூல், பிற இலக்கணங்கூறலில் பெரிதும் காக்கைபாடினியத்தையே அடியொற்றுகின்றது.

செய்யுளியல்

யாப்பருங்கல விருத்தியுரையும், காரிகையுரையும் 'செய்யுளியல்' எனும் நூற்பெயரைச் சுட்டி, அந்நூலதாக ஒரு நூற்பாவையும் சில செய்திகளையும் தருகின்றன (யா.வி.ப.142,229,230, யா.கா. உரை ப. 77). இவ்வுரைகள் குறிப்பிடும் 'செய்யுளியல்' என்பது சில இடங்களில் தொல்காப்பியச் செய்யுளியலையும் சில இடங்களில் பிற்காலத்தைச் சேர்ந்ததாகக் கருதத்தக்க 'செய்யுளியல்' எனும் நூலையும் குறிப்பதாக உள்ளது.

'செய்யுளியல் உடையார்' கூறியன எனக் குறித்து நேர்பு, நிரைபு அசைகள் பற்றிய கருத்து, சொற்சீர் குறித்த 'கட்டுரை வகையான்' எனத் தொடங்கும் தொல்காப்பிய நூற்பா, எழுத்து வகையடிகள் பற்றிய இலக்கணம் ஆகியன உரைகளில் இடம் பெறுகின்றன. இவை 'தொல்காப்பியச் செய்யுளியல்' கூறிய இலக்கணங்கள் என்பது தெளிவு. அன்றிப் பிற்காலச் 'செய்யுளியல்' நூலிலும் இவை இடம்பெற்றன எனின் 'ஆசிரிய வசனமாக' எடுத்தாளப்பெற்றன எனக் கொள்ளமுடிகிறது.

பிற்காலச் செய்யுளியல் நூல், யாப்பிலக்கணங் கூறியதோடு சான்றுப் பாடல்களையும் காட்டியநூல் என்பதை, "இது செய்யுளியல் உடையார் காட்டும் பாட்டு" (யா.வி.ப.142), "செய்யுளியலுடையார் காட்டிய பாட்டு" (யா.வி.ப.229,230) முதலிய உரைத்தொடர்கள் காட்டிநிற்கின்றன.

இரண்டாமெழுத்தின் மேலேறிய உயிர் ஒன்றிவரும் உயிரெதுகை (யா.வி.ப.142), நேரிசை வெண்பாவில் இனவெழுத்து மிக்குவரும் வெண்கூ வெண்பா (யா.வி.ப.229), அகவல் வெண்பா (இன்னிசை வெண்பா) (யா.வி.ப. 230) ஆகியவற்றுக்குச் செய்யுளியல் சான்று காட்டியது எனும் குறிப்புகள், இவற்றுக்குச் செய்யுளியல் இலக்கணமும் கூறியிருக்கும் என்பதைப் புலப்படுத்துகின்றன.

நக்கீரர் அடிநூல்

இப்பெயருடைய நூல்பற்றி யாப்பருங்கல விருத்தியுரை குறிப்பிடுகின்றது. அது நக்கீரர் அடிநூலையும் தொல்காப் பியத்தையும் இணைத்துக் குறிப்பிடுகின்றது (யா.வி.ப.437). இந்நூற்பெயர், இது யாப்பின் உறுப்பான அடிபற்றிய தனித்த சிறப்பிலக்கண நூலென எண்ண இடந்தருகிறது. இந்நூலின் நூற்பாவாக,

ஐஞ்சீர் அடுக்கலு மண்டில மாக்கலும்
வெண்பா யாப்பிற் குரிய வல்ல

என்பதை மட்டும் விருத்தியுரை (யா.வி.ப.437) குறிப்பிடுகின்றது.[39] வெண்பாவினுள் ஐஞ்சீரடி வாராது, வெண்பாவின் ஈற்றடியை மண்டிலமாக்குதல் கூடாது என்பன இதன் கருத்தாகும்.

நல்லாறன் மொழிவரி

யாப்பிலக்கணங்கூறும் இந்நூல் எழுத்து, சொல், பொருள், யாப்பு என முழு இலக்கணங் கூறியதாகவும் இருத்தல் கூடும் என்பதை, "இடைச்சொல்லும் உரிச்சொல்லும் தொல்காப்பியம், தக்காணியம், அவிநயம், நல்லாறன் மொழிவரி முதலியவற்றுட் காண்க" (யா.வி.ப.579) எனும் குறிப்பால் அறியமுடிகிறது. நல்லாறனார் என்பதற்கு நல்லாதனார் என்றும் பாடமுள்ளது (யா.வி.ப.215). நல்லாறனார் இயற்றியனவாக நான்கு நூற்பாக்கள் விருத்தியுரையில் (யா.வி.ப.206,215,372,454) இடம்பெற்றுள்ளன.

நல்லாறன் மொழிவரி கூறியுள்ள இலக்கணங்களுள் குறிப்பிடத்தக்கவற்றைப் பின்வருமாறு தொகுக்கலாம்.

1. புறநிலை, வாயுறை, செவியறிவுறூஉ, அவையடக்கு எனும் பொருண்மை குறித்து வஞ்சியும் கலியும் வாரா; வாயுறை வாழ்த்தும் செவியறிவுறூஉவும் கைக்கிளையும் மருட்பாவில் அமையும் (யா.வி.ப.215,372).

2. மோனைத் தொடை அமைத்தற்குரிய இனவெழுத்து வகைகள் வருமாறு:

   (i) அ ஆ ஐ ஔ (ii) இ ஈ எ ஏ (iii) உ ஊ ஒ ஓ
   (iv) த ச (v) ம வ (vi) ஞ ந

   (யா.வி.ப.206)

   இவ்வகைகள் ஒவ்வொன்றுள்ளும் உள்ள எழுத்துகள் மோனைகளாகத் தத்தமுள் மயங்கி அமையும்.

மோனை எழுத்துகளின் வகைப்பாட்டை நல்லாறனார் கூறுதலை நோக்கிச் சோ.ந. கந்தசாமி, "இங்ஙனம் அனு எழுத்துக்கள் கூறிய ஏனைய ஆசிரியர்கள் இருப்பினும் நல்லாறனாரே சிறப்பாகக் குறிக்கப்பெறுதலின் அவற்றை வகைப்படுத்திக் காட்டிய முதல்வராகவும் அவரை மதிக்கலாம்"[40] என்பார்.

நற்றத்தம் (அல்லது) நத்தத்தர் யாப்பு

யாப்பருங்கலத்தின் விருத்தியுரையும் காரிகையுரையும் நற்றத்தனார் இயற்றிய யாப்பிலக்கண நூலை நற்றத்தம்

(யா.வி.ப.16), நத்தத்தம் (யா.கா.உரை ப.45), நத்தத்தர் யாப்பு (யா.கா.உரை ப.77) எனும் பெயர்களால் குறிப்பிடுகின்றன. இவ்விரு உரைகளிலும் நற்றத்தனார் இயற்றியனவாய் 25 நூற்பாக்கள் இடம்பெற்றுள்ளன.[41]

நற்றத்தனார் நூற்பாக்களில் இடம்பெற்றுள்ள குறிப்பிடத் தக்க இலக்கணங்களைப் பின்வருமாறு தொகுக்கலாம்.

1. நேரசை நான்கு வகைப்படும்; நிரையசை நான்கு வகைப்படும் (யா.வி.ப.53).
2. ஆசிரியப்பாவின் அடிப்பெருமை ஆயிரமடி; அடிச்சிறுமை மூன்றடியாகும். வெண்பாவின் அடிப்பெருமை ஏழடி; அடிச்சிறுமை ஈரடியாகும் (யா.வி.ப.132).
3. மோனை, எதுகைத் தொடைகளுக்குக் கிளையெழுத்துகளுமுரிய (யா.வி.ப.154).
4. மோனை, எதுகை (யா.வி.ப.154), முரண் (யா.வி.ப.157), இயைபு (யா.வி.ப.166), அளபெடை (யா.வி.ப.169, யா.கா. உரை ப.45), செந்தொடை (யா.வி.ப.188), இரட்டை (யா.வி.ப.189), அந்தாதித் தொடை (யா.வி.ப.192, யா.கா. உரை ப.46) ஆகியன இலக்கணம் பெற்றுள்ளன.
5. கலிப்பா ஒத்தாழிசைக்கலி, கலிவெண்பாட்டு, கொச்சகக்கலி என மூவகைப்படும் (யா.வி.ப.293).
6. உரை, நூல், வாய்மொழி, பிசி, முதுசொல் ஆகிய செய்யுள் வகைகளுக்கு அடிவரையறை இல்லை (யா.வி.ப.428,429). தொல்காப்பியம் குறிப்பிட்ட அங்கதம் இவ்வரிசையில் இடம்பெறவில்லை.
7. வாயுறைவாழ்த்து, செவியறிவுறூஉ, கைக்கிளை, அங்கதம், கலியியற்பாட்டு ஆகியவற்றுக்கு அடியளவு தத்தம் குறிப்பின் அளவே (யா.வி.ப.132).

சில கூறுகளில் தொல்காப்பியத்தை அடியொற்றும் இந்நூல் தொல்காப்பியம் குறிப்பிடாத அந்தாதித்தொடையைக் கூறலும், கலிப்பாவை மூவகைப்படுத்தலும், நேரசை நிரையசை எனும் இரண்டசைகளையே கூறலும் குறிப்பிடத்தக்கன.

பரிமாணனார் யாப்பிலக்கணம்

பரிமாணனார் இயற்றியனவாய் யாப்பருங்கல விருத்தியுரையில் ஆறு நூற்பாக்களும் நன்னூல் மயிலைநாதருரையில் ஒரு நூற்பாவும் இடம்பெற்றுள்ளன. இவற்றுள் விருத்தியுரையில்

இடம்பெற்றனவே யாப்பிலக்கணங் கூறுவனவாய் அமைந்துள்ளன (யா.வி.ப.133,134,182,183,190). உரைகளில் நூற்பெயர் குறிப்பிடப் பெறாததால் இந்நூலைப் 'பரிமாணனார் யாப்பிலக்கணம்' என மயிலை சீனி. வேங்கடசாமி[42] குறிக்கின்றார்.

பரிமாணனார் நூற்பாக்களில் இடம்பெற்றுள்ள இலக்கணங் களைப் பின்வருமாறு தொகுக்கலாம்.

1. ஆசிரியப்பா, வெண்பா, வஞ்சிப்பா இலக்கணங்கள் கூறப்படுகின்றன (யா.வி.ப.133,134).

2. வெண்பாவைக் குறள், நேர், நெடில் என மூவகைப்படுத்து கின்றது (யா.வி.ப.134).

   குறள் என்பது குறள்வெண்பாவையும் நேர் என்பது நேரிசை வெண்பாவையும் நெடில் என்பது பஃறொடை வெண்பாவையும் குறிக்கின்றன. 'நெடில்' எனும் பெயரால் பிறநூல்கள் பஃறொடை வெண்பாவைக் குறிப்பிடாத நிலையில் இந்நூல் மட்டும் இவ்வாறு பெயர்தரல் தனித்து நோக்கத்தக்கதாகிறது. இப் பெயரீடு நேரிசை வெண்பாவின் அடியளவிலிருந்து நீண்டது எனும் பொருளிலும், தொல்காப்பியம் குறிப்பிட்ட குறுவெண்பாட்டு 'குறள்' எனக் குறிக்கப்பட்டதையொத்து நெடுவெண்பாட்டை 'நெடில்' எனக் குறிக்கும் நோக்கிலும் அமைக்கப்பட்டுள்ளது எனலாம்.

3. ஆசிரியப்பாட்டுக்கு அடிப்பெருமை சிறுமைகள் முறையே ஆயிரமடி, மூன்றடி ஆகும். வஞ்சிப்பாட்டுக்கு அடி வரம்பில்லை.[43] வெண்பாவிற்கு அடிப்பெருமை சிறுமைகள் முறையே பன்னீரடி, ஈரடி ஆகும் (யா.வி.ப.133,134).

4. இணை, பொழிப்பு, ஒரூஉ, கூழை, மேற்கதுவாய், கீழ்க்கதுவாய், முற்று ஆகிய தொடைவிகற்பங்கள் அனைத்தும் ஒருசேரக் குறிப்பிடப்பட்டு இலக்கணம் கூறப்பெற்றுள்ளன (யா.வி.ப.182,183).

5. இரட்டைத்தொடைக்கு இலக்கணம் (யா.வி.ப.190), செந்தொடை இலக்கணம் தரப்படாமல் பெயரளவில் சுட்டப்பெறல் (யா.வி.ப.183), இயைபுத்தொடைக்கு விகற்பம் வேண்டியதில்லை எனல் ஆகியன (யா.வி.ப.183) கூறப்பட்டுள்ளன.

யாப்பியல் வரலாற்றில் இணை முதல் முற்று ஈறாகத் தொடைவிகற்பங்கள் அனைத்தையும் ஒருசேரக் குறிப்பிட்டு இலக்கணங்கூறிய முதனூலாக இந்நூலே காணப்படுகின்றது.

பனம்பாரம்

பனம்பாரனார் இயற்றிய நூற்பாக்களாக யாப்பருங்கல விருத்தியுரையில் ஒன்றும் நன்னூல் மயிலைநாதருரையில் இரண்டுமாக மூன்று நூற்பாக்கள் இடம்பெற்றுள்ளன. 'பனம்பாரம்' எனும் இந்நூற்பெயரை நன்னூல் மயிலைநாதருரை குறிப்பிடுகின்றது. அவ்வுரையில் இடம்பெற்றுள்ள நூற்பாக்கள் யாப்பிலக்கணச் செய்தி கொண்டன அல்ல என்பதால், பனம்பாரம் எனும் நூல் யாப்பை உள்ளடக்கிய பொது இலக்கண நூலாக இருக்கக்கூடும் எனக் கருதலாம். தொல்காப்பியச் சிறப்புப்பாயிரத்தை இயற்றிய பனம்பாரனார் இவரா அன்றி வேறானவரா என்பதை அறிதற்குச் சான்றுகள் கிடைக்கவில்லை.

பனம்பாரனாரின் நூற்பாக்களுள் யாப்பிலக்கணங் குறித்தமைந்த ஒரே நூற்பா, 'அகத்திணைப் பொருண்மை அல்லாத பொருண்மையில் அமையும் ஆசிரியப்பாக்களில் சொற்சீரும், வஞ்சியடியும் விரவிவரும்' (யா.வி.ப.125) எனும் செய்தியினைக் குறிப்பிடுகின்றது. அடிமயக்கம் குறித்த இலக்கணத்தைக் கூறுவதாகவே பனம்பார நூற்பா அமைந்துள்ளது.

பெரியபம்மம்

யாப்பருங்கல விருத்தியுரையில் மட்டும் இந்நூலினதாக ஒரு நூற்பா இடம்பெற்றுள்ளது. யாப்புறுப்புகளுள் முதலுறுப்பான எழுத்தின் வகைகளை இது எடுத்துரைக்கின்றது. இந்நூற்பா அசை, சீர், தளை, தொடைக்கு உறுப்பாகும் எழுத்துகள் உயிர், மெய், உயிர்மெய், ஆய்தம், குறில், நெடில், அளபெடை, வல்லினம், மெல்லினம், இடையினம், குற்றியலுகரம், குற்றியலிகரம், ஐகாரக் குறுக்கம், ஔகாரக்குறுக்கம், மகரக்குறுக்கம் ஆகிய பதினைந்தாகும் எனக் குறிப்பிடுகின்றது (யா.வி.ப.31).

பெரும்பாலான பிற நூல்கள் 'அசைக்குறுப்பாகும் எழுத்துகள்' என்று குறிப்பிட இந்நூல் 'அசை, சீர், தளை, தொடைக்கு உறுப்பாகும் எழுத்துகள்' எனக் குறிப்பிடுவது தனித்து நோக்கத்தக்கதாகவும் தெளிவாக விரித்து வகுத்துரைப்பதாகவும் உள்ளது. இப்பெரியபம்மத்தை அடியொற்றியே யாப்பருங்கலம் அசைக்குறுப்பாகும் எழுத்துகளைப் பதினைந்து என வகைப்படுத்தி இலக்கணம் கூறுகின்றது.

மயேச்சுரர் யாப்பு

மயேச்சுரர் இயற்றியனவாய் யாப்பருங்கல விருத்தியுரையிலும் காரிகையுரையிலும் 61 நூற்பாக்கள் இடம்பெற்றுள்ளன.[44] விருத்தியுரையில் 'மயேச்சுரர்' எனும் பெயராலும் 'பேராசிரியர்'

எனும் பெயராலும் பல நூற்பாக்கள் இடம்பெற்றுள்ளன. மயேச்சுரர், பேராசிரியர் ஆகிய இரு பெயர்களாலும் குறிக்கப் படுபவர் ஒருவரே என்பர் அறிஞர்.[45] மயேச்சுரர் எனும் இப்பெயர் 'மகேச்சுரர்' (யா.வி.ப.45) எனவும் குறிக்கப்படுகிறது. 'மயேச்சுரர் யாப்பு' எனும் நூற்பெயர் காரிகையுரையில் (யா.கா. உரை ப.1) இடம்பெற்றுள்ளது.

'மயேச்சுரர் யாப்பேபோல் உதாரணம் எடுத்தோதி' எனும் காரிகையுரைத்தொடர் (யா.கா. உரை ப.1), இந்நூல் உதாரணப் பாக்களையும் காட்டிய நூல் என்பதையும், இவ்வகையில் காரிகையின் அமைப்புக்குரிய முன்னோடி நூல்களுள் ஒன்று என்பதையும் காட்டுகின்றது.

மயேச்சுரர் யாப்பில் இடம்பெற்றுள்ள குறிப்பிடத்தக்க இலக்கணங்களைப் பின்வருமாறு தொகுக்கலாம்.

1. நேரசை, நிரையசை ஆகிய அசைவகைகளின் இலக்கணங் களும் (யா.வி.ப.53, யா.கா. உரை ப.139), இயற்சீர், உரிச்சீர், பொதுச்சீர் எனும் சீரின் மூவகைகளும் (யா.வி.ப.58), நாலசைச்சீர் பற்றியும் கூறப்பட்டுள்ளது.

2. நேர், நிரை, நேர்பு, நிரைபு அசைகள் ர, ட, ரு, டு வடிவாக இட்டுக் குறிப்பிடப்பெறும் (யா.வி.ப.48) எனக் கூறப்பட்டுள்ளது.[46]

3. வெண்டளை, ஆசிரியத்தளை, கலித்தளை, வஞ்சித்தளை இலக்கணங்கள் கூறப்பட்டுள்ளன (யா.வி.ப.95).

4. முரண் (யா.வி.ப.158), அளபெடை (யா.வி.ப.169), இரட்டை (யா.வி.ப.190, யா.கா. உரை ப.46) ஆகிய தொடை வகைகள் இலக்கணம் பெற்றுள்ளன.

5. அந்தாதித்தொடை எனும் பெயர்மட்டும் குறிப்பிடப் பட்டுள்ளது (யா.வி.ப.322).

6. ஆசிரியப்பா (யா.வி.ப.268,273,274,277), கலிப்பா (யா.வி.ப.292,293,300,321,322, யா.கா. உரை ப.99,116,117), வஞ்சிப்பா (யா.வி.ப.357) ஆகியவற்றின் இலக்கணமும், வகைகளும், ஓசைகளும் கூறப்பட்டுள்ளன. வெண்பா குறித்த நூற்பாக்கள் கிடைக்கப் பெறவில்லை.

7. ஒத்தாழிசைக்கலி, வெண்கலி, கொச்சகம் எனக் கலிப்பா மூவகையாகுமெனக் கூறுகின்றது (யா.வி.ப.293).

8. பிறநூலினும் விரிவாக வண்ணக ஒத்தாழிசைக்கலிப்பாவின் இலக்கணத்தையும் அப்பாவினுள் அந்தாதித்தொடை அமைதலையும் கூறுகின்றது (யா.வி.ப.321,322).

9. ஆசிரியப்பாவின் அடிப்பெருமை ஆயிரமடி; வஞ்சி அதே அளவுபெற்று நடப்பினும் சிறப்பாகும். கலிப்பா தவிர மற்றைப்பாக்களுக்கு அடிப்பெருமை பொருள் முடிவு பெறுதலைப் பொறுத்தது (யா.வி.ப.133). வெண்பா, ஆசிரியப்பா, கலிப்பா, வஞ்சிப்பா ஆகியவற்றுக்கு அடிச்சிறுமை முறையே ஈரடி, மூவடி, நான்கடி, ஈரடி ஆகும் (யா.வி.ப.365, யா.கா. உரை ப.40).

10. பாவின வைப்புமுறையை ஒத்தாழிசை, துறை, விருத்தம் எனக் குறிப்பிடுகின்றது (யா.வி.ப.221).

11. பாவின வகைகளில் வெண்டுறை (யா.வி.ப.261), வெளிவிருத்தம் (யா.வி.ப.263), வெள்ளொத்தாழிசை (யா.கா.உரை ப.85), ஆசிரிய ஒத்தாழிசை (யா.வி.ப.278, யா.கா. உரை ப.91), ஆசிரியத்துறை (யா.வி.ப.283), ஆசிரிய விருத்தம் (யா.வி.ப.288), கலித்தாழிசை (யா.வி.ப.349), கலித்துறை, கலிவிருத்தம் (யா.வி.ப.351), வஞ்சித்தாழிசை, வஞ்சித்துறை (யா.வி.ப.360) ஆகியவற்றின் இலக்கணங்களைக் கூறுகின்றது. பிற வகைகளின் இலக்கணங் கூறும் நூற்பாக்கள் கிடைக்கப் பெறவில்லை.

12. அறுசீர் முதல் எண்சீர் வரை ஆசிரியவிருத்தப் பாக்களின் அடிகள் சீர்களைப்பெறும் (யா.வி.ப.288).

13. எல்லாப்பாவும் தன்சீராலும் தன்தளையாலும் வருவன 'தலையாகு இன்பா' என்றும், தன்சீரும் தன்தளையும் பிற பாவின் சீரோடும் தளையோடும் மயங்கிவருவன 'இடையாகு இன்பா' என்றும், தன்சீரும் தன்தளையும் இன்றியே வருவன 'கடையாகு இன்பா' என்றும், பாக்களைத் தன்சீர், தன்தளை பயிலுதலின் அடிப்படையில் மூவகைப் படுத்துகின்றது (யா.வி.ப.362).

சில கூறுகளில் தொல்காப்பியத்தையும், பல கூறுகளில் காக்கைபாடினியத்தையும் பின்பற்றும் இந்நூல், வஞ்சிப்பாவிற்கு ஈரடிச் சிறுமைகூறல், ஒத்தாழிசை, துறை, விருத்தம் எனப் பாவின வைப்புமுறை கூறல், பாக்களைத் தலையாகு இன்பா, இடையாகு இன்பா, கடையாகு இன்பா என வகைப்படுத்தல் ஆகிய புதிய கூறுகளையும் கொண்டுள்ளது.

மாபுராணம்

'மாபுராணம்' எனும் நூற்பெயரும் நூற்பாக்களும் யாப்பருங்கல விருத்தியுரை, தொல்காப்பியப் பேராசிரியர், நச்சினார்க்கினியர் உரைகள், இறையனார் அகப்பொருளுரை,

நன்னூல் மயிலைநாதர் உரை ஆகியவற்றில் இடம்பெற்றுள்ளன.[47] அகவல் நூற்பாக்கள் இரண்டும் வெண்பா நூற்பாக்கள் பன்னிரண்டும் மாபுராண நூற்பாக்களாகக் காணப்படுகின்றன. இறையனார் அகப்பொருளுரைப் பாயிரம், "அவர்க்கு [இடைச் சங்கத்தாருக்கு] நூல் தொல்காப்பியமும் மாபுராணமும் இசை நுணுக்கமும் பூதபுராணமும்" என்று குறிப்பிடுகின்றது. இக்குறிப்புத் தொல்காப்பியத்தோடொத்த பழைமையுடையதாக மாபுராணத்தைக் காட்டுகின்றது. எனினும் பாட்டியல் இலக்கணக் கருத்தையும் மாபுராணம் கூறுவதை எடுத்துக்காட்டி, "மாபுராண ஆசிரியர் பாட்டியல் காலத்தவரே அன்றி மிகவும் முந்தியவரல்லர்"[48] எனும் கூற்று கருத்தில் கொள்ளத்தக்கது.

யாப்புத் தொடர்பான மாபுராண இலக்கணங்களாய்க் கிடைப்பனவற்றைப் பின்வருமாறு தொகுக்கலாம்.

1. செய்யுளில் மகரக்குறுக்கம் அமைதலையும் அதன் பயனையும் குறித்து மாபுராணம் கூறியதாக விருத்தியுரை குறிப்பிட்டுச் சில நூற்பாக்களைத் தருகின்றது. அவற்றிலுள்ள செய்திகள் விளக்கப்பட வேண்டியனவாய் உள்ளன (யா.வி.ப. 33 – 35).

2. அகத்திணையகத்து வஞ்சி வருவது சிறப்பின்றாயினும் சிறுபான்மை வரப்பெறும் என்கின்றது (யா.வி.ப.128).

3. தலையாகு சந்தம், இடையாகு சந்தம், கடையாகு சந்தம் எனச் சந்தம் மூவகைப்படும் (யா.வி.ப.523) என்கின்றது. பாக்களில் நான்கடியும் எழுத்து ஒத்துவருவன 'தலையாகுசந்தம்' என்றும், ஓரெழுத்து மிக்கும் குறைந்தும் வருவன 'இடையாகுசந்தம்' என்றும், இரண்டெழுத்து மிக்கும் குறைந்தும் வருவனவும் பிறவாற்றான் மிக்கும் குறைந்தும் வருவனவும் 'கடையாகுசந்தம்' என்றும் குறிப்பிடப்பெற்றுள்ளன.

செய்யுளில் மகரக்குறுக்கம் வருதல்குறித்துத் தனித்துப் பேசியுள்ளமையும் வடமொழித் தொடர்புடைய சந்தம் குறித்துக் கூறியுள்ளமையும் இந்நூலின் குறிப்பிடத்தக்க செய்திகளாகும்.

வாய்ப்பியம்

யாப்பருங்கல விருத்தியுரையில் இந்நூலின் 16 நூற்பாக்கள் இடம்பெற்றுள்ளன. இவற்றுள் யாப்பிலக்கணத் தொடர்புடைய செய்திகளைக் கொண்டனவாய் நான்கு நூற்பாக்களே உள்ளன (யா.வி.ப. 219, 358, 488). இந்நூலை இசைத்தமிழ் இலக்கணங் கூறுகின்ற நூலெனவும்[49] முத்தமிழுக்கும் இலக்கணங்கூறுகின்ற

நூலெனவும்[50] குறிப்பர். இந்நூலாசிரியர் வாய்ப்பியனார் எனவும் வாய்ப்பியம் உடையார் எனவும் குறிக்கப்பெறுகின்றார் (யா.வி.ப. 219, 358, 567). இந்நூல் யாப்பு, பாட்டியல், இசைத்தமிழ் இலக்கணங்களைக் கூறுவதென்பதை அறியமுடிகிறது.

வாய்ப்பியம் வழங்கும் யாப்பிலக்கணச் செய்திகளைப் பின்வருமாறு தொகுக்கலாம்.

1. வெண்பா, ஆசிரியம், கலி, வஞ்சி ஆகிய நாற்பாக்களும் நால்வருணங்கட்கும் உரியவை; அவ்வப் பாவினங்களும் நால்வருணங்கட்கும் உரியவை (யா.வி.ப.219,358,488).

2. வடமொழித் தொடர்பில் தமிழில் இலக்கணங்கூறப்படும் சந்தமும், தாண்டகமும் பாவினத்தின் பாற்படும் (யா.வி.ப.486).

3. பாட்டு என்பது சீர், தளை, சட்டகமரபு மாறாது அமைவதாகும் (யா.வி.ப.488).

4. நேர்நடுவாகிய வஞ்சியுரிச்சீர்க்கு அளபெடைச் சொற்களை உதாரணங்காட்டல் (யா.வி.ப.226).

பா, பாவினங்களோடு வருணங்களைத் தொடர்புபடுத்தும் செய்திகளும், பிறமொழித்தொடர்பில் இடம்பெற்ற சந்தம், தாண்டகம் எனும் வடிவங்களைப் பாவினங்களின்பாற்படுத்தலும் வாய்ப்பியத்தின் யாப்பிலக்கண ஆக்கத்துள் தனித்துச் சுட்டத்தக்கவை.

யாப்பருங்கலம்

தொல்காப்பியத்திற்குப் பின்னர் முழுவடிவில் கிடைத்துள்ள யாப்பிலக்கணநூல் 'யாப்பருங்கலம்' ஆகும். அமிதசாகரரால் இயற்றப்பட்ட இதன் காலம் கி.பி. பத்தாம் நூற்றாண்டாகும். தமிழ் யாப்புலகில் தனக்கமைந்த விருத்தியுரையால் மிகுபுகழ் பெற்ற நூல் இது.

யாப்பருங்கலம், அதன் உரை ஆகியவற்றின் இயல்பையும் தனித்தன்மையையும்,

> மக்களிடையே பாவினம் பற்றிய யாப்புச்செய்திகள் பலவும் காக்கைபாடினியார் முதலியோரால் தம்நூல் வாயிலாகப் பரப்பப்பட்ட பிறகு ஏற்பட்ட யாப்பருங்கலத்தில் அவை குறிப்பிடாத தனிச் சிறப்புடைய செய்தி எதுவும் இல்லை. இந்நூலுக்குச் சிறப்புத்தருவது இவ்வாசிரியரின் மாணாக்கரான குணசாகரர் இயற்றிய பேருரையே. இவ்வுரையில் பண்டை நூற்செய்திகள் பலவும் குறிப்பிடப்பட்டுள்ளன. இறந்துபட்ட நூற்றுக்கு மேற்பட்ட நூல்களின் பெயர்கள் உரையில் இடம்பெறுகின்றன. இவ்வுரையால் இறந்துபட்ட யாப்புநூல்

பலவற்றின் பெரும்பான்மையான பகுதிகள் தொகுத்துக் காணக்கிடக்கின்றன.[51]

என்கிறார் தி.வே. கோபாலையர்.

நூலமைப்பு

யாப்பருங்கலம் உறுப்பியல், செய்யுளியல், ஒழிபியல் ஆகிய மூன்றியல்களிலும் முறையே 53, 40, 3 எனத் தொண்ணூற்றாறு அகவல் நூற்பாக்களைப் பெற்றுள்ளது. உறுப்பியல் எழுத்தோத்து, அசையோத்து, சீரோத்து, தளையோத்து, அடியோத்து, தொடையோத்து எனும் ஆறு உட்பிரிவுகளைப் பெற்றுள்ளது. செய்யுளியல், நாற்பாக்கள், அவற்றின் இனம் ஆகியவற்றின் இலக்கணங்களை எடுத்துரைக்கின்றது.

யாப்பருங்கலத்தில் இடம்பெற்றுள்ள இலக்கணங்கள்: உறுப்பியலில் இடம்பெற்றுள்ளவை

யாப்பு உறுப்புகள் எழுத்து, அசை, சீர், தளை, அடி, தொடை, தூக்கு எனும் ஏழாகும் (யா.நூ.1). அசைக்கு உறுப்பாமெழுத்துகள் பதினைந்து (யா.நூ.2). அசை நேரசை, நிரையசை என இரு வகைப்படும் (யா.நூ.5). சீர் இயற்சீர், உரிச்சீர், பொதுச்சீர் என மூவகைப்படும் (யா.நூ.10). நாலசைச்சீரும் ஓரசைச்சீரும் பொதுச்சீர் ஆகும் (யா.நூ.13,14). எழுவகைத் தளைகள் இலக்கணம் பெற்றுள்ளன (யா.நூ.17–21).

இருசீரடி முதலான சீர்வகையடிகள் குறளடி, சிந்தடி, அளவடி, நெடிலடி, கழிநெடிலடி என ஐவகைப்படும் (யா.நூ.23,24). கழிநெடிலடி பதின்சீர் வரை வரலாம் என்றும் பதின்சீரின் மிக்கும் வரக்கூடுமென்றும் (யா.நூ.25) கூறப்பட்டுள்ளன. பாக்கள், பாவினங்களுக்குரிய அடிகள் பெறும் சீர்கள் (யா.நூ.26–28), அடிமயக்கம், பாமயக்கம் ஆகியன விளக்கம் பெற்றுள்ளன (யா.நூ.29–31). வெண்பாவிற்கு ஈரடி, ஆசிரிய வஞ்சிப்பாக்களுக்கு மூன்றடி, கலிப்பாவிற்கு நான்கடி எனப் பாக்களுக்கு அடிச்சிறுமை கூறப்பட்டுள்ளது (யா.நூ.32). அடிப்பெருமை குறித்துப் பேசப்படவில்லை. மோனை, எதுகை, முரண், இயைபு, அளபெடை ஆகிய தொடை வகைகளும், அடி, இணை, பொழிப்பு, ஒரூஉ, கூழை, கீழ்க்கதுவாய், மேற்கதுவாய், முற்று ஆகிய விகற்பங்களும் (யா.நூ.34–36,38,40,41–48), வருக்கம், நெடில், இனம் ஆகிய மோனை எதுகை வகைகளும் (யா.நூ.37), கடையிணை, பின், இடைப்புணர் ஆகிய முரண்தொடை விகற்பங்களும் (யா.நூ.39), செந்தொடை, இரட்டை, அந்தாதி ஆகிய தொடைகளும் (யா.நூ.49–52) இலக்கணம் பெற்றுள்ளன.

செய்யுளியலில் இடம்பெற்றுள்ளவை

பா, பாவினம் எனச் செய்யுள் இருவகைப்படும் (யா.நூ.54), வெண்பா, ஆசிரியம், கலி, வஞ்சி எனப் பா நால்வகைப்படும் (யா.நூ.55). தாழிசை, துறை, விருத்தம் எனப் பாவினம் மூவகைப்படும் (யா.நூ.56).

வெண்பா குறள், சிந்து, இன்னிசை, நேரிசை, பஃறொடை என ஐவகைப்படுமெனக் கூறி (யா.நூ.58) அவற்றை விளக்குகின்றது (யா.நூ.59–62). குறட்பாவின் இனமாக வெண்செந்துறை, தாழிசைக்குறள் (குறட்டாழிசை) ஆகியவற்றையும் (யா.நூ.63–65), வெண்பாவின் பொதுவான இனமாக வெள்ளொத்தாழிசை (வெண்டாழிசை), வெண்டுறை, வெளிவிருத்தம் ஆகியவற்றையும் (யா.நூ.66–68) குறிப்பிட்டு விளக்குகின்றது. ஆசிரியப்பா நேரிசை ஆசிரியம், நிலைமண்டில ஆசிரியம், இணைக்குறள் ஆசிரியம், அடிமறிமண்டில ஆசிரியம் என நால்வகைப்படுமெனக் கூறி (யா.நூ.70) அவற்றை விளக்குகின்றது (யா.நூ.71–74). ஆசிரியப்பாவின் இனமான ஆசிரியத்தாழிசை, ஆசிரியத்துறை, ஆசிரிய விருத்தம் ஆகியவற்றை விளக்குகின்றது (யா.நூ.75–77). கலிப்பா ஒத்தாழிசைக்கலிப்பா, வெண்கலிப்பா, கொச்சகக்கலி என மூவகைப்படுமெனவும் (யா.நூ.79), நேரிசை ஒத்தாழிசைக்கலி, அம்போதரங்க ஒத்தாழிசைக்கலி, வண்ணக ஒத்தாழிசைக்கலி என ஒத்தாழிசைக்கலி மூன்றாகுமெனவும் (யா.நூ.82–84) விளக்குகின்றது. வெண்கலிப்பாவையும் கலிவெண்பாவையும் ஒன்றாகக் கொண்டு இலக்கணங் கூறுகின்றது (யா.நூ.81,85). தரவு, தரவிணை, சிஃறாழிசை, பஃறாழிசை, மயங்கிசை எனக் கொச்சகக் கலிப்பா ஐவகைப்படுமெனக்கூறி விளக்குகின்றது (யா.நூ.81,86). கலிப்பாவின் இனமான கலித்தாழிசை, கலித்துறை, கலிவிருத்தம் ஆகியவற்றை விளக்குகின்றது (யா.நூ.87–89). வஞ்சிப்பாவையும் (யா.நூ.90), அதன் இனமான வஞ்சித்தாழிசை, வஞ்சித்துறை, வஞ்சிவிருத்தம் ஆகியவற்றையும் (யா.நூ.91,92) விளக்குகின்றது.

ஒழிபியலில் இடம்பெற்றுள்ளவை

இவ்வியல், தனிச்சொல் நிற்குமிடத்தையும் (யா.நூ.94), பொருள்கோள், விகாரம், வகையுளி, வனப்பு, வண்ணம் முதலிய யாப்பியற் புறனடை இலக்கணத்தையும் (யா.நூ.95), சித்திரகவி வகைகளையும் நூல் இயற்றும் ஆசிரியனது பெருமையையும் (யா.நூ.96) குறிப்பிடுகின்றது.

சுருங்கக்கூறின் யாப்பருங்கல நூலானது, எழுத்து, அசை, சீர், தளை, அடி, தொடை எனும் உறுப்புகளையும், தூக்கு எனும்

ஏழாம் உறுப்புள் அடங்கும் நால்வகைப்பாக்கள், அவற்றின் வகைகள், பாக்களின் இனங்கள் ஆகியவற்றையும் விளக்கி இலக்கணங்கூறுவதாக அமைந்துள்ளது.

யாப்பருங்கல விருத்தியுரை

விருத்தியுரையின் சிறப்பினை, "யாப்பு இலக்கணத்திற்கென அமைந்த ஒரு கலைக்களஞ்சியம் யாப்பருங்கல விருத்தி என்பது புனைந்துரை அன்று"[52] என்னும் இரா. இளங்குமரனின் கருத்துரை உணர்த்துகின்றது. இவ்விருத்தியுரையின் ஆசிரியரும் காரிகையுரையாசிரியரான குணசாகரரும் ஒருவரே என்னும் கருத்தும், வேறுபட்டோர் என்னும் கருத்தும் ஆய்வுலகில் வழங்கி வருகின்றன.[53] விருத்தியுரையாசிரியரின் பெயரை அறிதற்கான சான்றுகள் கிடைக்கவில்லை. இவ்வுரையின் காலம் கி.பி. 11ஆம் நூற்றாண்டு என்பார் மு. அருணாசலம்.[54]

மிக விரிந்தநிலையில் அமைந்துள்ள இவ்வுரையில் மூல நூலில் கூறப்பட்டுள்ள இலக்கணங்கள் மிகப்பல சான்றுகளாலும் மேற்கோள் நூற்பாக்களாலும் தெளிவாக விளக்கப்பட்டுள்ளன. மூலநூலினும் கூடுதலாகப் பல யாப்பிலக்கணச் செய்திகள் இவ்வுரையில் இடம்பெற்றுள்ளன. நூல் வடிவில் கிடைக்காத முன்னை இலக்கண நூல்கள் பலவற்றின் பெயர்களும் நூற்பாக்களும் எடுத்தாளப்பெற்றுள்ள இவ்வுரை, அந்நூல்கள் பற்றி அறிந்துகொள்ளத் துணைபுரிகின்றது. யாப்பருங்கல மூல நூலினும் உரையில்தான் மிகுதியான யாப்புக் குறிப்புகள் உள்ளன என்பதை, "நூற்பாக்களில் உள்ள யாப்பிலக்கணங்களைக் காட்டிலும் பல யாப்புக்குறிப்புக்கள் உரைகளிற்றான் மலிந்து கிடக்கின்றன. யாப்பருங்கலம் ஒரு பெருஞ்சான்று"[55] என்று வ.சுப. மாணிக்கம் எடுத்துரைப்பார்.

விருத்தியுரை, யாப்பருங்கல மூலம் கூறுகின்ற பாவுறுப்பு களையும், பா, பாவினங்களையும் மேலும் நுட்பமாக வகைப்படுத்திப் புதிய பெயர்களைத் தருகின்றது; இலக்கணங் கூறுகின்றது. மூலநூலில் குறிப்பிடப்படாத, முன்னிலக்கண நூல்களில் பெரும்பாலும் குறிப்பிடப்படாத பல உள்வகைகளைப் பாவுறுப்புகளிலும், பா, பாவின வகைகளிலும் வகுத்துக்கூறி இவ்வுரை விளக்குதல் தமிழ் யாப்பியலில் குறிப்பிடத்தக்கதாகும். இந்த உள்வகைமை விருத்தியுரையில்தான் முதன்முறையாக இடம்பெற்றுள்ளது. மூலநூலில் இடம் பெறுவதைத் துலக்கிக் காட்டும் நோக்கிலும், இடம்பெறாத பலவற்றைப் புதுவதாகக் குறிப்பிட்டுக் காட்டும் நோக்கிலும் புதிய உள்வகைகள் பல இடம்பெற்றுள்ளன.

அவ்வாறான பாவுறுப்புகளின் உட்பிரிவுப் பெயர்களை, வகைப்பெயர்களைப் பின்வருமாறு தொகுத்துக் காணலாம். பாவுறுப்புகளுள் தொடைகளே மிகுதியான நிலையில் உள்வகை களைப் பெற்றுள்ளதை இப்பட்டியல்வழி அறியலாம்.

பா உறுப்புகள்

சிறப்பெழுத்து
உறுப்பெழுத்து
சிறப்பசை
சிறப்பில் அசை
சிறப்புடைச்சீர்
சிறப்பில்சீர்
சிறப்புடை வெண்சீர்வெண்டளை
சிறப்பில் வெண்சீர்வெண்டளை
சிறப்புடை இயற்சீர்வெண்டளை
சிறப்பில் இயற்சீர்வெண்டளை
சிறப்புடை ஆசிரியநேர்த்தளை
சிறப்பில் ஆசிரியநேர்த்தளை
சிறப்புடை ஆசிரியநிரைத்தளை
சிறப்பில் ஆசிரியத்தளை
சிறப்புடைக் கலித்தளை
சிறப்பில் கலித்தளை
ஒன்றிய சிறப்புடை வஞ்சித்தளை
ஒன்றிய சிறப்பில் வஞ்சித்தளை
ஒன்றாத சிறப்புடை வஞ்சித்தளை
ஒன்றாத சிறப்பில் வஞ்சித்தளை
மென்றளை (ஆசிரியத்தளை)
இயலடி
உரியடி
பொதுவடி
சிறப்புடைக் கழிநெடிலடி
தலையாகு கழிநெடிலடி
இடையாகு கழிநெடிலடி
கடையாகு கழிநெடிலடி
விட்டிசைமோனை
கடைக்கூழைமுரண்

கடையிணைமோனை
பின்மோனை
இடைப்புணர்மோனை
கடைக்கூழைமோனை
கடையிணைஎதுகை
பின் எதுகை
இடைப்புணர் எதுகை
கடைக்கூழை எதுகை
கடையிணை இயைபு
பின் இயைபு
இடைப்புணர் இயைபு
கடைக்கூழை இயைபு
கடையிணை அளபெடை
பின் அளபெடை
இடைப்புணர் அளபெடை
கடைக்கூழை அளபெடை
கடைமோனை
கடைஎதுகை
கடைமுரண்
கடைஇயைபு
கடைஅளபெடை
மோனை இயைபு
எதுகை இயைபு
முரண் இயைபு
அளபெடை இயைபு
மயக்கு இயைபு
செவ்வியைபு
தனிநிலைஅளபெடைத் தொடை
முதல்நிலை அளபெடைத்தொடை
இடைநிலை அளபெடைத்தொடை

இடைநிலை ஒற்றளபெடைத்தொடை
இறுதிநிலை ஒற்றளபெடைத் தொடை
இறுதிநிலை அளபெடைத்தொடை
மோனை அளபெடைத்தொடை
எதுகை அளபெடைத்தொடை
முரண் அளபெடைத்தொடை
மயக்கு அளபெடைத்தொடை
செவ்வளபெடைத்தொடை
குறிப்புத்தொடை
அசைவிரளச்செந்தொடை
சீர்விரளச்செந்தொடை
இசைவிரளச்செந்தொடை
முழுவிரளச்செந்தொடை
ஒருபொருள் இரட்டை
பலபொருள் இரட்டை
ஒருமுற்று இரட்டை
இருமுற்று இரட்டை
குறையீற்று ஒருபொருள் இரட்டை
நிறையீற்று ஒருபொருள் இரட்டை
குறையீற்றுப் பலபொருள் இரட்டை
நிறையீற்றுப் பலபொருள் இரட்டை
எழுத்தந்தாதி
அசையந்தாதி
சீரந்தாதி
அடியந்தாதி
மண்டல அந்தாதி
செந்நடை அந்தாதி
மயக்கு அந்தாதி
இடையிட்ட அடியந்தாதி
மண்டல எழுத்தந்தாதி
செந்நடை எழுத்தந்தாதி
மண்டல அசையந்தாதி
செந்நடை அசையந்தாதி
மண்டலச் சீரந்தாதி
செந்நடைச் சீரந்தாதி
மண்டல அடியந்தாதி
செந்நடை அடியந்தாதி
மண்டல மயக்கந்தாதி
செந்நடை மயக்கந்தாதி
மண்டல இடையிட்ட அடியந்தாதி
செந்நடை இடையிட்ட அடியந்தாதி
மோனையந்தாதி
எதுகையந்தாதி
முரணந்தாதி
இயைபந்தாதி
அளபெடையந்தாதி
மயக்கு இயைபுத் தொடை
மயக்கு அளபெடைத் தொடை
செம்மோனை
செவ்வெதுகை
செம்முரண்
செவ்வியைபு
செவ்வளபெடை
மோனைமுரண்
எதுகைமுரண்
விட்டிசை வல்லொற்றெதுகை
வழியெதுகை
இடையிட்டெதுகை
செந்தொடைமருள்
மருட்செந்தொடை
அனுப்பிராசம்
அனு
ஏந்திசைச்செப்பல்
தூங்கிசைச்செப்பல்
ஒழுகிசைச்செப்பல்
ஏந்திசை அகவல்

தூங்கிசை அகவல்	கடையாகு எதுகை
ஒழுகிசை அகவல்	தலையாகு மோனை
ஏந்திசைத் துள்ளல்	இடையாகு மோனை
அகவற்றுள்ளல்	கடையாகு மோனை
பிரிந்திசைத் துள்ளல்	வல்லின எதுகை
ஏந்திசைத் தூங்கல்	மெல்லின எதுகை
அகவற்றூங்கல்	இடையின எதுகை
பிரிந்திசைத் தூங்கல்	வல்லின மோனை
தலையாகு எதுகை	மெல்லின மோனை
இடையாகு எதுகை	இடையின மோனை

இவ்வுள்வகைகளில் சிலவற்றை விருத்தியுரை நூற்பெயரோ, ஆசிரியர் பெயரோ சுட்டாமல் 'எனப் பெயரிட்டு வழங்குவாரும் உளர்' (யா.வி.ப.188), 'என்றும் வழங்குவர் ஒருசார் ஆசிரியர்' (யா.வி.ப.193) எனக் குறிப்பிட்டுக் காட்டுதலும் எண்ணத்தக்கது. அவ்வுள் வகைமை சுட்டியோர் முன்னிலக்கணிகளா சமகால இலக்கணிகளா என்னும் குறிப்பும் இடம்பெறவில்லை. பிறவாசிரியர் சுட்டிய உள்வகைகள் சிலவற்றை ஏற்றும் தானே சில உள்வகைகள் படைத்தும் விருத்தியுரை தருகின்ற இவ்வகைப்பாடுகள் யாப்பியலில் குறிப்பிடத்தக்கன. இவ்வுரை குறிப்பிட்டது போன்ற உள்வகைகள் பலவற்றைப் பிறர் குறிப்பிடவில்லை.

மோனை எழுத்துகளை எடுத்துரைத்து, "இவற்றை 'அனு' என்று வழங்குவாரும் உளர்" (யா.வி.ப.206) எனவும், "'அனுப் பிராசம்' என்னும் வடமொழியை 'அனு' என்பதும் 'வழி எதுகை' என்பதும் தமிழ்வழக்கெனக் கொள்க" (யா.வி.ப.208) எனவும் விருத்தியுரை குறிப்பிடுவது ஒப்பிலக்கண நோக்கிலமைந்துள்ளமை கருதத்தக்கது.

தளைகள் தொடைகள் ஆகியவற்றிற்கு விருத்தியுரையில் காட்டப்பட்டுள்ள உள்வகைகளில் சிலவற்றை எடுத்துப்பேசும் சோ.ந. கந்தசாமி இத்தகைய வகைமைகள் வண்ணனை யாப்பியலின் வழிப்பட்டன என்கிறார்.[56]

பா, பாவினங்கள்

யாப்பருங்கல மூலத்தில் இடம்பெறாமல் விருத்தியுரையில் மட்டும் இடம்பெறுகின்ற பா, பாவினங்களின் உள்வகைப் பெயர் களையும், வேறுபெயர்களையும் இவண் தொகுத்துக் காணலாம்.

வெண்டளையால் வந்த ஆசிரியப்பா
கலித்தளையால் வந்த ஆசிரியவிருத்தம்
சமமருட்பா
வியன்மருட்பா
வெள்ளை
வன்பா (வெண்பா)
மென்பா (ஆசிரியம்)
முரற்கை (கலிப்பா)
செப்பல்வெண்பா
வெண்கூவெண்பா
அகவல்வெண்பா
ஓரடிமுக்கால்
ஈரடிமுக்கால்
மூவடிமுக்கால்
நேரிசை மூவடிமுக்கால்
இன்னிசை மூவடிமுக்கால்
பலவடி முக்கால்
இனக்குறள் வெண்பா
விகற்பக்குறள் வெண்பா
நேரிசைச்சிந்தியல் வெண்பா
இன்னிசைச்சிந்தியல் வெண்பா
ஒத்தவிகற்பப் பஃறொடை வெண்பா
ஒவ்வாவிகற்பப் பஃறொடை வெண்பா
குறட்டாழிசை
செந்துறைவெள்ளை
வெண்டாழிசை
ஓரொலிவெண்டுறை
வேற்றொலிவெண்டுறை
அடிமறிமண்டில வெளிவிருத்தம்
நிலைவெளிவிருத்தம்
விரவியல் ஆசிரியம்
இன்னியல் ஆசிரியம்
நேரிசை மண்டில ஆசிரியப்பா
இணைக்குறள் மண்டில ஆசிரியப்பா
ஆசிரிய ஒத்தாழிசை
ஆசிரிய நேர்த்துறை
ஆசிரிய இணைக்குறட்டுறை
அகப்பா அகவல்
புறப்பா அகவல்
நூற்பா அகவல்
சித்திர அகவல்
உறுப்பின் அகவல்
ஏந்திசை அகவல்
ஆசிரியமண்டிலவிருத்தம்
ஆசிரியநிலைவிருத்தம்
தலையளவு அம்போதரங்க ஒத்தாழிசைக்கலிப்பா
இடையளவு அம்போதரங்க ஒத்தாழிசைக்கலிப்பா
கடையளவு அம்போதரங்க ஒத்தாழிசைக்கலிப்பா
வெள்ளைச் சுரிதக நேரிசை ஒத்தாழிசைக்கலிப்பா
அகவற்சுரிதக நேரிசை ஒத்தாழிசைக்கலிப்பா
அளவியல் அம்போதரங்க ஒத்தாழிசைக்கலிப்பா
அளவழி அம்போதரங்க ஒத்தாழிசைக்கலிப்பா
அளவியல் வண்ணக ஒத்தாழிசைக்கலிப்பா
அளவழி வண்ணக ஒத்தாழிசைக்கலிப்பா
இயற்றரவு கொச்சகக் கலிப்பா
சுரிதகத் தரவுகொச்சகக் கலிப்பா
இயற்றரவிணைக் கொச்சகக்கலிப்பா
சுரிதகத்தரவிணைக் கொச்சகக்கலிப்பா
இயற்சிஃறாழிசைக் கொச்சகக்கலிப்பா
குறைச்சிஃறாழிசைக் கொச்சகக்கலிப்பா

இயற்பஃறாழிசைக் கொச்சகக்கலிப்பா
குறைப்பஃறாழிசைக் கொச்சகக்கலிப்பா
இயல் மயங்கிசைக் கொச்சகக்கலிப்பா
அயல் மயங்கிசைக் கொச்சகக்கலிப்பா
கலியொத்தாழிசை
சிறப்புடைக் கலித்தாழிசை
சிறப்பில் கலித்தாழிசை
கலிமண்டிலத்துறை
கலிநிலைத்துறை
கலிமண்டிலவிருத்தம்
கலிநிலைவிருத்தம்
இன்னியல் வஞ்சிப்பா
விரவியல் வஞ்சிப்பா
இன்னியற் குறளடி வஞ்சிப்பா
விரவியற் குறளடி வஞ்சிப்பா
இன்னியற் சிந்தடி வஞ்சிப்பா
விரவியல் சிந்தடி வஞ்சிப்பா
வஞ்சிநிலைத் தாழிசை
வஞ்சிமண்டிலத்தாழிசை
வஞ்சிநிலைத்துறை
வஞ்சிமண்டிலத்துறை
வஞ்சிநிலை விருத்தம்
வஞ்சிமண்டிலவிருத்தம்
தலையாகு இன்பா
இடையாகு இன்பா
கடையாகு இன்பா
இலக்கணக்கலிப்பா
கட்டளைவெண்பா
கலம்பகவெண்பா
சமநடைவெண்பா
சமவியல் வெண்பா
மயூரவியல் வெண்பா
கட்டளைக்கலி
கலம்பகக்கலி
கட்டளை ஆசிரியம்
கலம்பக ஆசிரியம்
கட்டளைவஞ்சி
கலம்பகவஞ்சி

இவற்றுள் சிலவற்றை விருத்தியுரை பிறவாசிரியர் வகைப்பாடு களாக, 'என்றும் விகற்பித்துக் கூறுவர் ஒருசார் ஆசிரியர்' (யா.வி.ப.278), 'என்றும் வழங்குவர் ஒருசார் ஆசிரியர்' (யா.வி.ப.233), 'ஒருசார் ஆசிரியர் ... என்றும் வழங்குவர்' (யா.வி.ப.497) எனக் குறிப்பிட்டுச் செல்கின்றது.

இவண் தொகுத்துக்காட்டப் பெற்றவற்றுள் சில தனித்துச் சுட்டத்தக்கன. ஆசிரியப்பாவிலும் வஞ்சிப்பாவிலும் இன்னியல், விரவியல் எனும் வகைமை காட்டப்பெற்றுள்ளது. "ஒருசார் ஆசிரியர் வேற்றடி விரவிவந்த ஆசிரியங்களை 'விரவியல் ஆசிரியம்' என்றும், விரவாதனவற்றை 'இன்னியல் ஆசிரியம்' என்றும் சொல்லுவர்" என்று (யா.வி.ப.269) குறிப்பிடுகின்றது. இதேமுறையில் வேற்றடி விரவாத வஞ்சிப்பாக்களை 'இன்னியல் வஞ்சிப்பா' என்றும், வேற்றடி விரவிவந்தவற்றை 'விரவியல் வஞ்சிப்பா' என்றும் குறிப்பிடுகின்றது (யா.வி.ப.353).

அகவல் ஓசை அடிப்படையில் அறுவகை ஆசிரியப்பாக்கள் குறித்துக் குறிப்பிடுகின்றது. அகப்பொருளைத் தழுவிப் பத்துறுப்

பினவாய் வஞ்சிவிரவாது வருவது ‘அகப்பா அகவல்’, பாடாண் துறைமேற்பாடும் ஆசிரியம் ‘புறப்பா அகவல்’, விழுமிய பொருளைத் தழுவிய சூத்திர யாப்பின ‘நூற்பா அகவல்’, சீர்தொறும் அகவி வருவன ‘சித்திர அகவல்’, ஒருபொருண்மேல் பரந்திசைப்பன ‘உறுப்பின் அகவல்’, எழுத்திறந் திசைப்பன ‘ஏந்திசை அகவல்’ என அறுவகை அகவலை விளக்குகின்றது (யா.வி.ப.285).

விருத்தியுரை, ஒழிபியலில் தொல்காப்பிய அடிப்படையில் எழுத்துவகையடிகளை விரிவாக விளக்குகின்றது (யா.வி.ப.493–502). கலிப்பாவில் எழுத்தெண்ணிக்கை அடிப்படையில் ‘இலக்கணக்கலிப்பா’ எனும் வகையைக் குறிப்பிடுகின்றது. பதின்மூன்று எழுத்துமுதலாக இருபது எழுத்துவரை உயர்ந்த எட்டு நிலத்தானும் வரப்பெறும் கலிப்பாவை ‘இலக்கணக் கலிப்பா’ எனக் குறிப்பிடுகிறது (யா.வி.ப.493).

எழுத்தெண்ணிக்கை வெண்பாவில் ஒத்தும் ஒவ்வாதும் வருவதன் அடிப்படையில் ஐந்துவகைகளைக் குறிப்பிடுகின்றது. ஈற்றடி தவிர்த்து ஏனையடி எழுத்தொத்து வருவன ‘கட்டளைவெண்பா’, ஒவ்வாது வருவன ‘கலம்பகவெண்பா’, ஈற்றடி எழுத்தும் ஏனையடி எழுத்தும் ஒத்துவருவன ‘சமநடைவெண்பா’, ஈற்றடி எழுத்தோடு ஏனையடி எழுத்துச் சில ஒத்தும் ஒவ்வாதும் வரின் ‘சமவியல் வெண்பா’, ஈற்றடி எழுத்து மிக்கு ஏனையடி எழுத்துக் குறைந்து தம்முள் ஒவ்வாது வருவன ‘மயூரவியல்வெண்பா’ என அவற்றை விளக்குகின்றது (யா.வி.ப.497). ஒருசார் ஆசிரியர் வகைப்பாடுகளாய் இவற்றைச் சுட்டுகின்றது. ஒருசார் ஆசிரியர் எவர் எனும் குறிப்பில்லை. இவ்வகைமைக்கான, பெயராட்சிகளுக்கான அடிப்படை புலனாகவில்லை. எனினும் தொல்காப்பிய நெறிப்பட்ட எழுத்து வகையடிகள் மீண்டும் ஆட்சி பெறுகின்றன என்றும், தொல் காப்பிய எழுத்துவகையடி இலக்கணத்தின் தொடர்ச்சி என்றும் இவற்றை எண்ணத்தோன்றுகிறது.

ஆசிரியம், கலி, வஞ்சி ஆகியவற்றிலும் கட்டளை ஆசிரியம், கலம்பக ஆசிரியம், கட்டளைக்கலி, கலம்பகக்கலி, கட்டளை வஞ்சி, கலம்பகவஞ்சி எனும் வகைப்பாடுகளை விருத்தியுரை காட்டுகின்றது. எல்லா அடிகளும் எழுத்து ஒத்துவரின் இப்பாக்கள் ‘கட்டளை’ எனும் அடையாலும், ஒவ்வாதுவரின் இப்பாக்கள் ‘கலம்பகம்’ எனும் அடையாலும் குறிப்பிடப்படுகின்றன (யா.வி.ப.502).

இவற்றுள், “எல்லா அடிகளும் எழுத்து ஒத்துவரும் கலிகளைக் ‘கட்டளைக்கலி’ என்றும் ...” எனப் பொதுப்படக் குறிப்பிடுவது (யா.வி.ப.502), எல்லா அடிகளும் 16 அல்லது 17 எழுத்துப்பெற்று

ஒத்துவரும் கலித்துறைப்பாக்களைக் ‘கட்டளைக்கலித்துறை’ப் பாக்கள் என்று பின்னூல்கள் குறிப்பிடும் அப்பெயராட்சிக்கும் இலக்கணத்திற்கும் முற்குறிப்பாகவும் அடிப்படைக் குறிப்பாகவும் இருக்கலாம் என எண்ணத் தோன்றுகிறது. கலம், காரிகை இவற்றின் உரைகளில் ‘கட்டளைக் கலித்துறை’ எனும் பெயராட்சி காணப்படவில்லை என்பதும் இத்தொடர்பில் நினைக்கத்தக்கது.

குறிப்பிடத்தக்க சில இலக்கணங்கள்

குறள்வெண்பா, சிந்தியல்வெண்பா, நேரிசைவெண்பா, இன்னிசை வெண்பா, பஃறொடை வெண்பா ஆகியன முறையே ஓரடிமுக்கால், ஈரடிமுக்கால், நேரிசை மூவடிமுக்கால், இன்னிசை மூவடிமுக்கால், பலவடிமுக்கால் என்னும் பெயர்களால் ஒரு சாராசிரியரால் குறிப்பிடப்பெறும் என (யா.வி.ப.232,233) எடுத்துரைக்கின்றது. இப்பெயராட்சிகள் வெண்பாக்களின் ஈற்றடி அமைப்பைக் கருத்தில் கொண்டு இடப்பெற்றனவாகும். இப்பெயர்களை வழங்கியோர் எவர் எனும் குறிப்புக் காணப்படவில்லை. மயேச்சுரர் பெயரால் ‘ஈரடிமுக்கால்’ எனும் ஆட்சி (யா.கா. உரை ப.85) காரிகையுரையில் காணப்படுதல் ஈண்டு இணைத்தெண்ணத்தக்கது.

‘முக்கால்’ என வழங்கும் பெயரினை உருவாக்கியவர் எவராயினும், நாற்சீரடியினை நேரடி அல்லது அளவடி எனக் கொண்ட நிலையில் முச்சீர் கொண்ட அடி முக்காலடி எனக்கருதி ஓரடி முக்கால் முதலியனவாக வெண்பாவகைக்குப் பெயர் சூட்டியதிறம் புதுமையானது.

நாற்பாக்களுக்கும் மும்மூன்று இனங்கூறும் மரபு காக்கை பாடினியத்திலிருந்து வழங்கிவருகிறது. வெண்பாவுக்கு இனம் வெண்டாழிசை, வெண்டுறை, வெளிவிருத்தம் எனப் பொதுப்பட இனங்கூறப்படுவதோடு பாவகைகளுக்குத் தனித்தனியே பாவினவகைகளை இனமாக்குவதை விருத்தியுரை காட்டுகின்றது (யா.வி.ப.263,289,352). ‘இன்ன’ பா வகைக்கு இன்ன பாவின வகை இனம் எனத் தனித்துக் கூறும் போக்கினை முதலில் விருத்தியுரை காட்டுதல் குறிப்பிடத்தக்கது.

அவ்வகைப்பாட்டினைப் பின்வருமாறு நிரல்படுத்திக் காணலாம்.

பாவகைகள்	இனமாகும் பாவினவகைகள்
வெண்பா வகைகள்	
சிந்தியல் வெண்பா	அ) மூன்றடி வெளிவிருத்தம் ஆ) மூன்றடி வெண்டுறை இ) வெள்ளொத்தாழிசை

நேரிசை வெண்பா	நான்கடி வெளிவிருத்தம் (தனிச்சொல் உடைமையால்)
இன்னிசை வெண்பா	நான்கடி வெண்டுறை
பஃறொடை வெண்பா	ஐந்தடி முதலான வெண்டுறைகள்

ஆசிரியப்பா வகைகள்

நேரிசை ஆசிரியப்பா	ஆசிரிய நேர்த்துறை (ஓரடி குறைந்துவரும் ஆசிரியத்துறை)
இணைக்குறள் ஆசிரியப்பா	ஆசிரிய இணைக்குறட்டுறை (ஈரடி குறைந்துவரும் ஆசிரியத்துறை)
அடிமறிமண்டில ஆசிரியப்பா	ஆசிரிய மண்டிலவிருத்தம் (அடிமறியாய் வரும் விருத்தம்)
நிலைமண்டில ஆசிரியப்பா	ஆசிரியநிலை விருத்தம் (அடிமறியின்றி நிற்கும் விருத்தம்)

கலிப்பா வகைகள்

ஒத்தாழிசைக்கலிப்பா	கலியொத்தாழிசை
கொச்சகக்கலிப்பா	அ) கலித்தாழிசை ஆ) கலித்துறை
கலிவெண்பா	கலிவிருத்தம்

வஞ்சிப்பா வகைகளுக்கு இவ்வாறு தனித்தனி இனம் கூறப்படவில்லை. இனங்கூறுவதில் புதுமையான இவ்வகைப் பாட்டை விருத்தியுரை தருதல் குறிப்பிடத்தக்கது.

எண்சீர்வரையிலான கழிநெடிலடிகளே சிறப்புடையன எனக்கொண்டு, ஒன்பதின் சீரடியையும் பதின்சீரடியையும் 'இடையாகு கழிநெடிலடி'யென்றும் பதின்சீரின் மிக்குவருவன வெல்லாம் 'கடையாகு கழிநெடிலடி'யென்றும் கழிநெடிலடிகளை வகைப்படுத்துதலையும் (யா.வி.ப.108), அம்போதரங்க ஒத்தாழிசைக் கலிப்பாவின் உறுப்புகள் பெறும் அடியளவுகளை அடிப்படையாகக் கொண்டு தலையளவு அம்போதரங்க ஒத்தாழிசைக்கலிப்பா, இடையளவு அம்போதரங்க ஒத்தாழிசைக் கலிப்பா, கடையளவு அம்போதரங்க ஒத்தாழிசைக் கலிப்பா என வகைப்படுத்துதலையும் (யா.வி.ப.306,307) விருத்தியுரையில் காணலாம்.

தமிழ்யாப்பியலில் செல்வாக்குமிக்குத் திகழும் தேமா, புளிமா, கூவிளம், கருவிளம், காய், கனி, தண்ணிழல், தண்பூ, நறும்பூ,

நறுநிழல் ஆகிய சீர்வாய்பாடுகள் உரைகளில் முதன்முறையாக இவ்வுரையில்தான் இடம்பெற்றுள்ளன (யா.வி.ப.59,61,62,64).

ஆசிரியப்பாவின் ஓசையான அகவல், நேரொன்றாசிரியத் தளையே பயிலுமிடத்து ஏந்திசை அகவலென்றும், நிரையொன் றாசிரியத்தளையே பயிலுமிடத்துத் தூங்கிசை அகவலென்றும், இருவகைத்தளையும் ஒத்துவரின் ஒழுகிசை அகவலென்றும் அகவலோசை மூவகைப்படும் என்கிறது (யா.வி.ப.265). ஏந்திசைத்துள்ளல், அகவற்றுள்ளல், பிரிந்திசைத்துள்ளல் எனக் கலித்துள்ளலோசை மூவகைப்படுமென்றும் (யா.வி.ப.290), ஏந்திசைத்தூங்கல், அகவற்றூங்கல், பிரிந்திசைத்தூங்கல் என வஞ்சித் தூங்கலோசை மூவகைப்படுமென்றும் (யா.வி.ப.353) விளக்கிச் சொல்லாமல் பெயரளவில் குறிப்பிடுகின்றது.

ஒருசார் ஆசிரியர் வெண்பா ஏந்திசைச்செப்பல், ஒழுகிசைச் செப்பல், தூங்கிசைச்செப்பல் எனும் மூவகை ஓசைபெறும் எனவும் மற்றொருசார் ஆசிரியர் 'செப்பல், வெண்கூ, அகவல் என்னும் மூவகை ஓசை உடைத்து வெண்பா' எனவும் கூறுவர் எனக் குறிப்பிடுகின்றது (யா.வி.ப.228). ஓசை அடிப்படையிலான செப்பல்வெண்பா, வெண்கூ வெண்பா, அகவல்வெண்பாக்களின் இலக்கணத்தை எழுசீரால் நடப்பது செப்பல்வெண்பா என்றும், நேரிசைவெண்பாவில் இனவெழுத்து மிக்கு இசைப்பது வெண்கூ வெண்பா என்றும், இன்னிசை வெண்பாவே அகவல்வெண்பா என்றும் விளக்குகின்றது (யா.வி.ப.228,229).

ஆசிடைவெண்பா குறித்தும் (யா.வி.ப.243), வெண்பாக்களுக்குத் தேமா, புளிமா முதலிய வாய்பாடுகளால் ஓசையூட்டுதல் குறித்தும் (யா.வி.ப.223) குறிப்பிடுகின்றது. நூற்பெயர், ஆசிரியர் பெயர் சுட்டப்பெறாமல் வஞ்சி, ஆசிரியம் எனும் இரு பாக்களுக்கும் அடிப்பெருமை ஆயிரமடி எனக்கூறும் நூற்பாவைக் காட்டுகின்றது (யா.வி.ப.133).

நேரசையில் தொடங்கும் அடிக்குப பதினாறு எழுத்து, நிரையசையில் தொடங்கும் அடிக்குப் பதினேழு எழுத்து எனும் அமைப்புடைய கலித்துறை (கட்டளைக்கலித்துறை) இலக்கணத்தையும் (யா.வி.ப.519), நேரசையில் தொடங்கும் அடிக்குப் பதினோரெழுத்து, நிரையசையில் தொடங்கும் அடிக்குப் பன்னிரண்டெழுத்து எனும் அமைப்புடைய கலிவிருத்த இலக்கணத்தையும் (யா.வி.ப.520), சிந்தாமணி, சூளாமணி முதலியவற்றில் இடம்பெற்ற நேரசையில் தொடங்கும் அடிக்குப் பதினான்கு எழுத்து, நிரையசையில் தொடங்கும் அடிக்குப் பதினைந்து எழுத்து எனும் அமைப்புடைய கலித்துறை யிலக்கணத்தையும் (யா.வி.ப.520) இவ்வுரை குறிப்பிடுகின்றது.

நேர்–14, நிரை–15 எனும் அமைப்புடைய கலித்துறை சிந்தாமணியில் இடம்பெற்றுள்ளமையை எடுத்துக்காட்டி விளக்கியுள்ள உரைப்பகுதி, யாப்பியல் முன்னோடி ஆய்வறிஞரான அ. சிதம்பரநாத செட்டியார் பார்வைக்குக் கிடைக்காமையால் போலும் இக்கலித்துறை வடிவத்தைத் தாமே கண்டறிந்ததாகக் குறிப்பிடுகின்றார்.[57]

தொல்காப்பியரும் கையனாரும் இருபது வண்ணங்களை எடுத்தோதியதைக் குறிப்பிடுவதோடு, அவிநயனார் நூறுவண்ணம் கூறினார் என்று குறிப்பிட்டு நூறுவண்ணங்களையும் விரிவாக விருத்தியுரை எடுத்துரைக்கின்றது (யா.வி.ப.411–421). அவிநயனார் சுட்டிய நூறுவண்ணங்களை விரிவாக விளக்குதலும், நூறு வண்ணங்கொள்வதற்கு எதிர்நிலைக்கருத்து எதுவும் கூறாததும், இவ்வாறு நூறுவண்ணங்கொள்வது விருத்தி யுரையாசிரியர்க்கு உடன்பாடே என்று தோன்றுகின்றது. இதனைக் காரிகையுரையும் அடியொற்றுகின்றது.

விருத்தியுரையில் வடமொழி யாப்பிலக்கணம்

யாப்பருங்கல விருத்தியுரை சந்தம், தாண்டகம் ஆகியவற்றின் இலக்கணம் கூறுமிடத்து விரிவாகச் சில வடமொழி யாப்பிலக்கணச் செய்திகளைத் தந்துள்ளது. தமிழ் யாப்பியல் வரலாற்றில் கலத்தின் விருத்தியுரைதான் இத்தகைய வடமொழி யாப்புச் செய்திகளை முதன்முதலில் தருகின்றது என்பது உளங்கொள்ளத்தக்கது.

வடமொழி யாப்பின் அடிப்படை அலகுகளான லகு, குரு ஆகியவற்றின் இலக்கணத்தை இவ்வுரை உரைநடைப்பகுதிகளாலும் வெண்பா முதலிய பாவடிவங்களாலும் எடுத்துரைக்கின்றது. வெண்பாக்களில் பின்வருவன கருதத்தக்கன.

ரகர வடிவாமீ திலகு; குருவே
நிகரில் டகாரமென நேர். *(யா.வி.ப.477)*

குற்றெழுத்துச் செவ்வி லகுவாகும்; நெட்டெழுத்தும்
குற்றொற்றும் நெட்டொற்றும் கோணமாய்த் –தெற்றக்
குருவென்ப தாகும்; குறிலும் குருவாம்
ஒருகால் அடியிறுதி உற்று. *(யா.வி.ப.477)*

சந்தம், தாண்டகம் ஆகியவற்றின் இலக்கண அமைதியையும் வகைகளையும் பின்வரும் வெண்பாக்கள் குறிப்பிடுகின்றன.

ஈரிரண் டாதி இருபத்தா றந்தமாஞ்
சாரும் எழுத்தின்கட் **சந்தமாம்**; – சீரொத்த
மூவொன்ப தாதியா முற்றின **தாண்டகமென்**
றோதினார் தொல்லோர் எடுத்து.

சந்தமும் தாண்டகமும் தம்முள் எழுத்தலகு
வந்த முறையே வழுவாவேல் – முந்தை
அளவியலாம் என்றுரைப்பர்; அவ்வாறன் றாகில்
அளவழி யாமென்ப ரால். *(யா.வி.ப.476)*

இப்பாக்களில் கூறப்பட்ட இலக்கணம் உரைநடைப் பகுதியாலும் (யா.வி.ப.476) விளக்கப்பட்டுள்ளது.

மேலும், 'நிசாத்து', 'விராட்டு', 'புரிக்கு', 'சுராட்டு', 'யவம்', 'எறுப்பிடை' முதலிய வடமொழிச் செய்யுள் வகைப்பாடுகளை உரை விளக்கிச்செல்கிறது. அவற்றின் இலக்கணத்தை,

ஓரெழுத்துக் குன்றின் **நிசாத்தாம்; விராட்டாகும்**
ஈரெழுத்துக் குன்றும் எனின்.

ஓரெழுத்து மிக்காற் **புரிக்காம்; சுராட்டாகும்**
ஈரெழுத்து மிக்க தெனின்.

இடைக்கண் இரண்டடியும் மிக்கால் **யவமாம்;**
எறுப்பிடையாம் குன்றின் எழுத்து. *(யா.வி ப.514–516)*

ஆகிய குறள்வெண்பாக்களும் எடுத்துரைக்கின்றன.

'அர்த்த சம விருத்தம்' எனும் வடமொழி விருத்தவகையின் இலக்கணத்தை,

முடிவிரண்டும் மிக்கும் முதலிரண்டும் நைந்தும்
முடிவிரண்டும் குன்றி முதலிரண்டும் மிக்கும்
அடியிடையிட் டஃகியும் மிக்கும் வருமேற்
படியின்மேற் பாதிச் சமவிருத்த மாமே. *(யா.வி.ப. 517)*

என்னும் விருத்தப்பாவே கூறுதல் குறிப்பிடத்தக்கது.

'சமானம்', 'பிரமாணம்', 'விதானம்' எனும் மூவகையினைக் கூறுகின்ற பின்வரும் வெண்பாவும் குறிப்பிடத்தக்கதாகும்.

குருலகுமுற் றாயும் குருவிலகு வேறாய்
வருமெனினாம் மைதீர் **சமானம்;** – குருலகுவின்
பிற்றான் வரிற்**பிர மாணம்; விதானமாம்**
என்றார் இரண்டாம் எனின். *(யா.வி.ப.523)*

மேலும் சந்தத்தில் தலையாகு சந்தம், இடையாகு சந்தம், கடையாகு சந்தம் எனும் வகைகளையும், இவை 'மாபுராணம்' முதலிய நூல்களில் இடம்பெற்றன எனும் குறிப்பையும் தருகின்றது (யா.வி.ப.522,523).

நாற்பத்தைந்துக்கும் மேற்பட்ட வெண்பா, குறள்வெண்பா, நூற்பா முதலியவற்றால் விருத்தியுரை வடமொழிச் சந்தம், தாண்டகம் ஆகியவற்றின் இலக்கணச் செய்திகளை எடுத்துரைக்கின்றது. இவ்விலக்கணச் செய்திகள் பின்னர் வீரசோழிய நூற்பாக்களிலும் உரையிலும் இடம்பெறலாயின.

விருத்தியுரையில் வடமொழி யாப்பிலக்கணங்களை விளக்குமிடத்து வடமொழி யாப்பினைக் குறித்த கலைச்சொற்கள் பல இடம்பெற்றுள்ளன. இக்கலைச்சொற்கள் இருநிலையில் அமைந்துள்ளன. ஒன்று: வடமொழியாப்புக் கலைச்சொற்கள் மொழிபெயர்த்து அமைக்கப்பட்டுள்ளமை. இரண்டு: வடமொழி யாப்புக் கலைச்சொற்கள் தமிழ்மயப்படுத்தப்பட்டுத் தமிழியல்பிற் கேற்ப எழுத்துப்பெயர்ப்புச் செய்யப்பட்டுள்ளமை. இவ்வாறு அமைந்துள்ள அவ்வியாப்புக் கலைச்சொற்களைப் பின்வருமாறு தொகுத்துக் காணலாம்:

குரு, இலகு, சந்தம், தாண்டகம், பிரத்தாரம், நட்டம், உத்திட்டம், உத்தம், உற்கிருதி, சமவிருத்தம், நிசாத்து, விராட்டு, புரிக்கு, சுராட்டு, யவமத்திமம், பிபீலிகா மத்திமம், பாதிச்சமச் செய்யுள், பாதிச்சமவிருத்தம், அளவழிப் பையுட்சந்தம், பாதிச் சமப்பையுட் சந்தம், அளவழிச் சந்தப்பையுள், ஆரிடச் செய்யுள், அளவியற்சந்தம், அளவழிச்சந்தம், அளவியற்றாண்டகம், அளவழித் தாண்டகம், சந்தத் தாண்டகம், தாண்டகச் சந்தம், சமசந்தத் தாண்டகம், சிறப்புடைப் பையுட்சந்தம், சமானம், பிரமாணம், விதானம்.

இவற்றுள் ‘பிரத்தாரம்’ என்பதற்கு ‘உறழ்ச்சி’ என்றும், ‘நட்டம்’ என்பதற்குக் ‘கேடு’ என்றும், ‘யவமத்திமம்’ என்பதற்குத் ‘தோரையிடைச் செய்யுள்’ என்றும், ‘பிபீலிகா மத்திமம்’ என்பதற்கு ‘எறுப்பிடைச் செய்யுள்’ என்றும், ‘அர்த்த சமவிருத்தம்’ என்பதற்குப் ‘பாதிச்சமவிருத்தம்’ என்றும் மொழியாக்கம் பெற்ற கலைச்சொற்களும் குறிப்பிட்டுக் காட்டப்பெற்றுள்ளன (யா.வி.ப. 503,513,514).

விருத்தியுரை சந்தம், தாண்டகம் ஆகியவற்றை விளக்கு மிடத்து, அளவியற் சந்தம், அளவழிச் சந்தம், அளவியற்றாண்டகம், அளவழித் தாண்டகம், சந்தத் தாண்டகம், தாண்டகச் சந்தம், சமசந்தத் தாண்டகம் எனும் வகைகளை (யா.வி.ப.476,485,486) உரைக்கிறது. ‘வடநூல்வழித் தமிழாசிரியர்’ கருத்தெனச் சிலவற்றைச் சுட்டி (யா.வி.ப.487) வடநூல் யாப்பிலக்கணங்களைக் குறிப்பிடுகின்றது. ‘பாவினங்களுட் சமக்கிரதமும் வேற்றுப் பாடையும் விரவிவந்தால், அவற்றையும் பாச்சார்த்தி வழங்குதல்’ (யா.வி.ப.491) பற்றிக் கூறுகின்றது. அளவியற் சந்தத்திற்கும் அளவியற் றாண்டகத்திற்குமான பிரத்தாரம், நட்டம், உத்திட்டம் குறித்தும், பிரத்தியம் குறித்தும், உத்தம் முதல் உற்கிருதி ஈறான சமவிருத்தங்கள் (26 சந்தங்கள்) குறித்தும் (யா.வி.ப.508,509), அளவழிச் சந்தத்திற்கும், அளவழித் தாண்டகத்திற்குமான ‘நிசாத்து’, ‘விராட்டு’, ‘புரிக்கு’, ‘சுராட்டு’ ஆகிய வகைகளையும், ‘தோரையிடைச் செய்யுள்’, ‘எறுப்பிடைச் செய்யுள்’, ‘பாதிச்

சமச்செய்யுள்' ஆகிய வகைகளையும் கூறி விளக்குகின்றது. மேலும் 'சமானம்', 'பிரமாணம்', 'விதானம்' எனும் மூவகையை 'வடநூல்வழித் தமிழாசிரியர்' கூறுவர் எனக் குறிப்பிடுகின்றது (யா.வி.ப.523).

இச்செய்திகள் விருத்தியுரையில் இடம்பெற்றுள்ள வடநூல் யாப்புச் செய்திகளை ஓரளவு குறிப்பிட்டமைகின்றன. உரையில் விரிவாகத் தரப்படும் பல செய்திகள், 'மற்றது விரித்தல்' என அமைந்து விடக்கூடாதென்பதால் இங்குச் சுருக்கமாக இடம் பெற்றுள்ளன. ஒருகாலக் கட்டத்தில் இருமொழி யாப்பிலக்கணச் செய்திகளையும் இணைத்துப் பார்க்கும் போக்கு அரும்பியுள்ளதை இவை காட்டுகின்றன.

இச்செய்திகளால் 'தமிழ்வழித் தமிழாசிரியர்', 'வடநூல் வழித் தமிழாசிரியர்' எனும் இருபிரிவை அறியமுடிகிறது. வடநூல்வழித் தமிழாசிரியர்கள் தங்களுக்குத் தெரிந்த வடநூல் யாப்பு வடிவங்களை, இலக்கணங்களைத் தமிழ்மொழியில் அறிமுகப்படுத்தும் முயற்சிகளின் பதிவாகவும் வெளிப்பாடாகவும் விருத்தியுரை காட்டும் செய்திகள் அமைந்துள்ளன. இத்தொடக்க நிலைப் பதிவு தமிழ் யாப்பியலைப் பொறுத்தவரை ஒரு புதிய வரவாகும். இச்செய்திகள் இலக்கண ஒப்பாய்வுக்குப் பயன்படுவன வாகும். வடமொழி யாப்பிலக்கணக் கலைச் சொற்களைத் தமிழில் தருகையில் மிகுந்த பொறுப்புணர்வோடு மொழியாக்கம் செய்தும், தொல்காப்பிய நெறிப்படி வடவெழுத்தொரீஇத் தமிழ்மயப்படுத்தியும் தந்துள்ளமை குறிப்பிடத்தக்கது. இச்செய்தி களின் தொடர்ச்சியையும் வளர்ச்சியையும் வீரசோழியம் காட்டி நிற்கின்றது. இத்தொடர்பில் தனித்த மேலாய்வுகளுக்கு வாய்ப்புள்ளது.

விருத்தியுரை, மூலநூலுக்கு விரிவான நிலையில் விளக்கமளித்தல், முன்னிலக்கண நூல்களின் பல நூற்பாக்களையும் இலக்கணங்களையும் தன்னகத்தே கொண்டு இலக்கணக் கருவூல மாகத் திகழ்தல், பிறமொழி யாப்புச் செய்திகளையும் குறிப்பிடுதல் முதலிய தனித்தன்மைகளோடு அமைந்துள்ளது.

யாப்பருங்கலக்காரிகை

யாப்பருங்கலத்தை இயற்றிய அமிதசாகரரால் காரிகை யாப்பில் இயற்றப்பட்ட நூலே 'யாப்பருங்கலக்காரிகை' யாகும். இதற்கு 'யாப்பருங்கலப் புறனடை' எனும் பெயரும் உண்டு. "யாப்பருங்கலம் என்னும் யாப்பிற்கு அங்கமாய் அலங்காரம் உடைத்தாகச் செய்யப்பட்டமையான் யாப்பருங்கலக்காரிகை என்னும் பெயர்த்து" (யா.கா. உரை ப.2) என்னும் காரிகை உரைத்தொடர் நூற்பெயரை விளக்கிநிற்கின்றது.

கட்டளைக்கலித்துறைப் பாக்களால் அமைந்த இந்நூல் மகடூஉ முன்னிலைத் தொடர்களையும் கொண்டுள்ளது. கட்டளைக்கலித்துறை யாப்பையும் பெண்ணையும் குறிக்கும் சொல்லான 'காரிகை' என்பது பொருத்தமுற இந்நூலின் தலைப்பில் இடம்பெற்றுள்ளது.

தமிழ்யாப்பியலில் காரிகைக்கு முன்னும்பின்னும் பல யாப்பியல் நூல்கள் தோன்றியிருப்பினும், காரிகையே இன்றுவரை பெருஞ்செல்வாக்குப் பெற்றுப் பயிற்சியில் உள்ளது. யாப்பு என்றவுடன் காரிகையே நினைவுக்கு வருமளவுக்கு இந்நூல் சிறப்புடையதாக அமைந்துள்ளது.

தொல்காப்பிய எழுத்துச் சொல்லதிகாரத்துக்குப் பின்னர் நன்னூல் தோன்றிச் சிறந்ததுபோல, செய்யுளியலுக்குப்பின் காரிகையே தோன்றிச் சிறந்துள்ளது. வ.சுப. மாணிக்கம், "பிற்கால யாப்புக்கல்விக்கு யாப்பருங்கலக்காரிகைபோல் வேறொருநூல் துணையானதில்லை. முறையானும், அடக்கத்தானும், சுருக்கத்தானும் காரிகைப் புகழ் நிலையானது. மாணவர்க்கு யாப்பு கற்பிக்கும் ஒரு நோக்கத்தோடு இயற்றப்பட்ட பாடநூல் இது"[58] எனக் குறிப்பிடுவது காரிகையின் சிறப்பைக் காட்டுகின்றது.

காரிகை உறுப்பியல், செய்யுளியல், ஒழிபியல் எனும் மூன்று இயல்களில் முறையே 20, 15, 9 என மொத்தம் 44 காரிகைச் செய்யுட்களையும் தொடக்கப் பாயிரப் பகுதியில் 3 காரிகை களையும் ஆகக் கூடுதலாய் 47 காரிகைகளைப் பெற்றுள்ளது. அவையடக்கக் காரிகை, முதனினைப்புக் காரிகைகள் ஆகியனவும் இவற்றுள் அமைந்துள்ளன.

நூற்பா யாப்பிலமைந்த யாப்பருங்கலத்தின் இலக்கணங்களே கட்டளைக் கலித்துறை யாப்பில் சுருக்கமும் எளிமையும் சுடரக் கூறப்பட்டுள்ளன. எனினும் இருநூல்களுக்கும் இடையே சிலவேறுபாடுகள் காணப்படுகின்றன.

யாப்பருங்கலத்தில் அசைக்கு உறுப்பாகும் எழுத்துகள் பதினைந்து எனக் கூறப்பட்டிருக்க இந்நூலில் பதின்மூன்று எனக் கூறப்பட்டுள்ளது (யா.கா.கா. 4). கலத்தில் கழிநெடிலடி, அறுசீர்முதல் பதின்சீர்வரை பெறுவன எனக் கூறப்பட்டிருக்க இந்நூலில் ஐஞ்சீரின் மிக்கன கழிநெடிலடி எனக் கூறப்பட்டுள்ளது (யா. கா. கா. 12). கலத்தில் அகவற்பா ஈற்றுக்கு விதி கூறப்பட்டிருக்க, இந்நூலில் கூறப்படவில்லை. தேமா, புளிமா முதலிய சீர்வாய்பாடுகள் கலத்தின் மூலத்தில் இடம்பெறவில்லை; இந்நூலில் மூலத்திலேயே இடம்பெற்றுள்ளன (யா.கா.கா.7,8). கலத்தில் சிந்தியல் வெண்பா வகைகள் கூறப்படாதிருக்க, இந்நூலில் கூறப்பட்டுள்ளன (யா. கா.கா.26). கலம் மருட்பா பற்றிக் குறிப்பிடாதிருக்க, இந்நூல்

மருட்பா இலக்கணத்தைக் கூறியுள்ளது (யா.கா.கா.36). கலத்தின் ஒழிபியலில் மாலைமாற்று முதலிய சித்திரகவி வகைகள் கூறப்பட்டிருக்க இந்நூலில் அவை கூறப்படவில்லை. கலம் பாக்களின் அடிப்பெருமை பற்றிப் பேசவில்லை. காரிகை, அடிப்பெருமை 'உரைப்போர் உள்ளக்கருத்தின் அளவே' என்று குறிப்பிடுகிறது (யா.கா.கா.14). தொடைவகைகளில் கலம் கூறாத உயிரெதுகை, ஆசிடையெதுகை, இடையிட்டெதுகை, இரண்டடி யெதுகை, மூன்றாமெழுத்தொன்றெதுகை, கடைமுரண், கடைக்கூழை முரண் ஆகியவற்றைக் காரிகை குறிப்பிடுகின்றது (யா.கா.கா.42,43).

காரிகை, புறநிலை வாழ்த்து, கைக்கிளை, வாயுறை வாழ்த்து, செவியறிவுறூஉ எனும் நான்கு பொருண்மைகளில் மருட்பா அமையுமெனப் பொருண்மை சார்ந்து வகைப்படுத்துகின்றது. இவ்வாறு நான்கு பொருண்மைகளை, மருட்பாவிற்கான தொல்காப்பிய இலக்கணங்களை (செய்.நூ.115,154) அடியொற்றியே காரிகை குறிப்பிடுகின்றது,

காரிகையுரை

இந்நூலுக்குக் குணசாகரர் இயற்றிய உரையுள்ளது. இவ்வுரை முந்தைய யாப்பிலக்கண நூல்களின் நூற்பாக்கள் பலவற்றையும் மேற்கோள் காட்டி இலக்கணங்களை விளக்குகின்றது. உரைக்காரிகைகள் சிலவற்றையும் கொண்டுள்ளது.

மூலநூல் குறிப்பிடாத, விருத்தியுரை குறிப்பிடுகின்ற சில யாப்பிலக்கணங்களை இவ்வுரையும் கூறுகின்றது. இருகுறணேரிசை வெண்பா, ஆசிடைநேரிசை வெண்பா ஆகிய பெயராட்சிகளைத் தருகின்றது (யா.கா. உரை ப.65,66). ஒரொலிவெண்டுறை, வேற்றொலிவெண்டுறை எனும் வெண்டுறை வகைகளையும் (யா.கா. உரை ப.82,83), ஆசிரிய நேர்த்துறை, ஆசிரிய இணைக்குறட்டுறை எனும் ஆசிரியத்துறை வகைகளையும் (யா.கா. உரை ப.92), சமனிலை மருட்பா, வியனிலை மருட்பா எனும் மருட்பா வகைகளையும் (யா.கா. உரை ப.128) குறிப்பிடுகின்றது.

கடைமோனை, கடையிணைமோனை, பின்மோனை, கடைக்கூழை மோனை, இடைப்புணர்மோனை, கடையியைபு, கடையிணை இயைபு, பின்னியைபு, கடைக்கூழையியைபு, இடைப்புணரியைபு, கடையெதுகை, கடையிணையெதுகை, பின்னெதுகை, கடைக்கூழையெதுகை, இடைப்புணரெதுகை, கடையளபெடை, கடையிணையளபெடை, பின்னளபெடை, கடைக்கூழையளபெடை, இடைப்புணரளபெடை ஆகிய தொடை வகைகளையும் (யா.கா. உரை ப.151), தலையாகு, இடையாகு, கடையாகு எதுகை மோனைகளையும் (யா.கா.

உரை ப.154), விட்டிசை வல்லொற்றெதுகை, விட்டிசைமோனை, வழியெதுகை, வழிமுரண், மருட்செந்தொடை, அநு (யா.கா. உரை ப.160,161) ஆகியவற்றையும், அநுப்பிராசம் (யா.கா. உரை ப.162) பற்றியும் குறிப்பிடுகின்றது.

அவிநயத்தை அடியொற்றி வண்ணம் நூறென்பதை விரிவாகவும், தொல்காப்பியம் குறிப்பிடும் இருபது வண்ணத்தைச் சுருக்கமாகவும் காரிகையுரை தருகின்றது (யா.கா. உரை ப.186–191). வண்ணத்தை நூறு எனக்கொள்ளுதல் காரிகையுரை யாசிரியர்க்கும் உடன்பாடே எனத் தோன்றுகிறது. நூற்பொருளைத் தொகுத்துணர்த்தும் 'எழுத்துப் பதின்மூன்று' எனத் தொடங்கும் காரிகை (யா.கா.கா.46) அமிதசாகரரால் இயற்றப்பட்டதே யெனின் காரிகை நூலார்க்கும் இக்கருத்து உடன்பாடென்பதனை அக்காரிகையுள் இடம்பெற்ற 'வண்ணங்கள் நூறு' எனும் தொடர் தெளிவாக்குகின்றது.

காரிகை கட்டளைக் கலித்துறை யாப்பில் அமைந்துள்ள போதிலும், நூலுள் கட்டளைக்கலித்துறை யாப்புக்கான இலக்கணம் கூறப்படவில்லை. ஒரே ஆசிரியராற் செய்யப் பெற்ற கலமும் காரிகையும் ஆகிய நூல்கள் கட்டளைக்கலித்துறை என்னும் பெயரையும் அதன் இலக்கணத்தையும் கூறப்பெறாவாயினும், 'கட்டளைக்கலித்துறை' எனப்படும் யாப்பு வகையில் காரிகை இலக்கண நூலைச் செய்துள்ளமையால், 'உடம்படு புணர்த்தல்' என்னும் வகையில் அந்த யாப்பையும் இலக்கணத்தையும் ஏற்று வெளிப்படுத்தியுள்ளாரெனவே கொள்ளல் வேண்டும். காரிகையின் உரையில் 'கட்டளைக்கலித்துறை' எனும் பெயராட்சி இன்றி அதன் இலக்கணம் கூறும் உரை நூற்பாவும் விளக்கமும் (யா.கா. உரை ப.2,3) இடம்பெற்றுள்ளன.

யாப்பருங்கல விருத்தியுரையில் இடம்பெறும் வடமொழி யாப்பிலக்கணச் செய்திகள் எதுவும் காரிகையுரையில் இடம் பெறவில்லை. இது தமிழ்வழித் தமிழாசிரியர்களின் கோட்பாட்டினை உடன்படும்வகையில் உரையில் வடமொழிவழி யாப்பியற்செய்திகள் கூறப்படாமல் விட்டிருத்தல்கூடும். அன்றி, காரிகையினை, தொடக்கநிலை யாப்பியல் மாணவருக்கானதாகக் கருதி, பிறமொழி யாப்புச்செய்திகளைக் கூறாமல் விட்டிருக்கலாம். காரிகை உரையின் சுருக்கம் அந்நூற்பயிற்சியின் பெருக்கத்திற்குத் துணைபுரிந்துள்ளது எனல் தகும்.

காரிகைவரை யாப்பிலக்கண வளர்ச்சி

இதுகாறும் தொகுத்துக் காணப்பெற்ற நூற்செய்திகளின் அடிப்படையில் காரிகைவரையிலான யாப்பிலக்கண வரலாற்றில்

செய்யுள் உறுப்புகள், பாவகைகள், பாவினம் ஆகியவற்றின் இலக்கண வளர்ச்சி இவண் மதிப்பீடு பெறுகின்றது.

யாப்பு – வரையறை

காரிகை வரையிலான காலத்தில் 'யாப்பு' என்பதன் வரையறை பெற்றுள்ள வளர்ச்சியைப் பின்வரும் தொல்காப்பிய நூற்பாவையும் யாப்பருங்கல நூற்பாவையும் ஒப்பிட்டுக் கண்டு தெளியலாம்.

எழுத்து முதலா ஈண்டிய அடியிற்
குறித்த பொருளை முடிய நாட்டல்
யாப்பென மொழிப யாப்பறி புலவர் *(செய்.நூ.74)*

எழுத்தசை சீர்தளை அடிதொடை தூக்கோடு
இழுக்கா நடைய தியாப்பெனப் படுமே *(யா.நூ.1)*

முன்னை வரையறை வடிவத்தோடு பொருண்மையையும் இணைத்து நோக்குவது, பின்னை வரையறை வடிவத்தையே முதன்மைப்படுத்துவது. செய்யுள்களின் புறவடிவ இலக்கணமே யாப்பு எனும் வரையறை தொல்காப்பியத்திற்குப் பின்னர்த் தெளிவாக வழக்குப் பெற்றது.

செய்யுள் உறுப்புகள்

தொல்காப்பியம் செய்யுளுறுப்புகளாக முப்பத்து நான்கினைக் கூறியது. பொருண்மை சார்ந்த கூறுகளையும் உறுப்புகளாகக் கூறும் தொல்காப்பிய நெறி பின்னர்த் தொடர்ச்சி பெறவில்லை. பல்காயம், யாப்புறுப்புகள் எழுத்து, அசை, சீர், தளை, அடி, தொடை, தூக்கு என ஏழினைக் குறிப்பிட, அக்கருத்தே பின்னைய நூல்களால் வழிமொழிப்பட்டன. இவ்வேழு உறுப்புகளுள் எழுத்து, அசை, சீர், தளை, அடி, தொடை ஆகிய ஆறுறுப்புகளைக் கலமும் காரிகையும் பாவுறுப்புகளாகத் தனியே தெளிவாக வரையறுத்துத் தத்தம் உறுப்பியல்களில் விளக்கியுள்ளன. தொல்காப்பியம் முதல் உறுப்பாகக் கூறிய மாத்திரை என்பது பின்னூல்களில் உறுப்பாக இடம்பெறாமையும் தொல்காப்பியம் உறுப்பாகக் கூறாத தளை என்பது பின்னூல்களில் உறுப்பாக இடம்பெற்றமையும் குறிப்பிடத்தக்கன.

அசைக்கு உறுப்பாகும் எழுத்துகள்

அசைக்கு உறுப்பாகும் எழுத்துகளைப் பதினைந்து எனப் 'பெரிய பம்மம்'ம், பதின்மூன்று எனக் 'காக்கைபாடினியமு'ம் வகைப்படுத்தின. கலமும் காரிகையும் இவற்றை முறையே பின்பற்றுகின்றன. ஒரே ஆசிரியரின் படைப்புகள் கலமும்

காரிகையும் எனினும் இவற்றுள் எழுத்துகளை வகைப்படுத்துவதில் வேறுபாடு காணப்படுதல் எண்ணத்தக்கது.

அசை

தொல்காப்பியம் நேர், நிரை, நேர்பு, நிரைபு ஆகிய நான்கு அசைகளையும் கூறியது. 'பல்காயம்', 'அவிநயம்', 'நல்லாறன் மொழிவரி', 'மயேச்சுரம்' ஆகியன தொல்காப்பியத்தை அடியொற்றுகின்றன. நேர், நிரை, நேர்பு, நிரைபு அசைகள் முறையே ஒன்று, இரண்டு, மூன்று, நான்கு அலகுபெறும் என அவிநயமும் இந்நான்கு அசைகளும் 'ர, ட, ரு, டு' என்னும் குறியீட்டு வடிவாகக் காட்டப்பெறுமென மயேச்சுரமும் குறிப்பிடுகின்றன.

நேர், நிரை ஆகிய இருவகை அசைகளை மட்டுமே 'காக்கைபாடினியம்', 'சங்கயாப்பு', 'சிறுகாக்கைபாடினியம்', 'நற்றத்தம்' ஆகியன கூறுகின்றன. கலமும் காரிகையும் இவற்றை அடியொற்றுகின்றன. நேரசை நால்வகை (குறில், குறிலொற்று, நெடில், நெடிலொற்று); நிரையசை நால்வகை (குறிலிணை, குறிலிணை ஒற்று, குறினெடில், குறினெடில் ஒற்று) என்று இலக்கண நூல்கள் குறிப்பிடுகின்றன.

காக்கைபாடினியம் மட்டும் நேர், நிரை அசைகளைத் தனியசை, இணையசை எனும் பெயர்களால் குறிப்பிடுகின்றது. மெய்யைக் கணக்கில் கொள்ளாமல் ஓரெழுத்துத் தனித்துவருவது, ஈரெழுத்து இணைந்து வருவது எனும் பொருட்பொருத்தமுடைய இப்பெயர்கள் யாப்புலகில் செல்வாக்குப் பெறவில்லை.

சீர்

தொல்காப்பியம் நாலசைச்சீர் பற்றிக் கூறவில்லை. நாலசைச் சீர்குறித்துப் பல்காயம், காக்கைபாடினியம், அவிநயம், மயேச்சுரர் யாப்பு ஆகியன கூறுகின்றன. கலமும் காரிகையும் இவற்றைப் பின்பற்றுகின்றன. காரிகையுரை வரையிலான காலத்தில் சீர்கள் ஓரசைச்சீர், ஈரசைச்சீர், மூவசைச்சீர், நான்கசைச்சீர் எனவும், இயற்சீர், உரிச்சீர், பொதுச்சீர் எனவும், ஆசிரிய உரிச்சீர், வெண்பா உரிச்சீர், வஞ்சி உரிச்சீர் எனவும் குறிப்பிட்டு வகைப்படுத்தப் பெற்றுள்ளன. காரிகை, கலத்தின் விருத்தியுரை, காரிகையுரை ஆகியன தேமா, புளிமா முதலிய வாய்பாட்டு அடிப்படையிலும் சீர்களைக் குறிப்பிடுகின்றன.

தளை

தொல்காப்பியம் 'தளை'யினைச் செய்யுள் உறுப்புகளுள் ஒன்றாகக் கூறவில்லை. பல்காயம் முதலியன உறுப்பாகவும்

கொள்கின்றன. தொல்காப்பியம் ஆசிரியத்தளை, வெண்டளை, கலித்தளை ஆகிய மூன்று தளைகளை மட்டுமே பெயர்சுட்டிக் கூறியது. நால்வகைத் தளைப் பெயர்களையும் எழுவகைத் தளைகளின் இலக்கணத்தையும் காக்கைபாடினியம் முதலான நூல்கள் கூறுகின்றன. தளை ஏழு எனத் தெளிவாகத் தொகைசுட்டி அவற்றின் இலக்கணங்களைக் கலம் முதன்முதலில் குறிப்பிட்டது. விருத்தியுரை இயற்சீர் வெண்டளை, வெண்சீர் வெண்டளை, நேரொன்றாசிரியத்தளை, நிரையொன்றாசிரியத்தளை, கலித்தளை, ஒன்றிய வஞ்சித்தளை, ஒன்றாத வஞ்சித்தளை ஆகிய எழுவகைப் பெயர்களைத் தெளிவாகக் குறிப்பிடுகின்றது. காரிகை தளை வகைகளைப் பொதுவாகக் குறிப்பிட அதன் உரை எழுவகை களையும் தெளிவாகப் பெயர்சுட்டி விளக்குகின்றது.

அடி

எழுத்துவகையடி, சீர்வகையடி, பாவகையடி என அடி வகைப்படுத்தப் பெற்றுள்ளது. தொல்காப்பியம் நாற்சீரடியையே எழுத்தெண்ணிக்கை அடிப்படையில் குறள், சிந்து, நேர், நெடில், கழிநெடில் என்னும் பெயர்களால் வகைப்படுத்தியது. இவ்வழக்கு, தொல்காப்பியத்திற்குப் பின்னர் இடம்பெறவில்லை. இப்பெயர்களை இருசீரடி முதலான சீர்வகையடிகளைக் குறிப்பிடக் காக்கைபாடினியம் பயன்படுத்தியுள்ளது. எழுத்து வகையடிகளுக்குக் கூறப்பட்ட பெயர்களைச் சீர்வகையடிகளுக்குக் காக்கைபாடினியம் மாற்றியமைத்த இவ்வழக்கே தமிழ்யாப்பியலில் நிலைபெற்றுள்ளது.

தொல்காப்பியத்திலேயே இருசீர் முதல் எழுசீர்வரை அமையும் சீர்வகையடிகள் சுட்டப்பெற்றுள்ளன. பாவின இலக்கணங்கூறிய பின்னை நூல்கள் ஐஞ்சீரின் மிக்க சீர்களால் அமையும் கழிநெடிலடிகள் பற்றிப் பேசுகின்றன. சீர்வகையடி களில் எண்சீர் வரையிலான அடிகளே சிறப்புடையன எனும் கருத்து இடம்பெற்றுள்ளது. அறுசீர் முதல் எண்சீர் வரையிலான கழிநெடிலடிகள் தலையாகு கழிநெடிலடிகள், ஒன்பதின் சீரும் பதின்சீரும் பெறும் கழிநெடிலடிகள் இடையாகு கழிநெடிலடிகள், பதின்சீரின் மிக்கு வருவனவெல்லாம் கடையாகு கழிநெடிலடிகள் எனக் கழிநெடிலடிகளை வகைப்படுத்தும் போக்கும் காணப்படுகிறது.

வெள்ளடி, வஞ்சியடி எனும் பாவகையடிப் பெயராட்சிகள் தொல்காப்பியத்தில் அமைந்துள்ளன. பின்னைய இலக்கணங்களில் வெள்ளடி, ஆசிரியவடி, கலியடி, வஞ்சியடி எனும் வழக்குகள் இடம்பெற்றுள்ளன.

பாக்களுக்குரிய அடிவகைகளையும், பாவினம் எல்லா அடியினும் நடக்கும் என்னும் கருத்தினையும் யாப்பருங்கலம் கூறுகின்றது. காரிகை, கலத்தினை அடியொற்றுகின்றது.

பழைய எழுத்துவகையடிகளோடு தொடர்புடைய விளக்கத்தையும் புதிய எழுத்து வகையடிகளின் (நேர்–11, நிரை–12, நேர்–14, நிரை–15, நேர்–16, நிரை–17) தொடக்கத்தையும் விருத்தியுரை காட்டுகின்றது.

தொடை

தொல்காப்பியம் மோனை, எதுகை, முரண், இயைபு, அளபெடை ஆகிய விகற்பமுடைய தொடைகளையும், செந்தொடை, நிரல்நிறை, இரட்டையாப்பு ஆகிய விகற்பமிலாத் தொடைகளையும், பொழிப்பு, ஒரூஉ ஆகிய இரு தொடை விகற்பங்களையும் கூறுகின்றது. இவற்றுள் நிரல்நிறைத்தொடை பின்னைய நூல்களில் இடம்பெறவில்லை; இரட்டையாப்பு, இரட்டைத் தொடை எனப் பெயர்மாற்றம் பெற்றது.

நிரல்நிறை தவிர்ந்த தொல்காப்பியத் தொடைகளைப் பல்காயம், சங்கயாப்பு, நற்றத்தம் ஆகியன கூறுகின்றன. நற்றத்தமும் மயேச்சுரர் யாப்பும் இத்தொடைகளோடு தொல்காப்பியம் கூறாத அந்தாதித் தொடையினைக் கூறுகின்றன. அவற்றைக் கலமும் காரிகையும் பின்பற்றுகின்றன.

தொடைவிகற்பங்களுள் பொழிப்பு, ஒரூஉ ஆகிய இரண்டை மட்டும் தொல்காப்பியம், பல்காயம், சங்கயாப்பு ஆகியனவும், மேற்கதுவாய், கீழ்க்கதுவாய், ஒரூஉ குறித்து அவிநயமும், மேற்கதுவாய், கீழ்க்கதுவாய் குறித்துக் கையனார் யாப்பும் கூற, பரிமாணனார் யாப்பிலக்கணமே முதன்முதலில் இணை முதல் முற்று ஈறான தொடைவிகற்பம் அனைத்துக்கும் இலக்கணங் கூறியுள்ளது. கலமும் காரிகையும் பரிமாணனாரையே பின்பற்றுகின்றன எனலாம். முதலாம் மூன்றாம் நான்காம் சீர்களில் மோனையமைவதை மேற்கதுவாய் எனவும், முதலாம் இரண்டாம் நான்காம் சீர்களில் மோனையமைவதைக் கீழ்க்கதுவாய் எனவும் யாப்பருங்கலம் உள்ளிட்ட சில நூல்கள் கூற, கையனார் முதலிய சிலர் முதலாம் மூன்றாம் நான்காம் சீர்களில் மோனையமைவதைக் கீழ்க்கதுவாய் எனவும், முதலாம் இரண்டாம் நான்காம் சீர்களில் மோனையமைவதை மேற்கதுவாய் எனவும் மாற்றிக் கொண்டுள்ளமை, மேற்கதுவாய், கீழ்க்கதுவாய்த் தொடைகளை வரையறுப்பதில் இலக்கணிகளிடையே மாறுபட்ட போக்கு நிலவியமையைக் காட்டுகிறது. ஆயினும் கையனார் கொண்ட வரையறை செல்வாக்குப் பெறவில்லை.

உட்பிரிவுத் தொடைவகைகளில் 'ஆசிடையெதுகை' பற்றிக் காக்கைபாடினியமும், உயிரெதுகை, ஆசிடையெதுகை, கடையிணை முரண், பின்முரண், இடைப்புணர்முரண், இனமோனை, வல்லின மோனை பற்றிக் கையனார் யாப்பும், உயிரெதுகை பற்றிச் செய்யுளியலும் இலக்கணங்கூறுகின்றன.

இவற்றை அடியொற்றிக் கலம் எதுகை மோனைகளில் வருக்கம், நெடில், இனம் ஆகிய உட்பிரிவுகளைக் கூற, காரிகை அவற்றோடு உயிரெதுகை, ஆசிடையெதுகை, இடையிட்டெதுகை, இரண்டடியெதுகை, மூன்றாமெழுத் தொன்றெதுகை ஆகியவற்றையும் சிறப்பில்லாதன எனச்சுட்டிக் கூடுதலாகக் குறிப்பிடுகின்றது. கலம் முரண்தொடையில் கடையிணை, பின்முரண், இடைப்புணர்முரண் ஆகிய உட்பிரிவுகளைக் கூறக் காரிகை அவற்றோடு கடைமுரண், கடைக்கூழைமுரண் ஆகியவற்றையும் குறிப்பிடுகின்றது. கலம், காரிகை ஆகியவற்றின் உரைகள் இவற்றைத் தெளிவாக விளக்கியுள்ளன.

மோனை, எதுகைத் தொடைகளுக்குக் 'கிளையெழுத்துரிய' என்று மட்டும் தொல்காப்பியம், நற்றத்தம், பல்காயம் ஆகியன கூறின. அக்கிளையெழுத்துகள் எனும் கூறின் தொடர்ச்சியாய் மோனைத் தொடையை அமைத்தற்குரிய இன எழுத்துகளை 'நல்லாறன் மொழிவரி'யே முதன்முதலில் தெளிவாகக் கூறியுள்ளது. இதனைக் குறித்துக் கலமும் காரிகையும் பேசவில்லை; அவற்றின் உரைகளே எடுத்துரைத்துள்ளன. எதுகை மோனைகளைத் தலையாகு, இடையாகு, கடையாகு எதுகைமோனைகள் என வகைப்படுத்தும் போக்கினை விருத்தியுரை காட்டுகின்றது.

தொடைவகைவிரி 13,699 எனத் தொல்காப்பியத்தை (இளம்.) அடியொற்றிச் 'சங்கயாப்பு' மட்டும் கூறுதல் குறிப்பிடத்தக்கது.

எழுத்து முதல் தொடை ஈறான உறுப்புகளில் சிறப்புடையன சிறப்பில்லாதன முதலான பல உள்வகைகளை யாப்பருங்கல விருத்தியுரை காட்டுதல் தனித்துச் சுட்டத்தக்கது.

ஓசை

பாக்களுக்குரிய ஓசைகளைக் கூறுவதிலும் இலக்கணநூல் களிடையே வளர்ச்சி நிலைகளைக் காணமுடிகின்றது. ஆசிரியம் முதலான நாற்பாக்களுக்குரிய ஓசைகளை முறையே அகவல், அகவல் அல்லாதது, துள்ளல், தூங்கல் என்று தொல்காப்பியம் கூறுகின்றது. பின்வந்த நூல்கள் தொல்காப்பியத்தைப் பின்பற்றுவதோடு வெண்பாவுக்குரிய ஓசையைச் 'செப்பல்' என்றும் குறிப்பிடுகின்றன. காக்கைபாடினியம், அவிநயம், யாப்பருங்கலம் ஆகியன 'ஓசை' எனும் தொல்காப்பியச் சொல்லை

வழங்காமல் 'இசை' எனும் சொல்லால் இவற்றைக் குறிக்கின்றன. காக்கைபாடினியம் நாற்பாக்களுக்குமுரிய ஓசைகளில் வெண்பா, கலிப்பா, வஞ்சிப்பா ஆகியவற்றின் ஓசைகளைச் செப்பலிசை, துள்ளலிசை, தூங்கிசை என்று கூறுகின்றது. ஆசிரியப்பாவின் ஓசை கூறும் நூற்பா கிடைக்கவில்லை. அவிநயம் நாற்பாக்களுக்குரிய ஓசைகளை அகவல், ஏந்திசைச் செப்பல், துள்ளல், தூங்கல் எனக் குறிப்பிடுகின்றது. காரிகை 'ஓசை' என்பதனை 'ஒலி' என்று குறிப்பிடுகின்றது. கலம், காரிகை ஆகியவற்றின் உரைகள் தொல்காப்பிய நெறிநின்று 'ஓசை' எனும் பெயரையே வழங்குகின்றன.

தொல்காப்பியம் மருட்பாவிற்குத் தனித்த ஓசை இல்லை யென்றும் ஆசிரியம், வெண்பா ஆகிய இரண்டையும் சார்ந்த ஓசையே உரியதென்றும் கூறுகின்றது. பின்னைய நூல்கள் மருட்பாவின் ஓசை குறித்துப் பேசவில்லை. யாப்பருங்கல விருத்தியுரை கொஞ்சலோசை என மருட்பாவின் ஓசையினை ஓரிடத்தில் சுட்டுதல் தனித்தெண்ணத்தக்கது.

வெண்பாவுக்குரிய செப்பலோசையின் மூவகையினவான ஏந்திசை, தூங்கிசை, ஒழுகிசைச் செப்பலோசைகளின் இலக்கணத் தினைச் 'சங்கயாப்பு' கூறுகின்றது.

அகவலோசையின் மூவகையினவான ஏந்திசை, தூங்கிசை, ஒழுகிசை ஆகியவற்றையும், கலித்துள்ளலின் மூவகையினவான ஏந்திசை, அகவல், பிரிந்திசை ஆகியவற்றையும், வஞ்சித்தூங்கலின் மூவகையினவான ஏந்திசை, அகவல், பிரிந்திசை ஆகியவற்றையும் கலம், காரிகை ஆகியவற்றின் உரைகள் எடுத்துரைத்து விளக்குகின்றன. கலமும் காரிகையும் நாற்பாக்களின் ஓசையை மட்டுமே கூற அவற்றின் உரைகளே உள்வகைகளைப் பேசுகின்றன.

அடிவரையில்லாச் செய்யுள்

அடிவரையில்லாச் செய்யுள்களாய் நூல், உரை, வாய்மொழி, பிசி, அங்கதம், முதுசொல் ஆகிய ஆறினையும் தொல்காப்பியம் கூறுகின்றது. இவற்றுள் அங்கதத்தை மட்டும் விடுத்துப் பல்காயம் உரை, நூல், வாய்மொழி, பிசி, முதுசொல் ஆகியவற்றை அடிவரையில்லாச் செய்யுள் வகைகளாய்க் குறிப்பிடுகிறது. நற்றத்தமும் இதனை அடியொற்றுகின்றது. பின்வந்த நூல்கள் இவ்வகைகள் குறித்துப் பேசவில்லை.

யாப்புறுப்பின் ஏழு வகைகளாய்ப் பாட்டு, உரை, நூல், வாய்மொழி, பிசி, அங்கதம், முதுசொல் ஆகியவற்றைத் தொல்காப்பியம் குறிப்பிடுகின்றது. இவ்வேழு வகையுள் பாட்டு மட்டுமே அடிவரையறையுடையதென்றும் பிற ஆறும்

அடிவரையறையற்றவையென்றும் கூறுகின்றது. அடிவரையறை யுடைய பாட்டு யாப்பு மட்டுமே பின்வந்த நூல்களில் பேசப்பட்டமை குறிப்பிடத்தக்கது.

வண்ணம், வனப்பு

வண்ணம் இருபது வகைப்படும் எனத் தொல்காப்பியம் வகைப்படுத்தியதைக் கையனார் யாப்பு மட்டும் பின்பற்றுகின்றது. தமிழ் யாப்பு வரலாற்றில் அவிநயம் வண்ணம் நூறு வகைப் படுமென முதலில் கூறியது தனித்துச் சுட்டத்தக்கதாகும். தொல்காப்பியம் கூறிய வண்ணம், வனப்பு ஆகியன பின்னூல் களில் கூறப்படவில்லை. கலத்திலும் காரிகையிலும் ஒழிபியலில் சுருங்கச் சுட்டப் பெற்றுள்ளன. கலம், காரிகை, நூலாசிரியர்க்கும் உரையாசிரியர்க்கும் அவிநயனார் வழிநின்று வண்ணம் நூறெனக் கொள்வதே உடன்பாடானநெறி என்பது புலனாகின்றது.

பாக்களின் அடியெல்லை

பாக்களுக்குரிய அடிச்சிறுமை, பெருமைகளை இலக்கண நூல்கள் பேசுகின்றன. இலக்கிய ஆட்சி நோக்கி இவை வரையறை பெற்றுள்ளன எனலாம். அடிவரையறை கூறுவதில் வேறுபாடுகளும் காணப்படுகின்றன. அடியளவு நீண்டு செல்லும் சில பாக்களுக்கு இலக்கிய வழக்கு நோக்கி அடியெல்லை கூறும் முயற்சிகள் நிகழ்ந்திருப்பினும், சில நூல்கள் அடிப்பெருமையை இத்தனை அடியென வரையறுப்பதை உடன்படாமல், பொருள் முடிவே அடிப்பெருமையை முடிவு செய்யும் எனக் குறிப்பிடுகின்றன.

பாக்களுக்கு அடிச்சிறுமையை இத்தனை அடி என வரையறுக்கும் முயற்சியை எல்லா நூல்களும் மேற்கொண்டுள்ளன. அடிப்பெருமையை வரையறுப்பதில் இலக்கண நூல்களிடையே இருவகைப் போக்குகள் காணப்படுகின்றன. 1) இத்தனை அடியென வரையறுத்தல் 2) படைப்பாளியின் உள்ளக் கருத்தின் அளவைப் பொறுத்தே அடிப்பெருமை அமையும் எனல். முதல்வகை இலக்கிய ஆட்சி நோக்கியது என்றும் இரண்டாம் வகை படைக்கும் புலவனுக்கு உரிமையளிக்கும் நோக்கில் அமைந்தது என்றும் கூறலாம். சில நூல்கள் ஒரே பாவின் அடிப்பெருமைக்கு இருவகைப் போக்கிலும் இலக்கணங் கூறியுள்ளமையும் எண்ணத்தக்கது. வெண்பாவுக்கு அடிச்சிறுமை கூறுவதில் மட்டும் எல்லா நூல்களும் ஒத்த கருத்தைக் கொண்டுள்ளமையும் பிறபாக்களுக்கு அடிச்சிறுமை, பெருமைகள் கூறுவதில் வேறுபட்ட கருத்துகளைக் கொண்டுள்ளமையும் குறிப்பிடத்தக்கன. ஓரடியாலும் பா அமையுமெனும் கருத்து யாப்பியலில் தோன்றியுள்ளமை குறிப்பிடத்தக்கது. பல்காயம்

ஓரடியாலும் பா அமைவதைக் குறிப்பிடுகிறது. ஆசிரியப்பாவுக்கு அடிச்சிறுமை ஓரடி எனக் கூறுவதன் வாயிலாக அவிநயம் ஓரடியாலமையும் அகவற்பாவினைப் பற்றிப் பேசியுள்ளது. ஓரடி எனக் கூறினும் ஓரடிப்பாவுக்குச் சான்று காட்டப்பெறவில்லை. ஓரடி நூற்பாவை மனங்கொண்டு இவை இவ்வாறு கூறியிருக்கக் கூடும். தமிழ் யாப்பில் பா, ஓரடிச் சிறுமை முதல் ஆயிரமடிப் பெருமைவரை பெற்று அமையுமெனும் கருத்தும் பாவின் எல்லையை வரையறுத்துக் குறுக்க வேண்டாமெனும் கருத்தும் இலக்கணிகளால் கூறப்பட்டுள்ளமை குறிப்பிடத்தக்கது.

பா வகைகள்

ஆசிரியம், வெண்பா, கலி, வஞ்சி ஆகிய நாற்பாக்களை எல்லா நூல்களும் கூறுகின்றன. இவற்றின் வகைகளைக் கூறுவதில் மட்டும் மாற்றங்களும் வளர்ச்சிகளும் காணப்படுகின்றன.

ஆசிரியப்பா

ஆசிரியப்பாவை வகைப்படுத்தவோ வகைப்பெயர்களைச் சுட்டவோ செய்யாத தொல்காப்பியம் நேரிசை ஆசிரியப்பா, இணைக்குறள் ஆசிரியப்பா ஆகியவற்றின் வடிவங்களை மட்டும் குறிப்பிடுகின்றது. அவிநயம், சிறுகாக்கைபாடினியம், மயேச்சுரம் ஆகியன நேரிசை, நிலைமண்டிலம், இணைக்குறள், அடிமறி மண்டிலம் எனும் ஆசிரியப்பாவின் நால்வகைகளின் பெயர் களையும் இலக்கணத்தையும் கூறுகின்றன. நேரிசை ஆசிரியம் தவிர்ந்த மூவகை ஆசிரியங்களின் இலக்கணங்கூறும் காக்கை பாடினிய நூற்பாக்களே கிடைத்துள்ளன. அடிமறிமண்டிலத்தை மண்டிலயாப்பு என இவை குறிக்கின்றன. கலம் இவற்றை அடியொற்றுகின்றது. காரிகை மண்டிலயாப்பை அடிமறி மண்டிலம் எனக் குறித்து நால்வகையையும் நவில்கின்றது. ஆசிரியப்பாவின் ஈறு குறித்தும் இவை உரைக்கின்றன.

நால்வகை ஆசிரியப்பாக்களின் இலக்கணத்தை விளக்கு வதோடு அகவல் ஓசை அடிப்படையிலும் பொருண்மை அடிப்படையிலும் அகப்பா அகவல், புறப்பா அகவல், நூற்பா அகவல், சித்திர அகவல், உறுப்பின் அகவல், ஏந்திசை அகவல் எனும் அறுவகை அகவல்கள் குறித்து யாப்பருங்கல விருத்தியுரை எடுத்துரைத்தல் குறிப்பிடத்தக்கது. யாப்பியலில் 'நூற்பா அகவல்' குறித்து முதன்முதலில் விருத்தியுரையே குறிப்பிடுகின்றது.

வெண்பா

வெண்பாவைப் பொருள் நோக்கில் கைக்கிளை, பரிபாட்டு, அங்கதம் என்றும், வடிவநோக்கில் குறுவெண்பாட்டு, நெடுவெண்

பாட்டு என்றும் ஐவகையாகத் தொல்காப்பியம் கூறுகின்றது. இவற்றுள் பொருண்மை நோக்கிலான மூன்றும் பின்னைய யாப்பிலக்கண நூல்களில் இடம்பெறவில்லை. பின்னூல்கள் புறவடிவத்திற்கே முதன்மை தந்தன. குறுவெண்பாட்டும் நெடுவெண்பாட்டும் குறள்வெண்பா, பஃறொடை வெண்பா எனும் பெயர்களைப் பின்னூல்களில் பெற்றன. பரிமாணனார் யாப்பிலக்கணம் குறள், நேர், நெடில் என வெண்பாவை மூவகைப்படுத்துகின்றது. குறுவெண்பாட்டு குறள் எனவும் நெடுவெண்பாட்டு நெடில் எனவும் பெயர் பெற்றமையையும் நான்கடிவெண்பா நேர் எனப் பெயர் பெற்றமையையும் இது காட்டுகின்றது. பிறநூல்கள் குறள், சிந்து, நேரிசை, இன்னிசை, பஃறொடை எனும் வெண்பாவின் ஐவகையினை வடிவ நோக்கில் குறிப்பிட்டு இலக்கணம் வகுத்துள்ளன. கலமும் காரிகையும் இவற்றை அடியொற்றுகின்றன. சிந்தியல் வெண்பாவில் நேரிசை, இன்னிசை வகைகளைக் காரிகை தருகின்றது. இருகுறணேரிசை வெண்பா, ஆசிடை நேரிசை வெண்பா ஆகிய நேரிசை வெண்பா வகைகளைக் காரிகையுரை கூறுகின்றது.

குறள்வெண்பா முதலிய வெண்பா வகைகள் ஓரடிமுக்கால், ஈரடிமுக்கால், மூவடிமுக்கால், பலவடிமுக்கால் எனும் பெயர்களாலும் ஒருசாராசிரியரால் குறிப்பிடப்பெறும் என்று விருத்தியுரை கூறுகின்றது. 'ஈரடிமுக்கால்' எனும் ஆட்சியை மட்டும் மயேச்சுர நூற்பா காட்டுகின்றது. எனவே அவ்வொருசாராசிரியராய் மயேச்சுரர் இருத்தலும் கூடும். குறள்வெண்பா, நேரிசை வெண்பா, இன்னிசை வெண்பா ஆகியன சில சிறப்புக் கூறுகளைப் பெறுவதையொட்டிச் செப்பல் வெண்பா, வெண்கூ வெண்பா, அகவல் வெண்பா எனும் பெயர்களால் குறிப்பிடப் பெறுமென்பதையும் விருத்தியுரை எடுத்துக்காட்டுகின்றது. அடிதோறும் எழுத்தெண்ணிக்கை ஒத்தும் ஒவ்வாதும் வருதலை அடிப்படையாகக் கொண்டு, கட்டளை வெண்பா, கலம்பக வெண்பா, சமநடை வெண்பா, சமவியல் வெண்பா, மயூரவியல் வெண்பா ஆகிய வகைகளையும் விருத்தியுரை காட்டுகின்றது.

கலிப்பா

தொல்காப்பியம் கலிப்பாவினை ஒத்தாழிசைக்கலி, கலி வெண்பாட்டு, கொச்சகம், உறழ்கலி என நால்வகைப்படுத்து கின்றது. இவற்றுள் 'உறழ்கலி'யைப் பின்னர்த் தோன்றிய நூல்கள் கூறாமல் கலிப்பா மூவகைப்படும் என வரையறுக்கின்றன. பொருண்மை சார்ந்த வகை என்பதாலும் இலக்கிய ஆட்சி அருகிய வடிவம் என்பதாலும் உறழ்கலியைப் பின்னைய நூல்கள் கூறாது தவிர்த்தன என்று கருதலாம்.

தொல்காப்பியம் ஒத்தாழிசைக் கலியை நான்கு நிலைகளில் வகைப்படுத்துகின்றது. தரவு, தாழிசை, தனிச்சொல், சுரிதகம் ஆகிய நான்குறுப்புப் பெற்று வருவதைப் பெயர் குறிப்பிடாமல் முதல்வகையாக்குகின்றது. முன்னிலையில் தேவரைப் பராவும் பொருண்மையில் அமையும் இரண்டாம் வகையை வண்ணக ஒத்தாழிசைக்கலி, ஒருபோகு என இரு உள்வகையுடையதாய்க் கூறுகின்றது. உள்வகையாக அமையும் ஒருபோகினைக் கொச்சக ஒருபோகு, அம்போதரங்க ஒருபோகு என மேலும் இருவகைப் படுத்துகின்றது.

தொல்காப்பியம் கூறும் ஒத்தாழிசைக்கலி வகைகளை (பெயர் குறிப்பிடப்பெறாத) ஒத்தாழிசைக்கலி; வண்ணக ஒத்தாழிசைக்கலி; கொச்சக ஒருபோகு; அம்போதரங்க ஒருபோகு எனத் தொகுத்துக் கூறலாம்.

இவற்றுள் அம்போதரங்க உறுப்புப் பெற்ற வகையை வண்ணகம் எனவும் அராக உறுப்புப் பெற்ற வகையை அம்போதரங்கம் எனவும் தொல்காப்பியம் கூறுகின்றது. கலமும் காரிகையும் காக்கைபாடினிய வழிநின்று அம்போதரங்க உறுப்பினைப் பெறும் வகையை அம்போதரங்க ஒத்தாழிசைக்கலி எனவும் அராக உறுப்பினைப் பெறும் வகையை வண்ணக ஒத்தாழிசைக்கலி எனவும் வகைப் பெயர்களை அவற்றிலடங்கிய உறுப்புப் பெயருக்கேற்ப மாற்றி வழங்குகின்றன.

காக்கைபாடினியம், சிறுகாக்கைபாடினியம், அவிநயம், மயேச்சுரர் யாப்பு ஆகியன நேரிசை ஒத்தாழிசைக்கலி, அம்போதரங்க ஒத்தாழிசைக்கலி, வண்ணக ஒத்தாழிசைக்கலி ஆகியவற்றின் இலக்கணங்களைக் கூறுகின்றன. அவற்றின் நூற்பாக்களில் நேரிசை ஒத்தாழிசைக் கலியானது ஒத்தாழிசைக்கலி என்றே குறிக்கப்பட்டுள்ளது. இவற்றை அடியொற்றியும் இவற்றினும் தெளிவாகவும் கலமும் காரிகையும் ஒத்தாழிசைக் கலியானது நேரிசை ஒத்தாழிசைக்கலி, அம்போதரங்க ஒத்தாழிசைக்கலி, வண்ணக ஒத்தாழிசைக்கலி என மூவகைப்படும் என வரையறுத்து இலக்கணங்கூறுகின்றன.

தொல்காப்பியத்தினின்று வேறுபட்டுக் காக்கைபாடினியம் வண்ணகம் என்பதனை முடுகியல் ஓசையுடைய அராகம் எனக் கொண்டு இலக்கணம் வகுத்தல் காக்கைபாடினிய வளர்ச்சி யாகும். கலத்தின் விருத்தியுரை அம்போதரங்க ஒத்தாழிசைக் கலிப்பாவைத் தலையளவு, இடையளவு, கடையளவு என மூன்று நிலைகளில் வகைப்படுத்துகின்றது.

கலிப்பாவின் வகையாகத் தொல்காப்பியம் கலிவெண்பாவைக் கூறும். காக்கைபாடினியம், அவிநயம், மயேச்சுரர் யாப்பு, காரிகை

ஆகியன இதனை வெண்கலி எனச்சுட்டும். யாப்பருங்கலம், கலிவெண்பா எனச்சுட்டும். தொல்காப்பியம் இவ்வகை வெண்டளையால் அமையும் என்றது. வெண்கலிப்பா என்றாலும் கலிவெண்பா என்றாலும் ஒன்றே எனும் கருத்தும் வெவ்வேறு எனும் கருத்தும் இடைக்கால யாப்பியலில் நிலவின. காக்கைபாடினியம், காரிகை ஆகியன வெண்கலியின் இருவகையாக வெண்கலிப்பாவையும், கலிவெண்பாவையும் குறிப்பிடுகின்றன. வெண்டளையான்வரின் கலிவெண்பா எனவும், கலித்தளை விரவிவந்து வெண்பாவேபோல் முடியின் வெண்கலிப்பா எனவும் கலத்தின் விருத்தியுரை குறிப்பிடுகின்றது.

தொல்காப்பியம் கொச்சகக்கலிக்குக் கூறிய இலக்கணத்தினை விடுத்து, கொச்சக ஒருபோகுக்குக் கூறிய இலக்கணத்தினைத் தழுவிப் பின்னை இலக்கணங்கள் கொச்சகக்கலியின் இலக்கணத்தைக் கூறின. அவிநயம், மயேச்சுரர் யாப்பு, காக்கைபாடினியம் ஆகியன கூறிய இலக்கணத்தை அடியொற்றியும், அவற்றினும் தெளிவாகவும் கொச்சகக் கலிப்பாவைக் கலமும் காரிகையும், தரவு கொச்சகக்கலிப்பா, தரவிணைக் கொச்சகக் கலிப்பா, சிஃறாழிசைக் கொச்சகக் கலிப்பா, பஃறாழிசைக் கொச்சகக் கலிப்பா, மயங்கிசைக் கொச்சகக் கலிப்பா என ஐந்தாக வகைப் படுத்தி இலக்கணங் கூறுகின்றன.

வஞ்சிப்பா

வஞ்சிப்பா குறளடி, சிந்தடியால் வருதலைத் தொல்காப்பியம் குறிப்பிடுகின்றது. வஞ்சிப்பா இலக்கணத்திலும் வகைகளிலும் குறிப்பிடத்தக்க மாற்றங்கள் தோன்றவில்லை. குறளடி, சிந்தடி வகைப்பாடு பின்னூல்களிலும் கூறப்பட, யாப்பருங்கல விருத்தியுரை 'இன்னியல் வஞ்சிப்பா', 'விரவியல் வஞ்சிப்பா' என்னும் வகைமையையும் காட்டுகின்றது. நால்வகைப்பாக்களுள் வஞ்சிப்பா அருகிய வழக்காகவே இருந்தமையால் வஞ்சிப்பா இலக்கணத்தில் அதிக மாற்றங்கள் நிகழவில்லை எனலாம்.

மருட்பா

மருட்பா இலக்கணம் தொல்காப்பியம், காக்கைபாடினியம், கடியநன்னியம், நல்லாதனார் யாப்பு, காரிகை ஆகியவற்றில் இடம்பெற்றுள்ளது. கலத்தில் இடம்பெறவில்லை. கலம், காரிகை இரண்டின் உரைகளும் சமநிலை மருட்பா, வியனிலை மருட்பா எனும் வகைமையைக் காட்டுகின்றன. தொல்காப்பியம் முதல் காரிகைவரை மருட்பாவின் இலக்கணம் பொருண்மையுடன் இணைத்தே பேசப்பட்டு வந்துள்ளது.

பரிபாடல், பண்ணத்தி

தொல்காப்பியத்துள் இலக்கணம் பெற்ற இவ்வடிவங்கள் பின்னூல்களில் பேசப்படவில்லை (பரிபாடல் மிகப் பிந்தைய பாப்பாவினத்தில் மட்டும் பேசப்பட்டுள்ளது). கலிப்பாவுக்குக் கூறப்பட்டமை போலவே பரிபாடலுக்கும் தனித்த உறுப்புகள் குறிப்பிடப்பட்டு அவற்றின் இலக்கணமும் தொல்காப்பியத்துள் இடம்பெற்றுள்ளன. பரிபாடல் உறுப்புகளாகக் கொச்சகம், அராகம், சுரிதகம், எருத்து ஆகிய நான்கினைத் தொல்காப்பியம் குறிப்பிடுகின்றது. பரிபாடல் பொருண்மைச் சார்பாலும் இலக்கிய ஆட்சி அருகியமையாலும், பண்ணத்தி இலக்கிய ஆட்சி இன்மையானும் தொல்காப்பியத்திற்குப் பின்னர்த் தோன்றிய நூல்களால் பேசப்படவில்லை எனலாம்.

பாவினம்

நாற்பாக்களுக்கும் இனம் வகுத்து இலக்கணங்கூறும் மரபு தொல்காப்பியத்திற்குப் பின்னர்த் தோற்றம் பெற்றதாகும். தொல்காப்பியம் பாவினம் பற்றிக் குறிப்பிடவில்லை. உரையாசிரியர்களே தொல்காப்பிய இலக்கணத்துள் பாவினங்களை அடக்கிக் காட்டுகின்றனர். பாவின இலக்கணத்தை முதலில் காக்கைபாடினியம் கூற அதனைப் பின்னர்த் தோன்றிய நூல்கள் பின்பற்றுகின்றன எனலாம். நாற்பாக்களுக்கும் தாழிசை, துறை, விருத்தம் எனும் மும்மூன்றினம் வகுத்து இலக்கணங் கூறியமை யாப்பியலில் குறிப்பிடத்தக்க வளர்ச்சியாக அமைந்துள்ளது. பல நூலிலும் கூறப்பட்டுள்ள பாவின இலக்கணங்கள் பெரிதும் ஒத்தே அமைந்துள்ளன. யாப்பியலார் காலந்தோறும் பாவினம் பற்றிக் கூறி வந்துள்ள கருத்துகளை ஆராய்ந்து, "பெரும்பாலும் ஒரு நூல் கூறிய கருத்தே பின்வரும் நூலும் பேசுதல் சுட்டத்தக்கது. வார்ப்படமான யாப்பியல் மரபினைப் பேணுவதில் இந்நூல்கள் ஒன்றுபடுகின்றன"[59] என்று சோ.ந. கந்தசாமி கூறுதல் மனங்கொள்ளத்தக்கது. ஆசிரியத்துறைக்கு இலக்கணங்கூறலில் மட்டும் இலக்கணிகளிடையே சிறிய அளவில் வேறுபட்ட கருத்தோட்டங்கள் நிலவியமையையும் யாப்பருங்கலத்தில் ஆசிரியத்துறையின் இலக்கணம் தெளிவான வரையறையைப் பெற்றமையையும் அ. சண்முகதாஸ்,

> இவர்களுடைய (முன்னிலக்கணிகளின்) சூத்திரங்கள் மயக்கம் நிறைந்தனவாயமைந்த போதிலும் அவற்றிலிருந்து ஆசிரியத் துறைக்குரிய மூன்று பொது அம்சங்கள் புலப்படுகின்றன. அவை நான்கு அடியாக வரல், ஈற்றயலடி குறைதல், இடை மடக்காக வரல். இப்பொது அம்சங்களை வைத்தே

> இவர்கட்குப் பின்வந்த யாப்பருங்கலக்காரர் சூத்திரம் அமைத்துள்ளார். அத்துடன் இவர்களுடைய காலந்தொடக்கம் யாப்பருங்கலக்காரர் காலம் வரையும் ஆசிரியத்துறையில் வளர்ச்சியுமேற்பட்டுள்ளது.[60]

எனத் தெளிவாக உரைத்துள்ளமை இத்தொடர்பில் குறிப்பிடத் தக்கது.

நாற்பாக்களுள், வெண்பாவின் உள்வகையாகிய குறள் வெண்பாவுக்கு மட்டும் குறள் வெண்செந்துறை, குறட்டாழிசை எனும் துறை, தாழிசை இனங்கள் கூறப்பட்டுள்ளமை குறிப்பிடத்தக்கது. இத்தனித்த வகைமையைக் காக்கைபாடினியம், அவிநயம் ஆகியவற்றை அடியொற்றிக் கலமும் காரிகையும் செய்துள்ளன.

தாழிசை இலக்கணத்தைத் தனித்துக் கூறுவதோடு மூன்றடுக்கி வருதல் ஒத்தாழிசை எனும் கருத்தையும் இலக்கண நூல்கள் தருகின்றன. ஒத்தாழிசை என்பதனைக் காக்கைபாடினியம், மயேச்சுரம் ஆகியன குறித்துச் செல்ல விருத்தியுரையே தெளிவாகக் கூறுகின்றது.

பொதுவாகப் பாவின இலக்கணங்கூறலில் கலமும் காரிகையும், காக்கைபாடினியம் முதலான முந்து நூல்களைப் பின்பற்றித் தெளிவாக வகைதொகை செய்து இலக்கணங் கூறுகின்றன.

வடமொழித் தொடர்பில் வழங்கிய சந்தம், தாண்டகம் எனும் வடிவங்களைக் காக்கைபாடினியம், வாய்ப்பியம், பாட்டியல் ஆகிய நூல்கள் பாவினத்தின்பாற்படுத்துகின்றன. பாக்களைப் போல் பாவினங்களையும் நான்குவருணத்தோடு வாய்ப்பியம் தொடர்புபடுத்துகிறது.

பாவின வைப்புமுறை

பாவின வைப்புமுறையைக் காக்கைபாடினியம் விருத்தம், துறை, தாழிசை என வரிசைப்படுத்துகின்றது. சிறுகாக்கை பாடினியம் தாழிசை, துறை, விருத்தம் என வரிசைப்படுத்துகின்றது. மயேச்சுரர்யாப்பு தாழிசையை ஒத்தாழிசை எனக் குறிப்பிட்டு, ஒத்தாழிசை, துறை, விருத்தம் எனச் சிறுகாக்கைபாடினியத்தை ஒத்து வரிசைப்படுத்துகின்றது. அவிநயமும் சிறுகாக்கைபாடினியத்தை ஒத்தே பாவின வைப்புமுறை கூறுகின்றது. கலம், காரிகை ஆகியன பாவின வைப்புமுறையில் சிறுகாக்கைபாடினியத்தைப் பின்பற்றுகின்றன. யாப்பியலில் சிறுகாக்கைபாடினியம் கூறும் பாவின வைப்புமுறையே பெரிதும் செல்வாக்குப் பெற்றுள்ளது.

கட்டளைக் கலித்துறை

காரிகைக்கு முற்பட்ட காலத்தில் தோன்றிய அவிநய நூற்பெயரால் சிதம்பரப் பாட்டியலுரையில் இடம்பெற்றுள்ள இருநூற்பாக்கள் ‘கட்டளைக் கலித்துறை’ எனும் பெயர் குறிப்பிட்டுக் கட்டளைக் கலித்துறை பற்றிக் கூறுகின்றன. இந்நூற்பாக்கள் பெரும்பாலான ஆய்வாளர் பார்வையில் படவில்லை.

கலத்தின் விருத்தியுரையும் காரிகையின் உரையும் கட்டளைக் கலித்துறை வடிவங்குறித்துப் பேசுகின்றன. எனினும் இவை ‘கட்டளைக் கலித்துறை’ எனும் பெயரைக் குறிப்பிடவில்லை. இவ்வடிவத்தின் சீரமைதியைப் பேசாமல் எழுத்தமைதியை மட்டும் குறிப்பிட்டுப் பாடற்சான்றுகாட்டி விருத்தியுரை விளக்குகின்றது. விருத்தியுரை பிறிதோரிடத்தில் ‘எல்லா அடிகளும் எழுத்தொத்து வரும் கலி, கட்டளைக்கலி’ எனக் குறிப்பிடுதல், கட்டளைக் கலித்துறை எனும் பெயரீடு அமைந்தமைக்கான முன்னோடிக் குறிப்பு எனலாம். காரிகையுரை இவ்வடிவத்தின் சீரமைதி, எழுத்தமைதி இரண்டையும் குறிப்பிட்டு இலக்கணங் கூறுகின்றது. கலம், காரிகை ஆகியவற்றின் உரைகள் இவ்வடிவ இலக்கணங் கூறும் உரைநூற்பாக்களையும் படைத்துள்ளன.

காரிகை வரையிலான காலத்தில் பிறநூல்கள் கட்டளைக் கலித்துறை பற்றிப் பேசவில்லை.

தலை, இடை, கடை எனும் வகைமை

காரிகை வரையிலான யாப்பிலக்கண வரலாற்றில் சில யாப்பிலக்கணக் கூறுகளைத் தலை, இடை, கடை என மூவகையாக வரிசைப்படுத்தும் போக்கு இருந்தமையை யாப்பருங்கல விருத்தியுரை காட்டுகின்றது. அவையாவன:

1) கழிநெடிலடி : தலையாகு கழிநெடிலடி,
இடையாகு கழிநெடிலடி,
கடையாகு கழிநெடிலடி.

2) எதுகை : தலையாகு எதுகை,
இடையாகு எதுகை,
கடையாகு எதுகை.

3) மோனை : தலையாகு மோனை,
இடையாகு மோனை,
கடையாகு மோனை.

4) இன்பா : தலையாகு இன்பா,
இடையாகு இன்பா,
கடையாகு இன்பா.

5) சந்தம் : தலையாகு சந்தம்,
இடையாகு சந்தம்,
கடையாகு சந்தம்.

6) அம்போதரங்க ஒத்தாழிசைக் கலிப்பா : தலையளவு அம்போதரங்க ஒத்தாழிசைக் கலிப்பா,
இடையளவு அம்போதரங்க ஒத்தாழிசைக் கலிப்பா,
கடையளவு அம்போதரங்க ஒத்தாழிசைக் கலிப்பா.

இவற்றுள் 'இன்பா'வின் வகைமையை மயேச்சுரர் யாப்பும் 'சந்தத்'தின் வகைமையை மாபுராணமும் செய்துள்ளமையைக் குறிப்பிடும் விருத்தியுரை, பிறவற்றின் வகைமையைத் தானே காட்டுகின்றது. இவ்வகைப்பாடு, யாப்புக் கூறுகளின் சிறப்பு, சிறப்பின்மையைக் காட்டும் நோக்கிலும் தரம்பிரித்துக் காட்டும் நோக்கிலும் தோன்றியுள்ளது எனலாம்.

தொகுப்புரை

- தமிழ் யாப்பு, தொல்காப்பியர் காலத்தில் பெருவளர்ச்சி யடைந்த ஒருநிலையில் உள்ளது. அதனால் தொல்காப்பியத் திற்கு முற்பட்ட காலத்திலிருந்தே தமிழ் யாப்பிலக்கண வரலாறு தொடங்குகின்றது என்பது தெளிவாகின்றது.
- பண்டைக் காலத்தில் யாப்பினைத் தனித்து நோக்காமல் பொருண்மை முதலியவற்றோடு இணைத்து நோக்கும் முழுமை நோக்கமே வழங்கியமையைத் தொல்காப்பியச் செய்யுளியல் உணர்த்துகின்றது.
- தொல்காப்பியத்திற்குப் பின்னர் அடிவரையறை யுடைய செய்யுள்களின் புறவடிவ இலக்கணமே யாப்பிலக்கணம் எனும் வரையறை உருவாயிற்று. புறவடிவ இலக்கணத்தை மட்டுமே தனித்துப் பேசும் யாப்பிலக்கண நூல்கள் பல தோன்றி யாப்பியலைத் தனித்த வகையாக்கி வளப்படுத்தியுள்ளன.
- தொல்காப்பியத்திற்குப் பின்னரும் யாப்பருங்கலத்திற்கு முன்னரும் பல்காயம், காக்கைபாடினியம், அவிநயம், சிறுகாக்கைபாடினியம், மயேச்சுரர் யாப்பு முதலிய நூல்கள் குறிப்பிடத்தக்க நிலையில் யாப்பிலக்கணங் கூறுவனவாய் அமைந்துள்ளன. இவற்றுள் பல்காயமும் காக்கைபாடினியமும் முதன்மை பெறுவன என்பதை விருத்தியுரை காட்டுகின்றது. தொல்காப்பியத்திற்குப் பின்னர்க் காரிகை வரையிலான காலத்தில் வழங்கிய யாப்பிலக்கண நெறிகள் பெரிதும் காக்கைபாடினிய வழிப்பட்டவையாகவே உள்ளன.
- யாப்பிலக்கணங் கூறுவதோடு உதாரணப் பாடல் களையும் காட்டும் நூல்களாக அவிநயம், கையனார்

யாப்பு, சங்க யாப்பு, செய்யுளியல், மயேச்சுரர் யாப்பு, யாப்பருங்கலக்காரிகை ஆகியன அமைந்துள்ளன. இப்போக்கு, காரிகை வரையிலான யாப்பியலில் தனித்துச் சுட்டத்தக்கதாகும்.

- தொல்காப்பியச் செய்யுளிலக்கணப் பரப்பு, பன்முகப் பாடு கொண்டது. அது அடிவரையறையற்ற செய்யுள் வகைகளின் இலக்கணத்தையும் அடிவரையறையுள்ள செய்யுள் வகைகளின் இலக்கணத்தையும் பொருண்மை சார்ந்த உறுப்புகளையும் விளக்குகின்றது. ஆனால் பின்னைய நூல்கள் பலவும் அடிவரையறையற்ற செய்யுள் வகைகளையும், பாக்களுக்குரியனவாய்க் குறிப்பிடப்படும் பொருண்மைச் செய்திகளையும் பொருண்மை சார்ந்த உறுப்புகளையும் பேசவில்லை.

- அடிவரையறையுடைய செய்யுள் வகையுளும் பரிபாடல், உறழ்கலி, பண்ணத்தி ஆகியனவும் தொல்காப்பியத்திற்குப் பின் பேசப்படவில்லை. தொல்காப்பியம் கூறியவற்றுள் மருட்பா மட்டுமே பொருண்மையுடன் தொடர்புறுத்தப் பட்ட நிலையில் தொடர்ந்து பின்னைய நூல்களிலும் பேசப்பட்டுள்ளது.

- தொல்காப்பியம் கூறிய நேர்பு, நிரைபு அசைகள் வழக்கு வீழ்ந்தமை, நாலசைச்சீர் எனும் வகை தோற்றமுற்றமை, தளை ஓர் உறுப்பாகப் பேசப்பட்டமை, எழுவகைத் தளைகள் எனும் வளர்ச்சி ஏற்பட்டமை, தொல்காப்பியம் கூறிய எழுத்துவகையடிகள் வழக்கு வீழ்ந்தமை, எழுத்து வகையடிகளின் பெயர்கள் சீர்வகையடிகளுக்கு மாற்றி வழங்கப்பட்டமை, தனியசை, இணையசை எனும் பெயர்கள் நேரசை நிரையசைகளுக்குக் கூறப்பட்டமை, சீர்வகையடிகள் வளர்ச்சி பெற்றமை, புதிய கட்டளை வகை அடிகள் எழுந்தமை, தொல்காப்பியம் கூறிய நிரல்நிறைத் தொடை வழக்கு வீழ்ந்தமை, அந்தாதித் தொடை தோற்றம் பெற்றமை, தொல்காப்பியம் கூறிய தொடை விகற்பங்களான பொழிப்பு, ஒரூஉ ஆகியவற்றோடு இணை, கூழை, மேற்கதுவாய், கீழ்க்கதுவாய், முற்று ஆகிய புதிய விகற்பங்கள் தோன்றியமை, எதுகை, மோனை, முரண்தொடைகளில் பல உள்வகைகள் ஏற்பட்டமை, மோனைத் தொடையின் இன எழுத்துகள் கூறப்பட்டமை, சில யாப்புறுப்புகள் தலை, இடை, கடை எனும் வகைமை ஏற்றமை முதலியன தொல்காப்பியத்திற்குப் பின்னர்க் காரிகை வரையிலான காலத்தில் பாவுறுப்புகளின் இலக்கணத்தில் ஏற்பட்ட குறிப்பிடத்தக்க வளர்ச்சிகளாகும்.

- தொல்காப்பியமும் பிந்தைய சில நூல்களும் பாக்களுக்கு அடிச்சிறுமை, அடிப்பெருமை இத்தனையென வரையறுத்துக்கூறக் கலமும் காரிகையும் அடிச்சிறுமையை மட்டுமே வரையறுத்துக் கூறின. முன்னைய சில நூல்களை அடியொற்றிக் காரிகை, அடிப்பெருமை உரைப்போர் உள்ளக் கருத்தின் அளவைப் பொறுத்ததே என்று தெளிவாகச் செய்யுள் இயற்றுவோர்க்கு உரிமையளிக்கும் நோக்கில் கூறியமை குறிப்பிடத்தக்கது.

- தொல்காப்பியம் பாக்களின் இலக்கணத்தை மட்டுமே பேசப் பின்னைய நூல்கள் பாவினங்களின் இலக்கணத் தையும் விரிவாகக் கூறுகின்றன. தொல்காப்பியத்திற்குப் பின்னர் நால்வகைப் பாக்களும் மருட்பாவும் சில புதிய உள்வகைகளைப் பெற்றுத் தெளிவான நிலையில் இலக்கண வளர்ச்சி கண்டுள்ளன. தொல்காப்பியம் பாக்களுக்குக் கூறிய ஓசையைப் பின்வந்த பல நூல்களும் 'இசை' எனும் பெயரால் குறித்தன. தொல்காப்பியத்திற்குப் பின் ஓசைகள் மும்மூன்று உள்வகைகளையும் இலக்கணங்களையும் பெற்றுள்ளன. நாற்பாக்களும் தாழிசை, துறை, விருத்தம் எனும் மும்மூன்று இனங்களைப் பெற்று இலக்கணங்களை ஏற்றுள்ளன.

- வடமொழித் தொடர்பில் சந்தம், தாண்டகம் எனும் யாப்பு வடிவங்கள் சில நூல்களிலும் விருத்தியுரையிலும் பேசப்பட்டுள்ளமை, இடைக்காலத்தில் வடநூல் யாப்பிலக்கணங்கள் சிலவற்றை வடநூல்வழித் தமிழாசிரியர் நெறியாகக் குறிப்பிடும் போக்கு அரும்பியுள்ளதைக் காட்டுகின்றது.

- கலமும், காரிகையும் தமிழ் யாப்பியலில் தனிப்பெருஞ் செல்வாக்கினைப் பெற்றுள்ளன. கலம் தனது விருத்தி யுரையாலும் காரிகை தனது எளிமை, தெளிவு, சுருக்கம் முதலிய இயல்புகளாலும் இணையில்லாப் படைப்பு களாக இக்காலம்வரை விளங்குகின்றன.

- தொல்காப்பியத்தின் யாப்புநெறிகளுள் சில வழக்கு வீழ்ந்தமையையும் புதிய நெறிகள் கால்கொண்டமையையும் யாப்பருங்கலவிருத்தியுரை காட்டுகின்றது. யாப்பருங்கலமும் காரிகையும் பழைமை தழுவி எழுந்த புதிய யாப்பியல் நெறிகளைத் தெளிவும் பொலிவும் அமையக்கூறுவதால் தமிழ் யாப்பிலக்கண வரலாற்றில் விதந்து குறிப்பிடத்தக்க விழுமிய ஆக்கங்களாக விளங்குகின்றன. தொல்காப்பியம் தமிழ் யாப்பியல் வளர்ச்சியில் ஒரு வளர்நிலையினைக்

காட்டும் பதிவேடாக விளங்குதல் போலவே கலமும் காரிகையும் அவற்றின் உரைகளும் தமிழ் யாப்பியல் வளர்ச்சியின் இன்னொரு வளர்நிலையினைப் பதிவு செய்துள்ள பதிவேடுகளாக விளங்குகின்றன.

~~

சான்றெண் விளக்கம்

1. மு. வரதராசன், *மொழிவரலாறு*, பக். 378, 379.

2. புதுமைப்பித்தன், *புதுமைப்பித்தன் கட்டுரைகள்*, ப. 135.

3. அ) தமிழண்ணல், *புதிய நோக்கில் தமிழ் இலக்கிய வரலாறு*, ப. 377.

   ஆ) மருதூர் அரங்கராசன், *இலக்கண வரலாறு –பாட்டியல் நூல்கள்*, ப. 37.

4. நாற்பாக்களுக்குரிய ஓசை பற்றிப் பேசும் தொல்காப்பியம் வெண்பாவுக்குரிய ஓசையை மட்டும் பெயர் சுட்டிக் கூறவில்லை. உரையாசிரியர்கள் இடைக்கால யாப்பிலக்கண நூல்களை அடியொற்றிச் 'செப்பலோசை' எனக் குறிப்பிடுகின்றனர். "............. வெண்பாவுக்குத் தொல்காப்பியர் பாவகையில் முக்கிய இடம் கொடுத்த போதும் அதற்கு ஓசை சுட்டிக் கூறாமைக்குரிய காரணம் புரியாத புதிராகவேயுள்ளது" என்று நா. சுப்பிரமணியம் கூறுதல் இத்தொடர்பில் எண்ணத்தக்கது.

   நா. சுப்பிரமணியம், 'தமிழ் யாப்பிலக்கண மரபில் ஓசை', *ஐந்தாம் உலகத்தமிழ் மாநாடு–கருத்தரங்கு ஆய்வுக் கட்டுரைகள்*, தொகுதி 3, ப. 107.

5. தமிழண்ணல், *சங்க இலக்கிய ஒப்பீடு–இலக்கிய கொள்கைகள்*, ப. 8.

6. எஸ். வையாபுரிப்பிள்ளை, *தமிழ்ச் சுடர்மணிகள்*, ப. 18

7. தெ.பொ. மீனாட்சிசுந்தரனார், *தமிழ்மொழி வரலாறு*, ப. 238.

8. தமிழண்ணல், *மு.கு. நூல்*, ப. 9.

9. க.ப. அறவாணன் (உரையாசிரியரும் பதிப்பாசிரியரும்), 'ஆராய்ச்சி முன்னுரை', *அமுதசாகரம் மூலமும் உரையும்*, பக். 24, 25.

10. மு.வை. அரவிந்தன், 'அமுதசாகரம்', *இலக்கணக் கருவூலம்–3*, பக். 117–138.

11. அ. பிச்சை, 'அமுதசாகரம் என்றொரு நூல் உண்டா?', *பதினோராவது கருத்தரங்கு ஆய்வுக் கோவை தொகுதி–2*, பக். 272–277.

12. அ) சோ.ந. கந்தசாமி, *தமிழ் யாப்பியலின் தோற்றமும் வளர்ச்சியும்*, முதற்பாகம்–முதற்பகுதி, ப. 34.

ஆ) இரா. இளங்குமரன், *இலக்கண வரலாறு*, ப. 196.

13. உரைகளில் 'பல்காய' நூற்பாக்களும் செய்திகளும் அமைந்துள்ள இடங்கள் : [உரைகளில் ஒரே பக்கத்தில் ஒன்றுக்கு மேற்பட்ட நூற்பாக்களும் ஒரு நூற்பாவே வெவ்வேறு பக்கங்களில் மீண்டும் வந்தும் அமைந்துள்ளன.]

யா.வி.பக்.: 16, 17, 20, 22, 24, 25, 50, 53, 67, 70, 82, 117, 123, 127, 133, 141, 154, 158, 166, 169, 174, 184, 188, 189, 197, 375, 428, 429, 435. யா.கா. உரை. பக்.: 45, 46, 144, 164. பன்.நூ.196 மேற்கோள்.

14. கிடைக்கின்ற பல்காய நூற்பாக்களின் கூடுதல் 37 எனும் இவ்வெண்ணிக்கையும், இவ்வியலில், காக்கைபாடினியம், அவிநயம் முதலிய நூல்களைச் சார்ந்தனவாய்க் கிடைக்கின்ற நூற்பாக்களின் கூடுதல் எண்ணிக்கையாக அவ்வந்நூல் பற்றிப் பேசுமிடங்களில் குறிப்பிடப் பெற்றுள்ளவையும், உரைகளில் இடம்பெற்றுள்ள நூற்பாக்களைத் திரட்டி அவ்வந் நூலுக்குரியவற்றை வகைப்படுத்தி முன்னைத் தொகுப்புகளுடன் ஒப்பிட்டு உரியவற்றை மட்டும் எடுத்துக்கொண்டு இவ்வாய்வாளரால் எண்ணிக் கணக்கிட்டு அளிக்கப் பெற்றுள்ளவையாகும்.

15. 'பன்னிருபாட்டியல்' நூலின் பழம்பதிப்பில் பல்காயனார் பெயரால் தாரகமாலை, செந்தமிழ் மாலை, குறுந்தாண்டகம், நெடுந்தாண்டகம் ஆகியவற்றின் இலக்கணங்கூறும் நான்கு நூற்பாக்கள் காணப்படுகின்றன. கா.ர. கோவிந்தராசனார் பதிப்பில் குறுந்தாண்டகம், நெடுந்தாண்டகம் ஆகியவற்றின் இலக்கணங்கூறும் ஒரு நூற்பா மட்டுமே (பன்.நூ.196) பல்காயனார் நூற்பாவாக மேற்கோள் காட்டப்படுகின்றது. இப்பாட்டியல் இலக்கணங்கள் தோன்றிய காலத்துக்கு முற்பட்டவர் பல்காயனார் என்பதால் பல்காயனார் எனும் பெயருடைய பிற்காலத்தவர் இப்பாட்டியல் இலக்கணங்களை எழுதியிருக்கக் கூடுமெனக் கருதுகிறார் இரா. இளங்குமரன்.

காண்க : இரா. இளங்குமரன், *இலக்கண வரலாறு*, ப. 198.

16. ந.சி. கந்தையாபிள்ளை, *தமிழ்ப் புலவர் அகராதி*, ப. 112.

17. இரா. இளங்குமரன், 'ஆராய்ச்சி முன்னுரை', *காக்கை பாடினியம்*, ப. 12.

18. உரைகளில் காக்கைபாடினிய நூற்பாக்களும் செய்திகளும் அமைந்துள்ள இடங்கள்: யா. வி. பக். : 30, 36, 45, 48, 52, 54, 60, 63, 67, 69, 70, 84, 94, 95, 105, 106, 108, 115, 117, 119, 129, 130, 132, 136, 150, 154, 158, 188, 197, 212, 221, 225, 238, 243, 245, 248, 250, 253, 258, 260, 263, 273, 274, 283, 288, 291, 293, 300, 306, 313, 325, 341, 349, 350, 352, 357, 360, 368, 374, 431, 433, 441.
    யா. கா. உரை பக் : 13, 23, 26, 32, 39, 41, 64, 67, 71, 73, 81, 87, 90, 91, 98, 99, 103, 107, 108, 116, 120, 135, 136, 149, 157.
    யா.கா. உரை (உ.வே.சா. நூலகப்பதிப்பு) பக். 38, 95.
    செய்.நூ. 1. இளம்.
    செய்.நூ. 1, 55. பேரா.
    செய்.நூ. 55. நச்.
    இறையனார் களவியல் நூ.1 உரை.
    வீ.சோ.கா. 125. பெருந்.
    பாப்.குறிப்.பா. 105.

19. சோ.ந. கந்தசாமி, *மு.கு.நூல்*, ப. 27.

20. "நேர்நிரை நேர்பு நிரைபென நான்கும்
    ரடருடுப் போல ஒருவிரல் நேரே"

    என்னும் நூற்பா முதலான மூன்று நூற்பாக்கள் மே.வீ.வே. (யா.வி.ப 37), இரா. இளங்குமரன் (யா.வி.ப 48) ஆகியோர் பதிப்பித்த யாப்பருங்கல விருத்தியுரை நூல்களில் காக்கைபாடினியார் பெயரால் இடம்பெற்றுள்ளன. ஆனால் இரா. இளங்குமரனே தொகுத்தமைத்த காக்கைபாடினிய நூலில் இவை இடம்பெறவில்லை; இடம்பெறாமைக்குக் காரணமும் கூறப்படவில்லை. இவை யாப்பருங்கல விருத்தியுரையின் முதற்பதிப்பான பவானந்தம்பிள்ளை பதிப்பில் (யா.வி.ப 48) மயேச்சுரர் நூற்பாக்களாகக் குறிப்பிடப்பெற்றுள்ளன. இப்பதிப்பைப் பின்பற்றியதால் போலும் மயிலை சீனி. வேங்கடசாமி இவற்றை மயேச்சுரர் நூற்பாக்களாகத் தொகுத்துள்ளார். நேர்பு நிரைபு அசைகளைக் காக்கைபாடினியார் வேண்டவில்லை எனும் விருத்தியுரைக் குறிப்பால் (யா.வி.ப 58) இந்நூற்பாக்கள் காக்கைபாடினியார் நூற்பாக்கள் அல்ல என்பதும் மயேச்சுரர் நூற்பாக்களே என்பதும் புலனாகின்றன.

21. உரைகளில் அகத்திய நூற்பாக்கள் யாப்பிலக்கணங் கூறுவனவாய் அமைந்துள்ள இடங்கள்: செய்.நூ.117. இளம். யா.வி.ப. 45.

22. மயிலை சீனி. வேங்கடசாமி, *மறைந்துபோன தமிழ்நூல்கள்*, ப. 227.

23. இரா. இளங்குமரன், *இலக்கண வரலாறு*, ப. 29.

24. க.ப. அறவாணன், 'ஆராய்ச்சி முன்னுரை', *அவிநயம்*, ப. 1.

25. இரா. இளங்குமரன், *இலக்கண வரலாறு*, பக். 182, 183.

26. மயிலை சீனி. வேங்கடசாமி, *மு.கு.நூல்*, ப. 243.

27. க.ப. அறவாணன், *மு.கு.நூல்*. ப. 5.

28. உரைகளில் யாப்பிலக்கணங் கூறுவனவாய 'அவிநய' நூற்பாக்களும் செய்திகளும் அமைந்துள்ள இடங்கள்:

    யா. வி. பக்: 21, 25, 27, 29, 30, 35, 45, 47, 55, 63, 64, 67, 68, 69, 70, 84, 95, 117, 119, 132, 158, 166, 169, 175, 188, 190, 197, 221, 225, 228, 238, 243, 246, 250, 253, 258, 261, 263, 267, 270, 272, 274, 276, 283, 288, 291, 293, 300, 306, 324, 325, 341, 349, 350, 351, 357, 360, 363, 368, 374, 397, 411, 431, 434, 438, 439, 441, 573, 576, 579.

    யா.கா.உரை பக். : 15, 16, 50, 64, 67, 82, 87, 149, 189

    வீ.சோ.கா. 125. பெருந்.

    சி.பா.நூ. 15. உரை.

29. "நாலசைச் சீரும் ஒரோவிடத்து இயலும்
    பாவொடு பாவினம் பயிலல் இன்றி"

    எனும் நூற்பாவைப் 'பல்காய நூற்பாவாக யாப்பருங்கலத்தின் பவானந்தம்பிள்ளை பதிப்பும் அதனைப் பின்பற்றும் 'மறைந்து போன தமிழ் நூல்கள்' (ப. 306), 'இலக்கண விளக்கம் செய்யுளியல்' பதிப்பு (ப. 433) ஆகியனவும் கொள்கின்றன. மே.வீ. வேணுகோபாலப்பிள்ளை, இரா. இளங்குமரன் ஆகியோரின் யாப்பருங்கலப் பதிப்புகளிலும் அவற்றை அடியொற்றும் க.ப. அறவாணன் 'அவிநயத்' தொகை நூலிலும் இந்நூற்பா அவிநய நூற்பாவாக இடம்பெற்றுள்ளது. இந்நூற்பாவில் 'பாவினம்' எனும் சொல்லாட்சி உள்ளமையும் பல்காய நூற்பாக்களாகக் கிடைப்பவற்றில் பாவினம் பற்றி எதுவும் பேசப்படவில்லை என்பதும் நோக்கத்தக்கன. அவிநய நூற்பாக்களில் பாவின இலக்கணங்கள் பேசப்பட்டுள்ளமையால் இந்நூற்பாவையும் அவிநய நூற்பாவாகவே கொள்ளலாம்.

30. மயிலை சீனி வேங்கடசாமி, *மு.குநூல்*, ப. 258.

31. க.ப. அறவாணன் (உரையாசிரியரும் பதிப்பாசிரியரும்), *அவிநயம்*, ப. 48.

32. 'இறுவாய் ஒப்பினஃ தியைபென மொழிப' எனும் நூற்பாவை உ.வே.சா. நூலகக் காரிகைப் பதிப்புக் கையனார் நூற்பாவாகக் காட்டுகின்றது (ப.49). இதனைத் தொல்காப்பிய நூற்பாவாக இளம்பூரணஉரை கொள்கின்றது (செய்.நூ.92. இளம்.). பேராசிரியர், நச்சினார்க்கினியர் இருவரும் வேறு பாடங்கொள்வர்.

33. மயிலை சீனி. வேங்கடசாமி, *மு.குநூல்*, ப. 277.

34. இவ்விலக்கணங்கூறும் யாப்பருங்கலக்காரிகையுரைப் பகுதி உ. வே. சா. நூலகப் பதிப்பில் (ப. 56) இடம்பெற்றுள்ளது. மயிலை சீனி. வேங்கடசாமியும் (ப. 278) எடுத்துக்காட்டியுள்ளார். ஆனால் கழகப்பதிப்பில் அப்பகுதி இடம்பெறவில்லை.

35. உரைகளில் 'சங்கயாப்பு' நூலின் நூற்பாக்களும் இலக்கணச் செய்திகளும் அமைந்துள்ள இடங்கள்: யா.வி.பக். :19, 20, 21, 23, 24, 26, 53, 79, 116, 131, 132, 133, 184, 224, 226, 227, 293. யா.கா. உரை ப. 57.

36. இரா. இளங்குமரன், *இலக்கண வரலாறு*, ப. 190.

37. உரைகளில் 'சிறுகாக்கைபாடினிய' நூற்பாக்கள் அமைந்துள்ள இடங்கள்:

யா.வி.பக். 30, 53, 54, 55, 63, 84, 89, 95, 117, 154, 169, 187, 197, 221, 246, 250, 258, 263, 270, 273, 274, 279, 288, 306, 349, 352, 360, 362, 433.

யா.கா.உரை பக். 87,91

செய்.நூ. 1 இளம்.

தொல். மரபியல் நூ.95 பேரா.

38. இரா. இளங்குமரன், *இலக்கண வரலாறு*, ப. 192

39. கலத்தின் விருத்தியுரையில் 'நக்கீரனார் அடிநூல்' நூற்பாவாக இடம்பெற்றுள்ள இந்நூற்பா காரிகையுரையில் (ப. 149) 'நத்தத்தனார் அடிநூல்' எனக் குறிப்பிடப்பெற்று இடம்பெற்றுள்ளது. எனினும் 'நக்கீரனார் அடிநூல்' என்பதே 'நத்தத்தனார் அடிநூல்' என ஏடுபெயர்த்தெழுதியோரின் மயக்கத்தால் மாற்றமடைந்திருக்க வேண்டும் என்பார் இரா. இளங்குமரன்.

இலக்கண வரலாறு, ப. 194.

40. சோ.ந. கந்தசாமி, *மு.கு.நூல்*, ப. 50.

41. உரைகளில் 'நற்றத்தம்' நூலின் நூற்பாக்களும் செய்திகளும் அமைந்துள்ள இடங்கள்:
யா.வி. பக்.16, 18, 44, 53, 70, 106, 117, 127, 132, 154, 157, 166, 169, 188, 189, 192, 197, 226, 293, 375, 428, 429, 436, 438, 444, 454
யா.கா. உரை பக்.45, 46, 77, 140.

42. மயிலை சீனி. வேங்கடசாமி, *மு.கு.நூல்*, ப. 300.

43. "வஞ்சி ஆசிரியம் என்றிரு பாட்டு
மெஞ்சா மூவடி யிழிபுயர் பாயிரம்"
என வஞ்சிப்பாட்டிற்கு அடிவரையறை கூறும் நூற்பாவை (யா.வி.ப. 133) மயிலை சீனி. வேங்கடசாமியும் (*மறைந்து போன தமிழ் நூல்கள்*, ப. 300) தி.வே. கோபாலையரும் (*இலக்கண விளக்கம் – செய்யுளியல்*, ப. 448) பரிமாணனார் நூற்பாவாகத் தொகுத்துள்ளனர். மே.வீ. வேணுகோபாலப் பிள்ளை (ப. 106), இரா. இளங்குமரன் (ப. 133) ஆகியோரின் யாப்பருங்கல விருத்தியுரைப் பதிப்புகளில் இந்நூற்பாவையடுத்து "என்றாரும் உளர்" என மட்டுமே சுட்டப்பெற்றுள்ளது. ஆனால் இப்பதிப்புகளுக்கு முந்தைய பவானந்தம்பிள்ளை பதிப்பில் (ப. 125) இந்நூற்பா பரிமாணனார் நூற்பாக்களோடு வைக்கப் பெற்றுள்ளது. இப்பதிப்பைப் பின்பற்றியதால் தொகுப்பாளர்கள் இந்நூற்பாவைப் பரிமாணனார் நூற்பாவாகக் கொண்டனர் போலும். வஞ்சிப்பாட்டுக்கு அடிவரம்பில்லை எனும் நூற்பா ஐயத்திற்கிடமின்றிப் பரிமாணனார் நூற்பாவாகக் குறிப்பிடப் பெற்றுள்ளமையும், ஆயிரமடி கூறும் நூற்பாவானது பதிப்புகளிடையே மாற்றிக் குறிக்கப் பெற்றுள்ளமையும் கொண்டு அடிவரம்பு கூறும் நூற்பாப் பரிமாணனார் இயற்றியதன்று எனத் தெளியலாம்.

44. உரைகளில் 'மயேச்சுரர் யாப்பி'ன் நூற்பாக்கள் அமைந்துள்ள இடங்கள்:
யா.வி. பக். 45, 48, 51, 53, 58, 68, 70, 84, 89, 95, 115, 117, 133, 136, 139, 158, 169, 190, 221, 261, 263, 268, 273, 274, 277, 278, 283, 288, 292, 293, 300, 322, 325, 329, 341, 342, 349, 351, 357, 360, 362, 365, 369, 431, 439, 441.
யா.கா. உரை பக்.40, 46, 85, 91, 99, 116, 117, 139.

45. அ) மயிலை சீனி. வேங்கடசாமி, *மு.கு.நூல்*, பக். 319, 320.
ஆ) இரா. இளங்குமரன், *இலக்கண வரலாறு*, ப. 200.

46. இவ்வியலின் அடிக்குறிப்பு எண்:20 காண்க.

47. உரைகளில் 'மாபுராண' நூற்பாக்களும் செய்திகளும் அமைந்துள்ள இடங்கள் :

 யா.வி.பக். 33, 128, 564.

 இறையனார் அகப்பொருள் நூ.1 உரை.

 நன்னூல் நூ.91 மயிலைநாதருரை.

 செய்.நூ.18 நச்.

 தொல். மரபியல் நூ.97 பேரா.

48. சோ.ந. கந்தசாமி, மு.கு.நூல், ப. 52.

49. மயிலை சீனி. வேங்கடசாமி, மு.கு.நூல், ப. 193.

50. சோ.ந. கந்தசாமி, மு.கு.நூல், ப. 45.

51. தி.வே. கோபாலையர், 'மூன்றாவது இலக்கணக் கருத்தரங்கு முதன்மைக்கட்டுரை', இலக்கணக் கருவூலம்–3, ப. 23.

52. இரா. இளங்குமரன் (ப.ஆ.), 'ஆராய்ச்சி முன்னுரை', யாப்பருங்கலம், ப. 22.

53. ஒருவரே எனும் கருத்தை மு.வை. அரவிந்தன் எடுத்துரைக்கின்றார். காண்க. உரையாசிரியர்கள், பக்.603,604. இருவரும் வெவ்வேறானவர் என்பர் மு.அருணாசலமும் இரா. இளங்குமரனும். காண்க. *தமிழ் இலக்கிய வரலாறு – 11ஆம் நூற்றாண்டு,* ப. 135, *இலக்கண வரலாறு,* ப. 223.

54. மு.அருணாசலம், *தமிழ் இலக்கிய வரலாறு – 11ஆம் நூற்றாண்டு,* ப. 189.

55. வ.சுப. மாணிக்கம், *தொல்காப்பியக் கடல்,* ப. 230.

56. சோ.ந. கந்தசாமி, மு.கு.நூல், பக். 162, 218.

57. A. Chidambaranatha Chettiar, *Advanced Studies in Tamil Prosody,* p. 168.

58. வ.சுப. மாணிக்கம், மு.கு.நூல், ப. 233.

59. சோ.ந. கந்தசாமி, மு.கு.நூல், முதற்பாகம் – இரண்டாம் பகுதி, ப. 358.

60. அ. சண்முகதாஸ், *தமிழின் பா வடிவங்கள்,* ப. 102.

~~

2

காரிகைக்குப் பிந்தைய யாப்பிலக்கணங்கள்

தொன்மைவளம் காட்டுவதால் தொல்காப்பியச் செய்யுளியலும், தனக்கமைந்த விருத்தியுரையால் யாப்பருங்கலமும், சுருக்கம், தெளிவு ஆகியன ஏற்படுத்திய பயிற்சி மிகுதியால் யாப்பருங்கலக்காரிகையும் தமிழ் யாப்பியலில் பெருமதிப்புப் பெற்றுள்ளன. இன்று பயிற்சியிலும் இவையே உள்ளன[1].

தமிழில் காரிகைக்குப்பின்னர் யாப்பிலக்கணம் தனித்த வளர்ச்சியினை அடைந்துள்ளது. முற்சுட்டிய மூன்று நூல்களைப் போல மதிப்புப்பெற வேண்டி யனவாய்ப் பல நூல்கள் காரிகைக்குப்பின்னர்த் தோற்றம் பெற்றுத் தமிழ் யாப்பியலை வளப்படுத்தி யுள்ளன; யாப்புவளர்ச்சி நோக்கிப் புத்திலக்கணம் புகன்றுள்ளன. அவற்றுள் பலவற்றை இலக்கண வரலாற்று நூல்களும்[2], இலக்கணக் கருவூல நூல்களும்[3], யாப்பியல் வளர்ச்சியை ஆராயும் நூல்களும்[4] அறிமுகப்படுத்தவும், ஆராயவும் ஓரளவு முயன்றுள்ளன. ஆயினும் அம்முயற்சிகள் முழுமை பெறவில்லை.

காரிகைக்குப் பின்னர் யாப்பிலக்கணங்கூறும் நூல்கள் பல தோன்றியுள்ளன என்பதைப் பொற்கோ

எடுத்துரைத்துள்ளார்⁵. எனினும் அவையனைத்தையும் நிரல்படத் தொகுத்துச் சுட்டும் முயற்சிகளும், ஒருங்குதொகுத்து ஆராயும் முழுமையான ஆய்வுகளும் இன்னும் நடைபெறவில்லை. காரிகைக்குப் பின்னர்த் தோன்றியுள்ள யாப்பியல் நூல்கள் காரிகையைப் படியெடுப்பனவாக உள்ளனவேயன்றிப் புத்திலக்கணம் புகல்வனவாயில்லை என்னும் கருத்தும்⁶ நிலவுகிறது. ஆனால் காரிகைக்குப் பிந்தைய காலத்தில் தோன்றிய பல நூல்கள் புத்திலக்கணங்கள் வகுத்துள்ளன. அம்முயற்சிகள் போதிய அளவு கவனம் பெறவில்லை.

தமிழில் தோன்றியுள்ள இலக்கண நூல்களின் எண்ணிக்கை மிகுதியைச் சுட்டி,

> இயற்கை இழைத்த கொடுமை, ஏடுகளைப் போற்றிப் பேணாமை, மூடநம்பிக்கை முதலிய காரணங்களால் மறைந்துபோன தமிழிலக்கண நூல்களை விட்டு விட்டாலும் தொல்காப்பியத்துக்குப் பின்னர் எழுந்துள்ள ஐம்பதுக்கும் மேற்பட்ட மரபிலக்கண நூல்கள் தமிழிலக்கண மரபின் உயிரோட்டத்தைப் புலப்படுத்தும்

என்பார் அ. தாமோதரன்⁷. அம்மரபிலக்கண நூல்களுள் யாப்பிலக்கண நூல்களே பலவாகும். அவற்றுள்ளும் காரிகைக்குப் பின்னர்த் தோன்றியன மிகுந்த எண்ணிக்கையின.

அவற்றுள் சிறப்பாகக் குறிப்பிடத்தக்க சில நூல்கள் யாப்பியல் ஆய்வறிஞர்களின் பார்வைக்கும் ஆய்வுக்கும் உட்படாமையாலும்⁸, முன்னை ஆய்வுகள் நிகழ்ந்த காலத்திற்குப் பின் சில புதிய யாப்பிலக்கண நூல்கள் தோன்றியுள்ளமையாலும்⁹ காரிகைக்குப் பின்னர்த் தோன்றிய யாப்பிலக்கண நூல்கள் அனைத்தையும் வகைப்படுத்தி வரலாற்றடிப்படையில் இவ்வியல் அறிமுகம் செய்கிறது.

இலக்கண நூல்கள் தவிர அவற்றின் உரைகளிலும், நிகண்டு களிலும், இலக்கண நூல்களுள் இடம்பெறாத குறிப்பிடத் தக்க யாப்பிலக்கணச் செய்திகள் காணப்பெறுகின்றன. இச் செய்திகளும் இவ்வியலில் வரலாற்றடிப்படையில் அறிமுகப் படுத்தப்பட்டுள்ளன.

காரிகைக்குப் பிந்தைய யாப்பிலக்கண வளர்ச்சியை உறுப்பிலக்கணம், பாவிலக்கணம் எனும் நிலைகளில் ஆராய அடிப்படைக் களங்களாய் அமையும் நூல்கள், உரைகள் முதலியவற்றின் அறிமுகம் இவ்வியலில் இடம்பெறுகிறது. அவற்றின் அடிப்படையில் உறுப்பிலக்கண வளர்ச்சியும் பாவிலக்கண வளர்ச்சியும் தனித்தனி இயல்களில் விரிவாக

ஆராயப்படுகின்றமையால் இவ்வியலில் நூல்கள் பற்றிய பொதுவான அறிமுகச் செய்திகளும் தனித்துச் சுட்டத்தக்க சில கூறுகளுமே குறிப்பிடப்பெறுகின்றன. உறுப்பிலக்கணம், பாவிலக்கணம் ஆகியவற்றின் வளர்ச்சியை ஆராய அடிப்படையாக அமைவதோடு இவ்வியல் காரிகைக்குப் பிந்தைய யாப்பிலக்கண நூற்பெருக்கத்தையும் – நூல்வளத்தையும் – நூல்வரலாற்றையும் தொகுத்துத் துலக்கிக் காட்டுவதாகவும் அமைகின்றது.

I யாப்பிலக்கண நூல்கள்

தமிழில் காரிகைக்குப் பின்னர் யாப்பிலக்கணங் கூறுவனவாகப் பொது இலக்கண நூல்களும், தனி யாப்பிலக்கண நூல்களும், யாப்பு – பாட்டியல் இலக்கணங்களை இணைத்துக் கூறும் நூல்களும், யாப்பின் ஒரு கூறுக்கு மட்டுமே சிறப்பு நிலையில் இலக்கணங்கூறும் நூல்களும், உரைநடையில் அமைந்த யாப்பிலக்கண நூல்களும் தோன்றியுள்ளன.

காரிகைக்குப்பின் யாப்பிலக்கணம் கூறத்தோன்றிய இலக்கண நூல்களின் பெயர், ஆசிரியர் பெயர், காலம் ஆகியவற்றைப் பின்வருமாறு தொகுத்துக் காணலாம்:

	நூற்பெயர்	ஆசிரியர்	காலம்
1.	வீரசோழியம்	புத்தமித்திரனார்	11ஆம் நூற்றாண்டு
2.	சிதம்பரப்பாட்டியல்	பரஞ்சோதியார்	16ஆம் நூற்றாண்டு
3.	இலக்கண விளக்கம்	வைத்தியநாத தேசிகர்	17ஆம் நூற்றாண்டு
4.	இலக்கணச் சூடாமணி	கவிபாலபாரதி	17ஆம் நூற்றாண்டு
5.	தொன்னூல் விளக்கம்	வீரமாமுனிவர்	18ஆம் நூற்றாண்டு
6.	செந்தமிழ்	வீரமாமுனிவர்	18ஆம் நூற்றாண்டு
7.	சுவாமிநாதம்	சுவாமிகவிராசர்	19ஆம் நூற்றாண்டு
8.	முத்துவீரியம்	முத்துவீர உபாத்தியாயர்	19ஆம் நூற்றாண்டு
9.	வண்ணத்தியல்பு	தண்டபாணி சுவாமிகள்	19ஆம் நூற்றாண்டு (1867)
10.	கட்டளைக் கலித்துறை	சி.வை. தாமோதரம் பிள்ளை	19ஆம் நூற்றாண்டு (1881–2ஆம்பதிப்பு)
11.	விருத்தப்பாவியல்	தி. வீரபத்திர முதலியார்	19ஆம் நூற்றாண்டு (1885)
12.	அறுவகை இலக்கணம்	தண்டபாணி சுவாமிகள்	19ஆம் நூற்றாண்டு (1893)

13.	ஏழாம் இலக்கணம்	தண்டபாணி சுவாமிகள்	19ஆம் நூற்றாண்டு (1893)
14.	செய்யுளிலக்கணம்	பூவை கலியாண சுந்தர முதலியார்	19ஆம் நூற்றாண்டு (1893)
15.	யாப்பொளி	ஆர். ஸ்ரீனிவாஸ ராகவாசார்ய[ர்]	20ஆம்நூற்றாண்டு (1957)
16.	யாப்பதிகாரம்	புலவர் குழந்தை	20ஆம் நூற்றாண்டு (1959)
17.	இலக்கண விளக்கம்–யாப்பியல்	கே. இராஜகோபாலாச் சாரியார்	20ஆம் நூற்றாண்டு (1963)
18.	கவிஞராக	அ.கி. பரந்தாமனார்	20ஆம் நூற்றாண்டு (1964)
19.	கவிபாடலாம்	கி.வா. ஜகந்நாதன்	20ஆம் நூற்றாண்டு (1966)
20.	தொடையதிகாரம்	புலவர் குழந்தை	20ஆம் நூற்றாண்டு (1967)
21.	குமாரபூபதீயம் என்னும் வண்ணப்பா யாப்பிலக்கணம்	ம.ரா. பூபதி	20ஆம் நூற்றாண்டு (1977)
22.	கலைமணி பூபதீயம்	ம.ரா. பூபதி	–
23.	யாப்புநூல்	த. சரவணத்தமிழன்	20ஆம் நூற்றாண்டு (1981)
24.	எளிதாகப் பாடலாம்	இராமு. இளங்குமரன்	20ஆம் நூற்றாண்டு (1989)
25.	இலகு தமிழ் ஐந்திலக்கணம்	மு. வேங்கடராமன்	20ஆம் நூற்றாண்டு (1990)
26.	தென்னூல் – இலக்கியப்படலம்	ச. பாலசுந்தரம்	20ஆம் நூற்றாண்டு (1991)
27.	சிந்துப்பாவியல்	இரா. திருமுருகன்	20ஆம் நூற்றாண்டு (1994)
28.	பாவலர் பண்ணை	இரா. திருமுருகன்	20ஆம் நூற்றாண்டு (1997)

மேலே தொகுத்துக் காட்டப்பெற்ற நூல்களேயன்றி, காரிகையிலக்கணத்தை அப்படியே பின்பற்றி யாப்பிலக்கணங் கூறும் செய்யுளமைப்பிலான மிகச்சிறு நூல்கள் சிலவும், கல்வி நிறுவனங்களின் பாடத்திட்டத்தைக் கருத்தில் கொண்டு காரிகையிலக்கணத்தை உரைநடையில் தரும் நூல்கள் பலவும்

தோன்றியுள்ளன[10]. இத்தகு நூல்களில் யாப்பிலக்கண வளர்ச்சியை மதிப்பிடத் துணைபுரியும் குறிப்புகள் இல்லை; காரிகைச் செய்திகளினும் கூடுதலான புதிய கூறுகள் காணப்படவில்லை. எனவே இத்தகு நூல்கள் இவ்வியலில் அறிமுகம் பெறவில்லை[11].

நாற்பாக்கள், அவற்றின் வகைகள், மும்மூன்றினங்கள், மருட்பா எனக் காரிகை தரும் வரையறையைத் தாண்டி வளர்ச்சி பெற்றுள்ள யாப்பிலக்கணங்களைக் காரிகைக்குப் பின்னர்த் தோன்றிய நூல்களே கொண்டுள்ளன. உறுப்பிலக்கணமும் பாவிலக்கணமும் காரிகைக்குப்பின் பெற்றுள்ள பெருவளர்ச்சியை இந்நூல்கள் காட்டுகின்றன. தமிழில் யாப்பிலக்கண வளர்ச்சியின் மிக முக்கியமான கட்டத்தை ஆராய்வதற்கு, அவ்வளர்ச்சியைப் பதிவு செய்துள்ள இவ்விலக்கண நூல்களே களங்களாய் அமைகின்றன.

இவ்விலக்கண நூல்களை அவற்றின் அமைப்பை அடிப்படையாகக் கொண்டு பின்வருமாறு வகைப்படுத்தலாம்.

செய்யுள் வடிவ நூல்கள்

பொது இலக்கண நூல்கள்: வீரசோழியம்; இலக்கண விளக்கம்; தொன்னூல் விளக்கம்; சுவாமிநாதம்; முத்துவீரியம்; அறுவகை இலக்கணம்; ஏழாம் இலக்கணம்; இலகு தமிழ் ஐந்திலக்கணம்; தென்னூல்.

தனி யாப்பிலக்கண நூல்: யாப்பொளி

யாப்பு – பாட்டியல் இலக்கணங்களை இணைத்துக்கூறும் நூல்கள்: சிதம்பரப் பாட்டியல்; இலக்கணச் சூடாமணி; யாப்புநூல்.

யாப்பின் ஒரு கூறினுக்கே சிறப்புநிலையில் இலக்கணங்கூறும் தனிநூல்கள்: வண்ணத்தியல்பு; விருத்தப்பாவியல்; குமாரபூபதீயம்; கலைமணி பூபதீயம்; சிந்துப்பாவியல்.

உரைநடை வடிவ நூல்கள்

தனி யாப்பிலக்கண நூல்கள்: யாப்பதிகாரம்; இலக்கண விளக்கம் – யாப்பியல்; கவிஞராக; கவி பாடலாம்; எளிதாகப் பாடலாம்; பாவலர் பண்ணை.

யாப்பு – பாட்டியல் இலக்கணங்களை இணைத்துக் கூறும் நூல்: செய்யுளிலக்கணம்

யாப்பின் ஒருகூறுக்கே சிறப்புநிலையில் இலக்கணங்கூறும் தனி யாப்பிலக்கண நூல்கள்: கட்டளைக் கலித்துறை; தொடையதிகாரம்.

ஆங்கில நூல்: செந்தமிழ்

உரைநடை நூல்களுள் ‘கட்டளைக் கலித்துறை’, ‘யாப்பதிகாரம்’, ‘எளிதாகப் பாடலாம்’ ஆகியவை அந்நூலாசிரியர்களால் இயற்றப்பட்ட சில, பல நூற்பாக்களையும் கொண்டுள்ளமை குறிப்பிடத்தக்கது. இந்நூற்பாக்களின் எண்ணிக்கை முறையே *3, 20, 148* ஆகும்.

இனி, காலநிரலில் இவ்விலக்கண நூல்கள் ஒவ்வொன்றையும் குறித்த அறிமுகநிலையிலான செய்திகளைக் காணலாம்.

வீரசோழியம்

காரிகைக்குப் பின்னர், யாப்பிலக்கணத்தை உள்ளடக்கித் தோன்றிய ஐந்திலக்கண நூலான இஃது, இயற்றுவித்தோனாகிய வீரராசேந்திர சோழன் பெயரால் ‘வீரசோழியம்’ எனப் பெயர் பெற்றது. இந்நூலுக்கு ‘வீரசோழியக் காரிகை’ எனும் பெயருமுண்டு. பௌத்த சமயத்தைச் சேர்ந்த புத்தமித்திரனார் கி.பி. பதினோராம் நூற்றாண்டில் இதனை இயற்றினார். தமிழிலக்கண வரலாற்றில் ஐந்திலக்கண நெறி கொண்டு தோன்றிய முதனூல் எனும் தனித்தகுதி இதற்குண்டு.

காரிகை எனப்படும் கட்டளைக் கலித்துறை யாப்பில் அமைந்த இந்நூலின் எழுத்ததிகாரம், சொல்லதிகாரம், பொருளதிகாரம், யாப்பதிகாரம், அலங்காரம் எனும் ஐந்து அதிகாரங்களில் 184 காரிகைகள் இடம்பெற்றுள்ளன. யாப்பதிகாரத்தில் 36 காரிகைகள் உள்ளன. இந்நூலில் மகடூஉ முன்னிலைகள் அமைந்துள்ளன.

யாப்பருங்கலக்காரிகையைப் போல் உறுப்பு, பா, பாவினம் ஆகியவற்றின் இலக்கணங்கூறும் இந்நூல், பல புதிய செய்திகளையும் கொண்டுள்ளது. தமிழ் யாப்பியலில் இந்நூல்தான் முதன்முதலில் கலிவெண்பாவை வெண்பா வகையுளடக்கி இலக்கணங் கூறுகின்றது (வீ.சோ.கா.114). இந்நூலில் தமிழ் யாப்புச் செய்திகளோடு வடமொழி யாப்புச் செய்திகளும் இடம்பெற்றுள்ளன. அவை யாப்பருங்கல விருத்தியுரையை அடியொற்றியும் அதனினும் கூடுதலான அளவிலும் அமைந்துள்ளன. நூலில் வடமொழி இலக்கணமும் இடம் பெறுகின்றமை நோக்கி வ.சுப. மாணிக்கம், “ ‘வடநூல் மரபும் புகன்று கொண்டே’ என்று வெளிப்படச் சொன்னபடி, வீரசோழியம் சொல்லாலும் பொருளமைதியாலும் வடமொழித் தாக்கம் உடையதாக இருந்தாலும், அதனை இருமொழி ஒப்பிய நூல் என மதிக்க வேண்டும்”[12] என்றமை குறிப்பிடத்தக்கது.

சிதம்பரப் பாட்டியல்

யாப்பிலக்கணத்தை உள்ளடக்கிய இப்பாட்டியல் நூல் கி.பி. பதினாறாம் நூற்றாண்டில் தோன்றியது. பிற பாட்டியல்

நூல்களைப் போலன்றி யாப்பிலக்கணச் செய்திகளுக்குச் சிறப்பான இடமளித்துள்ள இந்நூலின் ஆசிரியர் பரஞ்சோதியார்.

யாப்பு, பாட்டியல் இலக்கணங்களைக் கூறும் இந்நூல், பாயிரப் பகுதியில் நான்கு வெண்பாக்களையும், ஓர் எண்சீர் ஆசிரிய விருத்தத்தையும் கொண்டுள்ளது. நூலுள் நாற்பத்தேழு எண்சீர் விருத்தங்கள் உள்ளன. உறுப்பியல், செய்யுளியல், ஒழிபியல், பொருத்தவியல், மரபியல் எனும் இதன் ஐந்தியல்களுள் முதல் மூன்றியல்கள் பதினைந்து எண்சீர் விருத்தங்களில் யாப்பிலக்கணத்தை எடுத்துரைக்கின்றன. இந்நூலின் விருத்தங்களில் மகடூஉ முன்னிலைத் தொடர்கள் அமைந்துள்ளன.

யாப்பருங்கலக்காரிகையின் இலக்கணங்களையே பெரும்பான்மை இந்நூல் எடுத்துரைக்கின்றது. அவற்றோடு சில புதிய கூறுகளையும் இந்நூல் கொண்டுள்ளது. காரிகைக்குப் பிந்தைய யாப்பிலக்கண வரலாற்றில் 'கட்டளைக் கலித்துறை' எனும் பெயராட்சி முதன்முதலில் இந்நூலில் இடம்பெற்றுள்ளமை (சி.பா.நூ.15) குறிப்பிடத்தக்கது.

இலக்கண விளக்கம்

இந்நூலைக் கி.பி. பதினேழாம் நூற்றாண்டில் இயற்றியவர் திருவாரூர் வைத்தியநாத தேசிகர்.

தொல்காப்பியத்தைப் போலவே எழுத்து, சொல், பொருள் எனும் மூன்று அதிகாரங்களைக் கொண்ட இந்நூலின் பொருளதிகாரத்தில் அகத்திணையியல், புறத்திணையியல், அணியியல், செய்யுளியல், பாட்டியல் எனும் ஐந்து இயல்கள் அமைந்துள்ளன. செய்யுளியலின் 51 நூற்பாக்களில் மிகப்பல நூற்பாக்கள் முந்துநூல்களின் நூற்பாக்களை அப்படியேயும், திரித்தும் அமைத்துக் கொண்டனவாகும். இந்நூலின் பாட்டியல் வைத்தியநாத தேசிகரின் மகன் தியாகராச தேசிகரால் இயற்றப்பட்டுப் பிற்காலத்தில் இதனோடு சேர்க்கப்பட்டதாகும்.[13]

'குட்டித் தொல்காப்பியம்' எனக் குறிக்கப்படினும் இந்நூலின் செய்யுளியல் பெரிதும் காரிகையைப் பின்பற்றியுள்ளது. யாப்பருங்கல விருத்தியுரை மேற்கோள், தொல்காப்பிய உரைச் செய்தி ஆகியவற்றை அடியொற்றி வஞ்சிப்பாவின் பேரெல்லையை ஆயிரம் அடியென்றும் சிற்றெல்லையை மூன்றடியென்றும் இந்நூல் கூறுதல் (இலக்.வி.நூ. 746) குறிப்பிடத்தக்கது.

ஓரடிப்பாக்கள் குறித்த செய்தி இலக்கண நூல்களில் அதிகம் இடம்பெறவில்லை. காரிகைக்கு முன்னர்ப் 'பல்காயம்'

ஓரடியானும் பா ஒரோவிடத்தில் வருமெனவும், 'அவிநயம்' ஓரடியானும் அகவற்பா அமையுமெனவும் கூறின. காரிகைக்குப் பின் இந்நூலே முதன்முதலில் 'ஓரடியானும் செய்யுள் அமையும்' எனக்கூறுதல் (இலக்.வி.நூ. 760) குறிப்பிடத்தக்கது.

இலக்கணச் சூடாமணி

சிதம்பரப்பாட்டியல் போல யாப்பிலக்கணத்தோடு சில பிரபந்தங்களின் இலக்கணத்தையும் சேர்த்துக்கூறும் இந்நூல் கவிபாலபாரதி என்பவரால் இயற்றப்பெற்றது. இதன் காலம் கி.பி. பதினேழாம் நூற்றாண்டு எனக் கருதப்படுகிறது.[14]

ஐம்பத்தெட்டு வெண்பாக்களில் யாப்பு–பிரபந்த இலக்கணங்கூறும் இந்நூல் உறுப்பியல், பாவியல், பாவினவியல், பிரபந்தவியல், ஒழிபியல் எனும் ஐந்தியல்களைக் கொண்டுள்ளது. இதன் வெண்பாக்களில் மகடூஉ முன்னிலைகள் இடம் பெற்றுள்ளன. இந்நூலின் மோனையெழுத்துப் பட்டியல் கூறும் வெண்பா (இலக்.சூ.நூ.7), யாப்பருங்கல விருத்தியுரையிலும் (யா.வி.ப.206), வண்ண இலக்கணங்கூறும் வெண்பா (இலக்.சூ.நூ.44) யாப்பிலக்கண வினாவிடைச் சுருக்கம் எனும் நூலிலும்[15] இடம்பெற்றுள்ளன.

பாவின இலக்கணங் கூறுதற்கென்றே இந்நூல் தனி இயலை அமைத்துள்ளமை தனித்துச் சுட்டத்தக்கது. காரிகையில் இடம் பெற்ற இலக்கணங்களைக் கூறியதோடு பல புதிய இலக்கணங்களையும் இது கூறியுள்ளது. அவற்றுள் கட்டளைக் கலிப்பா (இலக்.சூ.நூ.39), வண்ணம் (இலக்.சூ.நூ. 44,45), சிந்து (இலக்.சூ.நூ.46) ஆகிய பாவகைகளுக்கான இலக்கணங்கள் குறிப்பிடத்தக்கன.

தொன்னூல் விளக்கம்

இந்நூல் கி.பி. பதினெட்டாம் நூற்றாண்டின் தொடக்கத்தில் (1730) வீரமாமுனிவரால் ஐந்திலக்கண அமைப்பில் இயற்றப்பட்டதாகும். இந்நூலின் நோக்கத்தையும் இயல்பையும் சூ. இன்னாசி,

> வீரமாமுனிவர் செந்தமிழ், கொடுந்தமிழ் ஆகியவற்றுக்குத் தனித்தனியே இலக்கண நூல்கள் எழுதினார். இறுதியாக இலக்கணத் திறவுகோல் என்னும் பொருள்படத் தொன்னூல் விளக்கத்தைச் சுருக்கி எழுதினார். இவை மூன்றும், மேனாட்டாரை மனத்திருத்தி அவர்கட்குத் தமிழ் இலக்கணத்தைத் தெரிவிக்க இலத்தீனில் எழுதப்பட்டவை. தொன்னூல் விளக்கமோ தமிழறிந்தோர் தமிழிலக்கணப் பரப்பைச் சுருக்கியுணர எழுதப்பட்டது[16]

என்றும் "தொன்னூல் விளக்கம் தமிழ் மரபினையொட்டி எழுந்தது. பழைய இலக்கணக் கோட்பாடுகளைச் சுருக்கிக்

கூறும் அதே போழ்தில் பழையன கழிதலும் புதியன புகுதலும் ஆங்காங்கே காணப்படும்"[17] என்றும் குறிப்பிட்டுள்ளார்.

இந்நூல் எழுத்து, சொல், பொருள், யாப்பு, அணி என ஐந்து அதிகாரங்களில் 370 அகவல் நூற்பாக்களைக் கொண்டுள்ளது. இதன் யாப்பதிகாரம், நூறு நூற்பாக்களில் (தொன்.நூ.201–300) யாப்பியல், பாட்டியல் இலக்கணங்களைத் தருகிறது. இவ்வதிகாரம் செய்யுளுறுப்பு, செய்யுளியல், செய்யுள் மரபியல் எனும் மூன்றியல்களைப் பெற்றுள்ளது. மூன்றாமியலில் பாட்டியல் இலக்கணம் இடம்பெற்றுள்ளது.

காரிகையின் இலக்கணங்களைப் பெரிதும் பின்பற்றும் இந்நூல் கட்டளைக் கலிப்பா (தொன்.நூ.236), சந்த [வண்ண] விருத்தம் (தொன். நூ.249) ஆகியவற்றின் இலக்கணங்களைக் கூறல், விருத்தத்தின் பொது இலக்கணத்தை முந்து நூல்களினும் தெளிவாகக் கூறல் (தொன்.நூ.247) முதலிய புதிய கூறுகளையும் தன்னகத்தே கொண்டுள்ளது.

செந்தமிழ்

கி.பி. 1730இல் வீரமாமுனிவரால் இலத்தீனில் இயற்றப்பட்ட இந்நூல் *(A Grammar of the High Dialect of the Tamil Language)* தமிழின் எழுத்து, சொல், யாப்பு, அணி இலக்கணங்களை அயல்நாட்டு மாணவர்கள் கற்க உதவும் நோக்கில் தோன்றியதாகும். இதனைப் 'பெஞ்சமின் கை பேபிங்டன்' என்பவர் ஆங்கிலத்தில் மொழிபெயர்த்துக் கி.பி.1822இல் வெளியிட்டார். இந்நூல் இன்னமும் தமிழாக்கம் பெறவில்லை.

நூலின் அளவில் மூன்றில் ஒரு பங்குக்கு மேல் யாப்பிலக்கணச் செய்திகள் இடம்பெற்றுள்ளன. யாப்புக் குறித்த இயல்கள், காரிகையின் உறுப்பியலையும் செய்யுளியலையும் அடிப்படையாகக் கொண்டு சில மாறுதல்களுடன் அமைந்துள்ளன. மரபிலக்கணங்களில் தமக்குப் புதியனவாகத் தோன்றும் செய்திகளை ஆசிரியர் குறிப்பிடுகிறார். இப்போக்கை வீரமாமுனிவரின் இயல்பாகக் கண்டு,

> தொன்னூல் விளக்கத்தில் மரபிலக்கணங்களைப் பெரும்பாலும் போற்றுவதும் மரபிலக்கணச் செய்திகளில் புதுவதாகத் தமக்குத் தோன்றுவதை மேனாட்டாருக்காக எழுதிய இலக்கணங்களில் கூற முற்படுவதும் வீரமாமுனிவரது இயல்பாகத் தோன்றுகிறது[18]

என்கிறார் சூ. இன்னாசி.

இலக்கிய வழக்கு அருகிய கலி, வஞ்சி வகைகள், மருட்பா, குறட்டாழிசை, குறள்வெண்செந்துறை ஆகியவற்றின் இலக்கணங் களைக் கூறாது செல்லுதலும், முதலடி முச்சீர் – இரண்டாமடி நாற்சீர் எனக் குறள் வெண்பாவை வகைப்படுத்தலாம் எனக் கூறுதலும் (செந்.ப.131), விருத்த வகைகளின் சீர்வாய்பாட்டு அமைப்புகளைத் தெளிவாக விளக்குதலும் (செந்.பக்.150–161), சவலைவெண்பா (செந்.ப.133), வண்ணம் (செந்.பக்.184,185), சிந்து, கீர்த்தனை (செந்.ப.185) ஆகியவற்றின் இலக்கணங் கூறலும், இந்நூலின் போக்கில் குறிப்பிடத்தக்கனவாகும். காரிகையில் இடம்பெறாப் புதிய கூறுகள் சில இந்நூலில் உள்ளன.

சுவாமிநாதம்

ஐந்திலக்கணம் கூறும் இந்நூல் கல்லிடைக்குறிச்சி, சுவாமி கவிராசர் என்பவர் இயற்றியது. இதன் காலம் பத்தொன்பதாம் நூற்றாண்டின் தொடக்கம் என்பார் சோ.ந. கந்தசாமி[19]. இந்நூலின் எழுத்தாக்க மரபிற்கு மட்டும் விருத்தியுரையொன்று உள்ளது. இந்நூலைப் பதிப்பித்த செ.வை. சண்முகம் நூல் முழுமைக்கும் எளிய உரை வரைந்துள்ளார்.

இந்நூல் எழுத்ததிகாரம், சொல்லதிகாரம், பொருளதிகாரம், யாப்பதிகாரம், அணியதிகாரம் ஆகிய ஐந்து அதிகாரங்களைக் கொண்டுள்ளது. ஒவ்வோர் அதிகாரமும் மும்மூன்று இயல்களைப் பெற்றுள்ளது. பாயிரம் உட்பட 201 எண்சீர் விருத்தப்பாக்களால் நூல் ஆக்கப் பெற்றுள்ளது. விருத்தப்பாக்கள் அனைத்தும் அந்தாதித் தொடை பெற்றுள்ளன.

யாப்பதிகாரம் உறுப்பு மரபு, பாவின மரபு, பிரபந்த மரபு எனும் மூன்றியல்களையும் 27 விருத்தப்பாக்களையும் கொண்டது. இவற்றுள் முதலிரு இயல்களின் பத்து விருத்தங்களும் யாப்பிலக்கணங் கூறுவனவாகும். மூன்றாம் இயல் பாட்டியல் இலக்கணங் கூறுவதாகும்.

காரிகையின் இலக்கணங்களைச் சுருக்கமாகக் கூறுவதோடு சில புதிய இலக்கணங்களையும் இந்நூல் தருகின்றது. தமிழ் யாப்பியலில் இந்நூல் மட்டுமே மருட்பாவை ஆசிரியப்பாவின் ஒருவகையாகக் கூறியுள்ளது (சுவாமி.நூ.158). வண்ணம், சிந்து யாப்புகள் குறித்து (சுவாமி.நூ.172) இந்நூல் குறிப்பிட்டுள்ளது.

முத்துவீரியம்

கி.பி. பத்தொன்பதாம் நூற்றாண்டின் பிற்பகுதியில்[20] முத்துவீர உபாத்தியாயரால் இயற்றப்பட்ட இந்நூல் ஐந்திலக்கணங்கூறும் அமைப்புடையதாகும். இதன் யாப்பதிகாரம் மட்டுமே முதலில்

எழுதப்பெற்று வெளிவந்தது எனவும் (1862), பின்னர் எழுத்து, சொல் இரண்டதிகாரங்களும் வெளிவந்தன எனவும் (1881), நூல் முழுதும் அதன் பின்னர் வெளிவந்தது எனவும் (1889) தெரிகின்றது.[21]

ஐந்ததிகாரங்களையும் அதிகாரந்தோறும் மூன்று இயல்களையும் கொண்ட இதனுள் 1289 அகவல் நூற்பாக்கள் உள்ளன. யாப்பதிகாரத்தின் உறுப்பியல், செய்யுளியல், ஒழிபியல் எனும் மூன்றியல்களில் 267 நூற்பாக்கள் இடம்பெற்றுள்ளன: யாப்பதிகாரத்தில் யாப்பு, பாட்டியல் இலக்கணங்கள் அமைந்துள்ளன. இவ்வதிகாரத்தின் ஒழிபியல், பாட்டியல் இலக்கணத்தை மிக விரிவாய்த் தருகின்றது. இந்நூல் தொல்காப்பியம், நன்னூல் ஆகியவற்றின் பல நூற்பாக்களை ஆசிரிய வசனமாய்த் தன்னகத்தே கொண்டு விளங்குகின்றது.

பெரிதும் காரிகை வழிநின்று இலக்கணங்கூறும் இந்நூலில் சில புதிய கூறுகளும் இடம்பெற்றுள்ளன. சவலை வெண்பா (மு.வீ.நூ.908), வகுப்பு வண்ணம் (மு.வீ.நூ.1082), சந்த விருத்தம் (மு.வீ.நூ.1108), தாண்டகம் (மு.வீ.நூ.1115) ஆகியன குறித்து இந்நூல் பேசுகிறது.

வண்ணத்தியல்பு

ஏறத்தாழப் பத்தாம் நூற்றாண்டிலிருந்து பெருவளர்ச்சி பெற்ற வண்ணயாப்புக்குத் தனியே தெளிவாக இலக்கணங்கூறத் தோன்றிய முதல் நூல் 'வண்ணத்தியல்பு'. இந்நூல் வண்ணச்சரபம் தண்டபாணி சுவாமிகளால் (1839-1898) இயற்றப்பெற்றது. தண்டபாணி சுவாமிகள் 'அறுவகை இலக்கணத்'தை இயற்றுவதற்கு முன் இந்நூலை யாத்துள்ளார் (அறு.நூ. 457).

இந்நூல் வெண்பா, கட்டளைக் கலித்துறை, தரவு கொச்சகம், விருத்தம், அகவல் ஆகிய யாப்புகளில் அமைந்த பத்துப்பாக்களால் ஆன பாயிரத்தையும், நூறு நூற்பாக்களையும், புறனடை வெண்பா ஒன்றையும் பெற்றுள்ளது. நூல் தொகையிலக்கணம், வகையிலக்கணம், பிறழ்ச்சி இயல்பு, மெலித்தல் இயல்பு, தொடர்ச்சி இயல்பு, மதிப்பியல்பு, புணர்ச்சி இயல்பு, சிறப்பியல்பு, தழூஉமியல்பு எனும் ஒன்பது உட்பிரிவுகளைப் பெற்றுள்ளது.

சந்தம், துள்ளல், குழிப்பு, தொங்கல், தாழிசைத் துள்ளல், கலை, அடி ஆகிய வண்ணப்பா உறுப்புகளைக் குறிப்பிட்டு (வண். நூ. 4, 85-87) அவற்றின் இலக்கணத்தை இந்நூல் விரிவாகக் கூறுகின்றது. வண்ணப்பாவில் மோனையமையும் இடம் (வண்.நூ.89), வண்ணப்பாவிலமையும் பொருண்மை (வண்.நூ.91,93),

வண்ணப்பாவில் வரக்கூடாத சொல்லமைப்புகள் (வண்.நூ.7) முதலியவற்றையும் இந்நூல் எடுத்துரைக்கின்றது.

இவ்வண்ணத்தியல்பு நூலில் "எண்வகைச் சந்தம் என்பார் பெரியோர்" (வண்.நூ.4), "சாற்றுவர் புலவோர்" (வண்.நூ.11), "உரைப்பார் புலவோர்" (வண்.நூ.40), "உரைப்பார் சான்றோர்" (வண்.நூ.74), "சாற்றுவர் உணர்ந்தோர்" (வண்.நூ.78) முதலிய தொடர்களைத் தண்டபாணி சுவாமிகள் ஆண்டுள்ளமை, அவருக்கு முன்பே வண்ண யாப்பிலக்கணங்கள் வழங்கிவந்தன என்பதை உணர்த்துகின்றன.

கட்டளைக் கலித்துறை

கட்டளைக் கலித்துறை எனும் ஒரு பாவினத்தின் வகைக்கு இலக்கணங்கூறும் பாங்கில் சி.வை. தாமோதரம் பிள்ளை இந்நூலை உரைநடையில் படைத்துள்ளார். ஒரேயொரு பாவின வகையின் இலக்கணத்தையே விரித்துக் கூறுவது எனும் வகையில், இது யாப்பிலக்கண வரலாற்றில் குறிப்பிடத்தக்கதாகும். கி.பி. 1881ஆம் ஆண்டு இதன் இரண்டாம் பதிப்பு வெளிவந்துள்ளது[22]

> . . .[முந்தைய] இலக்கணச் சூத்திரங்கள் குன்றக் கூறலென்னுங் குற்றமுடையனவாதலானும், பிற்றை நாட்டோற்ற முடையதாயினும் பெரும்பாலும் இக்காலத்தில் அந்தாதிகள் தனியன்கள் கலம்பகம் கோவைத்துறை முதலியவைகளெல்லாங் கட்டளைக் கலித்துறையான் இயற்றப்படுகின்றமையானும் வெண்பாவும் விருத்தமுமொப்பச் சாதாரண வழக்கில் வந்து பயிலும் இச்செய்யுளிலக்கணந் தமிழ் மாணாக்கர் அனைவர்க்கும் மிக உபயோகமாமெனக் கருதிப் பல நூல்களினும் ஆங்காங் கிலைமறைகாய் போலக் கிடந்தவற்றைத் திரட்டி ஈண்டெடுழுதலாயினோம்
>
> (கட்.கலி.ப.4)

என்று இதனைப் படைத்ததற்கான காரணத்தைச் சி.வை. தாமோதரம் பிள்ளை குறிப்பிட்டுள்ளார்.

உரைநடைப் படைப்பான இதில் நூலாசிரியரே இயற்றிய கட்டளைக் கலித்துறை யாப்பிலமைந்த மூன்று சூத்திரங்களும் (கட். கலி.பக்.4–6) இடம்பெற்று விளக்கப்பட்டுள்ளன. முன்னை இலக்கண நூற்பாக்களும் இலக்கியச் செய்யுள்களும் மேற்கோள்களாகக் காட்டப்பட்டுள்ளன. இந்நூல் செய்யுள் வடிவில் அமைந்து கட்டளைக் கலித்துறை என்ற பாவின் இலக்கணங் கூறுவதாகக் கலையரசி சின்னையா குறிப்பிடுகின்றார்.[23] எனினும் நூலின்

பெரும்பான்மை அமைப்பை நோக்கி உரைநடைப் படைப்பு எனலே பொருத்தமுடையதாகும்.

பதினான்கு பக்க அளவிலான இந்நூலுக்குப் புரசை அட்டாவதானம் சபாபதி முதலியாரும், கோப்பாய் வித்துவான் சபாபதிப் பிள்ளையும் சிறப்புக்கவிகள் இயற்றியுள்ளனர்.

முந்து நூல்களினும் தெளிவாகவும் விரிவாகவும் கட்டளைக் கலித்துறையின் இலக்கணத்தைக் கூறும் இந்நூல், கலித்துறையானது விருத்தக் கலித்துறை, கட்டளைக் கலித்துறையென்றும், விருத்தக் கலித்துறையானது காப்பியக் கலித்துறை, கலிநிலைத்துறையென்றும், கட்டளைக் கலித்துறையானது திலதக் கலித்துறை, கோவைக் கலித்துறையென்றும் வகைப்படுவதைக் குறிப்பிடுகின்றது (கட். கலி.ப.3).

கட்டளைக் கலித்துறையின் இலக்கணம், சிறப்பியல்பு, வகைகள், மோனையமைய வேண்டிய முறை, சீர்மோனை, சொல் மோனை, உத்தம மோனை, மத்திம மோனை, அதம மோனை, பக்குவிடல், ஓசையுணர்வு முதலியன இதில் தெளிவுறக் கூறப்பட்டுள்ளன.

விருத்தப்பாவியல்

சிலப்பதிகாரக் காலத்தில் தோன்றித் தொடர்ந்து வளர்ந்து பெருவழக்குப் பெற்ற விருத்தயாப்புக்குத் தனித்து விரிவாக இலக்கணங்கூறும் முதல் நூலும் ஒரே நூலுமாக 'விருத்தப்பாவியல்' அமைந்துள்ளது. இது 1885இல் தி.வீரபத்திர முதலியாரால் இயற்றப்பட்டுள்ளது.

இலக்கண நுவல்பொருளாலும், விதிகூறும் நூற்பாக்களின் அமைப்பு முறையாலும் தமிழ் யாப்பிலக்கண நூல்களிடையே தனித்து விளங்கும் இதனைச் ச.வே. சுப்பிரமணியன், "பிற யாப்பிலக்கண நூற்பாக்களைப் போலன்றி, யாப்பின் ஒரு தனிக்கூற்றிற்கு இலக்கணம் வகுக்கின்றது .... விதிகளே சான்றுகளாகவும் அமையும்படி இந்நூல் யாக்கப்பட்டுள்ளது, தமிழ் யாப்பைப் பொறுத்தவரை இது புது முயற்சியாம்"[24] என்று கூறுகிறார்.

நூலின் தொடக்கத்தில் புரசை அட்டாவதானம் சபாபதி முதலியார், 'சென்னைச் சர்வகலாசாலைத் தமிழ்த் தலைமைப் புலமை நடத்திய' கோ. இராசகோபாலபிள்ளை ஆகியோர் இயற்றிய சாத்துக்கவிகள் இடம்பெற்றுள்ளன. இவற்றையடுத்து நூலாசிரியரின் ஆங்கில முகவுரையும் இடம்பெற்றுள்ளது.

பன்னிரு படலங்களைக் கொண்ட இந்நூல் ஏழு கலிவிருத்த யாப்பிலமைந்த அவையடக்கப் பாடல்களையும் விருத்தம், கலித்துறை யாப்பிலமைந்த 76 நூற்பாக்களையும் கொண்டுள்ளது. இந்நூற்பாக்கள் முழுப்பாடல்களாக மட்டுமன்றி ஓரடி ஈரடிப் பகுதிகளாகவும் காணப்படுகின்றன. நூற்பாக்கள் பெரும்பாலும் மகடூஉ முன்னிலைகளைக் கொண்டுள்ளன.

நூலின் பன்னிரு படலங்களும் முறையே அறுசீர்க் கழிநெடில் விருத்தம், கலித்துறை, எழுசீர்க் கழிநெடில் விருத்தம், எண்சீர்க் கழிநெடில் விருத்தம், கலிவிருத்தம், சந்தவுறுப்பியல், கலிச்சந்தவிருத்தம், சந்தக் கலித்துறை, அறுசீர்ச் சந்த விருத்தம், எழுசீர்ச் சந்த விருத்தம், எண்சீர்ச் சந்த விருத்தம், ஒழிபியல் எனும் தலைப்புகளைப் பெற்றுள்ளன.

நூல் தான் கூறும் பாவகைகளின் இலக்கணத்தை அவ்வப்பா வடிவிலேயே தருகின்றது. இலக்கணங்கூறும் நூற்பாவே இலக்கியமாகவும் அமைவது தனித்துக் குறிப்பிடத்தக்கது.

'விருத்தப்பாவியல்' எனப் பெயர் பெற்றிருப்பினும் கலித்துறை களின் இலக்கணத்தையும் நூல் கூறுகின்றது. விருத்தங்களைப் போலக் கலித்துறைகளும் சீர்வாய்பாட்டு அமைப்பைப் பெற்றிருப்பதாலும், அவற்றுக்கு 'விருத்தக் கலித்துறை' எனும் பெயருள்ளமையாலும் இந்நூல் கலித்துறைகளுக்கும் இலக்கணங் கூறியுள்ளது எனலாம். விருத்தங்களில் ஆசிரிய விருத்தங்களுக்கும் கலி விருத்தங்களுக்கும் மட்டுமே இது இலக்கணங்கூறியுள்ளது.

தமிழ் யாப்பிலக்கண நூல்கள் சீர் வாய்பாட்டால் அமைந்த விருத்தங்களையே கருத்தில் கொண்டு இலக்கணங்கூறிச் செல்ல இந்நூல் அவற்றோடு சந்த விருத்தங்களுக்கும் சந்தக் கலித்துறை களுக்கும் இலக்கணங்கூறுதல் குறிப்பிடத்தக்கது (வி.பா.6–12 படலங்கள்).

தமிழுக்கேயுரிய சீர்வாய்பாட்டு விருத்தங்கள், சந்த விருத்தங்கள் ஆகியவற்றுக்கும், வடமொழி தமிழ் இரண்டுக்கும் பொதுவான சந்த விருத்தங்களுக்கும் இது இலக்கணம் வகுக் கின்றது. பொதுவான சந்த விருத்தங்களுள் சிலவற்றுக்கு மனோரமா, தோடகம், காந்தி, மணிரங்கம், சுத்தவிராட்டு, வனமயூரம், மதனார்த்தை முதலிய வடமொழி விருத்த வகைகளின் பெயர்களே தரப்பட்டுள்ளன. ஆசிரிய விருத்தத்தில் எண்சீர் வரை இலக்கணம் கூறப்பட்டுள்ளது. நேரசையில் தொடங்கும் அடி 14 எழுத்து, நிரையசையில் தொடங்கும் அடி 15 எழுத்து எனும் அமைப்புடைய கலித்துறை; நேரசையில் தொடங்கும் அடி 11 எழுத்து, நிரையசையில் தொடங்கும்

அடி 12 எழுத்து எனும் அமைப்புடைய கலிவிருத்தம் ஆகியன இந்நூலில் விளக்கப்படுகின்றன.

இந்நூலில் இடம்பெற்றுள்ள சந்தவுறுப்பியல் வடமொழி யாப்பிலக்கணத்தின் மாத்திரையலகை அடிப்படையாகக் கொண்டது; வண்ண உறுப்பியலிலிருந்து வேறானது. இதனோடு யாப்பருங்கல விருத்தியுரை, வீரசோழிய மூலம், உரை ஆகியவற்றிலுள்ள சந்த இலக்கணம் இணைத்து நோக்கத்தக்கது.

அறுவகை இலக்கணம்

ஐந்திலக்கண நூல்களைக் கண்ட தமிழிலக்கண வரலாற்றில் அறுவகை இலக்கணம் என்ற இந்நூல் பெயராலும் பொருண்மையாலும் புதுமையானதாகும். தண்டபாணி சுவாமிகள் இதனை இயற்றியுள்ளார் (1893). இதற்குப் ப.வெ. நாகராசன் 1991இல் உரை வரைந்துள்ளார்.

எழுத்து, சொல், பொருள், யாப்பு, அணி எனும் ஐந்திலக்கணத்தோடு 'புலமை இலக்கணம்' எனும் பகுதி இதில் ஆறாம் இலக்கணமாக அமைந்துள்ளது. அப்பகுதி புலவர்களை நெறிப்படுத்தும் பாங்கிலும், புலவர் வரலாற்றுக் களஞ்சியமாகவும், நூலாசிரியரின் பட்டறிவைப் பாவலர்களுக்குப் புலப்படுத்துவதாகவும் அமைந்துள்ளது. தமிழில், ஆறாம் இலக்கணமாகும் தகுதி படைத்தது பாட்டியல் இலக்கணமே. எனினும் புதிதாக வேறு ஒன்றை ஆறாம் இலக்கணமாக இந்நூல் தருதல் மரபின் தொடர்ச்சியாய் இல்லாமல் புதிது புனையும் ஆர்வ விளைவாகவே தோன்றுகின்றது. இந்த அறுவகை இலக்கணத்தின் நான்காம் அதிகாரமாகிய 'யாப்பிலக்கணம்', பாட்டியல் இலக்கணங்களையும் இணைத்தளிக்கின்றது; சொல்லிலக்கண அதிகாரத்திலேயே யாப்பின் அடிப்படை உறுப்புகளாகிய அசை, சீர் ஆகியவற்றின் இலக்கணங்களைக் கூறுகின்றது.

நூலின் தொடக்கத்தில் காப்பும் பாயிரமும் பன்னிரு பாடல் களால் அமைந்துள்ளன. எழுத்திலக்கணம், சொல்லிலக்கணம், பொருளிலக்கணம், யாப்பிலக்கணம், அணியிலக்கணம், புலமையிலக்கணம் எனும் அதிகாரத் தலைப்புகளையுடைய இந்நூலில் 786 நூற்பாக்கள் அமைந்துள்ளன. யாப்பிலக்கணம் 134 நூற்பாக்களைக் கொண்டுள்ளது. யாப்பிலக்கண அதிகாரம், இயலிசைத் தமிழியல்பு, நாடகத் தமிழ்நிலை, வண்ணவியல்பு, மோனையியல்பு, எதுகையியல்பு, நாற்கவியியல்பு, பனுவலியல்பு ஆகிய ஏழு பிரிவுகளைப் பெற்றுள்ளது. இறுதி இரு பிரிவுகளிலும் பாட்டியல் இலக்கணங்கள் பேசப்பட்டுள்ளன.

மரபான வைப்புமுறையில் இலக்கணம் கூறப்படாமல் ஆசிரியர் விரும்பியவாறு கூறப்பட்டுள்ளமையால், இந்நூல் மரபோடு ஒட்டியும் ஒட்டாமலும் தனிப்போக்கினதாகக் காணப்படுகிறது. மரபாகக் கூறப்படும் பா, பாவினப் பாகுபாடு, தளையிலக்கணம், எதுகை மோனையல்லாத பிற தொடைகள், சிந்தியல் வெண்பா முதலியன நூலில் பேசப்படவில்லை. வழக்கமான நேரிசை ஆசிரியப்பா வடிவத்தை 'நிலைமண்டில ஆசிரியப்பா' என்றும், நிலைமண்டில ஆசிரியப்பா வடிவத்தை 'நேரிசை ஆசிரியப்பா' என்றும் ஒன்றுக்கொன்று காரணமின்றிப் பெயர் மாற்றிக்கூறல் (அறு.நூ. 404,405), ஐந்தசைச்சீர் பற்றிக் கூறல் (அறு.நூ. 245), கள்ளமோனை எனும் மோனை வகை கூறல் (அறு.நூ. 493), சவலை வெண்பா (அறு.நூ. 417), கட்டளைக் கலிப்பா (அறு.நூ. 439), கீர்த்தனை (அறு.நூ. 449), சிந்து (அறு.நூ. 452) முதலிய பா வடிவங்களுக்கு இலக்கணங்கூறல், வண்ணப்பா இலக்கணத்தின் சில கூறுகளை 'வண்ணத்தியல்பு' நூலினும் விளக்கமாக எடுத்துரைத்தல் (அறு.நூ. 457–484) முதலிய புதிய கூறுகள் பலவற்றை இந்நூல் கொண்டுள்ளது.

ஏழாம் இலக்கணம்

தண்டபாணி சுவாமிகளால் இயற்றப்பெற்று 1893இல் அறுவகை இலக்கணத்தோடு இணைந்த நூலாய் இது வெளி வந்துள்ளது. இந்நூற் பாயிரப்பகுதி வெண்பா, கட்டளைக் கலித்துறை, விருத்தம், அகவல் ஆகிய யாப்பிலமைந்த ஏழு பாக்களையும், நூல் 318 நூற்பாக்களையும், நூலிறுதி ஒரு வெண்பாவையும் பெற்றுள்ளன. இந்நூலில் புணர்ப்பியல்பு, சொன்னிலையியல்பு, பெயர்ச் சொல்லியல்பு, விபத்தியியல்பு, ஒற்றுமையியல்பு, வினைச்சொல்லியல்பு, இடைச்சொல்லியல்பு, உரிச்சொல்லியல்பு, பொருளியல்பு, யாப்பியல்பு, அணியியல்பு, புலமையியல்பு, தவவியல்பு என்னும் பகுதிகள் அமைந்துள்ளன. நூலின் பெரும் பகுதி புணர்ச்சியிலக்கணம், சொல்லிலக்கணம் ஆகியவற்றையே கூறுகின்றது. யாப்பியல்பு 16 நூற்பாக்களை மட்டுமே கொண்டுள்ளது. 'ஏழாம் இலக்கணம்' எனும் பெயர்வரக் காரணமான 'தவவியல்பு' ஏழு நூற்பாக்களைப் பெற்றுள்ளது.

இந்நூலின் யாப்பியல்பு, யாப்பியலோடு தொடர்புடைய சில செய்திகளை எடுத்துரைக்கின்றது. வெண்பா, கட்டளைக் கலித்துறை ஆகியவற்றை முறையே வேதியப்பெண், புரவலர்மகள் என்று குறிப்பிடுவதோடு (ஏழாம்.யாப்பியல்பு நூ. 5,6) கலிப்பா, விருத்தம், தாழிசைப் பகுதி, கொச்சகக்கலிப்பா ஆகியவற்றுக்கும் வருணம், சாதி வகுத்துக் கூறுகின்றது. (ஏழாம்.யாப்பியல்பு நூ. 8,9,10), பதம், சிந்து ஆகியன பாணப்பெண் என்றும் (ஏழாம்.

யாப்பியல்பு நூ. 11), வண்ணம் கற்புடை மகளென்றும் (ஏழாம். யாப்பியல்பு. நூ. 12), எதுகை மோனையில்லாப் பாடல் பீடழி மகளென்றும் (ஏழாம்.யாப்பியல்பு நூ. 13) கூறுகின்றது.

செய்யுளிலக்கணம்

இந்நூல் 1893இல் அட்டாவதானம் பூவை கலியாணசுந்தர முதலியாரால் உரைநடைவடிவில் இயற்றப்பட்டு வெளிவந்துள்ளது.

உறுப்பியல், செய்யுளியல், ஒழிபியல், பாட்டியல் எனும் நான்கு பகுதிகளையுடைய இந்நூலில் ஆங்காங்குச் சான்றுப் பாக்களும் இடம்பெற்றுள்ளன. நூலின் தொடக்கத்தில் நூலாசிரியரின் ஆங்கில முகவுரையும், நூலின் தனித்தன்மைகளைப் பாராட்டி மனோன்மணீயம் சுந்தரம் பிள்ளை, தி. வீரபத்திர முதலியார் முதலானவர்கள் வரைந்த மடல்களும் இடம்பெற்றுள்ளன.

யாப்பிலக்கணத்தை எளிமையாகக் கற்பித்தல், யாப்பு வடிவங்களைத் தெளிவாக வகைப்படுத்தல், வண்ணயாப்புக்குத் தெளிவாக இலக்கணங் கூறல் ஆகிய நோக்கங்களைக் கொண்ட இந்நூல் சில புதுக்கூறுகளை உள்ளடக்கியுள்ளது. கட்டளைக் கலிப்பாவைக் கலிப்பா வகையிலும் (செ.இ.ப.23), கட்டளைக் கலித்துறையைக் கலியின வகையிலும் (செ.இ.ப.31) அடக்கி வகைப்படுத்திக் கூறுதலும், சவலை வெண்பா (செ.இ.ப.14), வண்ணப்பா வகைகள் (செ.இ.பக்.37–41) ஆகியவற்றின் இலக்கணங் கூறுதலும் இந்நூலின் குறிப்பிடத்தக்க இலக்கணங்களுள் சிலவாகும்.

யாப்பொளி

யாப்பிலக்கணத்தை மட்டுமே தனித்துக்கூறும் இந்நூல் 1957இல் வெளிவந்துள்ளது. இதன் ஆசிரியர் ஆர். ஸ்ரீனிவாஸ ராகவாசார்ய[ர்]. நூலின் நூற்பாக்களை மட்டுமன்றி உரையையும் 'திருவேங்கடவன் திருமண வரலாற்றுச் செய்யுள்' நூல் எனும் சான்றிலக்கியத்தையும் நூலாசிரியரே படைத்துள்ளார்.

இந்நூல் உறுப்பியல், செய்யுளியல், ஒழிபியல் எனும் மூன்று பகுதிகளைக் கொண்டுள்ளது. இவை முறையே 59, 106, 19 நூற்பாக்களைப் பெற்றுள்ளன. கடவுள் வாழ்த்து உட்பட நூலில் 185 அகவல் நூற்பாக்கள் அமைந்துள்ளன. இதனுள் பாட்டியல் இலக்கணம் எதுவும் கூறப்படவில்லை. நூற்பா ஒவ்வொன்றையும் அடுத்து உரையும் சான்றுப்பாடலும் இடம்பெற்றுள்ளன.

இது காரிகையின் அமைப்பைப் பெரிதும் பின்பற்றுகிறது. எனினும் காரிகை முதலிய நூல்கள் கூறும் "பொருளற்ற சில பழைய நியமங்களை நீக்கிப் புதிய சில நியமங்களைப் புகுத்தி"[25]

யுள்ளதாக நூல் குறிப்பிடுகின்றது. இதனைச் ச.வே. சுப்பிரமணியன் உடன்படாது மாறுபட்டுக் கருத்துரைத்துள்ளாரெனினும்[26] இந்நூலில் சில புதிய செய்திகள் இடம்பெற்றிருக்கின்றன. எண்வகைத் தளைகூறல் (யாப்.உறுப்பியல், நூ.34,35), பாக்களின் ஓசையை 'இசை' எனும் பெயரால் கூறல் (யாப்.செய்யுளியல், நூ.3), ஆசிரியப்பா வகைகளை மூவகைப்படுத்தல் (யாப்.செய்யுளியல், நூ.21) முதலிய பல புதிய கூறுகளை இந்நூல் கொண்டுள்ளது.

யாப்பதிகாரம்

இந்நூல் மரபான இலக்கணங்களை எளிமையாக உரைநடையில் தருவதாலும், சில புதிய வடிவங்களுக்கு இலக்கணங் கூறுவதாலும் இக்காலத் தமிழுலகில் போற்றப்பெற்று வருகிறது. இது 1959இல் புலவர் குழந்தையால் படைக்கப் பெற்றுள்ளது. உரைநடையில் அமைந்த இந்நூலில் முதற்பாகத்தின் உறுப்பியலிலும் செய்யுளியலிலும் ஆசிரியரால் இயற்றப்பட்ட சில நூற்பாக்களும் (18+2) இடம்பெற்றுள்ளன.

இதன் இயல்பையும் ஏற்றத்தையும், "புலவர் குழந்தையின் 'யாப்பதிகாரம்' என்னும் நூல், பழம் மரபுகளைப் போற்றியும், புதிய பார்வையில் புத்திலக்கணக் கோட்பாடுகளை உருவாக்கியும் காலத் தேவையை நிறைவு செய்து உருவாக்கப் பெற்றது"[27] என்பார் தி. லீலாவதி.

இந்நூல் இரு பாகங்களாக அமைக்கப்பட்டுள்ளது. முதற்பாகம் உறுப்பியல், செய்யுளியல், புதிய செய்யுட்கள், கவியரங்கம் எனும் நான்கு பிரிவுகளையும், இரண்டாம்பாகம் உறுப்பியல், செய்யுளியல் எனும் இரு பிரிவுகளையும் கொண்டுள்ளன. முதற் பாகத்தில் கூறப்படாத சில செய்யுள் உறுப்புகள், செய்யுள்கள் ஆகியவற்றின் இலக்கணம் இரண்டாம் பாகத்தில் கூறப்பட்டுள்ளன. அடிப்படையில் காரிகையை இந்நூல் பின்பற்றியிருப்பினும், யாப்பு வடிவ வளர்ச்சிக்கேற்பக் கும்மி, பண்ணத்தி எனும் கீர்த்தனை, சிந்து, வண்ணம் ஆகிய புதிய வடிவங்களுக்கு இலக்கணங் கூறுதல் (யாப்பதி.பக்.97–116) உள்ளிட்ட சில புதுக்கூறுகளையும் கொண்டுள்ளது.

இலக்கண விளக்கம் யாப்பியல்

கலாநிலையம் கே. இராஜகோபாலாச்சாரியாரால் உரைநடையில் எழுதப்பெற்ற இந்நூல் 1963இல் வெளிவந்துள்ளது. யாப்பிலக்கணத்தை எளிமையாகப் புரிந்துகொள்ளவும் செய்யுளியற்றவும் துணையாகும் வண்ணம் இந்நூல் படைக்கப் பெற்றுள்ளது.

இந்நூல் மூன்று பாகங்களாகப் பகுக்கப்பட்டுள்ளது. மூன்று பாகங்களும் முறையே ‘உறுப்பியல்’, ‘செய்யுளியல்’, ‘பாவினம்’ எனும் தலைப்புகளைப் பெற்றுள்ளன. அவற்றையடுத்து ‘அநுபந்தம்’ எனும் பகுதி இடம்பெற்றுள்ளது. 1997இல் வெளிவந்துள்ள ‘முதற் பதிப்பு’ எனக் குறிக்கப்பெற்ற இரண்டாம் பதிப்பில் ‘அநுபந்தம்–II’ எனும் புதிய பகுதி சேர்ந்துள்ளது.

காரிகையின் இலக்கணங்களைப் பெரிதும் பின்பற்றும் இந்நூல் காரிகையினின்று வேறுபட்டுச் சவலை வெண்பா இலக்கணங்கூறலும் (இலக்.வி.யா.பக். 173–176), ‘விருத்தப்பா வியலை’ச் சுட்டி அதனடிப்படையில் விருத்தம், கலித்துறை ஆகியவற்றின் இலக்கணங்கூறலும் (இலக்.வி.யா.ப. 267), புலவர் குழந்தையின் ‘யாப்பதிகாரத்’தை அடியொற்றிக் கும்மி, சிந்து, கீர்த்தனை வடிவங்களின் இலக்கணத்தைக் கூறலும் (இலக்.வி.யா.பக். 284–290) குறிப்பிடத்தக்கனவாகும்.

கவிஞராக

யாப்பு வடிவங்களில் கவிதை இயற்ற விழைவோர்க்கு எளிமையாக இலக்கணம் கற்பிக்கும் நோக்கில் அமைந்த இந்நூலை அ.கி. பரந்தாமனார் உரைநடை வடிவில் எழுதியுள்ளார். இது 1964ஆம் ஆண்டு வெளிவந்துள்ளது. “இந்நூல், எளிய இனிய நடையில் இயற்றப்பட்டுள்ளது; விளக்கம் செறிந்து விளங்குகிறது. இதில் தமிழ்ப்பா வகைகளுக்கும் அவற்றின் இனங்களுக்கும் உரிய இலக்கணங்கள் இனிது விளக்கப்பட்டுள்ளன. புதுக்கவி வகைகளும் ஓரளவு அறிமுகப்படுத்தப்பட்டுள்ளன”[28] என்று நூல் குறித்து மே.வீ. வேணுகோபாலப்பிள்ளை குறிப்பிட்டுள்ளார்.

பொது இயல், பொது இலக்கணவியல், உறுப்பியல், பாவியல், பாவினவியல், புதுவகை இசைப்பாவியல், முடிபியல் எனும் பகுப்புகளையும் பிற்சேர்க்கைப் பகுதியையும் இந்நூல் கொண்டுள்ளது. இலக்கணங்களை விளக்குமிடத்துத் தக்க சான்றுப் பாக்களையும் காட்டியமைகின்றது.

காரிகையினும் கூடுதலாகச் சில இலக்கணங்களைக் கூறும் இந்நூல், புலவர் குழந்தையின் ‘யாப்பதிகாரத்’தை அடியொற்றிச் சிந்து, கும்மி ஆகியவற்றின் இலக்கணங்களைச் (கவிஞ.பக்.302–308) சுருக்கமாகக் கூறுகின்றது.

கவிபாடலாம்

இந்நூலும் யாப்பு வடிவங்களில் பாட்டியற்ற விழைவோர்க்கு எளிமையாக இலக்கணங்கற்பிக்கத் தோன்றியதேயாகும். இது உரைநடையில் கி.வா. ஜகந்நாதன் எழுதி, 1966இல் வெளிவந்துள்ளது.

இந்நூல் இரு பாகங்களைக் கொண்டுள்ளது. ஒவ்வொரு பாகமும் இருபது தலைப்புகளில் கட்டுரைகளைக் கொண்டுள்ளது. இவையனைத்தும் தக்க சான்றுப்பாக்களையும் கொண்டு யாப்பிலக்கணத்தை எளிமையுறக் கூறுகின்றன.

இது காரிகையையே பெரிதும் பின்பற்றினும் காரிகை கூறாத சில இலக்கணங்களையும் உரைக்கின்றது. அறுசீர் ஆசிரியவிருத்தம், எழுசீர் ஆசிரியவிருத்தம், அகவல், கட்டளைக் கலிப்பா ஆகிய வடிவங்களுக்கு இலக்கணங்கூறுமிடத்து மட்டும் (கவி.பக்.37,39,47,173) அவ்வவ்வடிவங்களிலான பாக்களில் அவ்வவ் வடிவங்களின் இலக்கணத்தைக் கூறியுள்ள புதுமை தனித்துச் சுட்டத்தக்கது. வண்ணம், சிந்து, உருப்படி முதலான பிற்கால வடிவங்களுக்கு இந்நூல் இலக்கணங்கூறாத போதிலும் அவற்றுக்கு இயலும் இசையும் தெரிந்தோர் இலக்கணம் படைக்க வேண்டுமெனக் (கவி.ப.94) கருத்துரைக்கின்றது.

தொடையதிகாரம்

இலக்கணநூலின் ஒரு பகுதியாக யாப்பு இருந்த நிலைமாறிப் பிற்காலத்தில் யாப்புக்கென்றே தனிநூல்கள் தோன்றின. பின்னர் 'விருத்தம்' என்னும் ஒரு பாவினத்துக்கு மட்டுமே 'விருத்தப்பாவியல்'; 'வண்ணம்' என்னும் யாப்புக்கூறுக்கு மட்டுமே 'வண்ணத்தியல்பு' எனச் சிறப்புத் தனிநூல்கள் தோன்றின. அவ்வரிசையில் செய்யுள் உறுப்பான தொடையிலக்கணத்தை விளக்கும் முயற்சியில் தனித்துத் தோன்றிய நூல் 'தொடையதிகாரம்' ஆகும். இது புலவர் குழந்தையால் உரைநடையில் இயற்றப்பட்டு 1967இல் வெளிவந்துள்ளது.

செய்யுள் அடிகளில் மோனை எதுகை எங்கெங்கு எவ்வாறு வர வேண்டும் என்பதை இளங்கவிஞர்கள் அறிந்து கொள்வதற் காகவே இந்நூல் உருவாக்கப்பட்டது என்பது நூலாசிரியரின் கருத்து.[29]

இது முதலியல், எடுத்துக்காட்டியல், ஒழிபியல் எனும் மூன்றியல்களைக் கொண்டுள்ளது; 650க்கும் மேற்பட்ட செய்யுள்களை எடுத்துக்காட்டித் தொடையமைப்புகளைப் புலப்படுத்துகிறது.

முன்னிலக்கண நூல்களில் இடம்பெற்ற பா, பாவின வகைகள், அவற்றில் இடம்பெறாத சிந்து முதலிய வகைகள் ஆகியவற்றின் வடிவ இலக்கணத்தையும் தொடையிலக்கணத்தையும் இந்நூல் எடுத்துரைக்கின்றது. நாற்சீரடி, ஐஞ்சீரடிகளில் இடம்பெறும் தொடைகளுக்கு மட்டுமே பெரும்பாலான முன்னூல்கள்

இலக்கணங்கூற, இந்நூல் மிகு சீர்களைக் கொண்ட பல்வகைக் கழிநெடிலடிகளில் மோனை அமையுமாற்றை விளக்குகின்றது.

தொடையதிகாரம் எனப் பெயர் பொதுப்பட அமைந்திருப்பினும் மோனைத் தொடையமைதி கூறலே நூலில் முதன்மையிடத்தைப் பெற்றுள்ளது; எதுகை, இயைபுத் தொடையமைதிகள் அடுத்த நிலையில் காட்டப்பட்டுள்ளன.

குமாரபூபதீயம் என்னும் வண்ணப்பா யாப்பிலக்கணம்

வண்ணச்சரபம் தண்டபாணி சுவாமிகளின் 'வண்ணத் தியல்பை'யும் 'அறுவகை இலக்கண' வண்ணவியல் நூற்பாக் களையும் அடியொற்றி அவற்றினும் தெளிவுற வண்ணப்பா யாப்பிலக்கணத்தை இந்நூல் கூறுகின்றது. எழுதியவர் ம.ரா. பூபதி (1977).

அறுபத்துமூன்று அகவல் நூற்பாக்கள் உள்ள இந்நூலின் முதல்நூற்பா தற்சிறப்புப் பாயிரமாக அமைந்துள்ளது. அடுத்து வண்ணயாப்புறுப்புகள் பதினொன்றின் இலக்கணங்கூறும் பதினொரு பகுதிகளும் புறநடைப் பகுதியொன்றும் இடம் பெற்றுள்ளன. தேவையான சான்றுகளும் குறு விளக்கங்களும் நூற்பாவையடுத்துத் தரப்பட்டுள்ளன.

வண்ணயாப்பின் உறுப்புகள் எழுத்து, சந்தம், சீர், வண்ணத்தொடர், துள்ளல், தொங்கல், குழிப்பு, கலை, அடி, வண்ணம், வகுப்பு ஆகிய பதினொன்று என வரையறுத்து (குமாரநூ.2) அவற்றின் இலக்கணங்களை இந்நூல் விளக்கியுரைக் கின்றது.

வண்ண உறுப்புகளை வகைதொகை செய்தும், முன்னூல்களில் இடம்பெறாப் புதிய கலைச்சொற்களைப் படைத்தும் வண்ணயாப்பிலக்கணத்தை முழுமையாகவும் தெளிவாகவும் எளிமையாகவும் இந்நூல் அளித்தல் குறிப்பிடத்தக்கதாகும்.

கலைமணி பூபதீயம்

சிந்துப்பாவிற்கென முதன்முதலில் இலக்கணம் கூறத் தோன்றிய தனி நூலாகிய இதுவும் ம.ரா. பூபதி இயற்றியதே. கையெழுத்து நிலையிலேயே உள்ள இஃது ஆய்வாளர்களின் பார்வைக்குக் கிடைக்கவில்லை. இதனைத் தம் ஆய்வுக்கு இரா. திருமுருகன் மட்டும் பயன்படுத்தியுள்ளார். அவர் தெரிவித்துள்ள செய்திகளின் அடிப்படையிலேயே[30] பின்வருவன குறிப்பிடப்பெறுகின்றன. இந்நூல் பெரும்பாலும் புலவர் குழந்தையைப் பின்பற்றியே சமநிலைச் சிந்து, வியனிலைச்

சிந்து முதலிய பாகுபாடுகளைக் கொள்வதாக இரா. திருமுருகன் மதிப்பிடுகின்றார்.[31]

இது சிந்துப்பாவைப் பொதுச் சிந்து, உரிச் சிந்து என வகைப்படுத்தி இலக்கணங்கூறியுள்ளது; மேலும் நாலடி ஐந்தடிச் சிந்துகள், ஈரடி மேல் வைப்புச் சிந்து, சமநிலைச் சிந்து, வியனிலைச் சிந்து, விரவு நிலைச் சிந்து, இயற் சிந்து, சந்தச் சிந்து, வண்ணச் சிந்து, இயல்சந்தச் சிந்து, சந்த – வண்ணச் சிந்து, தளர் சந்தச் சிந்து, தளர் வண்ணச் சிந்து, விருத்தச் சிந்து, தனிநிலைச் சிந்து, உறுப்புச் சிந்து, இயைவுறு சிந்து எனச் சிந்துகளைப் பலவாறு வகைப்படுத்தி இலக்கணங்கூறியுள்ளது.

ஓரடியை ஒடித்தெழுதும் வரிகளுக்கு இந்நூல் ‘அடித்துண்டங்கள்’ என்று பெயரிட்டுள்ளது; சிந்தில் வருகின்ற தனிச்சொல், இயைபுத் தொடை, தளை, ஆய்தம், அளபெடை, கூன் ஆகியவற்றையும் விளக்கியுள்ளது.

யாப்பு நூல்

இலக்கியங்களில் காணப்படும் யாப்பு வளர்ச்சிக்கு ஏற்பப் புத்திலக்கணம் வகுக்கும் நோக்குடன் இந்நூல் தோன்றியுள்ளது. இதனை நூற்பாவும் விரிவுரையும் அமையத் த. சரவணத்தமிழன் இயற்றியுள்ளார். 1981இல் வெளிவந்த இதற்குப் பொருளுரையை மு. கனகசபை வரைந்துள்ளார். இலக்கண வரலாற்றில், “புதுவகையில் விரிவான யாப்பியல் நூல் செய்தற்குரிய முன்னோடி நூல் ஈதென்பது தகும்”[32] என இந்நூல் மதிப்பிடப் பெற்றுள்ளது.

இது உறுப்பியல், பாவியல், வார்ப்பியல் எனும் மூவியல் களைக் கொண்டுள்ளது. இயல்தோறும் புறனடைப் பகுதிகள் இடம்பெற்றுள்ளன. வார்ப்பியல் எனும் மூன்றாமியலில் பாட்டியல் நூல்களில் இடம்பெறும் பிரபந்த இலக்கணம் புதுமைகள் தோன்றக் கூறப்பட்டுள்ளது. உறுப்பியலிலும் பாவியலிலும் 154 நூற்பாக்களும் வார்ப்பியலில் 39 நூற்பாக்களும் அமைந்துள்ளன. பொருளுரையும் விரிவுரையும் நூற்பா நுவலும் இலக்கணங்களைத் தெளிவாக்கும் வகையில் அமைந்துள்ளன.

பாக்களை இந்நூல் புதுமையாக அசைப்பா, தளைப்பா, புதுப்பா, திரைப்பா, இசைப்பா, ஒலிப்பா என அறுவகைப்படுத்து கின்றது (யாப்பு.நூ.59). மரபான நாற்பாக்களுக்கு வஞ்சி, அகவல், கலி, வெண்பா எனும் வைப்புமுறையில் (யாப்பு.நூ. 60) இலக்கணங்கூறுகின்றது. சந்தப்பாவையும் சிந்துப்பாவையும் இந்நூல் ஒலிப்பா எனும் பெயரால் குறிப்பிட்டு (யாப்பு.நூ. 131) வகைப்படுத்துகின்றது. திரைப்பா, இசைப்பா ஆகியனபற்றிப் பொதுவாகக் குறிப்பிட்டமைகிறது (யாப்பு.நூ. 142,143). புதுப்பா

(யாப்பு.நூ. 138–141) ஈறாகத் தமிழ்ப் பாவடிவங்களில் மிகப் பலவற்றுக்கும் இலக்கணங்கூறவும் புதிய கோணத்தில் யாப்பிலக்கணச் செய்திகள் பலவற்றைச் சீரமைக்கவும் இந்நூல் முயன்றுள்ளது.

எளிதாகப் பாடலாம்

இது யாப்பு வடிவங்களில் கவிதை இயற்ற விழைவோர்க்கு யாப்பிலக்கணத்தை எளிமையாகக் கற்பிக்கும் நோக்கில் உரைநடை வடிவில் 1989இல் வெளிவந்த இந்நூலின் ஆசிரியர் இராமு.இளங்குமரன் [இரா.இளங்குமரன்] ஆவார்.

இந்நூல், எளிதாகப் பாடலாம்; அடிப்படைச் செய்திகள் சில; பாடல் உறுப்புகள்; பா; பாவினம்; விலக்குகளும் விளக்கங்களும் எனும் ஆறு தலைப்புகளில் யாப்பிலக்கணங் கூறுகின்றது. நூலாசிரியரால் இயற்றப்பட்டு நூல் வடிவில் வெளிவராத 'படிக்கராமர் பாட்டியல்' எனும் யாப்பிலக்கண நூலின் 148 நூற்பாக்கள் இந்நூலுள் ஆங்காங்கு இடம்பெற்றுள்ளன.[33] இந்நூற்பாக்கள் நாற்பா, மருட்பா, பாவினம் வரை மட்டுமே இலக்கணங் கூறுகின்றன; ஆசிரியத் தாழிசை, ஆசிரியத் துறை, கட்டளைக் கலித்துறை முதலான கட்டளைப்பாக்கள், கண்ணி, சிந்து, வண்ணம், கும்மி முதலான வடிவங்களுக்கான இலக்கணங்கூறவில்லை.

காரிகை இலக்கணங்களைப் பின்பற்றுவதோடு இந்நூல் சில புதுக்கூறுகளையும் கொண்டுள்ளது. அவற்றுள் சிந்து, வண்ணம் முதலிய வடிவங்களுக்கு இலக்கணங்கூறல் (எளி.பா.பக். 121–133) குறிப்பிடத்தக்கதாகும்.

இலகு தமிழ் ஐந்திலக்கணம்

ஐந்திலக்கணச் செய்திகளைப் பேசும் இந்நூல் 1990இல் வெளிவந்துள்ளது. இதனை மு. வேங்கடராமன் இயற்றியுள்ளார். இந்நூல் அகவல் நூற்பாக்களால் பெரும்பாலும் அமைந்துள்ளது; ஒரு சில நூற்பாக்கள் மட்டும் வெண்பா யாப்பிலும், கட்டளைக் கலித்துறை யாப்பிலும் அமைந்துள்ளன. 703 நூற்பாக்களைப் பெற்றுள்ள இந்நூலில் பாயிரவியல், இறை இயல், ஒலி இயல், எழுத்தியல், சொல்லியல், உரைநடை இயல், பொருளியல், யாப்பியல், அணி இயல், வினா விடை இயல் எனும் பத்து இயல்கள் உள்ளன; யாப்பியல் 205 நூற்பாக்களைக் கொண்டுள்ளது.

காரிகையைப் பின்பற்றும் இந்நூல் கட்டளைக் கலிப்பாவுக்கு இலக்கணங்கூறல் (இலகு.நூ. 608) முதலிய காரிகையினும் கூடுதலான சில செய்திகளைக் கொண்டுள்ளது.

தென்னூல் – இலக்கியப் படலம்

முன்னூல்கள் கூறும் இலக்கணங்கள் அனைத்தையும் கூறுவதோடு, யாப்பு வளர்ச்சிக்கேற்பப் புத்திலக்கணமும் கூறுவதாக அமைந்த இந்நூலினைச் ச. பாலசுந்தரம் இயற்றியுள்ளார். இது 1991இல் வெளிவந்துள்ளது.

'தென்னூல் – இலக்கியப் படலம்' பொருள், மரபு, யாப்பு, அணி, பாட்டியல், சிறுகதை, புதினம், கட்டுரை, திறனாய்வு, நாடகம் முதலியவற்றின் இலக்கணங் கூறுகின்றது. இருபத்து நான்கு இயல்களைக் கொண்ட இந்நூலுள் யாப்பியல், இயற்பாவியல், இசைப்பாவியல், உரைப்பாவியல் எனும் நான்கியல்களில் யாப்பிலக்கணச் செய்திகள் உள்ளன. இவ்விலக்கியப் படலத்தில் 739 நூற்பாக்கள் உள்ளன. யாப்பியல் 99 நூற்பாக்களையும், இயற்பாவியல் 71 நூற்பாக்களையும், இசைப்பாவியல் 67 நூற்பாக்களையும், உரைப்பாவியல் 9 நூற்பாக்களையும் கொண்டுள்ளன.

யாப்பிலக்கணங் கூறுவதில் வெவ்வேறு சிந்தனைப் போக்குகளையுடைய முன்னை நூல்களான தொல்காப்பியம், யாப்பருங்கலக் காரிகை, வீரசோழியம், வண்ணத்தியல்பு ஆகியன கூறும் அனைத்து யாப்பிலக்கணங்களையும், அவை கூறாத பிற்கால வளர்ச்சி வடிவங்களான சிந்து முதலிய இசைப் பாடல்களின் இலக்கணத்தையும் (தெ.நூ.491–493) இந்நூல் ஒருசேரக் கூறுகின்றது; புதுக்கவிதை, ஐக்கூ (தெ.நூ.525–532) வடிவங்களுக்கும் இலக்கணங்கூற முயன்றுள்ளது.

சிந்துப்பாவியல்

இசைத்தமிழ்ப் பாக்களுள் ஒன்றான சிந்துப்பாவின் யாப்பிலக்கணத்தைக் கூறத் தோன்றிய தனி நூலான இதனை இரா. திருமுருகன் இயற்றியுள்ளார். 'சிந்துப் பாடல்களின் யாப்பிலக்கணம்' எனும் பெயரில் இந்நூலாசிரியர் 1993ஆம் ஆண்டு வெளியிட்ட மற்றொரு நூலின் பின்னிணைப்பாக இடம்பெற்ற நூற்பாக்களே 'சிந்துப்பாவியலா'கத் தனி நூல் வடிவம் பெற்றுள்ளன.

இந்நூல் 1994இல் வெளிவந்துள்ளது. பொதுவிலக்கணம், சிறப்பிலக்கணம் எனும் இரு பகுதிகளைக் கொண்ட இந்நூலில் 51 நூற்பாக்கள் இடம்பெற்றுள்ளன. இதற்கு அரங்க. நடராசன், கருத்து, விளக்கம், காட்டுகளைக் கொண்ட உரை வரைந்துள்ளார்.

யாப்பலகுகள் சிந்துப்பாக்களின் இலக்கணம் கூறப் போது மானவையாக இல்லை எனும் கருத்தோட்டத்தால் இசையிலக்கண

அடிப்படையில், புதிய உறுப்புகளை வகுத்துச் சிந்துப்பாக்களுக்கு இந்நூல் புத்திலக்கணங் கூறுகின்றது. இதன்கண் குறிலசை, நெடிலசை, அசை நீட்டம், சிறப்பசை, சிறப்பிலசை, வழுவசை, விரைவுநடை, தனிச்சொல், முடுகியல், சீர், அடி, தொடை, கண்ணி ஆகிய சிந்துப்பாவின் உறுப்பிலக்கணங்களும் (சிந்.நூ.6–34) நொண்டிச்சிந்து, வளையற்சிந்து, கும்மி, இரட்டைக்கும்மி, ஆனந்தக்களிப்பு, இலாவணி, காவடிச்சிந்து, வழிநடைச் சிந்து, தென்பாங்கு ஆகிய சிந்துப்பா வகைகளின் இலக்கணங்களும் (சிந்.நூ.35–49) கூறப்பட்டுள்ளன.

பாவலர் பண்ணை

இது பாட்டியற்ற விரும்பும் இளம் பாவலர்களுக்கு யாப்பிலக்கணத்தை எளிமையாக உரைநடை மூலம் எடுத்துரைக்கத் தோன்றிய நூலாகும். இரா. திருமுருகனால் 1997இல் இந்நூல் உருவாக்கப் பெற்றுள்ளது. பாட்டு இயற்றப் பயில்வோம், இலக்கியத் தோய்வு, எழுத்துச் சொற்புணர்ச்சி இலக்கணங்கள், சொற்செல்வம் ஆகிய நான்கு பகுதிகளைக் கொண்டுள்ளது. இவற்றுள் முதற் பகுதி மட்டுமே யாப்பிலக்கணங்கூறுகின்றது. இப்பகுதி மிகுதியான சான்றுப்பாக்களையும் கொண்டுள்ளது.

யாப்பிலக்கண மரபுப்படி பா, பாவினம் எனும் வரிசை முறை நூலில் பின்பற்றப்படவில்லை. இலக்கிய வழக்கில் மிகுதியாக வழங்கும் பா, பாவினங்களின் இலக்கணமும் சான்றுகளும் தெளிவாகவும் விரிவாகவும் கூறப்பட்டுள்ளன. நாற்பா, பாவினங்களில் சிலவற்றுக்கு வழக்கின்மை கருதி இலக்கணங்கூறப்படவில்லை. நாற்பத்தைந்து பாவகைகளுக்கு இலக்கணங் காட்டும் இந்நூலில் பின்முடுகு வெண்பா (பாவலர்.ப. 85), இயல் தரவிணைக் கொச்சகக் கலிப்பா (பாவலர். ப. 98), சந்தவிருத்தங்கள் (பாவலர்.பக். 100–117), வண்ண விருத்தங்கள் (பாவலர்.பக். 119–122), கும்மி (பாவலர்.பக். 123,124), சிந்து (பாவலர்.பக். 126–135), உருப்படி (பாவலர்.பக். 136–139) முதலியவற்றுக்கு விளக்கமாக இலக்கணம் தரப்பட்டுள்ளது.

II இலக்கண உரைகள்

யாப்பிலக்கண வளர்ச்சியை ஆராய இலக்கண நூல்களோடு அவற்றின் உரைகளும் மூலங்களாய் அமைகின்றன. இலக்கண வளர்ச்சிக்கு உரைகளின் பங்களிப்புக் குறிப்பிடத்தக்கது. இதனை,

> இடைக்கால இலக்கண வளர்ச்சியில் பெரும் பங்கு உரையாசிரியர்கட்கு உண்டு. உரையாசிரியர்களின் பல கருத்துக்களைத்தான் பின்னூல்கள் நூற்பா வடிவாக்கியிருக்கின்றன என்ற உண்மையை உணர்வோமாக. இவ்வுரைகள்

இலக்கணக் கொள்கைகளை ஐயம் எழுப்பியும் தெளிவித்தும் மறுத்தும் நிலைநிறுத்தியும் உசாவுரை செய்திருப்பதால் ஆய்வு தழுவிய இலக்கண வளர்ச்சியைக் காண்கின்றோம்[34]

என்று வ.சுப. மாணிக்கம் எடுத்துரைத்தல் மனங்கொள்ளத்தக்கது.

இலக்கண நூல்களுக்கு எழுந்த உரைகள் யாப்பிலக்கண வளர்ச்சிக்குத் துணை புரிவனவாகவும், வளர்ச்சியைப் பதிவு செய்வனவாகவும் அமைந்துள்ளன. மூலநூல் கூறும் இலக்கணங்களுக்கு விளக்கமளித்தல், மூலநூலினின்று வேறுபடும் இலக்கணப் போக்குகளை எடுத்துரைத்தல், பிறமொழி இலக்கணங்களை ஒப்பிட்டுக் காட்டல், தம் கால இலக்கண வழக்குகளைப் பதிவு செய்தல் ஆகிய இயல்புகளோடு இவ்வுரைகள் அமைந்து யாப்பிலக்கண வளர்ச்சிக்குத் துணைபுரிந்துள்ளன.

காரிகைக்குப் பின் தோன்றிய இலக்கண நூல்களைப் போலவே காரிகைக்குப் பின் தோன்றிய உரைகளும் யாப்பிலக்கண வளர்ச்சி காணத் துணைசெய்கின்றன. இவ்வுரைகளைக் காரிகைக்குப் பின்னர்த் தொல்காப்பியத்திற்கு எழுந்த உரைகள், காரிகைக்குப் பின்னர்த் தோன்றிய இலக்கண நூல்களின் உரைகள் என இருவகைப்படுத்தலாம். காரிகைக்கு முற்பட்ட நூலாகத் தொல்காப்பியம் இருப்பினும் இளம்பூரணர், பேராசிரியர், நச்சினார்க்கினியர் ஆகியோரின் உரைகள் காரிகைக் காலத்திற்குப் பின்னரே தோன்றியுள்ளன. தொல்காப்பிய இலக்கணங்களை விளக்குவதே இவற்றின் நோக்கமாயினும் பிற்கால வளர்ச்சிகளும் இவற்றுள் ஏற்புநிலையிலும் மறுப்பு நிலையிலும் இடம்பெற்றுள்ளன. எனவே காரிகைக்குப் பிந்தைய இலக்கண நூல்களின் உரைகளோடு, இவ்வுரைகளையும் ஒருங்குவைத்து நோக்க வேண்டும்.

இலக்கண நூல்களுக்கு எழுந்துள்ள பழைய உரைகளே இங்குக் குறிப்பிடப்பெறுகின்றன. இந்நூற்றாண்டில் எழுதப்பெற்ற உரைகள் எடுத்துக்கொள்ளப் பெறவில்லை.

காரிகைக்குப் பிந்தைய காலத்தில் தோன்றியனவாய்ப் பின்வரும் உரைகள் உள்ளன.

வ. எண்	உரை	உரையாசிரியர்	காலம்
1.	தொல்காப்பிய உரை	இளம்பூரணர்	11ஆம் நூ. இறுதி
2.	தொல்காப்பிய உரை	பேராசிரியர்	13ஆம் நூ. தொடக்கம்
3.	தொல்காப்பிய உரை	நச்சினார்க்கினியர்	14ஆம் நூ.

4.	வீரசோழிய உரை	பெருந்தேவனார்	12ஆம் நூ. தொடக்கம்
5.	சிதம்பரப்பாட்டியல் உரை	நூலாசிரியர் (அ) அவர்தம் மாணாக்கர்	16ஆம் நூ.
6.	இலக்கண விளக்க உரை	நூலாசிரியர் (அ) அவர்தம் மைந்தர்	17ஆம் நூ.
7.	இலக்கணச் சூடாமணி உரை	பெயர் தெரியவில்லை	17ஆம் நூ.
8.	தொன்னூல் விளக்க உரை	வீரமாமுனிவர் (நூலாசிரியர்)	18ஆம் நூ.
9.	முத்துவீரிய உரை	திருப்பாற்கடனாதன் கவிராயர்	19ஆம் நூ.
10.	விருத்தப்பாவியல் உரை	தி. வீரபத்திர முதலியார் (நூலாசிரியர்)	19ஆம் நூ.

தொல்காப்பியம் – இளம்பூரணர் உரை

தொல்காப்பியத்திற்கு இன்று கிடைக்கும் உரைகளுள் தொன்மையானது இளம்பூரணர் உரையாகும். இவ்வுரை 11ஆம் நூற்றாண்டின் இறுதியில் யாப்பருங்கல விருத்தியுரைக்குப் பின்னர்த் தோன்றியுள்ளது.[35]

தொல்காப்பிய இலக்கணங்களை விளக்குவதோடு இவ்வுரை யாப்பருங்கல விருத்தியுரையை அடியொற்றிச் சீர்வாய்பாடுகள், சீர்வகையடிகள், எழுவகைத் தளைகள், தொடைவகைகள், தொடை விகற்பங்கள், நால்வகை ஆசிரியம், வெண்பா வகைகள் ஆகியவற்றை எடுத்துரைக்கின்றது. சமநிலை [நான்கடி வெண்பா], சிந்தியல், பஃறொடை வெண்பாக்களில் நேரிசை, இன்னிசைப் பாகுபாட்டைக் கூறுகின்றது (செய்.நூ. 114 இளம்.). நான்கடியால் வரும் வெண்பா வகைகளைக் குறிக்க யாப்பியலில் பொதுப்பெயர் இல்லாத நிலையில் நான்கடி வெண்பாவைச் சமநிலை வெண்பா என இது கூறுதல் குறிப்பிடத்தக்கது. ஒரு பொருளைக் குறித்துத் திரிபின்றி முடியும் பஃறொடை வெண்பா கலிவெண்பா எனப்படும் என்கிறது (செய்.நூ. 114 இளம்.). விருத்தியுரையை அடியொற்றி வஞ்சிப்பாவிற்கு ஆயிரமடி அடிப்பெருமை எனவும் கூறுகின்றது (செய்.நூ.150 இளம்.).

'பண்ணத்தி' இலக்கணங்கூறும் நூற்பாவையும் "அடிநிமிர் கிளவி ஈராறாகும், அடியிகந்து வரினும் கடிவரையின்றே" எனும்

நூற்பாவையும் விளக்குமிடத்துப் பண்ணத்தி என்பது பாவினம் எனக் கொண்டு நால்வகைப் பாக்களுக்கான பாவினங்கள் – தாழிசை, துறை, விருத்தங்கள் விளக்கப்படுகின்றன (செய்.நூ. 173, 175 இளம்.). 'உரையிற் கோடல்', 'பிற நூல் முடிந்தது தானுடம் படுதல்' எனும் முறைகளால் இவ்வுரை பிற்கால வளர்ச்சி வடிவங்களை முற்கால இலக்கணத்துள் அடக்கிக் காட்டுகிறது.

தொல்காப்பியத்திற்குப் பின் தன் காலம் வரை வழங்கிய இலக்கணச் செய்திகள் பலவற்றையும் தொல்காப்பிய உரையில் இளம்பூரணர் எடுத்துரைத்தல் குறிப்பிடத்தக்கது.

தொல்காப்பியம் – பேராசிரியர் உரை

இது தொல்காப்பியச் செய்யுளியலுக்கு இளம்பூரணர் உரைக்குப் பின்னர்த் தோன்றிய உரையாகும். இவ்வுரையின் காலம் 13ஆம் நூற்றாண்டின் தொடக்கமாகும்.[36]

மூலத்தில் இடம்பெறாத பல செய்திகளை இவ்வுரை தருகிறது. பிற்கால யாப்பிலக்கண வளர்ச்சியின் சில கூறுகளை ஏற்றும், சிலவற்றை மறுத்தும் செல்கிறது.

இவ்வுரை நேரசையினை 'இயலசை'யென்றும் நிரையசை யினை 'இணையசை'யென்றும் குறிப்பிடுகிறது (செய்.நூ. 3 பேரா.). விருத்தியுரையை அடியொற்றிச் சீர்வாய்பாடுகள் (செய்.நூ. 13–17 பேரா.), சீர்வகையடிகள் (செய்.நூ. 32 பேரா.), தொடை வகைகள், தொடை விகற்பங்கள், தொடைகளின் உள்வகைகள் (செய்.நூ. 90–94, 98–101 பேரா.); ஆகியவற்றையும் வஞ்சிப்பாவிற்கும் ஆசிரியப்பாப் போல அடிப்பெருமை கொள்ளப்படும் என்பதையும் (செய்.நூ. 157 பேரா.) கூறுகின்றது.

எழுத்து வகையடிகளைக் 'கட்டளையடிகள்' எனும் பெயரால் குறிப்பிடுகிறது (செய்.நூ. 33 பேரா.); வெண்டொடை, அகவற்றொடை, கலித்தொடை எனும் வகைப்பாட்டைத் தருகின்றது (செய்.நூ. 94, 99 பேரா.); ஓசை வகைகளை ஒன்று மூன்றாக விரித்து ஏந்திசை, தூங்கிசை, ஒழுகிசை முதலிய வகைகளாக்குதல் முழுமையானதன்று எனக் குறிப்பிடுகின்றது (செய்.நூ. 105 பேரா.); நான்கடியால் வரும் வெண்பாவை 'அளவியல் வெண்பா' என்கிறது (செய்.நூ. 118 பேரா.); வண்ண வகையைப் பிற்காலத்தார் நூறாகப் பெருக்கிக் காட்டுவதை இவ்வுரை ஒப்பவில்லை (செய்.நூ. 212 பேரா.).

தொல்காப்பியத்திற்குப் பின்னரும் தம் காலத்துக்கு முன்னரும் தோன்றி வலுப்பெற்ற பாவின இலக்கணங்களை உரை உடன்படவில்லை. கொச்சக ஒருபோகு இலக்கணத்துள்ளேயே

(செய்.நூ. 149 பேரா.) பாவினங்களெனக் கூறப்படுவனவற்றை அடக்கிக் காட்டிப் பாவின இலக்கணம் பொருத்தமானதாக இல்லை என மறுக்கிறது.

இத்தகு பின்னைய யாப்பிலக்கண வளர்ச்சிச் செய்திகள் பலவற்றைக் கூறும் இவ்வுரை தொடை வகைகளைக் கொள்வதில் யாப்பருங்கலம், காரிகை ஆகியவற்றின் உரைகளைப் பின்பற்றுகின்றது. பாவின இலக்கணம் கொள்வதை மட்டும் உடன்பட மறுக்கிறது.

தொல்காப்பியம் – நச்சினார்க்கினியர் உரை

பேராசிரியர் உரைக்குப் பின்னர்த் தோன்றிய இவ்வுரையின் காலம் 14ஆம் நூற்றாண்டாகும்.[37] இவ்வுரை பெரிதும் பேராசிரியர் உரையையே அடியொற்றுகின்றது. மூலத்தில் இடம்பெறாமல் பேராசிரியர் உரையில் இடம்பெறுவன பெரும்பாலும் நச்சினார்க்கினியர் உரையிலும் இடம்பெற்றுள்ளன.

கட்டளையடிகளில் எழுத்தெண்ணுகையில் ஒற்றொழித்து எண்ணுதல் வேண்டுமெனக் கூறுமிடத்துக் கட்டளைக் கலித்துறை, சந்தம், தாண்டகம் ஆகிய பாவகைகளை இவ்வுரை குறிப்பிடல் (செய்.நூ. 44 நச்.) தனித்துக் கருதத்தக்கது.

வீரசோழியம் – பெருந்தேவனார் உரை

வீரசோழியம் பெருந்தேவனாரின் அரிய உரையைப் பெற்றுள்ளது. இதன் காலம் 11ஆம் நூற்றாண்டின் இறுதி அல்லது 12ஆம் நூற்றாண்டின் தொடக்கம் ஆகும்.[38] மூலநூலின் இலக்கணங்களுக்கு விளக்கந் தருவதோடு இவ்வுரை அரிய யாப்பிலக்கணச் செய்திகளையும் கொண்டுள்ளது.

பன்னிருசீர் முதலான சீர்களைக் கொண்ட அடிகளால் அமையும் விருத்தங்களை 'இரட்டை விருத்தம்' எனக் கூறுகின்றது (வீ.சோ.கா. 109 பெருந்.). தமிழ் யாப்பியலில் 'இரட்டை விருத்தம்' எனும் ஆட்சி இவ்வுரையில் தான் முதன்முதலில் இடம் பெற்றுள்ளது.

நேரிசை, இன்னிசை வெண்பாக்களுக்கு அவற்றின் இலக்கணத்தை அவ்வவ்வெண்பா வடிவத்திலேயே இவ்வுரை தந்து அவற்றை 'இலக்கணமும் இலக்கியமுமாய்க் கண்டுகொள்க' எனக் குறிப்பிடுகிறது (வீ.சோ.கா. 114 பெருந்.). கோவைக் கலித்துறை, காப்பியக் கலித்துறை எனும் பெயராட்சிகளை முதன்முதலில் குறிப்பிடுகின்றது (வீ.சோ.கா. 123 பெருந்.). சந்த இலக்கணங்களை விளக்குமிடத்து வடநூற் செய்திகளை

யாப்பருங்கல விருத்தியுரையை ஒத்தும், அதனினும் கூடுதலாகவும் விரித்துரைக்கின்றது (வீ.சோ.கா.139 பெருந்.).

இவ்வாறு மூலநூலில் இடம்பெறாத பல யாப்பிலக்கணச் செய்திகளை உரை கொண்டுள்ளமை குறிப்பிடத்தக்கது. இச்செய்திகளில் முன்னூல்களில் இடம்பெற்ற சில செய்திகளும் உரையாசிரியரே குறிப்பிடுகின்ற சில புதுச்செய்திகளும் உள்ளன.

சிதம்பரப் பாட்டியல் உரை

சிதம்பரப் பாட்டியலின் யாப்பிலக்கணங்கூறும் முதல் மூன்று இயல்களுக்கு மட்டும் பழைய உரையொன்று உள்ளது. இவ்வுரையை நூலாசிரியரோ அவர்தம் நேர்மாணாக்கரோ இயற்றியிருக்கலாம் என்பர்.[39] எனவே இவ்வுரையின் காலம் 16ஆம் நூற்றாண்டாகும்.

இவ்வுரை 'கட்டளைக் கலித்துறை' இலக்கணத்தினை விளக்குமிடத்து, இரண்டு நூற்பாக்களை மேற்கோள் காட்டும் பின்வரும் பகுதி கருதத்தக்கது:

கட்டளைக் கலித்துறை கலித்துறைப் பாற்படும்

நேரசை யெனவு நிரையசை யெனவு
மாயிரு பெயரா னடக்குமன் னவையே

என்னும் அவிநயத்துட் கண்டுகொள்க

(சி.பா.நூ.15 உரை).

கட்டளைக் கலித்துறை எனும் வடிவங்குறித்து அவிநயம் எனும் நூல் இலக்கணங்கூறியுள்ளமையை இவ்வுரை காட்டி அமைதல் குறிப்பிடத்தக்கது.

இலக்கண விளக்க உரை

'இலக்கண விளக்கத்'திற்கு அமைந்துள்ள உரை, நூலாசிரியர் வைத்தியநாத தேசிகரால் வரையப் பெற்றதென்றும், நூலாசிரியரின் மைந்தரால் வரையப் பெற்றதென்றும், இருவகைக் கருத்துகள் உள்ளன.[40] இவ்வுரையின் காலம் 17ஆம் நூற்றாண்டாகும்.

மூலநூலில் இடம்பெறாத தொடைகளின் உள்வகைகள் (இலக்.வி.நூ. 748 உரை), ஓசை வகைகளின் உள்வகைகள் (இலக்.வி.நூ. 728,732,736,740 உரை), கட்டளைக் கலித்துறையின் இலக்கணம் (இலக்.வி.நூ. 739 உரை) முதலியவற்றை இவ்வுரை யாப்பருங்கலம், காரிகை ஆகியவற்றின் உரைகளை அடியொற்றிக் கூறுகின்றது.

இலக்கணச் சூடாமணி உரை

இலக்கணச் சூடாமணி நூலுக்கு உரையாசிரியர் பெயர் தெரியாத உரையொன்று உள்ளது.[41] இவ்வுரையின் காலம் '17ஆம்

நூற்றாண்டாக இருக்கக்கூடும்' என்பர்.[42] மூலத்தினும் கூடுதலாக இவ்வுரை சில செய்திகளைத் தருகின்றது.

நாலசைப் பொதுச்சீர் வஞ்சிப்பாவிற்கும் சந்தப்பா முதலிய பாவினங்களுக்கும் உரிய சீர்களாகும் எனப் பாவுக்குரிய சீர்களோடு பாவினங்களுக்குரிய சீர்களைக் கூறுதலும் (இலக்.சூ.நூ. 4 உரை), சிந்துப்பாவின் பொதுவிலக்கணத்துக்கு உரை கூறுமிடத்து பல்லவம், அனுபல்லவம் எனும் உறுப்புகளைக் குறிப்பிட்டுக் கீர்த்தனை வடிவமாகச் சிந்து இலக்கணத்தை விளக்குதலும் (இலக்.சூ.நூ.46 உரை) இவ்வுரை தரும் செய்திகளுள் குறிப்பிடத்தக்கன.

தொன்னூல் விளக்க உரை

தொன்னூல் விளக்கம், வீரமாமுனிவரே இயற்றிய உரையினைப் பெற்றுள்ளது. மூலத்தில் இடம்பெற்றுள்ளவற்றினும் கூடுதலாக இவ்வுரை பல செய்திகளைத் தருகின்றது. யாப்பருங்கல விருத்தியுரை, காரிகையுரை ஆகியவற்றில் இடம்பெற்ற பல செய்திகளை இவ்வுரையும் கூறுகின்றது. மேலும் நூற்பெயர் தெரியாத இலக்கண நூலிலிருந்து சவலை வெண்பா இலக்கணங்கூறும் நூற்பா ஒன்றை மேற்கோள் காட்டுகின்றது (தொன்.நூ.222 உரை). காப்பியக் கலித்துறை, விருத்தக் கலித்துறை எனவும் கலித்துறை வழங்கப்படுமென்றும் (தொன்.நூ. 241 உரை), தோடி ராகத்துக்கேற்ற அடியான் நடக்கும் ஆசிரிய விருத்தமெல்லாம் இன்று தாழிசை எனப்படும் என்றும் (தொன்.நூ. 246 உரை) இவ்வுரை கூறுகின்றது. கட்டளைக் கலிப்பாவுக்கும் கட்டளைக் கலித்துறைக்கும் உதாரணமாகவும் சூத்திரமாகவும் ஒருங்கு அமையும் ஒவ்வொரு பாடலைப் படைத்து "உதாரணமாகவுஞ் சூத்திரமாகவும் வருமிச் செய்யுளைக் கண்டுகொள்க" எனவும் உரை குறிப்பிடுகின்றது (தொன்.நூ.236,241 உரை).

முத்துவீரிய உரை

முத்துவீரியம், திருநெல்வேலித் திருப்பாற்கடனாதன் கவிராயர் வரைந்த உரையொன்றைப் பெற்றுள்ளது. இதன் காலம் 19ஆம் நூற்றாண்டாகும்.

சிதம்பரச் செய்யுட்கோவையின் இருகுறணேரிசை வெண்பாப் பாடலை இவ்வுரை நேரிசை வெண்பா இலக்கணத்துக்குச் சான்று காட்டுவதுடன் (மு.வீ.நூ. 903 உரை) அப்பாடலின் தனிச்சொல்லைத் தானே நீக்கி விட்டுச் சவலை வெண்பாவுக்கும் சான்று காட்டுகின்றது (மு.வீ.நூ. 908 உரை).

ஒரு நேரிசை வெண்பாவை இரண்டாமடி இறுதிச்சீரை நீக்கி விட்டுச் சவலை வெண்பாவுக்கு மேற்கோளாகக் காட்டுதல்,

உரையாசிரியர் காலத்தில் தனியே மேற்கோள் காட்டச் சவலை வெண்பா அதிகம் வழங்காத நிலையைக் காட்டுகின்றது.

விருத்தப்பாவியல் உரை

விருத்தப்பாவியலுக்கு நூலாசிரியர் தி. வீரபத்திர முதலியார் வரைந்த பொருளுரையும், பதிப்பாசிரியர் ஈ.ந. தணிகாசல முதலியார் எழுதிய குறுவிளக்க உரையும் பதிப்பில் இனம்பிரிக்க இயலாவண்ணம் ஒருசேர இடம்பெற்றுள்ளன. நூற்பாக் களை விளக்குவதோடு இவை, நூற்பாக்களில் கூறப்படாத வஞ்சிவிருத்தம், பன்னிருசீர் விருத்தம் ஆகியன பற்றிப் பேசுகின்றன. கலிவிருத்தம் ஒருசீர் குறைந்துவந்து வஞ்சிவிருத்தமாகு மென்றும், அறுசீர்விருத்தம் இரட்டித்துவந்து பன்னிருசீர் விருத்தமாகுமென்றும் கூறிச் சான்று காட்டி விளக்குகின்றன. மேலும் நேர்–11, நிரை–12 எனும் எழுத்தமைப்புடைய கலிவிருத்தம் இரட்டித்துக் ‘கட்டளைக் கலிப்பா’ வரும் எனக் காட்டுகின்றன (வி.பா.ஐந்தாம் படலம், நூ. 3 உரை).

III நிகண்டுகளில் யாப்பிலக்கணம்

இலக்கண நூல்கள், உரைகள் தரும் யாப்பிலக்கணங்களோடு நிகண்டு நூல்களில் இடம்பெற்றுள்ள யாப்பிலக்கணச் செய்திகளும் இணைத்து எண்ணத்தக்கன. சொற்பொருள் விளக்கம் தர எழுந்த நிகண்டு நூல்களில் சில யாப்பிலக்கணச் செய்திகளும் காணப்படுகின்றன. அச்செய்திகள் பெரும்பாலும் யாப்புப் பெயர் களை விளக்குவனவாகவும் தொகைகளை உணர்த்துவனவாகவும் அமைந்துள்ளன. தமிழில் திவாகரம், பிங்கலந்தை, உரிச்சொல் நிகண்டு, கயாதரம், சூடாமணி நிகண்டு, அகராதி நிகண்டு, ஆசிரிய நிகண்டு, வடமலை நிகண்டு, அரும்பொருள் விளக்க நிகண்டு, பொதிகை நிகண்டு, நாமதீப நிகண்டு முதலிய நிகண்டு நூல்கள் தோன்றியுள்ளன. இவை ஒன்பதாம் நூற்றாண்டு முதல் பத்தொன்பதாம் நூற்றாண்டு வரையிலான காலக்கட்டத்தில் எழுந்துள்ளன.

இந்நூல்களில் பாவுறுப்புகளின் பெயர்கள், பாவின் வேறு பெயர்கள், பாவகைகளின் பெயர்கள், சில பாவகைகளின் இலக்கணங்கள் ஆகியன இடம்பெற்றுள்ளன. அவற்றுள் குறிப்பிடத்தக்க சிலவற்றை இங்குக் காணல் தகும்.

1. ஆசிரியப்பாவின் வேறு பெயர்களுள் ஒன்று ‘தொகை’ என்பதாகும். (திவாகர நிகண்டு நூ.1849, பிங்கலநிகண்டு நூ.2081, சூடாமணி நிகண்டு நூ.29, அரும்பொருள் விளக்கநிகண்டு நூ.10,19, பொதிகை நிகண்டு நூ.315).

இப்பெயர் யாப்பிலக்கண நூல்களில் ஆட்சியில் இல்லை. அகவற்பாவாலான குறுந்தொகை, நெடுந்தொகை முதலிய இலக்கியப் பெயர்களில் உள்ள தொகையும் இதுவும் தொடர்புபடுத்திப் பார்க்கத்தக்கனவாகும்.

2. வெண்பா முற்பா, முதற்பா எனக் குறிப்பிடப் பெறுகிறது (திவாகர நிகண்டு நூ.1847, பிங்கலநிகண்டு நூ.2079, உரிச்சொல் நிகண்டு நூ.18, சூடாமணி நிகண்டு நூ.29, பொதிகை நிகண்டு நூ.315, நாமதீப நிகண்டு நூ.658).

3. குற்றெழுத்துத் தொடர்ந்துவரும் செய்யுள் 'குளகச் செய்யுள்' ஆகும் (திவாகர நிகண்டு நூ.1851, பிங்கலநிகண்டு நூ.2084, சூடாமணி நிகண்டு நூ.30). அணியிலக்கணத்தில் இடம் பெறும் 'குளகத்'தினின்று இது வேறுபட்டதாகும். எந்த யாப்பு நூலிலும் இது குறிப்பிடப்பெறவில்லை.

4. நூற்பா அகவல் இலக்கணம் கூறப்பட்டுள்ளது (திவாகர நிகண்டு நூ.1838, பிங்கலநிகண்டு நூ.2069, சூடாமணி நிகண்டு நூ.25, பொதிகைநிகண்டு நூ.415).

5. நான்கு அடிகளையும், அடிதோறும் 26 எழுத்துவரையும் பெறும் பா சந்தப்பாட்டாகும். அவற்றின் மிக்கு எழுத்துப் பெறும் பா தாண்டகமாகும் (திவாகர நிகண்டு நூ.1852,1853, சூடாமணிநிகண்டு நூ.30). வடமொழி யாப்பு வகைகளான இவை யாப்பருங்கலத்தின் உரை, வீரசோழியம், வீரசோழிய உரை ஆகியவற்றில் இலக்கணம் பெற்றுள்ளன.

6. 'கட்டளைக் கலித்துறை' எனும் பெயராட்சி முதல் நிகண்டு எனப்படும் திவாகரத்தில் (நூ.1941) இடம் பெற்றுள்ளது. பின்வந்த நிகண்டுகளில் இடம்பெறவில்லை. 'கட்டளைக் கலித்துறை' எனும் பெயராட்சி யாப்பியலைப் பொறுத்தவரை முதலில் அவிநய நூற்பாவிலும், அடுத்து நச்சினார்க்கினியரின் தொல்காப்பிய உரையிலும், அதனையடுத்துச் சிதம்பரப் பாட்டியலிலும் இடம் பெற்றுள்ளது. இந்நிலையில் ஒன்பதாம் நூற்றாண்டு நூலாகக் கருதப்பெறும் திவாகரத்திலேயே இப்பெயராட்சி இடம் பெற்றிருத்தல் தனித்துச் சுட்டத்தக்கது.

7. 'சவலைவெண்பா' எனும் வெண்பாவகை குறித்து 18ஆம் நூற்றாண்டில் தோன்றிய 'அரும்பொருள் விளக்கநிகண்டு' (நூ. 553) கூறியுள்ளது. முன்னை வடிவங்கள் பல குறிப்பிடப்பெறாத போதும் இவ்வகை குறிப்பிடப்பெற்றுள்ளமை தனித்துக் கருதத்தக்கது.

தொகுப்புரை

- காரிகைக்குப் பின்னர் யாப்பிலக்கணம் குறிப்பிடத்தக்க வளர்ச்சியைப் பெற்றுள்ளது. மிகப் பலவாகத் தோன்றியுள்ள இலக்கண நூல்களும், அவற்றின் உரைகளும், நிகண்டு நூல்களும் இதனைக் காட்டி நிற்கின்றன.

- யாப்பிலக்கண நூலாக்கம் எதுவும் கி.பி. 12 முதல் 15 வரையிலான நூற்றாண்டுகளில் நிகழ்ந்ததாய் அறியமுடியவில்லை. ஆயினும் அந்நான்கு நூற்றாண்டுகளில் இலக்கண உரைகள் தோன்றி யாப்பிலக்கண வளர்ச்சிக்குத் துணைபுரிந்துள்ளமை குறிப்பிடத்தக்கது. தொல்காப்பியத்திற்கான பேராசிரியர், நச்சினார்க்கினியர் ஆகியோரின் உரைகள், வீரசோழிய உரை ஆகிய சிறந்த உரைகள் அந்நூற்றாண்டுகளிலேயே தோன்றியுள்ளன.

- காரிகைக்குப் பிந்தைய யாப்பியல் வரலாற்றில் யாப்பின் ஒரு கூறினைச் சிறப்பாகத் தனித்து விரித்து இலக்கணங்கூறும் போக்குக் குறிப்பிடத்தக்க வளர்ச்சியாக அமைந்துள்ளது. 'வண்ணத்தியல்பு', 'விருத்தப்பாவியல்', 'கட்டளைக் கலித்துறை', 'சிந்துப்பாவியல்' முதலிய நூல்கள் இப்புதிய போக்கின் விளைவுகளாகும். இப்புத்திலக்கண நூல்களில் புதிய உறுப்பிலக்கணங்கள் தோன்றியுள்ளன.

- காரிகைவரை யாப்பிலக்கண நூல்கள் அகவல் நூற்பா, வெண்பா, கட்டளைக் கலித்துறை ஆகிய யாப்புகளில் அமைந்தன. காரிகைக்குப் பின் அவற்றோடு விருத்த யாப்பிலும் நூல்கள் அமைந்தன. விதிகூறும் நூற்பாவிலேயே சான்றும் அமையுமாறு பாவிலக்கணங்கூறும் புதுப்போக்கும் காரிகைக்குப்பின் தோன்றியது. வீரசோழிய உரை, தொன்னூல் விளக்க உரை, கவிபாடலாம் ஆகியவற்றில் இப்போக்கிலமைந்த சில நூற்பாக்கள் காணப்படுகின்றன. 'விருத்தப்பாவியலி'ன் நூற்பாக்கள் முழுமையாக இப்போக்கிலேயே அமைந்து தமிழ் யாப்பிலக்கண நூல்களுள் 'விருத்தப்பாவியலைப்' புதுமைப் படைப்பாக்குகின்றன.

- காரிகைக்குப் பின் பா உறுப்புகளின் இலக்கணத்திலும் வடிவ வகைகளின் இலக்கணத்திலும் வளர்ச்சிகள் ஏற்பட்டுள்ளன. இவ்வளர்ச்சியைக் கணக்கிலெடுத்துக் கொண்டு பின்னைய நூல்கள் இலக்கணம் வகுத்துள்ளன. காரிகையை விஞ்சிய நிலையில் பிற்றைநாள் வளர்ச்சிகளுக்கேற்பப் புதிய இலக்கணங்கள் தோன்றியுள்ளனவெனினும் காரிகையின் செல்வாக்கு யாப்புலகில் தொடர்ந்து நீடித்தே வருகிறது.

- காரிகையில் கூறப்பட்டவற்றுள் கூடுதல் விளக்கம் தேவைப்பட்ட விருத்தம், கலித்துறை முதலிய வடிவங்களுக்கும், காரிகையில் கூறப்படாத வண்ணம், சந்தம், சிந்து முதலிய புது வடிவங்களுக்கும் பின்னர்த் தோன்றிய நூல்கள் விரிவாக இலக்கணம் படைத்துள்ளன; புதுக்கவிதை, ஐக்கூ ஆகிய இக்காலப் பாவடிவங்களுக்கு இலக்கணங்கூறும் முயற்சியையும் இக்கால இலக்கண நூல்கள் சில மேற்கொண்டுள்ளன.

- சில தமிழ்ச் செய்யுள்களுக்கும் வடமொழிச் செய்யுள்களுக்கும் பொதுவானவை என வடமொழி யாப்பிலக்கணங்கள் சிலவற்றை வீரசோழியம், விருத்தப்பாவியல் ஆகியன கூறுகின்றன. நெடிய தமிழ் யாப்பிலக்கண வரலாற்றில் மிகக்குறைந்த அளவிலேயே வடமொழி யாப்புக்கூறுகள் இலக்கணிகளிடையே வரவேற்புப் பெற்றுள்ளன என்பதை இரு நூல்கள் மட்டுமே விதந்து குறித்தலால் அறியலாம்.

- யாப்பருங்கலம், காரிகை ஆகியவற்றின் உரைகளிலும், இளம்பூரணர் உரையிலும் இடம்பெற்ற சில இலக்கணங்களைப் பின்னூல்கள் மூலநூலிலேயே அமைத்துக் கூறியுள்ளன. சீர்வாய்பாடுகள், கட்டளைக் கலித்துறை, சந்தம், தாண்டகம் எனும் பாவகைகள் முதலியன உரைகளினின்று மூலநூலுக்கு இடம்பெயர்ந்த இலக்கணங்களில் குறிப்பிடத்தக்கன. யாப்பிலக்கண வளர்ச்சியில் உரைகளின் பங்களிப்புக் குறிப்பிடத்தக்கது. மூல நூலுக்குத் தெளிவும் விளக்கமும் தரல், ஒத்தும் உறழ்ந்தும் அமையும் இலக்கணப் போக்குகளைக் காட்டல், பின்னை இலக்கண வளர்ச்சிகளைக் குறிப்பிடல், அவற்றை ஆராய்தல், புதிய வகைப்பாடு செய்து இலக்கணங்கூறல், பிறமொழி யாப்புச் செய்திகளை ஒப்பிட்டுரைத்தல், அறிமுகம் செய்தல் முதலிய இயல்புகளால் உரைகள் யாப்பியலை வளப்படுத்தியுள்ளன. நிகண்டுகள் சில அரிய யாப்புப் பெயராட்சிகளைக் காட்டுகின்றன.

- மிகப் பல இலக்கணநூல்கள் கி.பி. 19, 20ஆம் நூற்றாண்டுகளில் தோன்றியுள்ளன. இலக்கண ஆய்வுகளால் புத்திலக்கணம் வகுக்கும் நோக்கிலும் இலக்கணக் கல்வியால் முன்னிலக்கணங்களை எளிமையாகப் புகட்டும் நோக்கிலும் நூல்கள் தோன்றியுள்ளன. இவ்விரு நூற்றாண்டுகளில் ஏற்பட்ட தமிழ் குறித்த விழிப்புணர்ச்சியும் எழுச்சியும் இலக்கணப் படைப்பாக்கத்திற்கும் தூண்டுகோலாயின. இலக்கணம் பெறாத வடிவங்களுக்குப் புத்திலக்கணம்

படைக்க வேண்டும் எனும் முயற்சியில் பல நூல்கள் முகிழ்த்துள்ளன. உரைநடை ஊழிகளாக இந்நூற்றாண்டுகள் அமைந்தமைக்கேற்ப, உரைநடையிலும் யாப்பிலக்கண நூல்கள் உருப்பெற்றுள்ளன.

~~

சான்றெண் விளக்கம்

1. புலவர் குழந்தை, 'முன்னுரை', *தொடையதிகாரம்*, ப.9.
2. (அ) சோம. இளவரசு, *இலக்கண வரலாறு*, (ஆ) இரா. இளங்குமரன், *இலக்கண வரலாறு*.
3. *இலக்கணக் கருவூலம்*, 1, 2, 3 தொகுதிகள், அண்ணாமலைப் பல்கலைக்கழகத் தமிழ்த்துறை வெளியீடு.
4. சோ.ந.கந்தசாமி, *தமிழ் யாப்பியலின் தோற்றமும் வளர்ச்சியும்*, முதற்பாகம் – முதற்பகுதி, இரண்டாம் பகுதி.
5. பொற்கோ (பொன். கோதண்டராமன்), *புதிய நோக்கில் தமிழ்யாப்பு*, ப.5.
6. (அ) தி.வே. கோபாலையர் (ப.ஆ.), 'தோற்றுவாய்', *இலக்கண விளக்கம் பொருளதிகாரம் – செய்யுளியல்*, ப. 4.

   (ஆ) த.சரவணத்தமிழன், 'முன்னுரையும் என்னுரையும்', *யாப்புநூல்*, ப.(ii).
7. அ. தாமோதரன் (ப.ஆ.), 'பதிப்புரை', *நன்னூல் மூலமும் சங்கரநமச்சிவாயர் செய்து சிவஞான முனிவரால் திருத்தப் பட்ட புத்தம்புத்துரை என்னும் விருத்தியுரையும்*, ப.8.
8. தமிழ் யாப்பியலை வரலாற்று நோக்கில் விரிவாக ஆராய்ந்த யாப்பியலறிஞர் சோ.ந. கந்தசாமியின், 'தமிழ் யாப்பியலின் தோற்றமும் வளர்ச்சியும்' என்னும் பெயரிய ஆய்வு நூற்றொகுதிகளில், செந்தமிழ், கட்டளைக் கலித்துறை, செய்யுளிலக்கணம், இலக்கண விளக்கம் – யாப்பியல், கவிஞராக, கவிபாடலாம், குமாரபூபதீயம் என்னும் வண்ணப்பா யாப்பிலக்கணம், கலைமணி பூபதீயம் ஆகிய இலக்கண நூல்கள் குறிப்பிடப்பெறவும் இல்லை; அறுவகை இலக்கணம், வண்ணத்தியல்பு, விருத்தப்பாவியல் ஆகியன பெயரளவில் குறிப்பிடப்பெறினும் ஆய்வுக்குட்படவில்லை.
9. முற்சுட்டிய ஆய்வுநூற்றொகுதிகள் வெளிவந்தபின் (1989), எளிதாகப் பாடலாம், இலக்கணச் சூடாமணி, இலகு தமிழ் ஐந்திலக்கணம், தென்னூல், சிந்துப்பாவியல், பாவலர் பண்ணை ஆகிய யாப்பிலக்கணங்கூறும் நூல்கள் தோன்றியுள்ளன.

10. இத்தகைய நூல்களில் சிலவருமாறு:
 1) இலக்கண தீபம் (19ஆம் நூற்றாண்டு); (2) யாப்பிலக்கணம் (19ஆம் நூற்றாண்டு), விசாகப் பெருமாளையர்; 3) பாலபோதவிலக்கணம் (1870), விசாகப்பெருமாளையர்; 4) இலக்கண மணிமாலை (1895), முத்துசுவாமிப்பிள்ளை; 5) யாப்பிலக்கணச் சுருக்கம் (1898), திரிசிரபுரம் முத்துச்சிதம்பரம் பிள்ளை; 6) யாப்பிலக்கண வினாவிடைச் சுருக்கம் (1868), காசி விசுவாத முதலியார்; 7) மாணவர் தமிழ் இலக்கணம் (1962), சங்குப்புலவர்; 8) செய்யுள் இலக்கணம் (1967), ச. பாலசுந்தரம்; 9) தமிழ்ச் செய்யுள் இலக்கணம் (யாப்புவிதி) (1969), வா. இராமலிங்கம்பிள்ளை; 10) தமிழ்ப் பாவியல் (1974), ரா. சீனிவாசன்; 11) யாப்பும் பொருளும் (1981), பொன். சவுரிராசன், கு. முத்துராசன் முதலியன.

11. இவ்வியலில் இலக்கண நூலாக அறிமுகம் பெறாத போதும் செல்வம் என்பார் எழுதிய 'யாப்பும் கவிதையும்' (1975) எனும் நூல் யாப்பிலக்கண நூற்செய்திகளை அடிப்படையாகக் கொண்டு இலக்கணங்களை விளக்கி யாப்புக்கும் இன்றைய கவிதைக்கும் இடையேயுள்ள தொடர்புகளை எடுத்துரைக் கின்றது. தமிழ் யாப்பிலக்கண வளர்ச்சி வரலாற்றில் இந்நூல் குறிப்பிடத்தக்கதாகும்.

12. வ.சுப. மாணிக்கம் எழுதிய 'அணிந்துரை', இரா. இளங்குமரன், *இலக்கண வரலாறு*, ப. x.

13. இரா. இளங்குமரன், *இலக்கண வரலாறு*, ப.369.

14. சா. கிருட்டிணமூர்த்தி (குறிப்பாசிரியர்), 'ஆய்வுரை', *இலக்கணச் சூடாமணி*, ப.38.

15. காசி விசுவநாத முதலியார், *யாப்பிலக்கண வினாவிடைச் சுருக்கம்*, ப.102.

16. சூ. இன்னாசி, 'தொன்னூல் விளக்கம் – சில சிந்தனைகள்', *இலக்கணக் கருவூலம் – 2*, ப.87.

17. *மேலது*, ப.92.

18. *மேலது*, ப.95.

19. சோ.ந. கந்தசாமி, *மு.குநூல், முதற்பாகம் – முதற்பகுதி*, ப.64.

20. *மேலது*, ப.64.

21. கு. சுந்தரமூர்த்தி (ப.ஆ.), 'ஆராய்ச்சி முன்னுரை', *முத்துவீரியம்*, ப.27.

22. முதற்பதிப்பு நூல் ஆய்வாளருக்குக் கிடைக்கவில்லை. இரண்டாம் பதிப்பில் முதற்பதிப்பினைப் பற்றிய குறிப்பில்லை.

23. கலையரசி சின்னையா, 'தமிழ் இலக்கண வரலாற்றில் ஈழத்தவரின் பங்களிப்புகள்', *ஐந்தாம் உலகத்தமிழ் மாநாடு – கருத்தரங்கு ஆய்வுக் கட்டுரைகள்,* ப.419.
24. ச.வே.சுப்பிரமணியன், *இலக்கணத்தொகை யாப்பு – பாட்டியல்,* ப.9.
25. ஆர்.ஸ்ரீனிவாஸராகவாசார்ய[ர்], 'முன்னுரை', *யாப்பொளி,* ப. iii.
26. ச.வே. சுப்பிரமணியன், *மு.கு.நூல்,* ப.568.
27. தி. லீலாவதி, 'புலவர் குழந்தையின் யாப்பதிகாரம்', *இலக்கணக் கருவூலம் – 3,* ப.169.
28. மே.வீ. வேணுகோபாலப் பிள்ளை, 'அணிந்துரை', *கவிஞராக,* ப.v.
29. புலவர் குழந்தை, 'முன்னுரை', *தொடையதிகாரம்,* ப.10.
30. இரா. திருமுருகன், *சிந்துப்பாடல்களின் யாப்பிலக்கணம்,* பக்.112,113.
31. *மேலது,* ப.113.
32. இரா. இளங்குமரன், *இலக்கண வரலாறு,* ப.441.
33. இராமு. இளங்குமரன், *எளிதாகப் பாடலாம்,* நூற்பாக்கள் அமைந்துள்ள இடங்கள் : பக். 24, 25, 29, 30, 35, 36, 39–41, 51–54, 61, 73–75, 80–83, 84–86, 112–115.
34. வ. சுப. மாணிக்கம், *தொல்காப்பியக் கடல்,* பக்.328,329.
35. மு. அருணாசலம், *தமிழ் இலக்கிய வரலாறு* பதினொராம் நூற்றாண்டு, ப.219.
36. *மேலது,* பதின்மூன்றாம் நூற்றாண்டு, ப.201.
37. *மேலது,* பதினான்காம் நூற்றாண்டு, ப.121.
38. *மேலது,* பன்னிரண்டாம் நூற்றாண்டு, இரண்டாம் பாகம், ப.701.
39. *மேலது,* பதினாறாம் நூற்றாண்டு, இரண்டாம் பாகம், ப.186.
40. மருதூர் அரங்கராசன், *இலக்கண வரலாறு – பாட்டியல் நூல்கள்,* ப.257.
41. சா. கிருட்டிணமூர்த்தி, 'ஆய்வுரை', *மு.கு.நூல்,* ப.38.
42. *மேலது,* ப.40.

~~

3
உறுப்பிலக்கண வளர்ச்சி

யாப்பருங்கலமும் காரிகையும் எழுத்து, அசை, சீர், தளை, அடி, தொடை ஆகிய ஆறினையும் பா உறுப்புகளாகத் தெளிவாக வரையறுத்து 'உறுப்பியல்' பகுதியில் இலக்கணங் கூறியுள்ளன. காரிகைக்குப்பின் இவ்வுறுப்புகளின் இலக்கணங்கள் சில வளர்ச்சிகளைப் பெற்றுள்ளன. வண்ணம், சந்தம், சிந்து ஆகிய பா வடிவங்கள் புதியனவாய் உறுப்பிலக்கணங்களைப் பெற்றுள்ளன. காரிகைக்குப் பிந்தைய யாப்பியல் நூல்களின் உறுப்பிலக்கணக் கொடைகளாக ஒளிர்கின்ற இப்புதிய வளர்ச்சிகளை இவ்வியல் ஆராய்கின்றது.

தமிழ் யாப்பிலக்கணங்கள் கூறும் உறுப்பியல் இலக்கணச் சிறப்பைப் பொற்கோ பின்வருமாறு குறிப்பிடுகிறார்.

உண்மையாகவே ஒரு பாவைப் பார்க்கும் பொழுது அது ஒரு முழுப்பொருள். நம்முடைய இலக்கியத்தில் ஒவ்வொரு பாவையும் ஒரு உயிரினம் போலக் கருதியிருக்கிறார்கள். அது ஒரு உயிரினம். ஒரு மனிதனைப் போல அல்லது ஒரு மாட்டைப் போல ஒரு பறவை யைப் போல அது ஒரு உயிரினம். அந்தப் பாடலைப் பிரித்துப் பகுப்பாய்வு செய்தார்கள்.

பகுக்கப்பட்ட உறுப்புகளுக்குப் பல்வேறு பெயர்கள் கொடுத்தார்கள். இந்த ஆய்வுப் பகுதிக்கே உறுப்பியல் என்று பெயர் கொடுத்தார்கள். தொல்காப்பியர் கூடச் செய்யுள் உறுப்புகள் என்று சொல்கிறார். இந்த உறுப்புக் கோட்பாடு மேலை நாடுகளில் மிக அண்மைக் காலத்தில் வந்த ஒன்று. இதை அவயவிக் கோட்பாடு என்றும் குறிப்பர். நாம் இதை உறுப்புக் கோட்பாடு என்று சொல்லலாம். இந்த உறுப்புகளைப் பொறுத்த வரையில் தொல்காப்பியர் 26 உறுப்புகளைப் பற்றிப் பேசுகிறார். பிறகு 8 உறுப்புகளைச் சேர்த்து 34 உறுப்புகளைப் பற்றிப் பேசுகிறார். காரிகை ஆசிரியர் எழுத்து, அசை, சீர், தளை, அடி, தொடை என்று இந்த ஆறு உறுப்புகளைப் பற்றி மட்டும் பேசுகிறார்.[1]

இக்கூற்று, தமிழ் யாப்புறுப்புக் கோட்பாட்டின் முன்மையையும், தொன்மையையும் சுட்டுகின்றது.

I உறுப்பிலக்கணங்கள்

எழுத்து, அசை, சீர், தளை, அடி, தொடை ஆகிய பாவின் அடிப்படை உறுப்புகளின் இலக்கணத்தில் காரிகைக்குப் பின்னர் ஏற்பட்டுள்ள வளர்ச்சிகளை ஆராய்வதாகவும், ஆய்வறிஞர்களால் கண்டுகாட்டப்பெறும் 'பிணை' எனும் உறுப்பினைக் குறித்து அறிமுகம் செய்வதாகவும் இம்முதற்பகுதி அமைகின்றது.

எழுத்திலக்கண வளர்ச்சி

எழுத்திலக்கணத்தில் உள்ள எழுத்துக் கணக்கும் யாப்பிலக்கணத்தில் உள்ள எழுத்துக் கணக்கும் வெவ்வேறாக உள்ளன. இதற்குக் காரணம் ஓசையாகும்.[2]

யாப்பருங்கலக்காரிகை, அசைக்கு உறுப்பாகும் எழுத்துகளாகக் குறில்; நெடில்; உயிர்; குற்றியலிகரம்; குற்றியலுகரம்; ஐகாரக் குறுக்கம்; ஆய்தம்; மெய்; வல்லினம்; மெல்லினம்; இடையினம்; உயிர்மெய்; அளபெடை ஆகிய பதின்மூன்றை (யா.கா.கா. 4) வகைப்படுத்தியது.

வீரசோழியம், முத்துவீரியம் முதலிய பொது இலக்கண நூல்கள் எழுத்திலக்கணம் பற்றி யாப்பதிகாரத்தில் பேசவில்லை. பொது இலக்கண நூல்களுள் சுவாமிநாதம் மட்டும் முதலெழுத்து இரண்டும் சார்பெழுத்துப் பத்தும் ஆகிய பன்னிருவகை எழுத்துகளைக் (சுவாமி.நூ. 152) குறிப்பிடுகிறது. காரிகை கூறிய அளபெடையை உயிரளபெடை, ஒற்றளபெடை என வகைப்படுத்தியும், காரிகை கூறாத ஔகாரக் குறுக்கத்தைச் சேர்த்தும் சிதம்பரப் பாட்டியல் எழுத்துகளைப் பதினைந்தாக

(சி.பா.நூ. 2) வகைப்படுத்துகிறது. காரிகை கூறியவற்றுள் குற்றியலிகரம், குற்றியலுகரம், ஐகாரக்குறுக்கம், வல்லினம், மெல்லினம், இடையினம் எனும் ஆறு வகைகளை நீக்கிவிட்டு இலக்கணச் சூடாமணி எழுத்துகளை ஏழுவகைப்படுத்துகிறது (இலக்.சூநூ.2 உரை). 'செய்யுளிலக்கணம்' காரிகை கூறியவற்றுள் மெய்யை நீக்கி, அளபெடையை உயிரளபெடை, ஒற்றளபெடை என வகைப்படுத்திப் பதின்மூன்று வகை (செ.இ.ப.2) கூறுகின்றது. 'தென்னூல்', காரிகை கூறியவற்றுள் குறில், நெடில், வல்லினம், மெல்லினம், இடையினம் ஆகியவற்றை நீக்கிவிட்டு, அளபெடையை உயிரளபெடை, ஒற்றளபெடை என வகைப்படுத்தியும், ஔகாரக் குறுக்கத்தைச் சேர்த்தும் பத்து வகை (தெ.நூ.291) கூறுகின்றது.

காரிகைக்குப்பின், காரிகையை அப்படியே பின்பற்றி எழுத்தை வகைப்படுத்தும் போக்குப் பெரிதும் காணப்படவில்லை. எழுத்துகளைக் குறைவான எண்ணிக்கையில் வகைப்படுத்தும் போக்குத் தோன்றியுள்ளது. இவ்வகையில் 'யாப்பதிகாரமு'ம், 'யாப்புநூலு'ம் குறிப்பிடத்தக்க முயற்சிகளை மேற்கொண்டுள்ளன.

'யாப்பதிகாரம்' எழுத்துகளை மூன்றே வகைகளாக வரையறுத்து அடக்குகின்றது. இது, "247 தமிழ் எழுத்துக்களும் யாப்பிலக்கணத்தில் குறில், நெடில், ஒற்று என மூவகையில் அடங்கும்" (யாப்பதி.ப.19) எனத் தெளிவாக வரையறுத்திருக்கிறது. இது இக்கால இலக்கிய வழக்கு நோக்கிப் படைக்கப்பெற்ற எளிமையும் பயனும் அமைந்த புதிய வரையறையாகும். யாப்பிலக்கணம் பயின்று பாட்டியற்றுவோர்க்குப் பயன்தரும் நோக்குடையதாகும்.

குறிலில் உயிர்க்குறிலும் உயிர்மெய்க்குறிலும், நெடிலில் உயிர் நெடிலும் உயிர்மெய்நெடிலும் அடங்குதலையும், மெய்யெழுத்தில் ஆய்தம் அடங்குதலையும் 'யாப்பதிகாரம்' குறிப்பிடுகிறது; மெய் 18, ஆய்தம் 1 ஆக மொத்தம் பத்தொன்பதும் ஒற்று எனப்படும் என்கிறது (யாப்பதி.ப.18). ஆய்தத்தின் ஒலிநிலை, அலகு பெறா இயல்பு ஆகியவற்றைக் கருத்தில் கொண்டு ஆய்தத்தையும் ஒற்றாக 'யாப்பதிகாரம்' கொள்கிறது எனலாம்.

அசைக்கு உறுப்பாகும் எழுத்துகளை மூன்றாக வகைப்படுத்தி யுள்ள 'யாப்பதிகார' இலக்கணத்தைப் 'பாவலர் பண்ணை'யும் பின்பற்றியுள்ளது (பாவலர்.ப.2). 'யாப்பதிகாரமு'ம் 'யாப்புநூலு'ம் உயிர், மெய், உயிர்மெய், ஆய்தம் என எழுத்துகளை நான்காக வகைப்படுத்தியுள்ளன எனச் சோ. ந. கந்தசாமி குறிப்பிட்டுள்ளார்.[3] 'யாப்புநூல்' மட்டுமே உயிர், மெய், உயிர்மெய், ஆய்தம் என எழுத்துகளை நால்வகைப்படுத்தியுள்ளது (யாப்புநூ.6).

அசைக்கு உறுப்பாகும் எழுத்துகளைப் பலவாக வகைப்படுத்தி மலைக்க வைக்கும் போக்கினின்று எளிமைப்படுத்தியளிக்கும் போக்கில் எழுத்துறுப்பின் இலக்கணம் இவ்வளர்ச்சியைப் பெற்றுள்ளது. இக்கால இலக்கியப் படைப்புகளில் அளபெடை, குறுக்கங்கள், ஆய்தம் முதலியவற்றின் ஆட்சி அருகி விட்டமையைக் கருத்தில் கொண்டு இப்புதிய வகைப்பாடு தோன்றியுள்ளது எனலாம்.

அசையிலக்கண வளர்ச்சி

(i) நேரசை, நிரையசைகளின் வகைகள்

நேர், நிரை எனும் இருவகை அசைகளை எல்லா இலக்கண நூல்களும் குறிப்பிடுகின்றன. மேலும் நேரசை நான்கு வகைப் படும்; நிரையசை நான்கு வகைப்படும் எனப் பின்வருமாறு பெரும்பாலான நூல்கள் வகைப்படுத்திக் காட்டுகின்றன.

அ. நேரசையின் நால்வகை

1. குறில்
2. நெடில்
3. குறில்+ஒற்று
4. நெடில்+ஒற்று

ஆ. நிரையசையின் நால்வகை

1. குறிலிணை
2. குறில்நெடில்
3. இருகுறில்+ஒற்று
4. குறில்நெடில்+ஒற்று

இலக்கணவிளக்கம் (இலக்.வி.நூ.714), இலக்கணச் சூடாமணி (இலக்.சூ.நூ.3 உரை), முத்துவீரியம் (மு.வீ.நூ.863,864), சுவாமிநாதம் (சுவாமி.நூ.152) ஆகியன நேரசை நான்குவகை, நிரையசை நான்குவகை எனத் தெளிவாகக் குறிப்பிடுகின்றன.

‘அறுவகை இலக்கணம்’ மட்டும் நேரசை அறுவகை, நிரையசை அறுவகை என (அறு.நூ.237,238) வரையறுத்துப் பின்வருமாறு வகைப்படுத்துகிறது.

அ. நேரசையின் அறுவகை

1. குறில்
2. நெடில்
3. குறில்+ஒற்று
4. நெடில்+ஒற்று
5. குறில்+ஒற்று+ஒற்று
6. நெடில்+ஒற்று+ஒற்று

ஆ. நிரையசையின் அறுவகை

1. குறிலிணை
2. குறில்நெடில்
3. குறிலிணை+ஒற்று
4. குறில்நெடில்+ஒற்று
5. குறிலிணை+ஒற்று+ஒற்று
6. குறில்நெடில்+ஒற்று+ஒற்று

எனினும் அறுவகை இலக்கணம் 5, 6ஆம் வகைகளாய்க் குறிப்பிடுவனவற்றைப் பிற நூல்கள், 'ஈரொற்று வந்தாலும் ஓரொற்றாகக் கொள்ளும்' (யா.வி.ப. 36) யாப்பு மரபைப் பின்பற்றி நால்வகையிலேயே அடக்கிவிடுகின்றன.

அசையிலக்கண வளர்ச்சியை ஆராய்ந்த யாப்பியலறிஞர் 'நேரசையினைப் போலவே நிரையசையும் நான்கு வகைப்படும்'[4] என்றும், "நேரசை, நிரையசை கொள்வதில் தொன்றுதொட்டு இன்று வரை தோன்றியுள்ள யாப்பிலக்கண நூல்கள் அனைத்தும் ஒரேவிதமான கருத்தினையே மொழிகின்றன"[5] என்றும் குறிப்பிடினும் அறுவகை இலக்கணம் மட்டும் வேறுவிதமான கருத்தினை மொழிந்துள்ளமை மனங்கொள்ளத்தக்கது.

(ii) அசைகள் தனியசை, இணையசை எனும் பெயர் பெறல்

காரிகைக்கு முன்னர்க் காக்கைபாடினியம் நேரசை நிரையசைகளைத் தனியசை, இணையசை எனக் குறிப்பிட்டது. பொருட்பொருத்தம் உடைய இப்பெயராட்சிகள் பின்னூல்களில் இடம்பெறவில்லை. நீண்ட இடைவெளிக்குப் பின்னர் 'யாப்பதிகாரம்' ஓரெழுத்தால் ஆகிய அசை நேரசையென்றும், ஈரெழுத்தால் ஆகிய அசை நிரையசையென்றும் குறிப்பிட்டு நேரசையைத் 'தனியசை' என்றும், நிரையசையை 'இணையசை' என்றும் (யாப்பதி.ப.20) சுட்டுகின்றது.

காக்கைபாடினியம் பொருத்தமுறப்படைத்த இப்பெயராட்சிகள் நெடுங்காலத்திற்குப்பின் புத்துயிர் பெறுவதை 'யாப்பதிகாரம்' படைத்துள்ள அசைப்பெயர்கள் காட்டிநிற்கின்றன.

(iii) நேர், நிரை அசைகளுக்குச் சந்தக் குறியீடு தரல்

தமிழ் யாப்பிலக்கண நூல்களுள் தென்னூல் மட்டும் நேர் நிரை அசைகளுக்குச் சந்தக் குறியீடுகளைப் படைத்துக் காட்டுகிறது. தென்னூல் இதனை,

த–தா தம்தாம் தனதனா தனம்தனாம்
எனுமிவை நோ்நிரை அசைக்குச் சந்தமாம்

(தெ.நூ.297)

என்று குறிப்பிடுகிறது.

நேரசை :	த	தா	தம்	தாம்
நிரையசை :	தன	தனா	தனம்	தனாம்

என்னும் இக்குறியீடுகள், வண்ணப்பாக்களுக்குச் சந்தக் குழிப்பு வாய்பாடாகப் பயன்படுத்தப்படல்போல் இயற்பாக்களுக்குத் தரப்பட்டுள்ளமை குறிப்பிடத்தக்கது.

இது குறித்துத் தி.வே. கோபாலையர், “சந்தத்தையே மனங்கொண்டு பாடல் இயற்றும் புதுக்கவிஞர்கட்கு இது மிக உதவியாகும்”[6] என்று குறிப்பிட்டுள்ளார்.

இவ்வாறு குறியீடுகள் தரல் புதுமுயற்சியெனினும் பெரிதும் பயன்பாடில்லாத பெயர்மாற்றமாகும். இன்றைய புதுக்கவிஞர் பலரும் சந்தத்தை அடியொற்றிப் பாடல் புனைவதில்லை.

சீர் இலக்கண வளர்ச்சி

(i) சீர், சீர் வகைகள் புதிய பெயர்களை ஏற்றல்

காரிகைக்குப் பின்னர் வீரசோழியம் ஈரசைச் சீர்களை ‘முற்சீர்’, ‘முதற்சீர்’ எனும் பெயர்களாலும், நேரிறு மூவசைச் சீர்களை ‘இடைச்சீர்’ எனும் பெயராலும், நிரையிறு மூவசைச் சீர்களைப் ‘பிற்சீர்’, ‘கடைச்சீர்’ எனும் பெயராலும் (வீ.சோ. கா.107,108) குறிப்பிடுகின்றது. தமிழ் யாப்பியல் வரலாற்றில் இடைக்காலத்தில் பயன்பாட்டு நோக்கிலும் தனிச்சிறப்பு நோக்கிலும் சில யாப்புக்கூறுகள் முதல், இடை, கடை என வகைப்படுத்தப்பட்டுள்ளன. அவ்வடிப்படையிலோ, உத்தமம், மத்திமம், அதமம் என வகைப்படுத்தும் வடமொழி மரபின் அடிப்படையிலோ சீர்கள் முதற்சீர், இடைச்சீர், கடைச்சீர் என வீரசோழியத்தில் பெயரிட்டு வகைப்படுத்தப்பட்டுள்ளன எனலாம். இப்பெயராட்சிகள் பிற இலக்கண நூல்களில் இடம்பெறவில்லை என்பது குறிப்பிடத்தக்கது.

சீர்களைச் ‘சொல்’ எனும் பெயராலேயே அறுவகை இலக்கணம் குறிப்பிடல் (அறு.நூ.244,245 முதலியன) பிற இலக்கண நூல்களில் இடம்பெறா அரிய ஆட்சியாகும். எனினும் காரணம் விளக்கப் பெறாத இப்புதிய பெயரீடுகள் தமிழ் யாப்பு மரபில் வழக்குப் பெறவில்லை.

(ii) ஐந்தசைச் சீர் எனும் புதிய வகைப்பாடு

தமிழ் யாப்பிலக்கண மரபில் நாலசைச்சீர் வரையே சீர்கள் வகைப்படுத்தப் பெற்று இலக்கணங் கூறப்பட்டுள்ளன. தமிழ் யாப்பியலில் ஐந்தசைச் சீர் எனும் வகை கூறப்படல் புதிய செய்தியாகும். தொல்காப்பிய உரையாசிரியரான பேராசிரியர், “நாலசைச் சீர் கொண்டாரும் உளர். ஐயசைச்சீர் கொண்டாரைக் கண்டிலமென்க” (செய்.நூ. 12 பேரா.) எனக் குறிப்பிடல் தமிழ் யாப்பியலில் ஐந்தசைச் சீர் வழங்கா மரபைக் காட்டும். ஆனால் காரிகைக்கு நெடுங்காலம் பின்பு தோன்றிய அறுவகை இலக்கணத்துள் ஐந்தசைச் சீர் இலக்கணம் இடம்பெற்றுள்ளது.

ஓர்அசை ஈரசை வெவ்வேறு இருந்து
மூன்றசை தோன்றிய முறைப்படி நான்கசைச்
சொல்லொடுஓர் அசைவந்து தோன்றல் உண்டு; அதுநேர்
ஆயிற் பூஞ்சீர் நிழற்சீர் என்றும்
நிரைஎனில் பூநலம் நிழல்நலம் என்றும்
கொள்ளுமாறு உணர்வோன் கோடியில் ஒருவனே

(அறு.நூ.245)

நாலசைச்சீர் பதினாறோடும் நேரசையும் நிரையசையும் வந்து பொருந்த முப்பத்திரண்டு ஐந்தசைச் சீர்கள் தோன்றும். நேரசை ஈறாக அமையும் ஐந்தசைச் சீர்களை இறுதி ஈரசைகளின் அடிப்படையில் பூஞ்சீர், நிழற்சீர் எனவும், நிரையசை ஈறாக அமையும் ஐந்தசைச்சீர்களை அதே அடிப்படையில் பூநலம், நிழல்நலம் எனவும் அறுவகை இலக்கணம் வகைப்படுத்திப் பெயர் தருகின்றது.

ஐந்தசைச் சீர்களை உணரவல்லார் கோடியில் ஒருவரே என இவ்விலக்கணம் குறிப்பிடுவதே, ஐந்தசைச் சீர் எனும் வகைப்பாடு இயல்புக்கு மாறானது என்பதைக் காட்டிவிடுகிறது. மேலும் இந்நூல் நாலசைச் சீர்களும் ஐந்தசைச் சீர்களும் சூத்திரப்பாவில் இடம்பெறும் (அறு.நூ.402) என்கிறது. நாடகத் தமிழாகிய கீர்த்தனை, பதம் முதலிய பாடல்களில் ஆறசைச் சீர் முதலியன அடியின் பகுதியாக வரும் (அறு.நூ.247) எனவும் குறிப்பிடுகிறது.

முதன்முதலில் அறுவகை இலக்கணத்தில் இடம்பெற்ற ஐந்தசைச் சீர்க் கோட்பாடு பின்னைய நூல்களெவற்றிலும் இடம்பெறவில்லை. இலக்கணிகள் நாலசைச் சீரையே பயன்பாட்டு நோக்கிலன்றிக் கோட்பாட்டு நோக்கில்தான் அமைத்துள்ளனர் என்று குறிப்பிடும் பின்வரும் யாப்பியலறிஞர் கூற்று மனங்கொள்ளத்தக்கது.

> *நாலசைச் சீர்களுக்குக் கோட்பாட்டு அடிப்படையில் இடங் கொடுக்க வேண்டும் என்று வைத்திருக்கிறோமே தவிர நடைமுறையில் நாலசைச் சீர்கள் பயின்று வருவதில்லை. நாலசைச் சீர்கள் வருகின்ற எல்லா இடங்களிலும் நீங்கள் அதை இரண்டு ஈரசைச் சீர்களாகப் பிரித்துக்கொள்ள முடியும். எளிதாகவே பிரித்துக்கொள்ள முடியும். ஆகவே நாலசைச் சீர் என்பது கோட்பாட்டு அடிப்படையில் இடம்பெற வேண்டும் என்று அமைந்திருக்கிற ஒரு அமைப்பு என்றே கொள்ள வேண்டும்.*[7]

நாலசைச் சீரே நடைமுறையிலின்றிக் கோட்பாட்டு நிலையில் உள்ளது என்றாகியபோது ஐந்தசைச் சீர் என்பது

இன்னும் விரிவுபெற்ற கோட்பாட்டு நிலையாகவே தமிழில் தோன்றியுள்ளது எனலாம்.

(iii) ஓரசைச் சீர் இடம்பெறும் இடம்

'*யாப்புநூல்*', ஓரசைச்சீர் வெண்பா ஈற்றில் வருவதோடு பதினான்கு சீர் ஆசிரிய விருத்தத்தின் ஈற்றுச் சீராகவும், சிந்துப்பாக்களில் ஈற்றுச் சீராகவும், தனிச் சொல்லாகவும் வரும் எனப் புத்திலக்கணம் வகுக்கிறது (*யாப்பு.நூ.55*). '*யாப்புநூல்*' காட்டும் எடுத்துக்காட்டுகள் வருமாறு:

அ) பதினான்கு சீர் விருத்தத்தின் ஈற்றுச்சீராக வரல்

'பன்னிரு சீர் என்று கூறப்படும் ஆசிரிய விருத்தத்தின் நிரையிறுதியை மெய்யாய் ஒலிக்கும்போது பதினான்காய் ஒலிப்பதில்' ஓரசையே சீராவதைப் (*யாப்பு.நூ. 55 உரை*) பின்வரும் மேற்கோள்களால் '*யாப்புநூல்*' காட்டுகிறது.

(எ–டு.) கொண்டல்பொழி மாரியும் உதாரசற் குணமுடைய
கோவுமூ ருணியின் நீரும்,
கூட்டமிடும் அம்பலத் துறுதருவின் நீழலும்
குடியாளர் விவசாய **மும்**

(*குமரேச சதகம் 16, யாப்பு.நூ.55 உரைக்காட்டு*)

பணிகொண்ட முடவுப் படப்பாய்ச் சுருட்டுப்
பணைத்தோ ளெருத்த லைப்பப்
பழமறைகண் முறையிடப் பைந்தமிழ்ப் பின்சென்ற
பச்சைப் பசுங்கொண்ட **லே.**

(*மீனாட்சியம்மை பிள்ளைத்தமிழ், காப்பு 1,
யாப்பு.நூ.55 உரைக்காட்டு*)

ஆ) சிந்துப்பாக்களில் ஈற்றுச்சீராக வரல்

(எ–டு.) தமிழுக்கும் அமுதென்று **பேர்!** – அந்தத்
தமிழின்பத் தமிழெங்கள் உயிருக்கு **நேர்!**

(*'இன்பத்தமிழ்' பாரதிதாசன் கவிதைகள் – முதல் தொகுதி,
யாப்பு.நூ.55 உரைக்காட்டு*)

இ) சிந்துப்பாக்களில் தனிச்சொல்லாக வரல்

(எ–டு.) எலிகள் புசிக்க எலாம்கொடுத் தேசிங்க
ஏறுகள் ஏங்கிடுமோ ? – **இனிப்**
புலிகள் நரிக்குப் புசிப்பளித் தேபெரும்
புதரினில் தூங்கிடுமோ ?

(*'நீங்களே சொல்லுங்கள்' பாரதிதாசன் கவிதைகள் –
முதல் தொகுதி, யாப்பு.நூ.55 உரைக்காட்டு*)

(iv) சீர்களுக்குச் சந்தக் குறியீடுகள் படைத்துக் காட்டல்

காரிகைக்குப் பின்னர்த் தோன்றிய நூல்களுள் தென்னூல் மட்டும் சீர்களுக்குத் தேமா, புளிமா முதலிய சீர்வாய்பாடுகளைக் காட்டுவதோடு சந்தக் குறியீடுகளும் படைத்துக் காட்டுகிறது. இவ்வாறு சீர்களுக்குச் சந்தக் குறியீடு காட்டல் இந்நூலின் தனிச்சிறப்பாகும் என்பார் தி.வே. கோபாலையர்.[8]

தென்னூல் சீர்களுக்குப் படைத்துக் காட்டும் சந்தக் குறியீடுகள் வருமாறு:

அ) மொழி முதல் தனிக்குறில் நேரசை தவிர்ந்த ஈரசை உறழ்ச்சிச் சந்தம் பன்னிரண்டாகும்.

1. தாத	4. தாதம்	7. தாதா	10. தாதாம்
2. தம்த	5. தம்தம்	8. தம்தா	11. தம்தாம்
3. தாம்த	6. தாம்தம்	9. தாம்தா	12. தாம்தாம்

(தெ.நூ.309)

ஆ) நிரையசை உறழ்ச்சிச் சந்தம் பதினாறாகும்.

1. தனதன	5. தனதனா	9. தனதனம்	13. தனதனாம்
2. தனாதன	6. தனாதனா	10. தனாதனம்	14. தனாதனாம்
3. தனம்தன	7. தனம்தனா	11. தனம்தனம்	15. தனம்தனாம்
4. தனாம்தன	8. தனாம்தனா	12. தனாம்தனம்	16. தனாம்தனாம்

(தெ.நூ.310)

இ) நேர் நிரை உறழ்ச்சிச் சந்தம் பன்னிரண்டாகும்.

1. தாதன	4. தாதனா	7. தாதனம்	10. தாதனாம்
2. தம்தன	5. தம்தனா	8. தம்தனம்	11. தம்தனாம்
3. தாம்தன	6. தாம்தனா	9. தாம்தனம்	12. தாம்தனாம்

(தெ.நூ.311)

ஈ) நிரைநேர் உறழ்ச்சிச் சந்தம் பதினாறாகும்.

1. தனத	5. தனதா	9. தனதம்	13. தனதாம்
2. தனாத	6. தனாதா	10. தனாதம்	14. தனாதாம்
3. தனம்த	7. தனம்தா	11. தனம்தம்	15. தனம்தாம்
4. தனாம்த	8. தனாம்தா	12. தனாம்தம்	16. தனாம்தாம்

(தெ.நூ.312)

உ) முற்கூறிய ஈரசைச் சந்தக் குறியீடுகளோடு நேர்நிரை சந்தக் குறிப்பினைக் கூட்டி உறழ, இடைவரும் தனிக்குறில் நேரசை தவிர்ந்த நேரீற்று மூவசைச் சீர் 196 ஆகும். நிரையீற்று மூவசைச் சீரும் அதே எண்ணிக்கை பெறும்.

(தெ.நூ.313)

இக்குறியீடுகள் புதுமையானவை; தேமா, புளிமா வாய்பாடு களினும் துல்லியமானவை; வண்ணக்குழிப்பு வாய்பாட்டினின்று வேறுபட்டவை. தேமா, புளிமா முதலிய வாய்பாடுகளே யாப்பியலில் நன்கு பயின்று செல்வாக்குப் பெற்றுவிட்ட நிலையில் இப்புதிய குறியீடுகளின் பயன்பாட்டுப் பெறுமதி குறைவேயாகும்.

எனினும் தேமா புளிமா முதலிய வாய்பாடுகளிலமைந்த ஈரசைச் சீர், மூவசைச் சீர்கள் எத்தனை வகையாக வருதல் இயலும் எனும் ஒட்டுமொத்த வாய்ப்புகளை விளக்கும் வகையில் இப்பாகுபாடுகள் அமைந்துள்ளமை குறிப்பிடத்தக்கது. மரபான யாப்பிலக்கண நூல்கள் தேமாச் சீர் என்பதை ஒரே வகை வாய்பாடாகக் காட்ட, இந்நூல் பன்னிரண்டு வகை அமைப்பில் தேமாச் சீர் வர வாய்ப்புள்ளதைப் புதிய குறியீடுகளால் காட்டு கிறது. புளிமா முதலிய ஒவ்வொரு வகைச் சீரிலும் அமைய வாய்ப்புள்ள பல வகைகளையும் இப்புதிய முறைக் குறியீடுகள் தெளிவாகத் தருகின்றன.

தளையிலக்கண வளர்ச்சி

காரிகையும் அதன் உரையும் தளைகளை நேரொன்றாசிரியத் தளை, நிரையொன்றாசிரியத்தளை, இயற்சீர் வெண்டளை, வெண்சீர் வெண்டளை, கலித்தளை, ஒன்றிய வஞ்சித்தளை, ஒன்றாத வஞ்சித்தளை என எழுவகைப்படுத்தும் (யா.கா.கா.10 உரை).

'இலக்கண விளக்கம்' எழுவகைத் தளைகளின் இயல்பையும் ஆராய்ந்து அவற்றைப் பொதுநிலையில் தன்சீர் தனதொடு ஒன்றல்; உறழ்தல் என இரண்டாக வகைப்படுத்துகிறது (இலக்.வி.நூ.717). இந்த 'இலக்கண விளக்க' வகைப்பாடு தனித்துச் சுட்டத்தக்கது.

காரிகைக்குப் பின்னர்த் தோன்றிய யாப்பு நூல்கள் பெரும்பாலும் காரிகையைப் பின்பற்றித் தளைகள் ஏழுவகை என்றே கூறின.

(i) எண்வகைத் தளைகள் எனும் புதிய வகைப்பாடு

தமிழ் யாப்பிலக்கண வரலாற்றில் 'யாப்பொளி' மட்டும் தளை எண்வகைப்படும் என்று குறிப்பிட்டு இயற்சீர் வெண்டளையை 'நேர்நிரை இயற்சீர் வெண்டளை', 'நிரைநேர் இயற்சீர் வெண்டளை' என இருவகைப்படுத்துகின்றது. இந்நூல்,

> இருவகை யியற்சீர் வெண்டளைகளையும் முன்னோர் இயற்சீர் வெண்டளையென்று ஒன்றாகவே கணக்கிட்டனர். ஆதலின் தளை யேழென்றனர். வேறு வேறாகக் கூறுவதே

முறை. தளையெட்டென்பதே முறையென்பது கூர்மதியோர் கூற்று.

(யாப்.உறுப்பியல், நூ.35 உரை அடிக்குறிப்பு)

என்று குறிப்பிட்டு,

தேமா புளிமா முன்நிரை சேரின்
நேர்நிரை யியற்சீர் வெண்டளை யாகும்
கூவிளம் கருவிளம் முன்நேர் சேரின்
நிரைநேர் இயற்சீர் வெண்டளை யாகும்

(யாப்.உறுப்பியல், நூ.34,35)

என இலக்கணங் கூறுகிறது.

நின்ற சீரின் இறுதியசையையும் வருஞ்சீரின் முதல் அசையையும் அடிப்படையாகக் கொண்டு பிறதளைகள் தனித்தனியாக வகைப்படுத்தப்பட்டுள்ளன. இயற்சீர் வெண்டளை மட்டும் முன்னூல்களில் அவ்வாறு வகைப்படுத்தப்படவில்லை. வகைப் படுத்த வாய்ப்பிருப்பதையும் சீர்மை நிலவ வேண்டும் என்பதையும் கருதி 'யாப்பொளி' தளைகளை எண்வகைப் படுத்தியிருத்தல் யாப்பிலக்கண வளர்ச்சியில் குறிப்பிடத்தக்கது.

(ii) அசைச்சீர்த்தளைகளும் நாலசைச் சீர்த்தளைகளும் புதிய வகைப்பெயர் பெறல்

ஓரசைச் சீர்களாலும் நாலசைச் சீர்களாலும் ஆகும் தளைகளுக்குத் தமிழ் யாப்பிலக்கண நூல்களில் தனிப்பெயர் தரப்பெறவில்லை. 'யாப்பொளி' மட்டும் அசைச்சீர்த்தளைகளுக்கு நாள் நேர்த்தளை, மலர் நிரைத்தளை, நாள் நிரைத்தளை, மலர் நேர்த்தளை எனவும் (யாப்.உறுப்பியல், நூ.31 உரை) நாலசையாலாகும் பொதுச் சீர்த்தளைகளுக்குப் பூ நேர்த்தளை, பூ நிரைத்தளை நிழல் நிரைத்தளை, நிழல் நேர்த்தளை எனவும் (யாப்.உறுப்பியல், நூ. 39 உரை) பெயர்கள் தந்துள்ளது.

நாள் எனும் வாய்பாடு பெறும் ஓரசைச் சீர் முன் நேரசைவரின் அது 'நாள் நேர்த்தளை'யாகும். நாலசைப் பூச்சீர்முன் நேரசைவரின் அது 'பூ நேர்த்தளை'யாகும். பிறவும் இவையொத்து விளக்கமும் தனித்தனிப் பெயர்களும் 'யாப்பொளி'யில் பெற்றுள்ளமை தளையிலக்கண வளர்ச்சியில் குறிப்பிடத்தக்கதாகும்.

(iii) தளையொலி உடையன இரண்டே எனும் கருத்து

எழுவகைத் தளைகளுள் இயற்சீர் வெண்டளை, வெண்சீர் வெண்டளை ஆகிய இரண்டு மட்டுமே முழுமையான தளையொலி உடையன என 'யாப்புநூல்' (யாப்பு.நூ. 51) குறிப்பிடுகின்றது; வெண்டளை வெண்பாவில் மட்டுமன்றிப் பிற

பாவிலும் இடம்பெற அத்தளையின் நிரம்பிய ஒலியுடைமையே காரணமாகும் எனவும் (யாப்பு.நூ. 51 உரை) கூறுகின்றது.

வெண்பா, பிற பா, பாவினம் என ஒரு பாவுக்கு மட்டுமே உரிய தளையாக இல்லாமல் வெண்டளை பிறவற்றிலும் இடம் பெறுவதற்கு அது முழுமையான தளையொலி கொண்டுள்ளமை காரணம் எனும் 'யாப்புநூல்', தனக்குரிய பாவோடு பிற பா, பாவினங்களிலும் மற்றைத் தளைகளினும் வெண்டளையே அதிகமாக இடம்பெறுதல் நோக்கி இருவகை வெண்டளைகளே முழுமையான தளையொலி உடையன என்கிறது எனலாம். வெண்பா தவிர்ந்த பிற பாக்களில் பிற தளைகள் விரவி இடம் பெறுதல் உண்டெனினும் வெண்டளையின் விரவல் தனித்துக் குறிப்பிடத்தக்கதாகின்றது.

வெண்டளைகள் மட்டுமே முழுமையான தளையொலி உடையன என 'யாப்புநூல்' கூறினும் கலித்தளை, வஞ்சித்தளை முதலியனவும் தத்தமக்குரிய பாக்களில் பிற தளை விரவாமல் இடம்பெறுகையில் தனித்த முழுமையான ஓசையமைப்புகளை உருவாக்கி முழுமையான தளையொலி காட்டுகின்றன.

(iv) **பாவினங்களிலும் வெண்டளை**

தொல்காப்பியம் தளையை ஓர் உறுப்பாகக் கூறாதபோதும் பாவினத்தின் வளர்ச்சியாகிய சிந்துப்பாட்டிலும் இடம்பெறுமளவு தளையிலக்கணப் பயன்பாடு பெருகியுள்ளமையை 'யாப்புநூல்' குறிப்பிட்டு விளக்குகின்றது (யாப்பு.நூ.52 உரை நூ.123).

வெண்பாவிற்கே உரிமையான வெண்டளையுறுப்பு, பிற பாக்களிலும் விரவி இடம்பெற்றதோடு, கட்டளைக் கலித்துறை, கட்டளைக் கலிப்பா, வெண்டளைக் கலிவிருத்தம், ஆசிரிய விருத்தம், சிந்து முதலிய பாவினங்களிலும் இடம்பெறுகின்றமையை எடுத்து விளக்கும் 'யாப்பு நூல்', வெண்டளை பயிலும் பாவினங்களைக் 'கட்டளைப் பாக்கள்' எனத் தனித்து வகைப்படுத்துகின்றது; ஆசிரியம், கலி ஆகியவற்றின் இனங்களிலும் கூட வெண்டளையுறுப்புப் பெற்றுள்ள முதன்மையைக் காட்டுகின்றது.

வெண்டளை எனும் தளையுறுப்புவகை பெற்றுள்ள பெருஞ் செல்வாக்கைப் பாக்களைத் தாண்டிப் பாவினங்களிலும் அமைந்துள்ள பயன்பாட்டை 'யாப்புநூல்' விளக்கிக் கூறுகிறது.

'யாப்பொளி', 'யாப்புநூல்' ஆகியன தளை பற்றிக் காரிகை வழிவந்த கருத்துகளை எதிரொலிப்பன என்பார் சோ.ந. கந்தசாமி.[9] ஆனால் இந்நூல்கள் காரிகையின் தளையிலக்கணத்திலிருந்து குறிப்பிடத்தக்க மாற்றங்களையும், வளர்ச்சிகளையும் கொண்டுள்ளன.

(v) சந்தக் குறியீட்டு வழித் தளையறிதல்

வாய்பாட்டுச்சீர் அடிப்படையில் 'மாமுன் நேர் வரல் நேரொன்றாசிரியத்தளை' என்பது போல முன்னூல்கள் தளையிலக்கணம் கூறத் தென்னூல் மட்டும் சந்தக் குறியீட்டு வழியாகவும் தளையிலக்கணத்தைக் கூறியுள்ளது. இவ்வாறு புதுமையாகக் கூறுவதற்கான காரணத்தைத் தென்னூல் ஆசிரியர், "தொல்லோர் யாப்பிலக்கணம் எளியதாயினும் அதனைக் கூறியமுறை சிறிது கடுமையாக அமைந்து விட்டமையின் சிலரான் புறக்கணிக்கப்படுவதை நோக்கிச் சீர் தளைகளைச் சந்தக்குழிப்பு முறையில் அமைத்துக் காட்டலானேன்"[10] எனக் குறிப்பிட்டுள்ளார்.

சீர்வாய்பாடு, அசைப்பெயர் முதலியவற்றைப் பயன்படுத்தித் தளையிலக்கணங்கூறும் மரபுக்கு மாறாகச் சந்தக் குறியீடுகள் வழி இந்நூல் கூறும் தளையிலக்கணங்களைப் (தெ.நூ.322,323) பின்வரும் அட்டவணை காட்டும்.

சீர்வகை	நின்றசீரின் ஈற்றசைக் குறியீடுகள்	வரும்சீரின் முதலசைக் குறியீடுகள்	தளை
ஈரசைச்சீர்	த, தா, தம், தாம்	த, தா, தம்,தாம்	நேரொன் றாசிரியத்தளை
ஈரசைச்சீர்	த, தா, தம், தாம்	தன, தனா, தனம், தனாம்	இயற்சீர் வெண்டளை
ஈரசைச்சீர்	தன, தனா, தனம், தனாம்	த, தா, தம்,தாம்	இயற்சீர் வெண்டளை
ஈரசைச்சீர்	தன, தனா, தனம், தனாம்	தன,தனா, தனம், தனாம்	நிரையொன் றாசிரியத்தளை
மூவசைச்சீர்	த, தா, தம், தாம்	த, தா, தம், தாம்	வெண்சீர் வெண்டளை
மூவசைச்சீர்	த, தா, தம், தாம்	தன, தனா, தனம், தனாம்	கலித்தளை
மூவசைச்சீர்	தன, தனா, தனம், தனாம்	தன, தனா, தனம், தனாம்	ஒன்றிய வஞ்சித்தளை
மூவசைச்சீர்	தன, தனா, தனம், தனாம்	த, தா, தம், தாம்	ஒன்றாத வஞ்சித்தளை

இச்சந்தக் குறியீட்டுவழித் தளையிலக்கணம் கூறும் முயற்சி, தனித்தன்மையும், புதுமையும் உடையது. எனினும் முன்னை மரபு வலுப்பெற்றுவிட்ட நிலையில் நடைமுறையில் இதன் பயன்பாட்டுப் பெறுமதி குறைவேயாகும்.

அடி இலக்கண வளர்ச்சி

தொல்காப்பியத்தில் எழுத்துவகை அடிகளைக் குறிப்பனவாய் அமைந்திருந்த குறள், சிந்து, நேர், நெடில், கழிநெடில் ஆகிய அடிப்பெயர்கள் பிற்கால இலக்கண நூல்களில் சீர்வகை அடிகளைக் குறிப்பனவாய் மாற்றி வழங்கப்பட்டன. தொல்காப்பியத்தில் நாற்சீரடிகளே ஐவகைப்படுத்தப்பட்டுக் குறள் முதல் கழிநெடில் ஈறாய்ப் பெயர் பெற்றன. பிற்கால நூல்களிலோ இருசீரடி குறளடி, முச்சீரடி சிந்தடி, நாற்சீரடி நேரடி, ஐஞ்சீரடி நெடிலடி, அறுசீரடி முதலான அடிகள் கழிநெடிலடி எனப் பெயர் பெற்றன. இவற்றுள் கழிநெடிலடி அமைப்புகள் பிற்கால இலக்கியங்களில் பெருவழக்குப் பெற்று இலக்கணிகளின் தனிக் கவனத்துக்கு உரியனவாய் அமைந்திருக்கின்றன.

(i) சீர்வகை அடிகள் புதிய பெயர்பெறல்

சீர்வகையடிகளுக்குக் குறள், சிந்து முதலிய பெயர்களோடு ஐம்பூதப் பெயர்களையும் குறிப்பிடும் வீரசோழியம் (வீ.சோ.கா.109). இவ்வாறு பெயரிடுவதற்குக் காரணம் எதனையும் காட்டவில்லை. இப்பெயரீடுகள் யாப்பிலக்கண வரலாற்றில் முன்னும் பின்னும் காணப்பெறாத புதுமைக்குரியனவாகும்.

புதிய பெயராட்சிகள் வருமாறு: இருசீரடி – அந்தரம்; முச்சீரடி – கால்; நாற்சீரடி – தீ; ஐஞ்சீரடி – புனல்; ஐந்தின் மிக்க சீரடி – மண்.

ஐம்பூதப்பெயர்களை ஐவகையடிகளுக்கு வீரசோழியம் அமைத்தமைக்கான காரணம் குறித்துச் சிந்தித்த யாப்பியலறிஞர்,

> உலகத் தோற்றத்தினைக் கூறும் உபநிடதம், பரிபாடல் உள்ளிட்ட நூல்கள் வானினின்றும் வளியும், வளியிலிருந்து தீயும், தீயிலிருந்து நீரும், நீரிலிருந்து நிலமும் தோன்றின என்று கூறுதலின் குறளிலிருந்து சிந்தும், சிந்திலிருந்து அளவும், அளவிலிருந்து நெடிலும், நெடிலிலிருந்து கழிநெடிலும் தோன்றின என்ற எண்ணத்தினாற்போலும் ஐவகை அடிகளுக்கும் முறையே ஐம்பூதங்களையும் பெயராகக் கூறினார் எனலாம். வானிலிருந்து ஒவ்வொன்றாகப் பூதம் பரிணாமப்பட்டதுபோல், குறளிலிருந்து ஒவ்வொன்றாகப் பரிணாமப்பட்டது அடிவகை என்று எண்ணிப் பார்த்தல் ஏற்புடையது. யாப்பியலில் ஒரு பரிணாமச் சிந்தனையைப் புலப்படுத்தியது புரட்சியே எனக் கருதலாம்[11]

என்று குறிப்பிட்டுள்ளார்.

எனினும் வடமொழி இலக்கணத் தொடர்பில் வீரசோழிய உரை,

அசை மும்மூன்றாக குரு இலகு உறழ்ந்து வருங்காற் கணம் என்றும்; முற்றக் குருவரின் நிலமென்றும்; இலகு முற்றவரின், இயமானன் என்றுந் தானம் பெறும். முதலிற் குருவரின் மதியென்றும்; இலகுவரின் நீரென்றும்; இடையிற் குருவரின் இரவி என்றும்; இலகுவரின் கனல் என்றும்; கடையிற் குருவரின் கால் என்றும்; இலகுவரின் வெளி என்றும் உரைக்கப்படும். இவை முன் வருஞ் செய்யுளும் அக்கணவகையால் அறியப்படும்

(வீ.சோ.கா. 139 பெருந்.)

என்று பிறிதோரிடத்தில் கூறுதலால், அடியினை வடமொழிக்கண் கொண்டு நோக்கி அதிலிடம்பெறும் கணங்களின் அடிப்படையில் ஐம்பூதப் பெயர்களை வீரசோழியம் படைத்திருக்கலாம்.

(ii) கழிநெடிலடிகளில் புதிய வகைப்பாடுகள்

(அ) குறுங்கழிநெடில், நெடுங்கழிநெடில் எனும் வகைமை

கழிநெடிலடிகளை அவற்றில் இடம்பெறும் சீர்களின் அளவைப் பொறுத்துக் குறுங்கழிநெடில், நெடுங்கழிநெடில் என வகைப்படுத்தும் போக்குப் பிற்காலப் புலவரிடை நிலவியிருக்கிறது. இதைச் சிவப்பிரகாச சுவாமிகள் இப்பெயர்களில் பிரபந்தங்களைப் பாடியிருப்பது கொண்டு அறிய முடிகிறது. எழுசீர்க்கழிநெடிலடிகளால் ஆன விருத்தங்களைக் கொண்டு பாடப்பெற்ற பிரபந்தம் 'குறுங்கழிநெடில்' என்றும், பதினான்கு சீர்க் கழிநெடிலடிகளால் ஆன விருத்தங்களைக் கொண்டு பாடப்பெற்ற பிரபந்தம் 'நெடுங்கழிநெடில்' என்றும் பெயரிடப் பெற்றுள்ளன.[12]

(ஆ) விருத்தம், கழிநெடிலடி எனும் வகைப்பாடு

ஐஞ்சீரடிக்கு மேற்பட்ட சீரடிகள் கழிநெடிலடிகள் எனப் பொதுவாக இலக்கண நூல்களில் வகைப்படுத்தப்பெறும். இலக்கணச் சூடாமணியின் உரை மட்டும் அறுசீரடியையும் எழுசீரடியையும் 'விருத்தம்' என்னும் பெயராலும், எண்சீரடி முதல் பதினாறுசீரடி வரையிலான அடிகளைக் கழிநெடிலடி என்னும் பெயராலும் வகைப்படுத்தியுள்ளது (இலக்.சூ.நூ. 6 உரை). இவ்வாறு வகைப்படுத்தியுள்ளமைக்கு இலக்கணச் சூடாமணியின் அடியிலக்கணங்கூறும் நூற்பாவில் அடிப்படை ஏதும் சொல்லப்படவில்லை.

இருசீர் குறளடிமுச் சீர்சிந்து நாற்சீர்
தருமளவு நேரடியைந் தாகி – வருசீர்

நெடில்மிக்க சீர்விருத்தம் நீடலெண்ணி ரண்டும்
குடிலக் கழிநெடிலாம் கூறு

(இலக்.சூ.நூ.6)

என்றே அடிகளை வகைப்படுத்தி அது இலக்கணங்கூறியுள்ளது. இந்நூற்பாவில் உரைகாட்டியுள்ள வகைப்பாட்டுக்கு இடமளிக்கும் வகையில் செய்திகள் இல்லை.

தமிழ் யாப்பியல் வரலாற்றில் இலக்கணச் சூடாமணி உரை மட்டும் அறுசீர், எழுசீர் அடிகளை 'விருத்தம்' எனும் பெயராலும், எண்சீர் முதல் பதினாறு சீர்வரை சீர்களைப் பெறும் அடிகளைக் 'கழிநெடிலடி' எனும் பெயராலும் வகைப்படுத்தியுள்ளமைக்கு மூல நூற்பாவினை மயங்க உணர்ந்து கொண்டமையே காரணம் எனலாம். இப்பகுப்பு வேறெந்த நூலிலும் இடம்பெறாமை, உரை செய்துள்ள பகுப்பமைப்பு பொருத்தமற்றது என்பதை உணர்த்துகின்றது. நூற்பாவில் 'மிக்கசீர் விருத்தம் நீடல் எண்ணிரண்டும் கழிநெடிலாம்' என்றுள்ள தொடரில் ஐஞ் சீர்க்கு மேல் எழுசீர் வரை, எண்சீர் முதல் பதினாறுசீர் வரை எனும் குறிப்பு காணப்படவில்லை; ஐஞ்சீர்க்கு மேல் பதினாறுசீர் வரை என்றே குறிப்பிடப்பெற்றுள்ளது. 'விருத்தம்' எனும் சொல் இடையில் அமைக்கப் பெற்றுள்ளமையே உரை பிறழக் குறிப்பிடக் காரணமாகியுள்ளது.

(iii) சீர்வகையடிகள், சிறப்பாகக் கழிநெடிலடிகள் புதிய பெயராட்சி பெறல்

இருசீரடி, முச்சீரடி, நாற்சீரடி, ஐஞ்சீரடி ஆகியவற்றைக் குறிக்கக் குறளடி, சிந்தடி, அளவடி, நெடிலடி ஆகிய பெயர்கள் இலக்கண நூல்களில் வழங்கி வருகின்றன. இந்த இலக்கண மரபுக்கு மாறாக இந்நூற்றாண்டில் தோன்றிய 'யாப்புநூல்', இவ்வடி வகைகளின் பெயர்களைக் குறளியற்சீரடி, சிந்தியற்சீரடி, அளவியற் சீரடி, நெடிலியற்சீரடி என மாற்றிக் குறிப்பிடுகின்றது (யாப்புநூ. 31).

மேலும் 'யாப்புநூல்', ஈரடியைக் குறளடி என்றும், மூன்று அடிகளைச் சிந்தடி என்றும், நான்கு அடிகளை அளவடி என்றும், ஐந்தடியை நெடிலடி என்றும், அதற்கு மேல் வரும் அடிகளைக் கழிநெடிலடி என்றும் குறிப்பிடுகின்றது. ஓர் அடியில் இடம்பெறும் சீர்களின் எண்ணிக்கை அடிப்படையிலன்றி ஒரு பாடலில் இடம்பெறும் அடிகளின் எண்ணிக்கை அடிப்படையில் குறளடி முதலிய அடிவகைப் பெயர்களுக்குப் புது விளக்கமும் தருகின்றது.

இவ்வாறு மாற்றியமைத்தமைக்கான காரணத்தை ‘யாப்புநூல்’, “பழைய யாப்பிலக்கணக் குறியீட்டில் குறளடி போன்றன சீர் பற்றியதோ அடிபற்றியதோ எனப் பின்னிக் கிடக்கும். அதை வேறு பிரிக்க அடிபற்றிக் குறளடி என்றும் சீர்பற்றிக் குறளியற்சீரடி என்றும் வரையறுக்கப்பட்டுள்ளது” (யாப்பு.நூ. 30 விரிவுரை) என்று குறிப்பிடுகின்றது.

தொல்காப்பியத்தில் எழுத்து வகையடிகளுக்குக் கூறப்பட்ட பெயர்கள் பிற்காலத்தில் சீர்வகையடிகளுக்கு அமைந்ததால் சிறு மயக்கம் விளைகின்றதெனினும், காக்கைபாடினியக் காலத்திலிருந்து சீர் வகையடிகளின் பாகுபாடும் பெயரீடும் தெளிவாகவே வழங்கி நிலைபேறடைந்துள்ளன. இந்நிலையில் ‘யாப்புநூல்’ புதிய பெயராட்சிகள் தருவதற்கான தேவையோ, கூறுகின்ற காரணத்துக்கான பொருத்தமோ இல்லை என்பது தெளிவு. முன்னை இலக்கண நூல்களில் அடிப் பாகுபாடு, சீரடிப்படையிலான அடி எனத் தெளிவாகவே செய்யப் பட்டுள்ளது. அடிப்பெயர்களும் ஓரடியை மனங்கொண்டே இடப்பெற்றுள்ளன. ஏற்கெனவே பெயராட்சிகள் தெளிவான நிலையில் வழங்குகையில் ‘யாப்புநூல்’ இவ்வாறு மாற்றம் செய்துள்ளமை தேவையற்றதாகிறது. மரபினின்று வேறுபட்டுச் சொல்ல வேண்டும் எனும் வேட்கையின் வெளிப்பாடாகவே இம்முயற்சியைக் கொள்ளலாம். மேலும் ‘யாப்புநூலி’ன் புதிய பெயராட்சிகளில் ‘இயற்சீரடி’ என்னும் சொற்றொடர் அமைந்து ஈரசைச்சீர்களாலான அடி எனும் பொருள் தொனிக்கவும் இடமளித்து மயக்கத்தை ஏற்படுத்துகின்றது.

யாப்பியலில் ஐஞ்சீரடிக்கு மேற்பட்ட சீரடிகள் அனைத்தும் கழிநெடிலடி எனும் ஒரு பொதுப் பெயராலேயே குறிப்பிடப் பெறுகின்றன. அறுசீரடியாயினும் எண்சீரடியாயினும் பன்னிரு சீரடியாயினும் கழிநெடிலடி எனும் ஒரு பெயராலேயே குறிக்கப் பெறுகின்றன. ஐஞ்சீரடிக்கு மேற்பட்ட சீரடி ஒவ்வொன்றுக்கும் தனித்தனிப் பெயர்கள் தரும் முயற்சியை இலக்கண நூல்கள் மேற்கொள்ளவில்லை.

தமிழ் யாப்பிலக்கண நூல்களுள் ‘யாப்புநூல்’ மட்டும் அறுசீர் முதலான கழிநெடிலடிகளுக்குத் தனித்தனிப் பெயர்களைப் புதிதாகப் படைத்தளித்துள்ளது. அறுசீரடியை மட்டும் ‘கழிநெடிற்சீரடி’ என முன்னைக் ‘கழிநெடில்’ எனும் பெயரைத் தொடர்புறுத்திக் குறிப்பிட்டுள்ளது. கழிநெடிலடிகளுக்குப் புதிதாகப் பெயர் தருதல் குறித்து,

> நாற்சீர் அடியின் மேற்படவந்த பிற்கால வளர்ச்சிக்கேற்பப் பெயர்தரல் விரிவுபடுகிறது. அறுசீர் முதல் எண்சீர்

விருத்தம் வரை வழக்கில் பெருக உளதால் தனிப்பெயர்கள் தரப்பட்டன. பன்னிருசீரும் பதினாற்சீரும் பிள்ளைத்தமிழில் மிகுந்து வருதலின் இடைப்பட எடுத்துக்காட்டுமுகத்தான், சிலர் பாடல் அமைத்திருத்தலானும் இனி வருங்காலத்துப் பல்கி உளப்படுத்தல் வேண்டியும் நாற்றொகுப்பும் பெயர் குறிக்கப்பட்டன. பதினாறு முப்பத்திரண்டாங்கால் 'சால' என்றும் உரிச்சொல் மிகுதிப்பொருள் மடித்துப் பெயராக வரலாம்.

(யாப்பு.நூ.31 விரிவுரை)

என்று குறிப்பிட்டுள்ள 'யாப்புநூல்', கழிநெடிலடிகளைத் தனித்தனித் தொகுதிகளாகப் பாகுபாடு செய்து அவற்றுக்குக் கீழ்க்காணுமாறு பெயரிட்டுள்ளது.

I	1. அறுசீர் அடி	–	கழிநெடிற்சீரடி
	2. எழுசீர் அடி	–	நனிநெடிற்சீரடி
	3. எண்சீர் அடி	–	உறுநெடிற்சீரடி
II	1. ஒன்பது சீர் அடி		தவநெடிற்சீரடி
	2. பதின்சீர் அடி		
	3. பதினொருசீர்அடி		
	4. பன்னிருசீர்அடி		
III	1. பதின்மூன்று சீர் அடி		கூர்நெடிற் சீரடி
	2. பதினான்கு சீர் அடி		
	3. பதினைந்து சீர் அடி		
	4. பதினாறு சீர் அடி		
IV	பதினாறு சீர் அடிக்கு மேல் முப்பத்திரண்டு சீர் அடி வரை	–	சாலநெடிற்சீரடி

(யாப்பு.நூ.31 உரை)

இவ்வாறு கழிநெடிலடிகளை 'யாப்புநூல்' பகுத்துப் பெயரிட்டிருப்பினும் ஏற்கெனவே உள்ள பெயராட்சியில் குழப்பம் எதுவுமில்லை. எத்தனை மிகுதியான எண்ணிக்கையில் சீர்களைப் பெற்றிருப்பினும் அக்கழிநெடிலடிகளை, அவற்றின் சீர் எண்ணிக்கையை முதலில் சுட்டி அறுசீர்க் கழிநெடிலடி, எண்சீர்க் கழிநெடிலடி, பன்னிருசீர்க் கழிநெடிலடி, முப்பத்திரண்டுசீர்க் கழிநெடிலடி, அறுபத்து நான்குசீர்க் கழிநெடிலடி எனக் குறிப்பிடுகையில் அவற்றின் சீரெண்ணிக்கை அமைதி தெளிவாகப் புரிந்துவிடுகிறது. தனிப்பெயர் தேவையற்றதாகின்றது. அதிகமான அளவில் தனித்தனிப் பெயர்களைச் சூட்டிக்கொண்டே செல்வது கூடுதல் சுமையாகிவிடும். மிகுதிப்பொருள் குறிக்கும் உரிச்சொல் அடிப்படையில் 'யாப்புநூல்' சூட்டியுள்ள பெயர்களில் சால, உறு,

தவ, நனி, கூர், கழி எனும் உரிச்சொல் வரிசையும் முறைப்படி பின்பற்றப்படவில்லை. சீரெண்ணிக்கையின் ஏறுமுகத்திற்கேற்ப உரிச்சொல் வரிசைப் பெயர்கள் அமைக்கப்பட்டிருப்பினும் ஓர் ஒழுங்கு இருந்திருக்கும்.

புதிய பெயரீடுகள் தேவை, தெளிவு, எளிமை நோக்கியே அமைய வேண்டும். 'யாப்பூநூல்' தருகின்ற புதிய பெயராட்சிகள் இந்நோக்குகளில் அமையவில்லை எனலாம். எனினும் மிகுந்த எண்ணிக்கையில் சீர்களைப் பெற்றுப் பல்கிய நிலையில் வளர்ச்சி பெற்றுள்ள கழிநெடிலடிகளைத் தனித்தனி வகைகளாக்கி 'யாப்பூநூல்' பெயரிட்டுள்ளமை தமிழ் யாப்பிலக்கண நூல்களைப் பொறுத்தவரை ஒரு புதிய முயற்சியாகும்.

தமிழில் கழிநெடிலடிகள் பற்பல சீர் எண்ணிக்கையிலும் மிகப்பல வாய்பாட்டமைப்பிலும் தோன்றி வழங்குகின்றன. இவ்வகையில் வள்ளலார் பாடலில் இடம்பெற்றுள்ள 192 சீர்க் கழிநெடிலடிகளும்,[13] அருணகிரிநாதர் பாடலில் இடம்பெற்றுள்ள 196 சீர்க் கழிநெடிலடிகளும்[14] குறிப்பிடத்தக்கன. பல்கிப் பெருகியுள்ள கழிநெடிலடிகள் அனைத்தையும் ஒருங்குநோக்கி ஆராய்ந்து கழிநெடிலடிகளின் அமைப்புக் குறித்தும் வகைமை குறித்தும் இலக்கணங்கூற இடமுள்ளது.

(iv) தளை அடிப்படையில் அடிவகைப்பாடு

எழுத்துகளின் எண்ணிக்கை அடிப்படையில் தொல்காப்பியமும், சீர்களின் எண்ணிக்கை அடிப்படையில் காக்கைபாடினியம் முதலியனவும் அடியினை வகைப்படுத்திக் குறளடி, சிந்தடி, அளவடி, நெடிலடி, கழிநெடிலடி ஆகிய பெயர்களால் குறிப்பிட்டன. தளைகளின் எண்ணிக்கை அடிப்படையில் அடியினை வகைப்படுத்திக் குறளடி, சிந்தடி, நேரடி, நெடிலடி, கழிநெடிலடி எனப் பெயரிடும் புதிய போக்கினைக் காரிகையுரையில் இடம்பெற்றுள்ள நூற்பெயர் சுட்டப்பெறாத ஒரு நூற்பாக் காட்டுகின்றது. இந்நூற்பா யாப்பருங்கலக் காரிகையின் எல்லாப் பதிப்புகளிலும் இடம்பெறவில்லை. உ.வே. சாமிநாதையர் நூல் நிலையப் பதிப்பிலேயே இடம்பெற்றுள்ளது (யா.கா.கா.12 உரை). அதுவும் இடைச் செருகலாக இருக்கலாம் எனுங் கருத்தில் பகர அடைப்புக் குறிக்குள் கொடுக்கப்பட்டுள்ளது.

இந்நூற்பாக் காட்டுவதைப் போல் தளையடிப்படையில் அடிகளை வகைப்படுத்தும் புதிய போக்கிலான இலக்கணத்தினைக் காரிகைக்குப் பின்னர் 'இலக்கண விளக்கம்' கூறித் தமிழ் யாப்பியல் வரலாற்றில் புதிய முயற்சியினைத் தொடர்ந்துள்ளது. தளையடிப்படையில் அடிவகைப்பாடு செய்தலும், குறளடி

முதலிய அடிப் பெயர்களால் அவ்வடிகளைக் குறித்தலும் தமிழ் யாப்பில் புதிய செய்தியாகும்.

குறள்ஒரு பந்தம், இருதளை சிந்தாம்,
முத்தளை அளவடி, நால்தளை நெடில்அடி,
ஐந்தளை முதலா எழுதளை காறும்
வந்தவும் பிறவும் கழிநெடில் என்ப.

(இலக்.வி.நூ.720)

என்று தளையடிப்படையில் இலக்கண விளக்கம் அடிகளை வகைப்படுத்தியுள்ளது. ஓரடிக்குள் அமைந்துள்ள தளைகளின் எண்ணிக்கை அடிப்படையில் இவ்வகைமை கூறப்பட்டுள்ளது. ஓரடியில் இடம்பெற்றுள்ள சீர்களின் எண்ணிக்கையில் ஒன்றைக் குறைத்துக் கணக்கிடில், அவ்வடியில் பயின்றுள்ள தளைகளின் எண்ணிக்கை கிடைக்கும். கழிநெடிலடிகளைத் தளையடிப்படையில் பெரும்பாலான இலக்கண நூல்கள் குறிப்பிட்டுப் பேசுவதில்லை. தொல்காப்பியம் அறுசீரடியில் ஆசிரியத்தளை பயிலல் பற்றிக் குறிப்பிடுகின்றது. யாப்பருங்கல விருத்தியுரை, எண்சீர்க் கழிநெடிலடி ஆசிரிய விருத்தத்தில் கலித்தளை, ஆசிரியத் தளை, வெண்டளை பயிலுதலைக் (யா.வி.ப.99) குறிப்பிட்டுப் பேசுகின்றது. இந்நிலையில் கழிநெடிலடிகளைத் தளையடிப்படையில் ‘இலக்கண விளக்கம்’ வகுத்துப் பேசுதல் தனித்துக் குறிப்பிடத்தக்கது. ஐந்து தளைகள் முதல் (ஆறுசீர்) ஏழு தளைகள் வரை (எண்சீர்) பெறும் அடிகளைச் சிறப்பாகவும், எட்டுத்தளைகள் முதலாய்ப் பெறும் அடிகளைப் பொதுவாகவும் (ஒன்பதின் சீர் முதலாய்ப் பெறுவனவற்றை) கழிநெடிலடிகள் என ‘இலக்கண விளக்கம்’ வரையறுக்கின்றது. கழிநெடிலடிகளில் உண்மையில் தளைகள் பயில்கின்றன. எனினும் கழிநெடிலடிகளால் அமையும் பாவினங்கள் முதலியவற்றில் சீர்வாய்பாட்டு அமைதி பற்றியே பெரிதும் பேசுவதால் தளையமைதி பற்றி நோக்கும் வழக்குக் காணப்படுவதில்லை. கழிநெடிலடிகளிலும் தளையமைதி இடம்பெற்றுள்ளமையை உணர்த்தும் ‘இலக்கண விளக்க’ வகைப்பாடு அடியிலக்கண வளர்ச்சியில் குறிப்பிடத்தக்கதாகும். இவ்வகைப்பாட்டைப் பின்வருமாறு நிரல்படுத்தலாம்.

ஒரு தளையான் வரும் அடி	குறளடி
இரு தளையான் வரும் அடி	சிந்தடி
மூன்று தளையான் வரும் அடி	அளவடி
நான்கு தளையான் வரும் அடி	நெடிலடி
ஐந்து தளை முதல் ஏழு தளை வரை பெறும் அடிகளும் பிறவும்	கழிநெடிலடி

'இலக்கண விளக்க' வழி நின்று சுவாமிநாதமும் தளையெண்ணிக்கை அடிப்படையில் அடிகளைக் குறளடி, சிந்தடி என வகைப்படுத்துகிறது (சுவாமி.நூ.154).

'இலக்கண விளக்கத்'தை ஒத்துத் தளையடிப்படையிலும் காக்கைபாடினியம் முதலியவற்றை ஒத்துச் சீரடிப்படையிலுமாக இருநிலையிலும் குறளடி முதலிய அடிகளை இந்நூற்றாண்டில் எழுந்த 'யாப்பொளி' வகைப்படுத்தி,

----- ---- ---- ----
குறளடி யிருசீர் சிந்தடி முச்சீர்
அளவடி நாற்சீர் நெடிலடி யைஞ்சீர்
கழிநெடி லடியறு சீர்முத லனவாம்;
குறளடி யொருதளை சிந்தடி யிருதளை
யளவடி முத்தளை நெடிலடி நாற்றளை
கழிநெடி லடியைந் தளைமுத லியவாம்;
எனலுமிவ் வடியின் இலக்கண மாகும்.

(யாப்.உறுப்பியல், நூ.40)

என்று அடிகளை விளக்கியுள்ளமை குறிப்பிடத்தக்கது. இது தளையடிப்படையில் அடியினை வகைப்படுத்தும் போக்கின் தொடர்ச்சியைக் காட்டுகின்றது.

(v) புதிய கட்டளைவகை அடிகள்

தொல்காப்பியம் நான்கெழுத்து முதல் இருபது எழுத்துவரை பெறும் எழுத்துவகை அடிகளின் இலக்கணங் கூறுகின்றது. இக்கட்டளையடிகளைப் பிற்காலத்தில் இலக்கணிகள் பின்பற்றவில்லை. எனினும் பிற்கால இலக்கண நூல்களில் எழுத்தெண்ணிக்கை அடிப்படையிலான புதிய கட்டளையடிகள் குறிப்பிடப்பெறுகின்றன. இக்கட்டளையடிகளில் பெரிதும் வெண்டளை பயில்வதுண்டு. எழுத்தெண்ணிக்கை வரையறை நெகிழ்ச்சியின்றி இவற்றில் முழுமையாக அமையும். இலக்கண நூல்களில் உறுப்பிலக்கணத்துள் இப்புதிய கட்டளை வகையடிகள் பேசப்படுவதில்லை. பாக்கள் சிலவற்றின் இலக்கணங்கூறுமிடத்து இவ்வடிகள் குறித்துப் பேசப்படுகின்றன.

கட்டளைக் கலிப்பா, கட்டளைக் கலிவிருத்தம், காப்பியக் கலித்துறை, கட்டளைக் கலித்துறை ஆகிய பா வடிவங்களில் புதிய கட்டளை வகை அடிகள் இடம்பெறுகின்றன. இலக்கண நூல்கள் இப்பா வடிவங்களின் இலக்கணங்கூறுமிடத்து இவ்வகையடிகள் குறித்துப் பேசுகின்றன.

வெவ்வேறு எழுத்தெண்ணிக்கை அடிப்படையில் அமைந்துள்ள புதிய கட்டளையடி வகைகளைப் பின்வருமாறு தொகுக்கலாம்.

1. பதினோர் எழுத்துகளைப் பெறும் நாற்சீரடி
2. பன்னிரண்டு எழுத்துகளைப் பெறும் நாற்சீரடி
3. பதினான்கு எழுத்துகளைப் பெறும் ஐஞ்சீரடி
4. பதினைந்து எழுத்துகளைப் பெறும் ஐஞ்சீரடி
5. பதினாறு எழுத்துகளைப் பெறும் ஐஞ்சீரடி
6. பதினேழு எழுத்துகளைப் பெறும் ஐஞ்சீரடி

பதினோர் எழுத்துகளையும், பன்னிரண்டு எழுத்துகளையும் பெறும் நாற்சீரடிகள் ஒருவகைக் கலிவிருத்தத்தில் இடம் பெறுகின்றன. இவ்வெழுத்தெண்ணிக்கை வரையறைகளை முறையே நேரசை, நிரையசைகளில் தொடங்கும் அடிகள் பெறுகின்றன. இவ்வெழுத்தெண்ணிக்கைகளை அடிகள் பெறுதல் குறித்து விருத்தப்பாவியல், கவிஞராக, கவி பாடலாம், எளிதாகப் பாடலாம், பாவலர் பண்ணை ஆகியன எடுத்துரைக்கின்றன.

கட்டளைக் கலிப்பாவின் அடிகள் எண்சீர்களைப் பெறுவனவாகும். அரையடிகள் நாற்சீர்களைப் பெறும் அமைப்புடையவை. இந்த அரையடிகள் மேலே பேசப்பெற்ற ஒருவகைக் கலிவிருத்த அடிகளை ஒத்து நேர், நிரை அசைத் தொடக்கத்திற்கேற்பப் பதினொரு, பன்னிரண்டு எழுத்துகளைப் பெறுகின்றன. கட்டளைக் கலிப்பாவின் அரையடிகள் இவ்வெழுத்தெண்ணிக்கை பெறுதலைத் தொன்னூல் விளக்கம்,

நேர்பதி னொன்று நிரைபன்னீ ரெழுத்தாய்
நடந்துஅடிப் பாதியாய் ... ...

(தொன்.நூ.236)

என்று முதலில் எடுத்துரைக்கின்றது.

காப்பியக் கலித்துறை எனப்படும் ஒருவகைக் கலித்துறையின் அடிகள் ஐஞ்சீர்களைப் பெறுவனவாகும். இவ்வடிகள் நேர், நிரை அசைத் தொடக்கத்திற்கேற்பப் பதினான்கு, பதினைந்து எழுத்துகளை முறையே பெறுகின்றன. இவ்வமைப்பை அடிகள் பெறுதலை யாப்பருங்கல விருத்தியுரை (யா.வி.ப.520) குறிப்பிடுகின்றது. 'விருத்தப்பாவியலு'ம் (வி.பா.இரண்டாம் படலம், நூ.2 உரை) இதனை எடுத்துரைக்கின்றது.

கட்டளைக் கலித்துறை எனப்படும் ஒருவகைக் கலித்துறையின் அடிகளும் ஐஞ்சீர்களைப் பெறுவனவாகும். இவ்வடிகள் நேர், நிரை அசைத் தொடக்கத்திற்கேற்பப் பதினாறு, பதினேழு எழுத்துகளை முறையே பெறுகின்றன. கலம், காரிகைகளின் உரைகளும், வீரசோழியம் முதலிய நூல்களும் அடிகள் இவ்வமைப்பினைப் பெறுதலைக் குறிப்பிடுகின்றன.

இலக்கணம் பெற்றுள்ள இவ்வெழுத்தெண்ணிக்கை வரையறையுடைய அடிகள் அல்லாமல் இலக்கணம்

பெறவேண்டியனவாக, இலக்கண நூல்களில் குறிப்பிடப்படாத நேரசையில் தொடங்கும், நாற்சீர் கொண்ட அரையடி பத்து எழுத்துகளையும், நிரையசையில் தொடங்கும் நாற்சீர் கொண்ட அரையடி பதினோர் எழுத்துகளையும் பெறும் அடியமைப்புகளும் இன்னும் வேறுபட்ட எழுத்தெண்ணிக்கைகளைக் கொண்ட அடியமைப்புகளும் இலக்கியங்களில் காணப்படுகின்றன. தேவாரம், திருவாசகம், நாலாயிரம், பாரதியார் பாடல்கள் முதலியவற்றில் இவ்வமைப்புடைய அடிகளாலான பாக்கள் இடம்பெற்றுள்ளன. இவ்வமைப்புகள் குறித்து ஆய்வாளர்கள் சிலரும் குறிப்பிட்டுள்ளனர்.[15]

> பணியுடை மாலும் மலரி னோனும்
> பன்றியும் வென்றிப் பறவை யாயும்
> நணுகல ரியநள் ளாறு டைய
> நம்பெரு மானிது வென்கொல் சொல்லாய்
> மணியொலி சங்கொலி யோடு மற்றை
> மாமுர சின்னொலி யென்று மோவா
> தணிகிளர் வேந்தர் புகுதுங் கூடல்
> ஆலவா யின்க ணமர்ந்த வாறே
>
> (தேவாரம் 1:7:9)

என்னும் பாடலில் நேரசையில் தொடங்கும் நாற்சீர் கொண்ட அரையடிகள் பத்து எழுத்துகளையும் நிரையசையில் தொடங்கும் நாற்சீர் கொண்ட அரையடிகள் பதினோர் எழுத்துகளையும் பெறுகின்றன. இவ்வமைப்புடைய அடிகள் இலக்கணங்கூறப்பட வேண்டியனவாக உள்ளன.

எழுத்தெண்ணிக்கை வரையறைகளின் அடிப்படையில் அடிகளை ஆராய்ந்து வகைப்படுத்துவது தொல்காப்பிய மரபாகும். தொல்காப்பியம் குறிப்பிடும் எழுத்துவகை அடியமைப்புகள் புதிய எழுத்தெண்ணிக்கை வரையறைகளுடன் தொடர்ச்சி பெறுகின்றமையை இப்புதிய கட்டளை அடிகள் காட்டுகின்றன எனலாம். இவ்வடிகள் குறித்த இலக்கணங்களும் அடியிலக்கண வளர்ச்சியாகக் கருதித் தனித்து நோக்கத்தக்கன.

(vi) ஒருசீரடி

தமிழ் யாப்பில் அடியின் சிறும நீளம் இரண்டு சீர்களைக் கொண்டதாகவே அமையும். குறளடி என்னும் இருசீரடியே இலக்கிய இலக்கண வழக்குகளில் இடம்பெறும் சிறிய நீளமுடைய அடியாகும். ஒருசீராலேயே அடி அமையும் மரபு தமிழில் காணப்படவில்லை. ஒருசீரே தனித்து நிற்கும் கூன் (தனிச்சொல்) என்பது தனியடியாக – ஒருசீரடியாக – கருதப்படுவதில்லை; தனியடிக்குரிய பண்புகளையும் பெறுவதில்லை. கலிப்பா உறுப்புகளுள் ஒன்றான அம்போதரங்கத்தின் சிற்றெண்

இருசீரடிகளாலேயே பெரிதும் அமையும். அம்போதரங்கச் சிற்றெண் ஒருசீரடியால் அமையும் என முதல் யாப்புச் சான்றிலக்கியமான 'பாப்பாவினம்' மட்டும் குறிப்பிடுகின்றது (பாப்.பா.93 குறிப்.). ஒரு சீரடியாலேயே பா அமைதலென்பது தமிழ்யாப்பில் காணப்படாத ஒன்றாகும்.

இலக்கணச் சூடாமணி எனும் நூல் மட்டும் ஒருசீரடியையும், சதுக்கம் எனும் பாவகை ஒருசீரடிகளாலேயே அமையுமென்பதையும் குறிப்பிடுகின்றது (இலக்.சூ.நூ.15). இச்செய்தி தமிழ் யாப்பில் புதிய செய்தியாகும். ஒரு சீரையே அடியாகக் கொண்டு செய்யுளியற்றுதல் வடமொழியில் உண்டென்பதை உத்தம், அதியுத்தம், மத்திமம் ஆகிய வடமொழி யாப்பு வகைகளை விளக்குமிடத்து வீரசோழியவுரை (வீ.சோ.கா.139 பெருந்.) காட்டும் உதாரணங்களால் அறியமுடிகிறது.

தொடை இலக்கண வளர்ச்சி

காரிகையில் இடம்பெற்ற தொடைவகைகளுள் எதுகை, மோனைத் தொடைகள் மட்டுமே குறிப்பிடத்தக்க வளர்ச்சிகளைப் பெற்றுள்ளன.

(i) எதுகைத் தொடை

வீரசோழியப் பெருந்தேவனாருரை முதலிருசீர்களைக் கருத்தில்கொண்டு 'இருசீர் முழுதொன்றெதுகை' பற்றிக் கூறி விளக்கியுள்ளமை எதுகைத் தொடை இலக்கண வரலாற்றில் குறிப்பிடத்தக்க வளர்ச்சிநிலையாகும்.

காரிகை முதலிய முன்னிலக்கணங்களில் கூறப்பட்ட எதுகைத் தொடைகளே புதுப்பெயர் பெற்றுள்ளமையையும் புதிய எதுகைவகை இலக்கணம் பெற்றுள்ளமையையும் அறுவகை இலக்கணம் காட்டி நிற்கின்றது. அவையாவன: அ) சிதையாத்தொடை ஆ) சிதைவுறு தொடை இ) ஓசைத்தொடை ஈ) இனத்தொடை உ) அலங்காரத்தொடை ஊ) வண்ண எதுகை

இவற்றுள் சிதையாத் தொடையும் அலங்காரத் தொடையும் பெரிதும் ஒன்றுபோலவே காணப்படுகின்றன. இவை முன்னிலக்கண நூல்கள் குறிப்பிட்ட 'தலையாகு எதுகை'யையே குறிக்கின்றன.

'சிங்கம்', 'தங்கம்', 'பொங்கம்' என அடிதோறும் முதற்சீர் ஒத்து வருதல் 'சிதையாத் தொடை' என்றும் (அறு.நூ.498), 'சீருற்ற', 'நீருற்ற' என அடிதோறும் முதற்சீர் ஒத்துவருதல் 'அலங்காரத்தொடை' என்றும் (அறு.நூ.502) அறுவகை இலக்கணம் குறிப்பிடுகின்றது. இவை இருவகையாகக் குறிக்கப்படினும் ஒரே வகைதான் என்பது தெளிவு. 'ஓசைத் தொடை' எனும் எதுகை வகையைக்

குறிப்பிடும் அறுவகை இலக்கணம், 'பார்த்திபம்', 'காய்த்தமா' என ஆசெதுகை பெறுதலை எடுத்துக்காட்டி (அறு.நூ.500) விளக்குகின்றது. ஓசைத்தொடை எனக் குறிப்பிடப்படுவது முன்னிலக்கணங்கள் கூறியுள்ள 'ஆசெதுகை' வகையேயாகும்.

'பாலுக்கு', 'கூழுக்கு' என இன எழுத்தை எதுகையாகப் பெறுவதை 'இனத்தொடை' என்று இந்நூல் (அறு.நூ.501) குறிப்பிடுகின்றது. இது முன்னிலக்கணங்கள் கூறியுள்ள 'இனவெதுகை' வகையேயாகும்.

'கொற்றி', 'செற்றம்', 'கற்றை' என இரண்டாம் எழுத்து மட்டும் ஒத்துவருவதை இந்நூல் 'சிதைவுறு தொடை' (அறு.நூ.499) என்கிறது. இது முன்னிலக்கணங்கள் கூறியுள்ள 'இடையாகு எதுகை'யேயாகும். 'சிதைவுறு தொடை'யென இந்நூல் குறிப்பினும், பரவலாக இவ்வெதுகைத் தொடையே இலக்கியங்களில் பயின்றுவரக் காணலாம்.

முன்னிலக்கணங்கள் கூறாத 'வண்ண எதுகை' என்பதனை அறுவகை இலக்கணம் கூறுகின்றது. 'ஆடும் பரிவேலணி', 'பாடும் பணியேபணி' என்பன போல் சந்தக் குழிப்போசையுடன் வருவன 'வண்ண எதுகை' (அறு.நூ.503) எனப்படும். ஒருசீர் எல்லையைக் கடந்து வரும் ஓசையொழுங்கையும் உட்படுத்தி இவ்வகை கூறப்பட்டுள்ளது. வழக்கமாக (முதல்) ஒருசீரை மட்டும் கொண்டே எதுகையை வரையறுத்தல் மரபு.

(ii) மோனைத் தொடை

ஏனைய தொடைகளைக் காட்டிலும் மோனைத் தொடையிலக்கணம் குறிப்பிடத்தக்க வளர்ச்சிகளைப் பெற்றுள்ளது. புதிய மோனை வகைகளை ஏற்றுள்ளது.

அ) சொல் மோனை

'சொல் மோனை' எனும் புதிய மோனை வகையைச் சி.வை. தாமோதரம் பிள்ளை 'கட்டளைக் கலித்துறை' நூலில் குறிப்பிட்டு விளக்கியுள்ளார். மோனையைச் சீர் மோனை, சொல் மோனை என இருவகைப்படுத்தும் அவர் சீர் முதலிலன்றி மொழிமுதற் கண்ணும் மோனை வரும் எனக் குறிப்பிட்டுப் பின்வரும் பாடலடிகளைச் சொல் மோனை பயின்றமைக்குச் (கட்.கலி.ப.7) சான்றாகக் காட்டியுள்ளார்.

> **தே**னார் கமழ்தொங்கன் மீனவன் கேட்ப**தெ**ண் ணீரருவிக்
> **கா**னார் மலையத் தருந்தவன் சொன்ன**க**ன் னித்தமிழ்நூல்
>
> (யா.கா.கா.2)

இவ்வடிகளில் சீர்மோனை பயிலவில்லை. மாறாகச் சீர்க்குள் இடம்பெற்றுள்ள சொல்முதல்களில் மோனை பயின்றுள்ளது.

இவ்வாறு சீர்முதல்களில் மோனை அமையாமல் சீருக்குள் இடம்பெற்றுள்ள சொல்லின் முதலில் மோனையமைவது 'சொல் மோனை' எனப்படும்.

ஆ) கள்ள மோனைகள்

அறுவகை இலக்கணம் 'கள்ள மோனைகள்' எனும் ஒரு மோனை வகையைப் புதிதாகக் கூறுகின்றது. கள்ள மோனை என்பதற்குப் பொருள் விளக்கம் நூலில் தரப்படாதபோதும் அதன் வகைகளைக் குறிப்பிடுவதைக் கருத்தில் கொண்டு (1) வரவேண்டிய எழுத்து (2) வரவேண்டிய இடம் ஆகியவற்றிற்கு மாறாகத் தொடர்புடைய எழுத்து வருதலும், இடம்மாறி மோனை இடம்பெறலும் கள்ள மோனையாகும் எனக் கொள்ளலாம்.

கள்ள மோனையைப் பின்வருமாறு இந்நூல் (அறு.நூ.493) மூவகைப்படுத்துகின்றது.

1) ஓர் ஒற்றின் மீதே உயிரெழுத்துகள் வேறுவேறு சேர்வது: வருக்க மோனை, வல்லின மோனை போன்றவை இவ்வகையைச் சார்ந்தனவாகும்.

(எ–டு.) **ப**கலேபல் பூங்கானல் கிள்ளை ஓப்பியும்
பாசிலைக் குளவியொடு கூதளம் விரைஇப்
பின்னுப் பிணிஅவிழ்ந்த நன்னெடுங் கூந்தல்
பீரங்கப் பெய்து தேம்படத் திருத்திப்
புனையீர் ஓதி செய்குறி நசைஇப்
....

(யா.வி.ப.144, அறு.நூ.493 உரைக்காட்டு)

2) சீரின் முதலில் வராமல் இடையில் வருகின்ற உயிர்மெய் மோனை (சீர் நடுவுறும் மோனை)

(எ–டு.) **பெ**ருமையைப் பேசுவ தெப்படி நாம்**பி**றை வாளெயிற்று

(திருவரங்கத்துமாலை – 27, அறு.நூ.493 உரைக்காட்டு)

3) குறிப்பிட்ட யாப்பில் மோனை நிற்கவேண்டிய சீரில் நில்லாது வேறு சீரில் இடம்பெறல். இது 'கூழைமோனை' எனப்படும்.

(எ–டு.) **மு**த்தினை மணியைப் பொன்னை
முழுமுதற் பவள மேய்க்கும்
கொத்தினை வயிர மாலைக்
கொழுந்தினை யமரர் சூடும்
வித்தினை வேத வேள்விக்
கேள்வியை **வி**ளங்க நின்ற
அத்தனை நினைந்த நெஞ்சம்
அழகிதா நினைந்த வாறே

(தேவாரம் 4:72:6)

இவ்வறுசீர் விருத்தத்தில் முதற்சீரிலும் நான்காம் சீரிலும் மோனை அமைய வேண்டும். ஆனால் மூன்றாம் அடியில் நான்காம் சீரில் மோனை அமையாமல் ஐந்தாம் சீரில் அமைந்துள்ளது. இவ்வாறு, அமைய வேண்டிய இடத்தில் மோனை அமையாமல் இடம் மாறியமைதல் 'கூழை மோனை' எனப்படும்.

கள்ளமோனை வகையுளொன்றாகக் கூறப்படும் கூழை மோனையும் யாப்பு மரபில் கூறப்படும் கூழைமோனையும் வேறுவேறாகும். காரிகை, இறுதிச் சீர்க்கண் இன்றி முதல் மூன்று சீர்க்கண்ணும் மோனை வரத் தொடுத்தல் 'கூழைமோனை' என்று கூறும் (யா.கா.கா.19). மரபான கூழைமோனை இலக்கணத்தி லிருந்து வேறுபட்டு அறுவகை இலக்கணம் கூழைமோனையின் இலக்கணத்தைக் கூறுகின்றது. கூழைமோனை எனும் யாப்புக் கலைச்சொல் இந்நூலில் புதிய விளக்கத்தைப் பெற்றுள்ளது. கள்ள மோனையின் மூவகைகளுள் கூழைமோனையைவிட மற்ற இரு மோனைகளும் சிறந்தன என்றும் அறுவகை இலக்கணம் குறிப்பிடுகின்றது (அறு.நூ.493).

இரண்டாவதாகக் கூறப்பட்டுள்ள 'சீர் நடுவுறும் மோனை' யும், சி.வை. தாமோதரம் பிள்ளை காட்டிய 'சொல் மோனை'யும் ஒன்றேயாகும். 'அறுவகை இலக்கணமு'ம் 'கட்டளைக் கலித்துறை'யும் இம்மோனை பற்றிக் கூறுவதால் பதினெட்டு, பத்தொன்பதாம் நூற்றாண்டுகளில் 'சொல் மோனை' எனும் கருத்தாக்கம் பரவலாக வழங்கியிருக்க வேண்டும் என்று கருதலாம்.

இ) மோனை எழுத்துகள்

ஓர் எழுத்துக்கு எவ்வெவ்வெழுத்துகள் மோனையாக வரும் என்பது குறித்து நல்லாறனார் மொழிவரியும், விருத்தியுரையும் (யா.வி.ப.206), வீரசோழியமும் (வீ.சோ.கா.110) எடுத்துரைத்துள்ளன. அவற்றோடு அறுவகை இலக்கணம் சில புதிய எழுத்துகளையும் மோனையெழுத்து வரிசையில் சேர்த்துக் கூறியுள்ளது.

'இ, ஈ, எ, ஏ' ஆகியன தம்முள் மோனையாகும் எனும் பழைய இலக்கணத்தை 'இ, ஈ, எ, ஏ, ய, யா' ஆகியன தம்முள் மோனையாகும் என அறுவகை இலக்கணம் விரிவுபடுத்தியுள்ளது (அறு.நூ.487).

ஏதிலான் போல நின்றான்
யார்கணும் பந்தம் இல்லான்

(வில்லிபாரதம் 15ஆம் போர் – 28,
அறு.நூ.487 உரைக்காட்டு)

என்பது போன்ற இலக்கிய வழக்கு நோக்கி இப்புதிய இலக்கணம் எழுந்துள்ளது.

'உ, ஊ, ஒ, ஓ' ஆகியன தம்முள் மோனையாகும் என்னும் பழைய இலக்கணத்தை 'உ, ஊ, ஒ, ஓ யொ, யோ' ஆகியன தம்முள் மோனையாகும் எனவும் இந்நூல் (அறு.நூ.488) விரிவுபடுத்தியுள்ளது.

ஓடியொ ளித்தனர். ஆடம ரிற்றுரி
யோதன னுக்கிளையோர்

(வில்லிபாரதம் 3ஆம் போர் – 23,
அறு.நூ.488 உரைக்காட்டு)

என்பது போன்ற இவ்விரிவாக்கம் இலக்கிய ஆட்சியை மனங்கொண்டு எழுந்துள்ளது.

இவ்விரிவாக்கங்களோடு, 'அ,ய' ஆகியன தம்முளும், 'ற, ர, ல' ஆகியன தம்முளும் நாடகத்தமிழ் வழக்கில் மோனைகளாகும் என்றும் அறுவகை இலக்கணம் குறிப்பிடுகின்றது (அறு. நூ. 492). இயலிசைத் தமிழ் வழக்கில் இவை மோனைகளாகா என்பதை இவ்விலக்கணம் உணர்த்துகின்றது.

பிற்காலத்தில் எழுந்த நெடுங்கதைப்பாடல் நூல்களாகிய அம்மானை இலக்கியங்களில் 'ந, ர', 'ட, ந', 'ல, ந' ஆகியன தத்தமுள் மோனைகளாய் அமைகின்றமையை,

நறுதங்கு மார்பனென்றும் ராசாதி ராசனென்றும்
(அடி எண் 695)

டாகினிக ளும்மிருந்து நற்சாந் தரைத்துநல்கும்
(அடி எண் 842)

ரோசமுடன் நோகாமல் நோக்கமுடன் நானுமிப்ப
(அடி எண் 1024)

லட்சணங்கள் கெட்டவனை நாரிமயல் கொண்டவனை
(அடி எண் 1566)

(அரிச்சந்திரன் அம்மானை)

என்பன போன்ற ஆட்சிகள் காட்டுகின்றன. எனினும் இவை இலக்கண நூல்களில் குறிப்பிடப்பெறவில்லை. ட, ர, ல ஆகிய எழுத்துகள் மொழி முதலாகாப் பழமரபு கருதி இவ்வாட்சிகளுக்கு இலக்கணங்கூறும் முயற்சி தோன்றவில்லை.

ஈ) நாற்சீரடிக்கு மேற்பட்ட சீரடிகளில் மோனைத் தொடையமைதிக்குப் புதிய பெயரீடு

காரிகை வரையிலான நூல்களும் பின்வந்த பெரும்பாலான நூல்களும் நாற்சீரடிகளில் தொடை அமையுமாற்றையே இணை,

பொழிப்பு, ஒரூஉ, கூழை, மேற்கதுவாய், கீழ்க்கதுவாய், முற்று என வகைப்படுத்திப் பெயர் தந்துள்ளன. நாற்சீரடிக்கு மேற்பட்ட சீரடிகளில் தொடை அமையுமாற்றை வகைப்படுத்திப் பெயர் தந்து விளக்கவில்லை. இது குறித்து ஆராயப்பட வேண்டுமென்பதைப் பொற்கோ,

> எல்லாப் பாடல்களும் நாற்சீர் அடிகளால் அமைந்திருக்கும் என்ற எதிர்பார்ப்பு இருந்த காலத்தில்தான் இந்த வகைப்பாடு தோன்றியிருக்க வேண்டும். பாடல்களில் சீர்கள் மிகுதியாக வளர்ந்த நிலையில் இந்த ஆய்வு பொருந்திவராது ... இந்த இணை, பொழிப்பு, மேற்கதுவாய், கீழ்க்கதுவாய் என்பன வெல்லாம் நாற்சீரடிகளுக்கு மட்டுமே பொருந்தும். அதற்கு மேலும் மிகுதியான சீர்களைக் கொண்ட அடிகளுக்குத் தனி ஆராய்ச்சி நடத்தப்பட வேண்டும் ......
>
> 'அம்மையே அப்பா ஒப்பிலா மணியே
> அன்பினில் விளைந்தஆ ரமுதே'
>
> இந்தப் பாடலில் 'அம்மையே அப்பா' என்பதில் இணை மோனை இருக்கிறது. அன்பினில் என்ற ஐந்தாவது சீரிலும் மோனை இருக்கிறது. இந்த மோனைக்கு நமது இலக்கணங்கள் ஒரு பெயரும் கொடுக்கவில்லை[16]

என்று குறிப்பிடுகின்றார்.

பெயர் கொடுக்கும் முயற்சியை 'யாப்புநூல்' முன்னரே மேற்கொண்டுள்ளமை யாப்பிலக்கண வளர்ச்சியில் குறிப்பிடத்தக்கதாகும். "நான்குசீர் அடிக்குத் தந்த தொடைப் பெயர்கள் இக்கால் விரிவடைந்துள்ள இருபதுசீர்அடிக்கும் ஏற்பக் கூட்டப் பட்டுள்ளன"[17] என்று குறிப்பிடும் 'யாப்புநூலின்' ஆசிரியர் பின்வரும் புதிய பெயர்களைப் படைத்துள்ளார்.

1. மறியடி 2. மறியிணை 3. மறிபொழிப்பு 4. மறியொரூஉ 5. மறிகூழை 6. மறிகீழ்க்கதுவாய் 7. மறிமேற்கதுவாய் 8. மறிமுற்று

இவ்வகைகள் எண்சீரடி அடிப்படையில் எடுத்துக்காட்டி விளக்கப்படுகின்றன. முன்னர் நாற்சீரளவிலேயே விகற்பம் அமைந்துள்ளதால், அடியின் முதற்சீர் மோனையோடு நாற்சீர்க்கு மேற்பட்ட 5, 6, 7, 8 ஆகிய சீர்களில் இடம்பெறும் மோனைகளை இயைத்துப் புதிய இலக்கணம் வகுக்கப்பட்டுள்ளது.

வகுக்கப்பட்டுள்ள இலக்கணத்தை விளக்குமுகத்தான் 'யாப்பு நூலி'ல் தரப்பட்டுள்ள சான்றுகள் நிரல்பட வருமாறு:

1. மறியடி மோனை : சீர்கள்: 1, 5   * __ __ __ __
* __ __ __ __

மழைக்கென்றும் வெயிற்கென்றும் கூரை யிட்டோம்;
மறைவுக்குச் சுற்றிநெடுஞ் சுவர்கள் வைத்தோம்.

2. மறியிணை மோனை: சீர்கள்: 1,5,6 *__ __ __ __
*__ *__ __ __

உண்ணரும் பசியினால் நலிவரைப் பாவல
ஊக்கி **உ**யர்த்திடும் பாடலைப் பாடுவாய்!

3. மறிபொழிப்பு மோனை: சீர்கள்: 1,5,7 * __ __ __ __
* __ __ *__ __

நாடவர்பால் கிடைத்ததென நம்மவரை நசுக்கும்
நாட்டத்தோ டன்னவரின் நலம்பேணி நின்றே.

4. மறியொரூஉ மோனை: சீர்கள்: 1,5,8 * __ __ __ __
* __ __ __ *__

காவலர் ஓருபுறம் கையற நடந்தனர்;
காளையர் நிரல்படக் கொடியொடு **க**டுகினர்.

5. மறிகூழை மோனை: சீர்கள்:1,5,6,7 * __ __ __ __
* __ *__ *__ __

எண்ணுமா றவர்வாழ நாமிருந்து வந்தோம்;
ஏடெழுதி என்னபயன்? **இ**ந்நாட்டை யன்னார்

6. மறிகீழ்க்கதுவாய்: சீர்கள்: 1,5,6,8 * __ __ __ __
* __ *__ __ *__

தெருப்படி யோரம் இராப்பகல் வீழ்ந்து
தீப்பசி **தி**ன்றிடும் அவர்க்கெது **செ**ய்தார்

7. மறிமேற்கதுவாய்: சீர்கள்:1,5,7,8 * __ __ __ __
* __ __ *__ *__

தாய்மொழியாம் தமிழ்மொழியைத் தமதாய்க் கொண்ட
தமிழ்நாட்டில் வாழ்ந்துவரும் **த**மிழர் **த**ம்மின்

8. மறிமுற்று: சீர்கள்: 1,5,6,7,8 * __ __ __ __
* __ *__ *__ *__

சேய்மொழியாம் மலையாளம் தெலுங்கு என்று
சேர்ந்திருந்த **சி**ல்மொழிகள் திரிந்து **செ**ன்று

(யாப்பு.நூ.47 உரைக்காட்டு)

எண்சீர் விருத்தப்பாக்களின் எண்சீரடிகள் நான்கு சீர், நான்கு சீர் எனப் பகுத்துக் கொள்ளப்பெற்று, முதலரையடியின் முதற்சீர் மோனையோடு இரண்டாம் அரையடியில் இடம்பெறும் மோனைகளை மட்டும் கணக்கிலெடுத்துக் கொண்டு வகைப்பாடு செய்யப்பெற்றுப் புதிய பெயர்கள் அளிக்கப்பெற்றுள்ளன. முதலரையடியின் இரண்டாம் மூன்றாம் நான்காம் சீர்களின்

மோனைகள் கணக்கில் எடுத்துக்கொள்ளப் பெறவில்லை. ஒட்டுமொத்தமாக ஓர் அடியை எடுத்துக்கொண்டு பேசாமல் முதலடியின் முதற்சீர் மோனையோடு இரண்டாம் அரையடியில் இடம்பெறுபவற்றை மட்டும் இணைத்துப் பார்த்துப் பெயரிட்டுள்ளமையை இவ்வகைமை காட்டுகின்றது.

எண்சீரடிக்கு மேல் பதினாறு சீரடிவரை 'மிக' என்னும் அடையை முற்கூறிய பெயர்களோடு இணைத்துக் கூறித் தொடைகளை வகைப்படுத்தலாம் என்றும் விளக்கமின்றி 'யாப்பு நூல்' குறிப்பிடுகின்றது (யாப்புநூ.47).

நாற்சீரடிகளுக்கு மேற்பட்ட சீரடிகளில் குறிப்பாக எண் சீரடிகளில் மோனை அமைவதற்குப் புதிதாகப் பெயர் கொடுத்துள்ளமை எனும் முயற்சி மட்டுமே 'யாப்புநூலி'ல் அமைந்துள்ளது. இம்முயற்சி முழுமையும் செம்மையும் பெறவில்லை. ஓரடியில் மோனையமையும் அனைத்துச் சீர்களையும் முழுமைப் பார்வையில் கருத்தில் கொண்டு தொடைகள் வகைப்படுத்தப்பெறாதது குறையாகும். ஐஞ்சீர், அறுசீர், எழுசீர் அடிகளில் அமையும் மோனைகளை வகைப்படுத்திப் பெயரிடும் முயற்சியும் மேற்கொள்ளப்படவில்லை. எண்சீரடிகளில் இரண்டாம் அரையடியின் நான்கு சீர்களில் மோனை அமைவதை, முன்னிலக்கண நூல்கள் நாற்சீரடிக்குக் கூறிய இணை முதலான பெயர்களோடு மறி என்பதை இணைத்துக் குறிப்பிடுவதொன்றே காணப்படுகின்றது.

இவ்விலக்கணங்கூறும் நூற்பாவும் உரையும் தெளிவுகுன்றி மயக்கந்தரும் வகையில் அமைந்துள்ளன. உரையிலும் போதிய விளக்கமில்லை. புதியன கூறும் ஆர்வத்தை மட்டுமே இம்முயற்சி புலப்படுத்துகின்றது.

இப்புதிய முயற்சியை ஆராய்ந்த மருதூர் அரங்கராசன், "நூற்பாவினும் உரை தெளிவின்றியும் குழப்பத்துடனும் உள்ளது"[18] என்று குறிப்பிடுவதோடு,

> நூற்பாவின் இறுதியீரடிகளும் அவற்றுக்கமைந்த உரையும் தெளிவாய் இல்லை. 'மிக' எனும் அடை சேர்க்கப்பட வேண்டும் என்பது புரிகிறது. எப்படி, எவற்றொடு, எவ்வகையில் அடையினைச் சேர்க்க வேண்டும் என்பதோ, அவ்வண்ணம் சேர்த்து வழங்கும் அடையொடு கூடிய குறியீடுகள் எவ்வெவற்றைக் குறிக்கும் என்பதோ உரையில் தெளிவாயும் விளக்கமாயும் இல்லை[19]

என்றும்,

இவையெல்லாம் வேண்டா விரிப்பாம், இவ்வாறு விரிக்கப் புகின் அளவின்றிச் செல்லும். பதினாறு சீர்களினும் மிகுந்த சீர்களால் ஆய அடிகொண்டு நடக்கும் பாக்கள் எண்ணிலவாய் உள. பின், அவ்வகை அடிகட்கும் இத்தகைய தொடை விகற்பம் விரிக்க வேண்டிவரும். அன்றியும், இங்குக் குறித்த தொடை விகற்பமெல்லாம் சமனிலை அடிகட்கே (இரட்டைப் படையானமைந்த சீர்களைக் கொண்டு நடக்கும் அடிகட்கே) என்க. வியனிலையாய் அமைந்த அடிகட்கு (ஒற்றைப் படையானமைந்த சீர்களைக் கொண்டு நடக்கும் அடிகட்கு)த் தொடை கொண்மாறு கூறப்படவில்லை[20]

என்றும் கருத்துரைப்பது மனங்கொள்ளத்தக்கதாகும்.

"வேண்டா விரிப்பு" என மருதூர் அரங்கராசன் குறிப்பிடினும் நாற்சீரடிக்கு மேற்பட்ட சீரடிகளில் மோனை அமைவதை வகைப்படுத்திப் பெயரிடுவதற்குத் "தனி ஆராய்ச்சி நடத்தப்பட வேண்டும்" எனும் பொற்கோவின் கருத்து கவனத்தில் கொள்ளத்தக்கதாகும். 'யாப்புநூலி'ன் இலக்கணம் தெளிவும் முழுமையும் இன்றி அமைந்தமையே மருதூர் அரங்கராசன் அவ்வாறு குறிப்பிடக் காரணம் எனலாம்.

நாற்சீரடிக்கு மேற்பட்ட சீரடிகளில் அமையும் தொடையமைதிக்குப் பெயர்கள் எனப் பொதுப்படக் கூறப்படினும், மோனைத் தொடைக்கு மட்டுமே விகற்பம் கூறுவதாக 'யாப்புநூல்' இலக்கணம் உள்ளது. சீர்கள் மிகும் அடிகளில் விகற்பங்கள் எதுகை, மோனைகளில் மட்டுமே அமைய வாய்ப்புள்ளது. இலக்கிய ஆட்சியில் மிகுசீரடிகளில் மோனைத் தொடை மட்டுமே அமைந்துள்ளது. (நாற்சீர்) அடியின் அனைத்துச் சீர்களிலும் மோனை இடம்பெறும் முற்று மோனைத் தொடை, மிகுசீரடிகளைப் பொறுத்தவரை அனைத்துச் சீர்களிலும் இடம்பெறும் வாய்ப்பு இலக்கிய ஆட்சியில் மிகக் குறைவாகும். மிகுசீரடிகளில் பயிலும் மோனைத் தொடைகளுக்கு நாற்சீரடித் தொடைப் பெயர்களையே விரிவுபடுத்தியோ புதிய பெயர்களிட்டோ இலக்கணம் வகுத்தல் மேலாய்வுக்கும் இலக்கணிகளின் தனிக்கவனத்துக்கும் உரியதாகும்.

உ) நாற்சீரடிக்கும் மிகுசீரடிகளுக்கும் சிறப்பு மோனை

நாற்சீர் அடியிலும் ஐஞ்சீர் முதல் பதினாறுசீர் வரை பெறும் அடிகளிலும் குறிப்பிட்ட இடத்தில் மோனை அமைவது சிறப்பு மோனையாகும் எனும் நோக்கில் சிறப்பு மோனை அமையுமிடத்தை இலக்கணச் சூடாமணி குறிப்பிடுதல் யாப்பியல் வரலாற்றில் தனித்துச் சுட்டத்தக்கதாகும்.

நாற்சீரடிகளில் மூன்றாஞ்சீர்களில் பொழிப்பு மோனை அமைதல் சிறப்பு மோனையாகுமென்றும், ஐஞ்சீரடிகளில் ஐந்தாஞ் சீரில் மோனையமையும் கடைமோனை சிறப்பு மோனையாகு மென்றும், அறுசீர் முதல் பதின்சீரளவும் அமையும் அடிகளில் இடைமோனை சிறப்பு மோனையாகுமென்றும், பதினொரு சீர் முதல் பதினாறு சீர் வரையிலான அடிகளில் வழிமோனை சிறப்பு மோனையாகுமென்றும் இலக்கணச் சூடாமணி கூறுகின்றது (இலக்.சூ.நூ.12).

இடைமோனை என்பது வாய்பாட்டிற்கேற்ப ஓசை மறித்துவரும் சீர்களில் முதலெழுத்து ஒன்றிவரத் தொடுப்பதாகும்.[21]

(எ–டு.) **பொ**ருப்பிலே பிறந்து தென்னன்
புகழிலே கிடந்து சங்கத்

(வில்லிபாரதம் – பாயிரம் 1)

வழிமோனை என்பது ஒவ்வோரடியிலும் சீர்கள் இடையிட்டு மோனைத் தொடை கொண்டு வருவதாகும் எனவும் அடியின் எல்லாச் சீர்களிலும் மோனை அமைவதாகும் எனவும் கொண்டு அடுத்த வழிமோனை, இடையிட்டு வந்த வழிமோனை என்று வகைப்படுத்துவதோடு, முச்சீர்மேல் வந்தும் எழுசீர்மேல் வந்தும் பதினொரு சீர்மேல் வந்தும் அமையும் மோனைகளும் வழிமோனையாகும் என்றும் (இலக்.சூ.நூ.13) குறிப்பிடுகின்றது.

(எ–டு.) **மு**ன்னைத் தஞ்சிற்றில் **மு**ழங்கு கடலோதம்
மூழ்கிப் போக ...

(தண்டியலங்காரம், பொதுவணியியல், நூ.19 உரைக்காட்டு)

துனைவருநீர் **து**டைப்பவராய்த் **து**வள்கின்றோம்
துணைவிழிசேர் **து**யிலை நீக்கி ...

(தண்டியலங்காரம், பொதுவணியியல், நூ.19 உரைக்காட்டு)

(இலக்.சூ.நூ. 13 உரைக்காட்டுகள்)

என்பன போலவும்,

மணிகொண்ட நெடுநேமி வலயஞ் சுமந்தாற்று
மாசுணச் சூட்டுமோட்டு
மால்களிறு பிடர்வைத்த வளரொளி விமானத்து
வாலுளை மடங்கறாங்கும் ...

(மீனாட்சியம்மை பிள்ளைத்தமிழ், காப்பு 1)

என்பது போலவும் மோனையமைதல் வழிமோனை எனும் சிறப்பு மோனையாகும்.

இலக்கணச் சூடாமணி 'சிறப்பு மோனை'யிலக்கணம் கூறுங்கால் நெடிலடி, கழிநெடிலடிகளில் மோனையமையும்

இடம்பற்றிப் பேசியுள்ளமை மோனைத் தொடையிலக்கண வளர்ச்சியில் குறிப்பிடத்தகு ஆக்கமாகும்.

ஊ) நெடிலடிகளில் மோனையமைதலுக்கு இலக்கணம்

ஐஞ்சீரடிகளில் மோனை இடம்பெறுதல் குறித்துக் 'கட்டளைக் கலித்துறை' இலக்கணங்கூறியுள்ளது. ஐஞ்சீரடியாலான கட்டளைக் கலித்துறையின் மோனையிலக்கணத்தைக் கூறும் இந்நூல் நெடிலடிகளில் அமையும் மோனையை உத்தம மோனை, மத்திம மோனை, அதம மோனை என *(கட்.கலி.பக்.7–9)* மூவகைப்படுத்துகின்றது.

முதற்சீர், மூன்றாஞ்சீர், ஐந்தாஞ்சீர்களில் மோனையமைதலை உத்தம மோனையென்று உயர்த்தியும், முதற்சீர் ஐந்தாஞ்சீர் ஆகியவற்றில் மோனையமைந்து மூன்றாஞ்சீரில் அமையாமையை மத்திம மோனையென்று குறிப்பிட்டும் செல்லும் இந்நூல் நெடிலடியின் கடைச்சீரில் (ஐந்தாஞ்சீர்) மோனை வருதலைச் சிறப்பாக வலியுறுத்துகின்றது. ஐந்தாஞ்சீரில் மோனை அமையாத நிலையை 'அதமமோனை' என்று ஒதுக்குகின்றது.

கட்டளைக் கலித்துறை, கலிநிலைத்துறை ஆகியவற்றின் நெடிலடிகளில் ஐந்தாஞ்சீரில் மோனையமைய வேண்டுமெனவும் அதுவே சிறப்புடையதென்றும் 'அறுவகை இலக்கணம்' *(அறு.நூ.435)*, 'யாப்புநூல்' *(யாப்பு.நூ.109)* ஆகியன கூறுகின்றன.

எ) வண்ணக் கழிநெடிலடிகளுக்கு மோனையிலக்கணம்

வண்ணப்பாக்களில் இடம்பெறும் கழிநெடிலடிகளில் மோனையமைய வேண்டிய இடங்குறித்து 'வண்ணத்தியல்பு'ம், இதனை அடியொற்றிக் குமார பூபதீயமும் இலக்கணங் கூறியுள்ளன.

வண்ணப்பாவின் ஒவ்வோர் அடியுள்ளும் இடம்பெறும் கலைதோறும் முதற்சீரில் மோனையமையவேண்டுமெனவும் *(வண்.நூ.89)*, ஒவ்வொரு கலையுள்ளும் இடம்பெறும் மூன்று குழிப்புகளுள் முதற் குழிப்பிலும் மூன்றாங் குழிப்பிலும் முதற்சீர்களில் மோனையமைய வேண்டுமெனவும் *(வண்.நூ.90)* இலக்கணங் கூறப்பட்டுள்ளது.

(எ–டு.) நிலவினி லேயி ருந்து
வகைமல ரேதெ ரிந்து
நிறைகுழல் மீத ணிந்து–குழைதாவும்
நிகரறு வேலி னங்கள்
வரிதர வாச கங்கள்
நினைவற வேமொ ழிந்து–மதனூலின்

(திருப்புகழ், பா.213)

இத்திருப்புகழ்ப் பகுதி வண்ணப்பாடலின் ஓரடியாகும். இதில் இரு கலைகள் உள. இக்கலைகளின் முதற்சீர்களில் '**நி**லவினி', '**நி**கரறு' என மோனையமைந்துள்ளது. இக்கலைகளுள் '**நி**லவினி' '**நி**றைகுழல்' எனவும், '**நி**கரறு' '**நி**னைவற' எனவும் முதற்குழிப்பு, மூன்றாங்குழிப்புகளில் மோனையமைந்துள்ளது.

(iii) தொடையதிகாரத்தின் பங்களிப்பு

'தொடையதிகாரம்', இருசீரடி முதல் முப்பத்திருசீரடி வரையிலான அடிகளில் மோனைத் தொடை அமைந்துள்ள பாங்கினை மிகப் பல பாக்களைச் சான்றுகாட்டி எடுத்துரைக் கின்றது. 'தொடையதிகாரம்' என நூற்பெயர் அமைந்திருப்பினும் மோனைத் தொடையமைதி காட்டலே நூலில் பேரிடம் பெறுகின்றது. நாற்சீர்க்கு மேற்பட்ட சீர்களையுடைய அடிகளில் பயிலும் தொடைகளுக்குப் புதிய பெயர்தரல், இன்னின்ன சீர்களில் மோனை இடம்பெற வேண்டுமென இலக்கண வரையறை தரல் ஆகிய முயற்சிகளை இந்நூல் மேற்கொள்ளவில்லை.

பொழிப்பு மோனை முதலிய தொடை வகைகள், அளவடிக்கண்ணே கொள்ளப்படும் ஆகலான், நெடிலடி, கழிநெடிலடிகளில் – இன்னின்ன சீர்களில் மோனை வரவேண்டும், இன்னின்ன சீர்களில் மோனை வந்துள்ளது என்பதையே கண்டறிதல் வேண்டும். அளவடிச் செய்யுட்களிற் போலல்லாது, நெடிலடி, கழிநெடிலடிச் செய்யுட்களின் ஒவ்வொரு வகையினும் வெவ்வேறு இடங்களில் – சீர்களில் – மோனை வரும் என்பதை அறிதல் வேண்டும்.

(தொடை. ப. 140)

என்று இந்நூல் குறிப்பிடுகிறது; அதற்கேற்பப் பலவகைக் கழிநெடிலடிகளில் மோனையமைந்துள்ள நிலையினை விரிவாக எடுத்துரைக்கும் பல தரவுகளைத் திரட்டிக் காட்டும் அடிப்படை நூலாக அமைந்துள்ளது. கழிநெடிலடிகளில் இன்னின்ன இடங்களில் மோனையமைதல் வேண்டுமென விதிகளை வகுக்க இந்நூலும் இதனையொத்த முயற்சிகளும் துணையாகும்.

'பிணை' என்னும் புதிய உறுப்பு

'பிணை' என்னும் யாப்புக்கூறு குறித்து இலக்கண நூல்கள் எதுவும் பேசவில்லை. எனினும் யாப்பியல் ஆய்வாளர்கள் இக்கூறு குறித்து எடுத்துரைத்துள்ளனர். ஆய்வாளர் தம் கருத்துகளிலிருந்து, குறிப்பிட்ட ஓசையின் அடிப்படையில் அடிக்குள் சீர்கள் ஒன்றுக்கு மேற்பட்ட தொகுப்புகளாகப்

பிணைந்துநிற்பது ‘பிணை’ எனப்படும் என்பதும் இப்பிணைகள் கழிநெடிலடிகளிலேயே பெரிதும் அமைகின்றன என்பதும் ‘பிணை’ குறித்த வரையறைகளாய்ப் பெறப்படுகின்றன.

சீருக்கு மேலலகாகவும் அடிக்குக் கீழலகாகவும் தளை யல்லாமல் ஒரு பாவுறுப்பு உள்ளதென்றும் அதற்கு யாப்பியலார் இதுவரை பெயர் கொடுக்கவில்லை என்றும், அதனைப் ‘பிணை’ எனும் பெயரால் குறிப்பிடலாமென்றும், சீர்களால் பிணைகளும் பிணைகளால் அடிகளும் அமைகின்றன என்றும்[22] குறிப்பிடும் பொற்கோ, “ஓசையோடு படிக்கும்போதும் படிப்பதை ஊன்றிக் கேட்கும்போதும் பிணைகளை நாம் எளிதாக உணர்ந்து கொள்ள முடிகிறது. இந்தப் பிணைகள் காதுவழி உணர்ந்து கொள்ளக்கூடிய உண்மை”[23] என்று ‘பிணை’ என்னும் உறுப்பை இனங்காண் பதற்கான வழிமுறையினை எடுத்துரைக்கின்றார்.

பாடலடிகளில் ஓசைநிறுத்தங்கள் அமைந்துள்ளமை குறித்து ஆராய்ந்த கா.கோ. வேங்கடராமன், ஓசைநிறுத்தங்களைக் கொண்ட “ஒவ்வொரு பிளவுப் பகுதியிலுமுள்ள சீர்களின் தொகுதி”[24]யைச் ‘சீர்ப்பிணை’ என்னும் பெயரால் குறிப்பிடுகின்றார்.

கழிநெடிலடிகளில் ஒரு குறிப்பிட்ட வாய்பாட்டில் சீர்கள் மீண்டும் மீண்டும் இடம்பெறும் பகுதிகளையும், வெவ்வேறு வகையான வாய்பாடுகளில் சீர்கள் இடம்பெறும் பகுதிகளையும் பிணைகளாகக் குறிப்பிட்டுப் பொற்கோ காட்டும் எடுத்துக் காட்டுகளையும் விளக்கங்களையும்[25] பின்வருமாறு சுருக்கமாகக் காணுதல் ‘பிணை’களை விளங்கிக்கொள்ளத் துணையாகும்.

> மருங்கு வண்டு சிறந்தார்ப்ப
> மணிப்பூ வாடை அதுபோர்த்துக்

எனும் பாடலடியில் ‘மா மா காய்’ எனும் வாய்பாட்டில் சீரமைப்பு இருமுறை இடம்பெற்றுள்ளது. இவ்வடியில், ‘மருங்கு வண்டு சிறந்தார்ப்ப’ என்பது ஒரு பிணையாகவும், ‘மணிப்பூ வாடை அதுபோர்த்துக்’ என்பது ஒரு பிணையாகவும் இரண்டு பிணைகள் அமைந்துள்ளன.

> சேணு லாவிய நாளெ லாமுயிர்
> ஒன்று போல்வன செய்துபின்

எனும் பாடலடியில் ‘மா விளம்’ எனும் ஒரு குறிப்பிட்ட வாய்பாட்டில் சீர்கள் மும்முறை திரும்பவந்தும், ‘கூவிளம்’ எனும் வாய்பாட்டில் ஒருசீர் ஒருமுறை தனித்துவந்தும் சீர்கள் இடம்பெற்றுள்ளன. இவ்வடியில் ‘சேணு லாவிய’

என்பது ஒரு பிணையாகவும், 'நாளெ லாமுயிர்' என்பது ஒரு பிணையாகவும், 'ஒன்று போல்வன' என்பது ஒரு பிணையாகவும், இப்பிணைகளுக்கான வாய்பாட்டிலிருந்து வேறுபட்ட வாய்பாட்டில் அமைந்த 'செய்துபின்' என்பது ஒரு பிணையாகவும் நான்கு பிணைகள் அமைந்துள்ளன.

'பிணை' குறித்த பொற்கோவின் கருத்துகளை எடுத்துப் பேசும் செ.வை. சண்முகம், ஓசையைமட்டும் அடிப்படையாகக் கொண்டதாகவும் பாவினங்களுக்கு மட்டும் உரியதாகவும் கூறப்பட்டுள்ள பிணையுறுப்பின் அடிப்படைகளை விரிவுபடுத்த லாம் என்று கூறி நான்குசீர்ப் பாக்களிலும் "பிணை" என்ற அலகைக் கொள்ளலாம் எனவும் தொடரியல் நோக்கிலும் அணுகலாம் எனவும் குறிப்பிடுகின்றார்.[26]

"பிணை"யுறுப்புப் பற்றிய இக்கருத்துகள் யாப்பியல் வளர்ச்சியில் குறிப்பிடத்தக்கன. இவற்றை மேலாய்வுகளுக்கு உட்படுத்தலும், 'பிணை' என்பதனை ஓர் உறுப்பாக ஏற்று இலக்கணம் வகுத்தலும் யாப்பியலாரின் தனித்த கவனத்துக்குரியன.

II புதிய உறுப்பிலக்கணங்கள்

பாவினங்களின் வளர்ச்சி வடிவங்கள் வண்ணம், சந்தம், சிந்து ஆகியன. இவை புதிய உறுப்பிலக்கணங்களைப் பெற்றுள்ளன. இவற்றைப் பத்தொன்பது, இருபதாம் நூற்றாண்டுகளில் தோன்றிய இலக்கண நூல்களே விரிவாகப் பேசியுள்ளன. புதிய வடிவங்களின் உறுப்புகளுக்கும் இலக்கணம் வகுத்தளிக்கும் இம்முயற்சிகளால் தமிழ்யாப்பில் உறுப்பிலக்கண வளர்ச்சி குறிப்பிடத்தக்க எல்லைகளைத் தொட்டுள்ளது.

வண்ணப்பா உறுப்பிலக்கணம்

தொல்காப்பியம் கூறுகின்ற இருபது வண்ணவகை இலக்கணமும், கலிப்பாவின் அராகவுறுப்பும், அவிநயனாரின் நூறு வண்ணவகை இலக்கணமும் பிற்கால வண்ணப்பா யாப்போடு ஓரளவே தொடர்புடைய முற்கூறுகளாகக் கருதத்தக்கன. எனினும் வண்ணயாப்பின் தனிப்பெரும் வளர்ச்சி இலக்கியத்திலும் இலக்கணத்திலும் காரிகைக் காலத்திற்குப் பின்னரே ஏற்பட்டுள்ளது. அசை, சீர், தளை முதலிய மரபான யாப்புறுப்புகளால் வண்ணப்பா இலக்கணத்தை விளக்க முடியாததால், இலக்கணிகள் தனித்த உறுப்புகளைப் படைத்து வண்ணப்பாவிற்கு இலக்கணங் கூறியுள்ளனர். முன்னைய

உறுப்பிலக்கணங்களிலிருந்து வேறுபட்டது வண்ணப்பாவின் புதிய உறுப்பிலக்கணமாகும்.

இலக்கண முயற்சிகள்

'ஒலி அந்தாதி', 'கலி அந்தாதி' எனும் செய்யுள் வகை இலக்கணங்களாகப் பாட்டியல் நூலாகிய 'பன்னிரு பாட்டியல்' (பன்.நூ.159,160) கூறுவன பெரிதும் வண்ணப்பாக்களுக் குரியனவாகவே காட்சியளிக்கின்றன. அவற்றில் 'கலை' என்னும் வண்ண யாப்புறுப்புப் பெயரும் இடம்பெற்றுள்ளது.

இலக்கணச் சூடாமணி, தொன்னூல் விளக்கம், செந்தமிழ், சுவாமிநாதம், முத்துவீரியம், வண்ணத்தியல்பு, அறுவகை இலக்கணம், செய்யுளிலக்கணம், யாப்பொளி, யாப்பதிகாரம், குமாரபூபதீயம், யாப்புநூல், எளிதாகப் பாடலாம், தென்னூல், பாவலர் பண்ணை ஆகிய நூல்கள் வண்ண யாப்பிலக்கணத்தைக் கூறுகின்றன. இவற்றுள் 'வண்ணத்தியல்பு'ம், 'குமாரபூபதீயம் என்னும் வண்ணப்பா யாப்பிலக்கணமு'ம் வண்ணயாப்பிலக்கணத்தை விரிவான நிலையில் கூறுதற்கென்றே தனித்துத் தோன்றிய நூல்களாகும்.

வண்ணவிலக்கணம் என்றதும் தண்டபாணி சுவாமிகளே பொதுவாக நினைவுகூரப்படினும், அவர்தம் 'வண்ணத்தியல்பு'க்கு முன்னரே வண்ணப்பாவிற்கு இலக்கணம் வகுக்கும் முயற்சிகள் தோன்றிவிட்டன என்பது குறிப்பிடத்தக்கது. 'வண்ணத் தியல்பு'க்குப் பின்னர்க் குமாரபூபதீயம் என்னும் நூல் குறிப்பிடத்தக்க வகையில் வண்ணப்பா இலக்கணத்தைக் கூறுகின்றமையும் தனித்துச் சுட்டத்தக்கது.

வண்ண யாப்புறுப்புகள்

உறுப்புகள் இவை, இத்தனை எனத் தனித்துக் கூறவில்லை யெனினும் சந்தம், துள்ளல், தொங்கல் தாழிசைத் துள்ளல், குழிப்பு, கலை, அடி ஆகியவற்றை உறுப்புகளாக 'வண்ணத்தியல்பு' (வண்.நூ.4,85–90) கொண்டுள்ளமையை அறிய முடிகின்றது. வண்ணப்பா உறுப்புகளாக எழுத்து, சந்தம், சந்தச்சீர், வண்ணத் தொடர், துள்ளல், தொங்கல் துள்ளல், குழிப்பு, கலை, அடி ஆகிய ஒன்பதைக் குமாரபூபதீயம் (குமார.நூ.2) தெளிவாகக் கூறுகின்றது. உறுப்புகளைக் கூறுவதிலும் இலக்கண வரையறை தருவதிலும் இருநூல்களுக்குமிடையே சில வேறுபாடுகள் காணப்படினும் 'வண்ணத்தியல்பை' அடிப்படையாகக் கொண்டே குமாரபூபதீயம் இலக்கணங் கூறுகின்றது.

வண்ணப்பா உறுப்புகள்:

வண்ணத்தியல்பு	குமாரபூபதியம்
–	எழுத்து
சந்தம்	சந்தம்
–	சந்தச்சீர்
–	வண்ணத்தொடர்
துள்ளல்	துள்ளல்
தொங்கல் தாழிசைத் துள்ளல்	தொங்கல் துள்ளல்
குழிப்பு	குழிப்பு
கலை	கலை
அடி	அடி

'வண்ணத்தியல்பி'ல், உறுப்பாகும் எழுத்துகள் பற்றிப் பேசப்படவில்லை. சில எழுத்துகளின் இயல்புமட்டும் கூறப் படுகிறது. குமார பூபதீயம் சந்தச்சீர், வண்ணத்தொடர் எனும் பெயர்களால் சில உறுப்புகளைக் கூறுகின்றது. துள்ளல், குழிப்பு ஆகியவற்றின் பொருள்வரையறையில் இருநூல்களும் வேறுபடு கின்றன. இவ்விரு நூல்களின் அடிப்படையில் வண்ணப்பா உறுப்பிலக்கணங்களை இவண் ஆராய்தல் உறுப்பிலக்கண வளர்ச்சியை மதிப்பிடத் துணைபுரியும்.

(i) எழுத்து

வண்ணப்பா இலக்கணத்தில் ஐகாரமும் ஒளகாரமும் நெடில்களாகக் கணக்கிடப்படாமல் ஈற்றில் வருகையில் குறிலாகவும், இடையிலோ முதலிலோ வருகையில் குறிலும் இடையொற்றுமாகவும் கொள்ளப்படும் எனவும் ஆய்த எழுத்து இடையின ஒற்றாகக் கருதப்படும் எனவும் 'வண்ணத்தியல்பு' கூறுகின்றது (வண்.நூ.2,3). இவ்விலக்கணத்தினைக் குமாரபூபதீயம் அப்படியே பின்பற்றுகின்றது (குமார.நூ.22,23).

வண்ணப்பாவிற்கு உறுப்பாகும் எழுத்து வகைகள் குறித்து 'வண்ணத்தியல்பு' எதுவும் கூறவில்லை. எழுத்தை உறுப்புகளுள் ஒன்றாகக் கூறவேண்டுமென்பதையும் வண்ணத்தியல்பு அவ்வாறு கூறவில்லை என்பதையும் பொற்கோ குறிப்பிடுகின்றார்.[27] மேலும்,

> எழுத்துகளைப் பொறுத்தவரை நாம் முன்பே சொன்னது போல இங்கே முக்கியமாக வேறுபடுத்த வேண்டிய இன்னொரு பகுதி வல்லினம், மெல்லினம், இடையினம் ஆகிய மெய் வகைப்பாட்டுப் பகுதி. எழுத்துகள் என்றால் அங்கே குறில் நெடிலுக்கு முக்கியத்துவம் தந்ததுபோல

இங்கே வல்லினம், மெல்லினம், இடையினம் ஆகியவற்றுக்கு நாம் தனியே முக்கியத்துவம் தரவேண்டியிருக்கிறது[28]

என்று வல்லினம், மெல்லினம், இடையினம் எனும் மெய் வகைப்பாட்டுப் பகுதிக்கு முக்கியத்துவம் தரவேண்டுமென்பதை எடுத்துரைக்கின்றார்.

எழுத்தை வண்ணயாப்பின் ஓர் உறுப்பாகக் குறிப்பிட்டுப் பேசாமல், ஆனால் வல்லின, மெல்லின, இடையின மெய்களைக் கருத்தில் கொண்டு,

வல்லினத்தின் மெல்லினத்தின் வாய்ந்த இடையினத்தின்
சொல்லினத்துக் கேய்ந்ததொரு சொற்றொடுத்து–நல்லினத்தின்
எந்தப்பா வேனும் எழுத்தளவின் எய்துவது
சந்தப்பா என்னத் தகும்

(இலக்.சூ.நூ. 45)

என்று பதினேழாம் நூற்றாண்டு இலக்கணச் சூடாமணி இலக்கணம் வகுத்துள்ளது குறிப்பிடத்தக்கது. எழுத்தை வண்ணப்பாவின் உறுப்பாகவும் எடுத்துரைத்து வல்லினம், மெல்லினம், இடையினம் எனும் மெய்வகைப்பாட்டுக்கும் முக்கியத்துவம் தந்து இலக்கணச் சூடாமணி, 'வண்ணத்தியல்பு' இரண்டினும் மேம்பட்டநிலையில்,

மெய்,உயிர், உயிர்மெய், குறிலே, நெடிலே
வல்லினம், மெல்லினம், இடையினம், ஆய்தம்
ஒன்பதும் வண்ண உறுப்பெழுத் தாகும்

(குமார.நூ.3)

என்று குமாரபூபதீயம் இலக்கணம் வகுத்துள்ளமை தனித்துக் குறிப்பிடத்தக்கது.

(ii) சந்தம்

தத்த, தாத்த, தந்த, தாந்த, தன, தான, தன்ன, தய்ய ஆகிய எட்டும் அடிப்படைச் சந்தங்களென்றும், இவற்றின் இறுதி நீண்ட வடிவங்களான தத்தா, தாத்தா முதலியனவும் எண்வகைச் சந்தத்துள் அடங்குமென்றும் 'வண்ணத்தியல்பு' (வண்.நூ.4) கூறுகின்றது.

அடிப்படைச் சந்தங்கள் எட்டு, ஈறுநீண்ட சந்தங்கள் எட்டு ஆகிய பதினாறன் ஈற்றில் ன, னா, த், ம் ஆகியன தனித்தனியே சேரினும் இணைந்து சேரினும் சேரும் பகுதிகள் 'அரைச்சந்தங்கள்' எனப்படும் என்று 'செய்யுளிலக்கணம்' (செ.இ.ப.38) குறிப்பிடுகின்றது. (எ–டு.) தந்தன, தந்தனா, தந்தனத், தந்தனாத், தந்தனம், தந்தனாம், தந்தத், தந்தம்.

அரைச்சந்தம் குறித்த இலக்கணமும், முழுச்சந்தம், அரைச்சந்தம் எனும் வகைப்பாடும் வண்ணத்தியல்பு, அறுவகை இலக்கணம் ஆகியவற்றில் கூறப்படவில்லை.

'வண்ணத்தியல்பு', 'செய்யுளிலக்கணம்' ஆகிய நூல்கள் கூறும் செய்திகளை ஒருங்கிணைத்துக் குமாரபூபதீயம் சந்தங்களைத் தெளிவாக வகைப்படுத்துகின்றது; சந்தம் என்பதற்குரிய வரையறையையும் "எழுத்தே இரண்டும் மூன்றும் இயைந்து சந்தமாம்" *(குமார.நூ.24)* என்று எடுத்துரைக்கின்றது. எண்வகை அடிப்படைச் சந்தங்களையும் அவற்றில் ஈறுநீண்ட சந்தங்களையும் 'வண்ணத்தியல்பை'ப் பின்பற்றிக் கூறுவதோடு, அடிப்படைச் சந்தங்களை முதற்சந்தம் எனவும், ஈறுநீண்ட சந்தங்களைச் சார்புச்சந்தம் எனவும் இவையனைத்தையும் முழுச்சந்தமென்றும் *(குமார.நூ.25,26)* வகைப்படுத்துகின்றது. முழுச் சந்தங்களின் ஈற்றில் வந்து அமையும் ன, னா, னத், னாத், னம், னாம், த், ம் ஆகிய பகுதிகளை அரைச்சந்தம் *(குமார.நூ.27)* எனக் குறிப்பிடுகின்றது.

'சந்தம்' என்னும் உறுப்பினைத் தெளிவாக வகைப்படுத்திக் கூறும் இயல்பினைக் குமாரபூபதீயம் கொண்டுள்ளது.

(iii) **துள்ளல்**

'துள்ளல்' எனும் உறுப்பைச் சந்தம் என்னும் உறுப்பின் மேல் அலகாகவும் குழிப்பு என்னும் உறுப்பின் கீழ் அலகாகவும் 'வண்ணத்தியல்பு' காட்டுகின்றது; சிலவகைச் சந்தங்களின் சேர்க்கையால் ஒரு துள்ளல் தோன்றும் என்பதை,

சில்வகைச் சந்தப் புணர்ப்போர் துள்ளலே

(வண்.நூ.85)

என்று இலக்கணம் வகுத்துக் கூறுகின்றது.

துள்ளல் என்பதன் இலக்கணம், விளக்கமாக இதில் காணப்படாமையால் வெவ்வேறு வகையாக இதற்கு ஆய்வாளர்கள் பொருள் கொள்கின்றனர். "கிட்டத்தட்ட தளை போன்ற ஒரு அமைப்பினை இங்கே துள்ளல் என்று குறித்திருக்கிறார்கள்"[29] என்று கூறும் பொற்கோ,

முத்தைத்தரு பத்தித் திருநகை
அத்திக்கிறை சத்திச் சரவண
முத்திக்கொரு வித்துக் குருபர – எனவோதும்

(திருப்புகழ், பா. 6)

எனும் வண்ணக்கலையில் இடம்பெற்றுள்ள 'முத்தைத்**தரு பத்**தித்' என்பதை ஒரு துள்ளலாகவும், 'பத்**தித் திரு**நகை' என்பதை ஒரு

துள்ளலாகவும், தளையால் இணைக்கப்படும் இரு சீர்களைக் கொள்வதுபோல் கொண்டு விளக்குகின்றார். மேலும் அவர்,

> மருவே செறித்த
> குழலார் மயக்கி
> மதனா கமத்தின் – விரகாலே
>
> (திருப்புகழ், பா.230)

என்னும் வண்ணக்கலையின் உறுப்புகளை எடுத்துரைக்குமிடத்து, "மருவே செறித்த என்பது ஒரு குழிப்பு; குழலார் மயக்கி என்பது இரண்டாவது குழிப்பு; மதனா கமத்தின் என்பது மூன்றாவது குழிப்பு"[30] எனவும், "மருவே செறித்த என்ற குழிப்பில் அதுவே துள்ளலாகவும் அமைந்தது. அதைப்போலவே குழலார் மயக்கி என்ற குழிப்பிலும் அதுவே துள்ளலாக அமைந்தது. மதனா கமத்தின் என்பதிலும் குழிப்பே துள்ளலாக அமைந்திருக்கிறது"[31] என்றும் கூறுகின்றார். "பல துள்ளல்கள் சேர்ந்து அமைவது குழிப்பாகும்" எனும் 'வண்ணத்தியல்பின்' (வண்.நூ. 86) இலக்கணத்திற்கு ஒரு துள்ளலே குழிப்பாவதாய் – குழிப்பே துள்ளலாய் அமைவதாய்க் கூறுவது முரண்பாடாகவுள்ளது. எனவே தளைபோன்றது துள்ளல் எனும் விளக்கத்தினும் பொருத்தமான விளக்கத்தைத் 'துள்ளல்' என்பதற்குத் தரவேண்டியுள்ளது.

அடிப்படைச் சந்தங்கள் தனித்தோ, நீட்சிபெற்றோ, பின்னொட்டுகளைப் பெற்றோ, இரண்டு மூன்று சந்தங்கள் இணைந்தோ வண்ணப்பாவின் சீர்களாகின்றன. இச்சீர்களைத் துள்ளல் என்பது குறிக்கிறதா என்பது எண்ணத்தக்கது. 'வண்ணத் தியல்பு' "சில்வகைச் சந்தப் புணர்ப்பு ஓர் துள்ளல்" என்று கூறுதலால் சீர் போன்றது துள்ளல் என வாய்ப்புளது. எஸ். சௌந்தரபாண்டியன், த. சரவணத்தமிழன் ஆகியோர் துள்ளல் என்பது சீரைக் குறிப்பதாகவே கொள்கின்றனர்.[32] வண்ணயாப்பில் சீர் பற்றி வேறெதுவும் 'வண்ணத்தியல்பு' கூறாமையால் துள்ளல் என்பது சீரையே குறிப்பதாகக் கருதலாம்.

குமாரபூபதீயம், துள்ளல் என்னும் உறுப்புக்கு வேறு வகையாக இலக்கணம் கூறுகின்றது. அது துள்ளலுக்குக் கூறும் இலக்கணத்தைப் புரிந்துகொள்ள, அது கூறும் சந்தச்சீர், வண்ணத் தொடர் ஆகிய உறுப்புகளை அறிந்து கொள்ளல் இன்றியமையாதது.

(அ) சந்தச்சீர்

வண்ணப்பாவில் இடம்பெறும் சீர்களே 'சந்தச்சீர்' என்னும் உறுப்பாகக் குமாரபூபதீயத்தால் கூறப்படுகின்றன. சந்தச்சீரின்

அமைப்பு முழுச்சந்தத்தாலோ, அரைச்சந்தம் சேர்ந்த முழுச்சந்தத்தாலோ, தொடர்ச்சி இயல்பு எனப்படும் த, தத், தந், தா, தாத், தாந் ஆகிய பின்னொட்டுகளும் அரைச்சந்தமும் சேர்ந்து வரும் முழுச் சந்தங்கள் ஒன்றோ இரண்டோ மூன்றோ கொண்டு அமைந்திருக்கும் (குமார.நூ.47,48). ஒரு சந்தம் தனித்தோ இரு சந்தங்கள் மூன்று சந்தங்கள் இணைந்தோ அரைச் சந்தங்கள், தொடர்ச்சி இயல்பு ஆகியன சேர்ந்தோ வண்ணப்பாவின் சீர்கள் அமைதலைச் 'சந்தச்சீர்' என்பது குறிக்கின்றது.

(ஆ) வண்ணத்தொடர்

சந்தச்சீர் ஒன்றோ இரண்டோ மூன்றோ நான்கோ தொடர்ந்து அமைவது 'வண்ணத்தொடர்' எனப்படுமென்றும் (குமார.நூ.49), வண்ணத்தொடர் இரட்டித்து வருவதுண்டென்றும் (குமார.நூ.50) வண்ணத்தொடர் 'இசை' எனவும் குறிப்பிடப் பெறுமென்றும் குமாரபூபதீயம் கூறுகின்றது (குமார.நூ.51).

(எ–டு.)

1. ஒரு சந்தச்சீராலான வண்ணத்தொடர்

அற்றைக் – கிரைதேடி
அந்தத் – திலுமாசை
பற்றித் – தவியாத
பற்றைப் – பெறுவேனோ

(திருப்புகழ், பா. 477)

2. இரு சந்தச்சீராலான வண்ணத்தொடர்

காரணம தாகவந்து – புவிமீதே
காலனணு காதிசைந்து – கதிகாண

(திருப்புகழ், பா. 443)

3. மூன்று சந்தச்சீராலான வண்ணத்தொடர்

வடிவது நீலங் காட்டி
முடிவுள காலன் கூட்டி
வரவிடு தூதன் கோட்டி – விடுபாசம்

(திருப்புகழ், பா. 686)

4. நான்கு சந்தச்சீராலான வண்ணத்தொடர்

அளக பாரம லைந்துகு லைந்திட
வதனம் வேர்வுது லங்கிந லங்கிட
அவச மோகம்வி ளைந்துத ளைந்திட – அணைமீதே

(திருப்புகழ், பா.78)

5. இரட்டித்து வந்த வண்ணத்தொடர்

கொலைவே றறவே கருதித் தவமியற்று
மவர்பா லணிமா மயிலிற் றிகழ்சிறுக்கர்

(தண்டபாணி சுவாமிகள் 'வண்ணத்திரட்டு' பா.1,
குமார.நூ.50 உரைக்காட்டு)

ஒருவகை ஓசையமைப்புடைய வண்ணத்தொடர் ஒன்றோ, வெவ்வேறு வகை ஓசையமைப்புடைய வண்ணத்தொடர்கள் இணைந்து நின்றோ 'துள்ளல்' ஆகும். ஒருவகை ஓசையமைப் புடைய வண்ணத்தொடரால் அமையும் துள்ளல் 'ஓரிசைத் துள்ளல்' எனவும், வெவ்வேறு வகை ஓசையமைப்புடைய ஒன்றுக்கு மேற்பட்ட வண்ணத்தொடர்களால் அமையும் துள்ளல் 'பலவிசைத் துள்ளல்' எனவும் (குமார.நூ.52) குறிப்பிடப்பெறும். இவை துள்ளல் குறித்த குமார பூபதீயத்தின் இலக்கண வரையறைகளாகும்.

(எ—டு.) ஓரிசைத் துள்ளல்:

கறுக்குமஞ்சன விழியிணை அயில்கொடு
நெருக்கிநெஞ்சற எறிதரு பொழுதொரு
கனிக்குளின்சுவை யமுதுகு மொருசிறு—நகையாலே

(திருப்புகழ், பா. 8)

இவ்வண்ணக்கலையில் 'தனத்தனந்தன தனதன தனதன' எனும் ஒருவகை ஓசையமைப்பே பயின்றுள்ளது. 'கறுக்குமஞ்சன' என்பதுமுதல் 'அயில்கொடு' என்பது வரையுள்ள பகுதியில் ஓரிசைத்துள்ளல் ஒன்று அமைந்துள்ளது.

பலவிசைத் துள்ளல்:

கடகரியின் மேற்பிறந்த இளமைபிரி யாக்குழந்தை
மதகளிறு போற்றவழ்ந்து மயில்முதுகில் வீற்றிருந்த
தண்டைக்கால் மடியிலேறு மின்பத்தே னளிகளேறு
தும்பைப்பூ முடியிலேறு கொன்றைத்தார் புனையுமார்பர்

(வண்ணத்திரட்டு: செம்பொற் சோதியர் வண்ணம்,
குமார.நூ.52 உரைக்காட்டு)

இதில்,

தனனதன தாத்ததந்த தனனதன தாத்ததந்த
தனனதன தாத்ததந்த தனனதன தாத்ததந்த
தந்தத்தா தனனதான தந்தத்தா தனனதான
தந்தத்தா தனனதான தந்தத்தா தனனதான

எனும் இருவகை ஓசையமைப்புடைய வண்ணத்தொடர்கள் ஒவ்வொன்றும் இரட்டித்து வந்து பலவிசைத் (ஈரிசை) துள்ளல் ஒன்று இப்பகுதி முழுவதும் அமைந்துள்ளது.

'துள்ளல்' எனும் 'வண்ணத்தியல்பி'ன் உறுப்புப் பெயரை மட்டும் எடுத்துக்கொண்டு, குமாரபூபதீயம் வேறுவகையான இலக்கண வரையறை தருகின்றது. சந்தத்தின் அடுத்த மேல் அலகாக – உறுப்பாக 'வண்ணத்தியல்பு' துள்ளலைக் கூறக் குமாரபூபதீயமோ சந்தத்தின் அடுத்த மேல் அலகுகளாகச் சந்தச்சீர், வண்ணத்தொடர் ஆகியவற்றைக் கூறி அவற்றுக்கு மேல் அலகாகத் துள்ளலைக் குறிப்பிடுகின்றது.

'வண்ணத்தியல்பு' கூறும் உறுப்புகளின் இலக்கணநெறிச் சென்றும், குமார பூபதீயம் கூறும் உறுப்புகளின் இலக்கணநெறிச் சென்றும் வண்ணப்பா யாப்பமைதியைப் புரிந்துகொள்ள முடியும் எனினும் இரு நூல்களின் இலக்கண நெறிகளும் சற்றே வேறுபட்டமைகின்றன. 'வண்ணத்தியல்பு' துள்ளல் என்பதற்குத் தெளிவான பொருள் வரையறை தந்து விளக்காததால் சந்தச்சீர்தான் துள்ளலா வேறு அமைப்பா எனும் ஐயம் தோன்றுகின்றது. வெவ்வேறுவகை ஓசையமைப்புகள் ஒரு கலைக்குள் இணைந்த நிலையில் இடம்பெறுவதைக் கணக்கிலெடுத்துக் கொண்டு 'வண்ணத்தியல்பு' பேசாமையாலும், எளிமையாகவும் தெளிவாகவும் படிப்படியே உறுப்புகளை வகுத்து இலக்கண விளக்கமளிக்க வேண்டும் எனும் நோக்கத்தாலும் 'வண்ணத்தியல்பி'லிருந்து சற்றே வேறுபட்டும் மேம்பட்டும் துள்ளல் முதலிய உறுப்புகளின் இலக்கணத்தைக் குமாரபூபதீயம் வகுத்துள்ளது. குறிப்பிட்ட ஓசையமைப்பினைப் பின்பற்றி ஒவ்வொரு முறையும் அமையும் வண்ணப்பாட்டின் தொடர்கள் ஒவ்வொன்றும் துள்ளல் ஆகும் என்பதே குமாரபூபதீயம் தரும் இலக்கணமாகும்.

> கறுக்குமஞ்சன விழியிணை அயில்கொடு
> நெருக்கிநெஞ்சற எறிதரு பொழுதொரு
> கனிக்குளின்சுவை யமுதுகு மொருசிறு–நகையாலே

(திருப்புகழ், பா.8)

என்னும் கலையில், 'கறுக்குமஞ்சன விழியிணை அயில்கொடு' என்பது ஒரு துள்ளல்; 'நெருக்கிநெஞ்சற எறிதரு பொழுதொரு' என்பது ஒரு துள்ளல்; 'கனிக்குளின்சுவை யமுதுகு மொருசிறு' என்பது ஒரு துள்ளல்.

இவை 'தனத்தனந்தன தனதன தனதன' எனும் குறிப்பிட்ட ஓசையமைப்பினைப் பின்பற்றி அமைந்துள்ள மூன்று ஓரிசைத் துள்ளல்களாகும். குறிப்பிட்ட ஓசையமைப்புள் இருவகை ஓசைவாய்பாட்டுத் தொடர்கள் அமைவது 'பலவிசைத்துள்ளல்' ஆகும். வெவ்வேறு வகை ஓசை வாய்பாட்டுத் தொடர்கள் ஒருகலையில் இடம்பெறுவதைக் கணக்கிலெடுத்துக் கொண்டு

'பலவிசைத் துள்ளல்' எனும் துள்ளல் வகையைக் 'குமாரபூபதீயம்' வகுத்துள்ளமை தனிச்சிறப்பான முயற்சியாகும்.

(iv) குழிப்பு

'வண்ணத்தியல்பு', பல துள்ளல்கள் புணர்ந்து உண்டாகும் அமைப்பு 'குழிப்பு' எனப்படும் என்கிறது (வண்.நூ. 86). கலை என்னும் அரையடி அமைப்பில் மூன்று குழிப்புகள் அமைந்திருக்குமென்றும் (வண்.நூ. 87) குறிப்பிடுகின்றது.

கறுக்குமஞ்சன விழியிணை அயில்கொடு
நெருக்கிநெஞ்சற எறிதரு பொழுதொரு
கனிக்குளின்சுவை யமுதுகு மொருசிறு–நகையாலே

என்னும் வண்ணக்கலையையே எடுத்துக்கொண்டு 'வண்ணத்தியல்பின்' இலக்கணப்படி நோக்கினால், 'கறுக்கு மஞ்சன விழியிணை அயில்கொடு' என்பது ஒரு குழிப்பாகும்; 'நெருக்கிநெஞ்சற எறிதரு பொழுதொரு' என்பது ஒரு குழிப்பாகும்; 'கனிக்குளின்சுவை யமுதுகு மொருசிறு' என்பது ஒரு குழிப்பாகும். இவ்வண்ணக்கலையில் மூன்று குழிப்புகள் இடம்பெற்றுள்ளன. 'வண்ணத்தியல்பின்' இலக்கணப்படி, ஒருவகை ஓசையமைப்புடைய தொடர் ஒவ்வொன்றும் ஒரு குழிப்பாகிறது. இதுவே குமாரபூபதீயத்தில் ஒரு துள்ளல் என அளவிடப்படுகிறது. அதாவது 'வண்ணத்தியல்பின்' குழிப்பானது குமாரபூபதீயத்தின் துள்ளலாகும்.

குமாரபூபதீயம், தான் வகுத்துக் கொண்ட சந்தச்சீர், வண்ணத்தொடர், துள்ளல் எனும் உறுப்புப் படிநிலை இலக்கணங்களுக்கேற்பக் குழிப்பு என்பதன் இலக்கணத்தையும் 'வண்ணத்தியல்பி'லிருந்து வேறுபட்டுரைக்கின்றது.

துள்ளல் மூன்று அடுக்கிவருதல் குழிப்பெனப்படுமென்றும், ஒரு துள்ளலே குழிப்பாவதும் உண்டென்றும் குமாரபூபதீயம் கூறுகின்றது (குமார.நூ.55).

'கறுக்குமஞ்சன' எனும் வண்ணக்கலையையே எடுத்துக் கொண்டு குமார பூபதீயத்தின் இலக்கணப்படி நோக்கினால், 'கறுக்குமஞ்சன ... மொருசிறு' எனும் பகுதியில் மூன்று துள்ளல்களால் ஆன ஒரு குழிப்பு அமைந்துள்ளது.

நிறைமதி முகமெனு – மொளியாலே

(திருப்புகழ், பா.214)

எனும் வண்ணக்கலையில் ஒரு துள்ளலே குழிப்பாகியுள்ளது.

'கறுக்குமஞ்சன ... மொருசிறு' எனும் பகுதியை 'வண்ணத் தியல்பு' நெறிநின்று காண்கையில் அதில் மூன்று குழிப்புகள்

காணப்படுகின்றன. குமாரபூபதீய நெறிநின்று காண்கையில் அதில் மூன்று துள்ளல்கள் அடுக்கிவந்த ஒரு குழிப்பு காணப்படுகின்றது. 'நிறைமதி முகமெனு – மொளியாலே' எனும் பகுதியில் 'வண்ணத்தியல்பு' நெறிநின்று காணினும் குமாரபூபதீயம் நெறிநின்று காணினும் ஒரு குழிப்பே காணப்படுகிறது.

குழிப்புப் பகுதியில் மோனைத் தொடை

'வண்ணத்தியல்பு' கலைதோறும் முற்குழிப்பிலும் பிற்குழிப்பிலும் (முதற்குழிப்பு, மூன்றாம் குழிப்பு) மோனையொத்து அமையுமென்றும் (வண். நூ. 89), குமாரபூபதீயம், கலைதோறும் மூன்று துள்ளல்களாலான குழிப்பின் முதல் துள்ளலிலும் மூன்றாம் துள்ளலிலும் மோனையொத்து அமையுமென்றும் (குமார.நூ.55) மோனைத்தொடை பயிலல்பற்றிப் பேசுகின்றன. இரு நூல்களும் தாம் கொண்டுள்ள பொருள் வரையறைகளுக்கேற்ப முதற்குழிப்பு, மூன்றாம் குழிப்பு, முதல் துள்ளல், மூன்றாம் துள்ளல் எனப் பெயர்கள் வேறுபட்டுக் குறிப்பிடினும், செய்தி ஒன்றேயாகும்.

(எ–டு.) **க**ருவினுரு வாகி வந்து
வயதளவி லேவ ளர்ந்து
கலைகள்பல வேதெ ரிந்து–மதனாலே

(திருப்புகழ், பா.132)

எழுத்து, சீர் ஆகியவற்றை உறுப்புகளாகப் பேசும் குமாரபூபதீயம் தொடையை (மோனைத்தொடை) ஓர் உறுப்பாகக் குறிப்பிடவில்லை என்பது சுட்டத்தக்கது.

(v) தொங்கல் தாழிசைத் துள்ளல்

குழிப்புகளுக்குப் பின்னர்த் தனிச்சொல் போல நிற்கும் அமைப்பு 'தொங்கல் தாழிசைத் துள்ளல்' எனப்படும். 'வண்ணத்தியல்பு', இவ்வுறுப்புப் பெரும்பாலும் மூன்று குழிப்புகளுக்குப் பின் அமைவதைக் குறிப்பிடுகின்றது (வண்.நூ.87). இவ்வுறுப்பு ஒருசீராலும், ஒன்றுக்கு மேற்பட்ட சீர்களால் ஆன தொடராலும் இருவகையாய் அமையுமென்பதைத் தெளிவாக, நேரிடையாகக் கூறவில்லையாயினும் 'வண்ணத்தியல்பி'ல் இதனை உணர்ந்து கொள்ளற்குரிய குறிப்புகள் உள (வண்.நூ.87,92). வண்ணப் பாவின் எட்டுக்கலைகளிலும் இடம்பெறும் தொங்கல் தாழிசைத் துள்ளல்களை மட்டும் இணைத்தால் அவை எதுகை மோனையும் பொருள் தொடர்பும் ஒரே வண்ணவோசையும் உடைய ஒரு பாவாகக் காட்சியளிக்கும் எனவும், அவ்வாறு அமையவில்லையெனினும் குற்றமில்லை எனவும் இந்நூல் (வண்.நூ.92) கூறுகின்றது. இங்குத் 'தொங்கல் தாழிசைத் துள்ளல்' எனும் உறுப்பு ஒன்றுக்கு மேற்பட்ட சீர்களாலும் அமையுமென்பது புலனாகின்றது.

‘குமாரபூபதீயம்’, இவ்வுறுப்பினைத் ‘தொங்கல் துள்ளல்’ எனும் பெயரால் குறிப்பிடுகின்றது (குமார.நூ.53); சந்தச் சீர்கள் ஒன்றோ, பலவோ வண்ணத் தொடராய்க் குழிப்புக்குப் பின்னர் வருவது ‘தொங்கல் துள்ளல்’ எனத் தொங்கல் தாழிசைத் துள்ளலின் இருவகை அமைப்பினையும் தெளிவாகவும் வெளிப்படையாகவும் (குமார.நூ.53) கூறுகின்றது.

அ. ஒருசீரால் அமைந்த தொங்கல் தாழிசைத் துள்ளல்:

(எ–டு.) சந்ததம் பந்தத் – **தொடராலே**

(திருப்புகழ், பா.15)

முத்தைத்தரு பத்தித் திருநகை
அத்திக்கிறை சத்திச் சரவண
முத்திக்கொரு வித்துக் குருபர – **எனவோதும்**

(திருப்புகழ், பா.6)

ஆ. ஒன்றுக்கு மேற்பட்ட சீர்களால் அமைந்த தொங்கல் தாழிசைத் துள்ளல்:

(எ–டு.) உததியிடை கடவுமர
கதவருண குலதுரக
உபலளித கனகரத – **சதகோடி சூரியர்கள்**

(அருணகிரிநாதர் திருவகுப்பு – சீர்பாத வகுப்பு)

ஓருமட மாது ஒருவனு மாகி
யின்ப சுகந்தரு மன்பு பொருந்தி
....
....
– **அஞ்சுவய தாகிவிளை யாடியே**

(பட்டினத்தார் பாடல் – உடற்கூற்றுவண்ணம்)

தொங்கல் தாழிசைத் துள்ளலின் அமைப்பு இருவகை நிலையில் விளங்குவதை ‘வண்ணத்தியல்பி’னும் குமாரபூபதீயம் தெளிவாக எடுத்துரைத்தல் குறிப்பிடத்தக்கது.

(vi) **கலை**

மூன்று குழிப்புகளும் ஒரு தொங்கல் தாழிசைத் துள்ளலும் சேர்ந்து அமையும் பகுதி ‘கலை’ எனப்படும் (வண்.நூ.87). குழிப்பும் தொங்கல் தாழிசைத் துள்ளலும் கூடிய பகுதியையே ‘கலை’ என்று ‘வண்ணத்தியல்பு’ குறிப்பிடுகின்றது.

(எ–டு.) கைத்தல நிறைகனி
யப்பமொ டவல்பொரி
கப்பிய கரிமுகன் – அடிபேணிக்

(திருப்புகழ், பா.1)

இது மூன்று குழிப்புகளும் ஒரு தொங்கல் தாழிசைத் துள்ளலும் சேர்ந்து அமைந்த ஒரு கலையாகும்.

(எ–டு.) அபகார நிந்தைபட் – டுழலாதே

(திருப்புகழ், பா.110)

இது ஒரு குழிப்பும் ஒரு தொங்கல் தாழிசைத் துள்ளலும் சேர்ந்து அமைந்த ஒரு கலையாகும். குழிப்பும் தொங்கல் தாழிசைத் துள்ளலும் சேர்ந்த பகுதியையே குமாரபூபதீயமும் 'கலை' என்று குறிப்பிடுகின்றது (குமார.நூ.56).

குமாரபூபதீயம், கலையில் மூன்று குழிப்புகளோ ஆறு குழிப்புகளோ தொங்கல் தாழிசைத் துள்ளலுக்கு முன் இடம்பெறுமென்றும் (குமார.நூ.57) கூறுகின்றது.

(எ–டு.) மருவு கடல்முகி லனைய குழல்மதி
வதன நுதல்சிலை பிறைய தெனும்விழி
மச்சப் பொற்கணை முக்குப் பொற்குமி
ழொப்பக் கத்தரி யொத்திட் டச்செவி
குமுத மலரித ழமுத மொழிநிலை
தரள மெனுநகை மிடறு கமுகென
வைத்துப் பொற்புய பச்சைத் தட்டையொ
டொப்பிட் டுக்கம லக்கைப் பொற்றுகிர்
வகைய விரலொடு கிளிகள் முகநக
மெனவு மிகலிய குவடு மிணையென
வட்டத் துத்திமு கிழ்ப்பச் சக்கிரம்
வைத்தப் பொற்குட மொத்திட் டுத்திகழ்–முலைமேவும்

(திருப்புகழ், பா.615)

மேலும் குமாரபூபதீயம் பட்டினத்தாரின் உடற்கூற்று வண்ணப்பாடலின் ஒவ்வொரு கலையும் தொங்கலுக்கு முன் ஆறு குழிப்புகளைப் பெற்றுள்ளமையை (குமார.நூ. 57 உரைக்காட்டு) எடுத்துக்காட்டுகின்றது. இத்தகைய கலையின் அமைப்புகளைக் கணக்கிலெடுத்துக் கொள்ளாததால் 'வண்ணத்தியல்பு' இவை பற்றிப் பேசவில்லை. வண்ணப்பாக்களின் அமைப்பை 'வண்ணத்தியல்பி'னும் விரிவாக அணுகி ஆராய்ந்து குமாரபூபதீயம் கலையுறுப்பின் அமைப்புகளைக் கண்டு காட்டியுள்ளது.

(vii) அடி

இரண்டு கலைகள் ஒரு மோனைத்தொடையால் இணைக்கப் பெற்று அடியாகும் என 'வண்ணத்தியல்பு'ம் (வண்.நூ.90), குமாரபூபதியமும் (குமார.நூ. 58) வேறுபாடின்றி அடியுறுப்பின் அமைப்பை விளக்குகின்றன.

இப்புதிய உறுப்பிலக்கணம், பழைய பாக்களுக்கான உறுப்பிலக்கணத்தைக் கொண்டு வண்ணயாப்பினை விளக்கி

இலக்கணங்கூற இயலாமையால் தோன்றியதாகும். இதனை, "வண்ணப்பாக்களின் சீரமைப்பை விளக்க மரபிலக்கண முறை போதுமானதாக இல்லை என்பது பெறப்படும். அதற்கெனப் புதிய சீரமைப்பு விளக்கமுறை தேவைப்பட்டது. அதற்காக முயன்று உருவாக்கியதே சந்தக் குழிப்புகள் ஆகும்"[33] என்னும் கூற்றும் எடுத்துரைக்கின்றது.

'வண்ணத்தியல்பு', வண்ண உறுப்புகளுக்குக் கூறுகின்ற இலக்கண வரையறைகளை மதிப்பிட்ட இலக்கணி த. சரவணத் தமிழன்,

> தனிச் சீரைத் துள்ளல் என்றலும், இரண்டு சீரையோ மூன்றையோ குழிப்பு என்பதும் சிறப்பில்லை. எனவே, ஒரு பாட்டின் முதலடி போன்றே முற்றும் இருத்தலால், முதலடிக்குரிய சந்தப் பிணைப்பைச் சந்தக் குழிப்பு என்றும், பாதியடியைக் கலை (நிலவின் வளர்ச்சிப்பெயர்) என்றும், முழுப்பாட்டை வண்ணம் என்றும், தனிச்சொல்லாக வருவது ஓசைநயம் வேறுபடுவதால், தொங்கல் என்றும் வழங்கலாம்.
>
> *(யாப்பு.நூ. 132 விரிவுரை)*

என உறுப்பிலக்கணத்தைச் சீரமைத்து மேம்படுத்தக் கருத்துரைக்கின்றார். ம.ரா.பூபதியும் 'வண்ணத்தியல்பி'ன் சில இலக்கண வரையறைகள் கற்பார்க்கு இடர்ப்பாடுகளை விளைவிப்பவை எனக் குறிப்பிடுகின்றார்.[34] 'வண்ணத்தியல்பி'ன் உறுப்பிலக்கண வரையறைகளை மேம்படுத்தி எளிமையாக்கிக் கூறும் நோக்கத்தில் ம.ரா. பூபதி, குமாரபூபதீயத்தை இயற்றினார் என்பது குறிப்பிடத்தக்கது.

இந்நோக்கத்திற்கு ஏற்பக் குமாரபூபதீயம், வெவ்வேறு வகையான வண்ணப்பா அமைப்புகளை விரிவான நிலையில் பரிசோதனைக்கு உட்படுத்திப் படிநிலை அமைப்பிலான புதிய உறுப்புகளைப் படைத்தும், சில முன்னை உறுப்புகளின் இலக்கண வரையறைகளைச் செப்பஞ் செய்தும், உறுப்புகள் சிலவற்றுக்குத் தெளிவான உள்வகைகளை அமைத்தும், தக்க சான்றுகள் காட்டி உறுப்புகளின் இலக்கணங்களை விளக்கியும் 'வண்ணத் தியல்பி'னும் மேம்பட்ட நிலையில் இலக்கணம் வகுத்துள்ளது. இருநூல்களும் அதனதன் அளவில் ஓர் ஒழுங்கைப் பின்பற்றி உறுப்பிலக்கணங்கூறுவதால் இருநெறிகளாலும் வண்ணப்பா யாப்பைப் புரிந்துகொள்ளமுடியும். ஆனால் 'வண்ணத்தியல்பி'ன் இலக்கணம் அறியப்பட்டுள்ள அளவுக்குக் குமாரபூபதீயத்தின் இலக்கணம் அறியப்படவும் நடைமுறைக்கு வரவும் இல்லை. குமாரபூபதீயத்தில் இடம்பெற்றுள்ள உறுப்பிலக்கணச் செய்திகள்,

வண்ணப்பா உறுப்பிலக்கணம் அடைந்துள்ள வளர்ச்சியினைக் காட்டுகின்றன.

சந்தப்பா உறுப்பிலக்கணம்

சீர்வாய்பாடுகளான மா, விளம், காய் முதலியவற்றால் விளக்கக்கூடிய விருத்தம், துறை, தாழிசை ஆகிய பாவடிவங் களையும், வண்ணக் குழிப்பு வாய்பாடுகளான தத்த, தந்த, தன்ன முதலியவற்றால் விளக்கக்கூடிய கலை வண்ணம், வண்ணவிருத்தம், வகுப்புவண்ணம் முதலிய வண்ணப்பா வடிவங்களையும் அல்லாமல் வேறொருவகைச் சந்தப்பாக்களும் தமிழில் காணப்படுகின்றன. சீர் வாய்பாட்டைப் பெரிதும் பின்பற்றி இப்பாக்களின் அமைப்பு விளங்கினும் தமிழ்யாப்பின் சீர்வாய்பாட்டு அலகுகளால் இவற்றை முழுமையாகவும் துல்லியமாகவும் விளக்க முடிவதில்லை என்று கருதி[35] இவற்றுக்கு வடமொழிச் சந்த மாத்திரையின் துணைகொண்டு விரிவாக இலக்கணங்காணும் முயற்சி 'விருத்தப்பாவியலி'ல் மேற்கொள்ளப்பட்டுள்ளது.

மரண சோக நரக வாதை பிணிம யக்கினோ
டரண மாள விருளெ லாம **கன்ற** நீரராங்
கரண நான்கு புலன்க ளோடு மனது கைப்படிற்
சரண டைந்து **ளாரு** முத்தி **சார்வர்** திண்ணமே

(நல்லாப்பிள்ளை பாரதம் –
கிருஷ்ணார்ச்சுன சம்வாத சருக்கம் – 49
வி.பா. ஒன்பதாம் படலம் நூ.1 உரைக்காட்டு)

என்னும் அறுசீர் ஆசிரியவிருத்தம் மரபான யாப்புமுறையின்படி விளக்கப்படுகையில் 'புளிமா தேமா புளிமா தேமா புளிமா கூவிளம்' எனும் சீர்வாய்பாட்டமைப்பை அடிதோறும் பெற்ற அறுசீர் ஆசிரிய விருத்தம் என்று கூறப்படும். ஆனால் இப்பாடலின் நான்கு அடிகளிலும் இவ்வாய்பாட்டு முறையில் சீர்கள் அமையவில்லை. இவ்வாய்பாட்டின்படி அடிதோறும் மூன்றாஞ்சீர் புளிமாவாகவும் ஐந்தாஞ்சீர் புளிமாவாகவும் அமையவேண்டும். ஆனால் இப்பாடலில் நான்காமடியின் மூன்றாஞ்சீர் தேமாச்சீராக அமைந்துள்ளது; இரண்டாமடி, நான்காமடி ஆகியவற்றின் ஐந்தாஞ்சீர்களும் தேமாச்சீர்களாக அமைந்துள்ளன. இவ்விருத்தத்தைத் தமிழ்ச் சீர்வாய்பாட்டு யாப்புமுறைப்படி விளக்குகையில் மூன்று இடங்களில் சீர்கள் மாறியமைந்துள்ளதால் இப்பாடலின் அமைப்பை முழுமையாக விளக்கமுடியவில்லை. இவ்வாறமையும் பாவினவகைகளைத் தெளிவாக விளக்க வடமொழிச் சந்த மாத்திரையிலக்கணத்தை வீரபத்திர முதலியார் தம் 'விருத்தப்பாவியலி'ல் பயன்படுத்தி யுள்ளார்.

மாத்திரை உறுப்பு

வடமொழியில் காணப்படாமல் தமிழில் காணப்படுபவை, இருமொழியிலும் பொதுவாகக் காணப்படுபவை என 'விருத்தப் பாவியல்', சந்தப் பாக்களைக் குறிப்பிட்டுப் பேசுகின்றது.

தமிழ் யாப்பிலக்கண நூல்களில் இதற்குமுன் கூறப்படாததும் உரையில் மட்டும் கூறப்பட்டதுமான மாத்திரை என்னும் சந்த உறுப்பு, வடமொழி யாப்பிலக்கணத் தொடர்புடையதாகும். வடமொழியிற் சொல்லப்பட்ட சந்தவிருத்தங்கள் மாத்திரை இலக்கணப்படி அமைந்தவை என்பதை,

> சீர்இயலி னால்அமைவ தீந்தமிழ் விருத்தம்
> ஆரியம்அ றைந்தவுயர் சந்தஅபி தான
> வாரியது மாத்திரையி னாலமையு மென்ப

(வி.பா.ஆறாம்படலம் நூ.1)

என 'விருத்தப்பாவியல்' நூற்பாவும், "இன்னசீர் வரத்தகுமென்னு மிலக்கணத்தைப் பொருந்தின மதுரமான தமிழ் விருத்தங்கள் வடமொழியிற் சொல்லிய சிறந்த சந்தமென்னும் பெயரையுடைய சமுத்திரம் மாத்திரையாகிய இலக்கணத்தைப் பொருந்துமென்று சொல்லுவர்" என அதன் உரையும் (வி.பா. ஆறாம்படலம் நூ.1 உரை) எடுத்துரைக்கின்றன. முதன்முதலில், தி.வீரபத்திர முதலியார், "சந்தமாவது மாத்திரை அளவால் அமைவதென்பதை விளக்கி, அம்மாத்திரைத் தொகைகள் ஒழுங்காகவும் அடுக்கடுக்காகவும் ஒரு முறையைப் பின்பற்றி நிற்றல் (*rhythmic arrangement*) சந்தத் தருமென்று கசடற மொழிந்தும்"[36] இலக்கணம் வகுத்துள்ளார் என ஈ.என். தணிகாசல முதலியார் குறிப்பிடுவதும் மனங்கொள்ளத்தக்கது.

மாத்திரை இலக்கணம்

'விருத்தப்பாவியலி'ன் சந்தவுறுப்பியல் கூறும் மாத்திரை யிலக்கணம் வருமாறு:

அ) நெடிலெழுத்துத் தனியே நின்றாலும் ஒற்றடுத்து நின்றாலும் இரண்டு மாத்திரையாகும். தனியே நிற்கும் குறிலெழுத்துக்கு ஒரு மாத்திரையாகும். தனக்கடுத்து மெய்யெழுத்தைப் பெறுகின்ற குறிலெழுத்துக்கு இரண்டு மாத்திரையாகும் (வி.பா. ஆறாம்படலம் நூ.2).

(எ–டு.)

க– ஒரு மாத்திரை	கா – இரண்டு மாத்திரை
கண் – இரண்டு மாத்திரை	காண் – இரண்டு மாத்திரை

ஆ) நெடிலெழுத்தும், தனக்கடுத்து மெய்யெழுத்தைப் பெறும் குறிலெழுத்தும் நெட்டெழுத்தென்றும், மெய்யடுக்காத குறிலெழுத்தே குற்றெழுத்தென்றும் சந்த உறுப்பில் கூறப்படும் *(வி.பா. ஆறாம்படலம் நூ.3).*

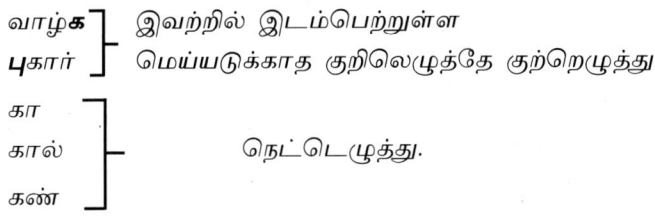

வாழ்**க** }
புகார் } இவற்றில் இடம்பெற்றுள்ள மெய்யடுக்காத குறிலெழுத்தே குற்றெழுத்து.

கா
கால் } நெட்டெழுத்து.
கண்

இ) அடி இறுதியில் வரும் தனிக்குற்றெழுத்தும் ஓரடியின் சமபாகத்தின் இறுதியில் வரும் தனிக்குற்றெழுத்தும் நெட்டெழுத்தாகக் கொள்ளப்படுவதுண்டு *(வி.பா. ஆறாம்படலம் நூ.4).*

இம்மாத்திரையிலக்கணம் முதன்முதலில் வீரபத்திர முதலியாரால் கூறப்படுவதாய்த் தணிகாசல முதலியார் கூறினும், இம்மாத்திரையிலக்கணத்தை ஒத்த வடமொழி யாப்பலகிலக்கணம் விருத்தியுரையிலேயே இடம்பெற்றுள்ளது *(யா.வி.ப.476).*

விருத்தியுரையில் குறிப்பிடப்படும் குரு, லகு எனும் வடமொழிப் பெயராட்சிகள், ரகர வடிவம் டகர வடிவம் எனும் குறியீடுகள் ஆகியவற்றை 'விருத்தப்பாவியல்' குறிப்பிடாமல் குற்றெழுத்து நெட்டெழுத்து எனத் தமிழிலக்கண நீர்மைக்கேற்ப வடமொழிச் சந்த யாப்பலகுகளின் இலக்கணத்தை வகுத்தளிக்கின்றது.

சந்தவிருத்த வகைகள் பலவற்றுள் ஒருவகை, அடிதோறும் நான்கு சீர்களைப் பெறுவதாகும். முதல் மூன்று சீர்களும் மூன்று மாத்திரைச் சீர்களாகவும் இறுதிச்சீர் ஐந்து மாத்திரைச் சீர்களாகவும் இவ்வகைச் சந்தப்பாக்களின் சீர்கள் அமையும். இதனைக் 'கலிச்சந்தவிருத்தம்' எனக் குறிப்பிடும் 'விருத்தப்பாவியல்' பின்வரும் பாடலை இதற்குச் சான்று காட்டுகின்றது.

வா	ம	தே	வ	னென்		னு	மா	மு	னி
2	*1*	*2*	*1*	*2*		*1*	*2*	*1*	*2*
கா	ம	ரன்	னை	க	ரு	வி(ன்)	வை	கு	நாட்
2	*1*	*2*	*1*	*1*	*1*	*1*	*2*	*1*	*2*
பே	மு	றுக்	கு(ம்)	பி	ற	வி	யஞ்	சி	னா
2	*1*	*2*	*1*	*1*	*1*	*1*	*2*	*1*	*2*

னே	மு	றா	மை	யி	து	நி	னைக்	கு	மால்
2	*1*	*2*	*1*	*1*	*1*	*1*	*2*	*1*	*2*

(காஞ்சிப் புராணம், பிறவாத்தானப் படலம், பா.2 – வி.பா. ஏழாம் படலம், நூ.2 உரைக்காட்டு)

இப்பாடலில் மெய்யடுத்த குறில், நெடிலாகவே அளவிடப் பட்டுள்ளது. அடியிறுதியில் வந்த தனிக்குறில், நெடிலாகவே அளவிடப்பட்டுள்ளது. சிறுபான்மை இடையின மெல்லின ஒற்றுகள் அளவுபெறா என்பதை அடைப்புக் குறியிட்டுக் காட்டப்பெற்றுள்ள ஈரிடங்கள் காட்டுகின்றன.

மேலும் அடியிறுதியில் வரும் குற்றெழுத்து இரண்டு மாத்திரை பெறும் நெடிலாக ஒலிக்கும் என்பதைப் பின்வரும் பகுதியாலும் 'விருத்தப்பாவியல்' விளக்குகின்றது:

> அங்கிங் கெனாதபடி யெங்கும் ப்ரகாசமாய்
> ஆனந்த பூர்த்தியா கி
>
> இதன் இறுதியிலுள்ள 'கி'யாகிய குறிலை நெடிலாக உரைக்க.
>
> *(வி.பா. ஆறாம்படலம் நூ.4 உரைக்காட்டு)*

ஓரடியில் இடம்பெறும் சீர்கள் குறிப்பிட்ட மாத்திரைகளை உடையனவாய் அமைதல், ஒவ்வோர் அடியும் சமமான மாத்திரை அளவைப்பெறுதல் ஆகியன சந்தப்பாக்களின் இலக்கணமாகும். சந்தப்பாக்களில், சந்தவிருத்தங்களில் பல வகைகள் உள்ளன. சீர்களின் மாத்திரை எண்ணிக்கை, அடியின் மாத்திரை எண்ணிக்கை ஆகியவற்றைப் பொறுத்து வகைகள் அமையும்.

வடமொழி யாப்பிலக்கணத் தொடர்பில் 'மாத்திரை' என்பதைச் சந்தப்பாவிற்குரிய உறுப்பாக 'விருத்தப்பாவியல்' கூறுகின்றது. எனினும் தமிழ்ச் சீர் வாய்பாடுகளான நிரை, நேர், தேமா, கூவிளம், காய் முதலியவற்றால் சீரமைதிகளை எடுத்துக்கூறி அவற்றோடு மாத்திரை இலக்கணத்தையும் பயன்படுத்திச் சந்தப் பாக்களின் இலக்கணத்தை விளக்குகின்றது. தமிழுக்கேயுரிய வெண்டளை பயிலலையும் சில இடங்களில் இணைத்துக் கூறுகின்றது.

சந்த உறுப்பியலில் மாத்திரையே சந்தவுறுப்பாகக் கூறப் பட்டுள்ளது. வடமொழியிற் சொல்லிய சந்தம் மாத்திரை இலக் கணத்தால் அமையும் எனக் கூறப்பட்டுள்ளபோதிலும், தமிழில் காணப்படும் சந்தவிருத்தங்களை மாத்திரை உறுப்பால் மட்டுமே விளக்கமுடியவில்லை என்பதை நூலுள் கூறப்பட்டுள்ள தேமா, புளிமா, கூவிளம், காய் முதலிய சீர்வாய்பாடுகளும் வெண்டளை உறுப்பும் காட்டிநிற்கின்றன.

ஓர் அடியில் 6 மாத்திரைச்சீர் நான்கு வரவேண்டும் என மட்டும் கூறியிருந்தால் அந்த அடியில் தேமாங்கனி எனும் 6 மாத்திரைக் கனிச்சீரோ தேமாங்காய் எனும் 6 மாத்திரைக் காய்ச்சீரோ இடம்பெற வாய்ப்புள்ளது. வெறும் மாத்திரை எண்ணிக்கையை மட்டும் கூறாமல் 'இன்ன மாத்திரையை உடைய இன்னசீர்' எனக் குறிப்பிட்டுச் செல்லும் 'விருத்தப்பாவியலி'ன் போக்கால் இருமொழி யாப்புறுப்புகளையும் இணைத்தே இவ்வமைப்புகளை விளக்க முடிகின்றது என்பது தெளிவாகின்றது.

சந்தவுறுப்பியலில் கூறப்படும் வடமொழி மாத்திரையிலக்கணமும் தமிழிலக்கணங்களில் கூறப்படும் மாத்திரையிலக்கணமும் வேறுபட்டவை என்பது வெளிப்படை. குறில், நெடிலுக்கு மாத்திரையளவு கூறுவதில் வேறுபாடில்லையேனும் ஒற்றடுத்த குறில் இருமாத்திரை பெறுதலென்பது தமிழில் கூறப்படாத, வடமொழி வழக்காகும்.

சந்தவுறுப்பியலில் கூறப்பட்டுள்ள இலக்கணத்தைக் கொண்டு நூலுள் விளக்கப்பெறும் சந்தவிருத்தங்கள் முதலியவற்றின் அமைப்பிலக்கணங்கள் சில இடங்களில் எளிமையும் தெளிவும் குன்றி உள்ளன. சில இடங்களில் மயக்கந் தருவனவாயும் உள்ளன. அவ்வாறான இடங்களை நோக்குகையில் வடமொழிச் சந்தமாத்திரை இலக்கணமும் சந்தப்பாக்களைத் துல்லியமாக விளக்கச் சில இடங்களில் பயன்படவில்லை என்பது பெறப்படுகின்றது.[37]

எனினும், தமிழில் காணப்படும் சில விருத்த, கலித்துறை வகைகளின் அமைப்பினைச் சீர்வாய்பாட்டு அலகுகளைக் கொண்டு விளக்குவதினும் துல்லியமாக விளக்க இம்மாத்திரை உறுப்பிலக்கணம் ஓரளவு துணைசெய்தல் குறிப்பிடத்தக்கது. மாத்திரை என்னும் உறுப்பமைதி சந்தப்பாக்களில், அடிதோறும் ஒத்தமைய இசைப்பண்பும் காரணமாகலாம்.

சிந்துப்பா உறுப்பிலக்கணம்

பிற்காலத்தில் செழித்துவளர்ந்த பாவடிவம் சிந்துப்பா வடிவமாகும். இதற்கு இலக்கணம் கூறும் முயற்சிகள் வீரசோழியம், பஞ்சமரபு, இலக்கணச் சூடாமணி, செந்தமிழ், சுவாமிநாதம், அறுவகை இலக்கணம், யாப்பதிகாரம், கலைமணி பூபதீயம், யாப்புநூல் ஆகியவற்றில் இடம்பெற்றுள்ளன. காலவளர்ச்சிக்கேற்பச் சிந்துப்பாவுக்கு இலக்கணங்கூறும் முயற்சிகளிலும் வளர்ச்சிநிலைகள் ஏற்பட்டு வந்துள்ளமையை இந்நூல்கள் காட்டுகின்றன. இந்நூல்களினும் விரிவாகவும் இசையடிப்படையிலும் 'சிந்துப்பாவியல்' எனும் நூல் சிந்துப்

பாடல்களின் யாப்பிலக்கணத்தை வகுத்துள்ளமை தனித்துச் சுட்டத்தக்கது.

இந்நூல்களில் இடம்பெறும் சிந்துப்பா குறித்த செய்திகளைப் பின்வரும் மூன்று நிலையினவாய் வகைப்படுத்தலாம்.

(அ) பெயர் அளவில் அமைவன

வீரசோழியம், பஞ்சமரபு, செந்தமிழ், சுவாமிநாதம், இலக்கணச் சூடாமணி ஆகியவற்றில் பெயரளவிலே, சுருங்கிய நிலையில் சிந்துப்பா குறித்துப் பேசப்பெறுகிறது.

அளவொத்த ஈரடிகளைச் சிந்து என வீரசோழியமும் (வீ.சோ. கா.127), சிந்து என்பது இன்னிசைப்பா வகையுள் ஒன்று எனப் பஞ்சமரபும் (பஞ்ச.நூ.85), பிரபந்த வகைகளைக் கூறுமிடத்தில் 'சிந்து' எனும் பெயரைமட்டும் சுவாமிநாதமும் (சுவாமி.நூ.172) கூறுகின்றன. இலக்கணச் சூடாமணி (இலக்.சூ.நூ.46), செந்தமிழ் (செந்.ப.185) ஆகியன சிந்து எனும் பெயரில் பல்லவி, அனுபல்லவி, சரணம் ஆகிய அமைப்பைப் பெறும் கீர்த்தனை வடிவத்தைப் பேசுகின்றன.

(ஆ) ஓரளவு விளக்கி அமைவன

பல்லவி, அனுபல்லவி எனும் உறுப்புகளின்றி ஈரடியாலோ, நான்கடியாலோ வரும் கீர்த்தனையின் அமைப்பே சிந்து எனப்படுமென்று அறுவகை இலக்கணம் கூறுகின்றது (அறு.நூ.452). இன்று சிந்து எனும் பெயரில் வழங்கும் வடிவத்துக்குரிய இலக்கணத்தைக் குறிப்பதாக இந்நூல் கூறும் இலக்கணமே முதலில் காணப்படுகிறது. எனினும் சிந்துப்பா உறுப்புகளின் இலக்கணத்தைத் தனித்துப் பேசவில்லை.

'யாப்பதிகாரமு'ம், 'யாப்புநூலு'ம் சற்று விரிவாகச் சிந்துப்பா இலக்கணத்தைப் பேசுகின்றன. 'யாப்பதிகாரம்', சிந்து யாப்பின் உறுப்புகள் இவையெனக் குறிப்பிட்டுப் பேசவில்லை யெனினும் சிந்துப் பாடல்கள் 'குறளடி முதல் எல்லா அடியானும் வரும்' (யாப்பதி.ப.101) எனவும், தனிச்சொல்லைப் பெரும்பாலும் பெறுமெனவும் (யாப்பதி.ப.101), அவற்றிற்குத் தளைவரையறை இல்லையெனவும் (யாப்பதி.ப.101), ஒரு சிந்துப்பாட்டில் வரும் ஒவ்வொரு சிந்தும் 'கண்ணி' எனப்படும் எனவும் (யாப்பதி.ப.110) குறிப்பிடுவதோடு மோனைத் தொடை குறித்தும் (யாப்பதி.ப.100), குறளடி இரண்டு வருதல் 'இரு சீரிரட்டை', குறளடியும் சிந்தடியும் வருதல் 'இருமுச்சீரிரட்டை' முதலிய சிந்து வகைப்பாடுகளையும் (யாப்பதி.பக்.101,102) பொதுவாக விளக்கிச் செல்கிறது. 'யாப்புநூல்', வெண்பா ஈற்றில் மட்டுமன்றிச் சிந்துப்பாவிலும் ஓரசைச்சீர் அமையுமென்று சீர் உறுப்புப் பற்றியும், பல சிந்துப்பாக்கள்

வெண்டளைபெற்று அமையுமென்று தளையுறுப்புப் பற்றியும் (யாப்பு.நூ.24) கூறியுள்ளது.

(இ) தனித்து விரிவாகக் கூறுவன

சிந்துப்பா இலக்கணத்தைத் தனித்து விரிவாகக் 'கலைமணி பூபதீயமு'ம், 'சிந்துப்பாவியலு'ம் கூறுகின்றன. இவற்றுள் சிந்துப்பா இலக்கணத்தைக் கூறும் ஒரே நூலாக வெளிவந்துள்ள 'சிந்துப்பா வியலே' உள்ளது. இந்நூல் 'பொதுவிலக்கணம்' எனும் தலைப்பில் சிந்துப்பா யாப்புக்கான புதிய உறுப்பிலக்கணத்தைப் படைத் துள்ளது.

சிந்துப்பாவியலில் இடம்பெற்றுள்ள புதிய உறுப்பிலக்கணம்

சிந்துப்பாக்களுக்குப் புதிய உறுப்பிலக்கணம் தோன்றக் காரணம் மரபான யாப்புறுப்புகளால் சிந்துப்பா அமைப்புகளை விளக்க முடியாமையே எனக்கூறும் 'சிந்துப்பாவியலி'ன் உரையாசிரியரான அரங்க. நடராசன், இதனை, "சிந்துப் பாடல்கள் தாள அடிப்படையில் அமைக்கப்பட்டுள்ளதால்தான், மற்ற பாக்களான இயற்பா, சந்தப்பா, வண்ணப்பாக்களுக்கான அசை, சீர், அடி, தொடை, மாத்திரை முதலியன இதற்கு ஒத்துவராமற் போகின்றன" (சிந்.நூ.6 உரை) என்று குறிப்பிடுகின்றார்.

சிந்துப்பாவியல், சிந்துப்பா உறுப்புகளைப் புதிய நோக்கில் பின்வருமாறு குறிப்பிடுகின்றது: அசை (குறிலசை, நெடிலசை, அசைநீட்டம், சிறப்பசை, சிறப்பிலசை, வழுவசை), சீர், விரைவுநடை, தனிச்சொல், முடுகியல், அடி, தொடை (எதுகை, மோனை, இயைபு), கண்ணி.

இவ்வுறுப்புப்பெயர்களிலும் அவற்றின் வகைப்பெயர்களிலும் பல, புதிய கலைச்சொற்களாகும். தாளநடைகளின் அடிப்படையில் அமைந்த இவை குறித்து நூலாசிரியர் இரா.திருமுருகன், "இவை யாப்பிலக்கண உலகுக்கே புதிய வரவுகள்"[38] என்று கூறியுள்ளமை எண்ணத்தக்கது.

இவ்வுறுப்புகளுள் அசை, சீர் என்பன மரபான அசை, சீர் இலக்கணத்திலிருந்து வேறுபட்டவை. இது குறித்துச் 'சிந்துப் பாவியல்' உரையாசிரியர்,

> சிந்துப் பாக்களின் அசைகள், இயற்பாக்களுக்குச் சொல்லப்படும் நேரசை, நிரையசை இவற்றினின்றும் வேறுபட்டவை. சிந்துப்பாவின் அசைகள் நீளத்தில் சமமானவை என்று கூறலாமேயன்றி அவற்றை அளவிட்டு இத்தனை மாத்திரை என்று கூறமுடியாது. சிந்துப்பாடல்களில் உள்ள சீர்களும் இயற்பாக்களுக்கு அமைந்துள்ள மா,

விளம், காய், கனி, பூ, நிழல் முதலிய சீர்களினின்றும் வேறுபட்டவை என்பதை உணர வேண்டும்.

(சிந். நூ. 6. உரை)

என்று குறிப்பிட்டுள்ளமை மனங்கொள்ளத்தக்கது.

இலக்கண வரையறைகள்

'சிந்துப்பாவியல்' முதன்முறையாகப் படைத்தளித்துள்ள உறுப்புகளின் இலக்கணங்களை இங்குத் தொகுத்துக் காணலாம்.

(i) அசை

சிந்துப்பாக்களின் சீர்களில் உள்ள உயிர்க்குறில், உயிர் மெய்க்குறில், உயிர் நெடில், உயிர்மெய்நெடில் ஆகிய ஒவ்வோர் எழுத்தும் ஓர் அசையாகவே கொள்ளப்படும் (சிந்.நூ.6). உயிர்க்குறில், உயிர்மெய்க்குறில், உயிர்நெடில், உயிர்மெய் நெடில் ஆகியன தனித்துவரினும் ஒற்றடுத்துவரினும் ஓர் அசையாகும் (சிந்.நூ.7).

(எ–டு.)   அ   க
         ஆ   கா
         அல்   கல்
         ஆல்   கால்

அசை குறிலசை, நெடிலசை என இருவகைப்படும்.

அ) குறிலசை

சிந்துப்பாக்களில் வரும் உயிர்க்குறிலும், உயிர்மெய்க்குறிலும் 'குறிலசை' எனப்படும் (சிந்.நூ.8).

(எ–டு.) குறிலசை   தனிஉயிர்க்குறில்   – அ
                  உயிர்மெய்க்குறில் – க

ஆ) நெடிலசை

சிந்துப்பாக்களில் வரும் உயிர்நெடிலும், உயிர்மெய் நெடிலும், உயிர்க்குறில் ஒற்றும், உயிர்மெய்க்குறில் ஒற்றும், உயிர்நெடில் ஒற்றும், உயிர்மெய்நெடில் ஒற்றும் 'நெடிலசை' எனப்படும் (சிந். நூ.8).

(எ–டு.) நெடிலசை – உயிர்நெடில்   – ஆ
                  உயிர்மெய்நெடில்   – கா
                  உயிர்க்குறில் ஒற்று   – அல்
                  உயிர்மெய்க்குறில் ஒற்று – கல்
                  உயிர்நெடில் ஒற்று   – ஆல்
                  உயிர்மெய்நெடில் ஒற்று – கால்

இ) அசைநீட்டம் (அளபெடை)

சிந்துப்பாடல்களின் சீர்களில் உள்ள குறிலசை, நெடிலசைகள் நீள வேண்டுமாயின் அவற்றின் மொத்த நீளம் ஈரசை அளவுள்ளதாக இருக்கும். அதற்கு மேல் நீளுதல் இல்லை (சிந்.நூ.9). தனிச்சொல்லுக்கு முன்னரும் அரையடியின் இறுதியிலும், அடியின் இறுதியிலும் அமைந்திருக்கின்ற அசைகள் இரண்டு அசை நீளத்துக்குமேல் நீண்டு இசைத்தலும் உண்டு (சிந்.நூ.10). குறிலசைகள் இரண்டு அசை அளவுக்கு மேல் நீண்டுவரும் இசைநீட்டம் மிகவும் குறைவாக வருதல் சிறப்புடையதாகும் (சிந்.நூ.11).

ஆறுமு கவடி வேலவ னே!கலி
யாணமும் செய்யவில் லை!– சற்றும்
அச்சமில் லாமலே கைச்சர சத்துக்க
ழைக்கிறா யென்னதொல் லை?

மீறிய காமமில் லாதபெண் ணோடேவி
ளம்பாதே வீண்பேச் சு –சும்மா
வெள்ளைத்த னமாகத் துள்ளுகி றாய்நெஞ்சில்
வெட்கமெங் கேபோச் சு?

மேட்டிமை என்னிடம் காட்டுகி றாயினி
வேறில்லை யோசோ லி? – இதை
வீட்டிலுள் ளோர்கொஞ்சம் கேட்டுவிட் டாலது
மெத்தமெத் தக்கே லி!

தாட்டிகம் சேர்கழு காசல மாநகர்
தங்குமு ருகோ னே!– இந்த்ர
சாலத்தி னாலென்னைக் காலைப்பி டித்தாலும்
சம்மதி யேன்நா னே."

(காவடிச் சிந்து, சிந்.நூ.9 உரைக்காட்டு)

எனும் பாடலடிகளில் அசைநீட்டம் அமைந்துள்ளமையை,

> *நீண்ட அசைகளாக (அளபெடைகளாக)ப் பேச், போச், சோ, கே, கோ, நா ஆகிய அசைகள் 2 அசையளவு நீளுகின்றன. இந்நீட்டங்களைப் பேஎச், போஒச், சோஒ, கேஎ, கோஒ, நாஅ என்று அளபெடையாக எழுதுவதே முறை. தனிச்சொல்லுக்கு முன்னும், அரையடி இறுதி, அடி இறுதிகளிலும் இப்பாடலில் நீளும் அசைகளை லைஇஇஇ, லைஇஇஇஇஇ, சுஉஉஉ, சுஉஉஉஉஉ, லிஇஇஇ, லிஇஇஇஇஇ, னேஎஎஎ, னேஎஎஎஎஎ என்று எழுதவேண்டும் (சிந்.நூ.9 உரை)*

எனச் 'சிந்துப்பாவியல்' உரை விளக்குகின்றது.

ஈ) சிறப்பசை

சிந்துப்பாடல்களில் வரும் அசைகளில், ஓரசையாக வருகின்ற குறிலசைகளும், ஓரசையாகவும் ஈரசையாகவும் வருகின்ற நெடிலசைகளும் சிறப்பசைகளாகும். குறிலசையின் இயல்பு ஓரசையாய் ஒலிப்பது, நெடிலசையின் இயல்பு ஓரசையாகவோ ஈரசையாகவோ ஒலிப்பது. இத்தன்மைகளிலிருந்து மாறாமல் வரும் குறிலசையும், நெடிலசையும் சிறப்பசைகள் என்று கொள்ளப்படும் (சிந்.நூ.12). சிந்துப்பாக்களில் பெரிதும் சிறப்பசைகளே பயிலும் என்பதாற்போலும் இவ்விலக்கணத்திற்குச் சிந்துப்பாவியலுரை எடுத்துக்காட்டுத் தந்து விளக்கவில்லை.

உ) சிறப்பிலசை

சிந்துப்பாடல்களின் அரையடி இறுதிச்சீர், அடிஇறுதிச்சீர் ஒழிந்த சீர்களில் இக்குறிலசைகள் சில இடங்களில் நீட்டம் பெற்று இரண்டசையாகவும் ஒலித்து வருகின்றன. அவ்வாறு ஒலித்துவரும் இடங்களில் பாடலின் ஓசை சிறப்பாக அமையாது. ஆகவே அவ்வாறு வரும் குறிலசைகள் சிறப்பில்லாத அசைகள் ஆகும். அதேபோல் ஒருசீரில் தொடக்கத்தில் குறிலசை வரும்போது ஓசை சிறப்பதில்லை. எனவே சீர்முதலில் வரும் குறிலசைகளும் சிறப்பில்லாத அசைகளாகும் (சிந்.நூ.13). "பொன்னுலவு சென்னிகுள" என்று தொடங்கும் பாடலில்,

> பூவையே உன**து** தஞ்ச
> மென்றவன் ஈயும்
> மாவையே யினி**து** மென்று
> தின்றவன்

(காவடிச்சிந்து, சிந்.நூ.13 உரைக்காட்டு)

எனும் அடிகளில் உள்ள து, து எனும் குறிலசைகள் நீட்டம்பெற்று வந்தன. அவை சிறப்பிலசைகள் என்றும்,

> ஆறுமு **க**வடி வேலவ னேகலி . . .
> வெள்ளைத்த **ன**மாகத் துள்ளுகி றாய்நெஞ்சில்
> தங்கும்மு **ரு**கோனே

(காவடிச்சிந்து, சிந்.நூ.13 உரைக்காட்டு)

எனும் அடிகளில் க,ன,ரு எனும் குறிலசைகள் சிறப்பிலசைகள் என்றும் சிந்துப்பாவியலுரை குறிப்பிடுகின்றது.

ஊ) வழூவசை

சிந்துப்பாவில் ஒவ்வோர் உயிரும் அல்லது உயிர்மெய்யும் ஓரசையாகக் கொள்ளப்படும். இவ்விலக்கணத்தை மீறி ஓர் அசை இரண்டுயிர்களைப் பெற்று வருமாயின் அது வழூவசையாகும்.

அரையடி இறுதிகளிலும் அடி இறுதிகளிலும் வரும் அசைகள் ஓசை நீட்டம் பெற்று இரண்டிறந்து ஒலிப்பதுண்டு. ஆனால் பாடலின் மற்ற இடங்களில் உள்ள அசைகள் இரண்டு அசைக்கு மேல் நீண்டு ஒலிப்பதில்லை. அப்படி நீண்டு ஒலித்து வருமாயின் அவ்வசையும் வழுவசையாகும் (சிந்.நூ.14).

சிந்துப்பாக்களில் முடுகியல் நடையுடைய இடங்களில் மட்டும் ஓரசை இரண்டு உயிர்களை ஏற்றுவரும் (சிந்.நூ.15). சிந்துப்பாவியல் உரை,

தில்லைச்சி தம்பரம் தன்னிலொ ருநாள்
திருநட்ட மாடும்சி வனுடனே
தேவிசி வகாமி நாயகி அந்தத்
திருநீல பத்தன்நெ றிஉரைக்கச்
சொல்லச்செ விதனில் கேட்டாள் நாளும்
சோதித்த வன்தன்னைச் சூதாக்கிச்
சொன்னமொ ழிநிலை யாமலெந் நாளும்
சுக த்தினில் வாழநி னைத்திடென்றார்

(திருநீலகண்டன் பள்ளு, சிந்.நூ.14 உரைக்காட்டு)

எனும் பாடலை எடுத்துக்காட்டி, "இதில் திரு–திரு–சுக என்பன ஈருயிர் அசைகள். இவை வழுவசைகள்" எனக் குறிப்பிடுகிறது (சிந்.நூ.14 உரை). மேலும் முடுகியலில் ஓரசை இரண்டுயிர்களை ஏற்றுவரும் என்பதற்கு அவ்வுரை,

கண்ணா யிரம்படைத்த
விண்ணூ ரிடந்தரித்த
கன வயிரப் **படை யவன் மக** ளைப் **புணர்**
கர்த்தனே திருக்
கழு கும லைப் **பதி யனு தின** முற் **றி**டு
சுத்தனே

(காவடிச்சிந்து, சிந்.நூ.15 உரைக்காட்டு)

எனும் பாடலில் தடித்த எழுத்தில் அமைந்தவற்றை ஈருயிரசைகள் எனக் குறிப்பிட்டுக் காட்டுகின்றது.

(ii) சீர்

சிந்துப் பாக்களின் சீர்கள் நால்வகைப்படும். அவை மூவசைச்சீர், நான்கசைச்சீர், ஐந்தசைச்சீர், ஏழசைச்சீர் ஆகியன. அவை தகிட, தகதிமி, தகதகிட, தகிடதகதிமி எனும் சொற்கட்டுகளாய் அமைந்து வழங்கும் (சிந்.நூ.18,19).

மூவசைச்சீர்களால் அமையும் பாடல் மும்மை நடையுடைய பாடல், நான்கசைச் சீர்களால் அமையும் பாடல் நான்மை நடையுடைய பாடல், ஐந்தசைச் சீர்களால் அமையும் பாடல்

ஐம்மை நடையுடைய பாடல், ஏழசைச் சீர்களால் அமையும் பாடல் எழுமை நடையுடைய பாடல் எனப்படும். அருகிய வழக்காக ஒன்பதசைச் சீர்களால் அமையும் ஒன்பான்மை நடையுடைய பாடல்களும் உள்ளன (சிந்.நூ.19 உரை). பெரும்பாலும் ஒரு சிந்துப்பாடலில் ஒரேவகை நடைதான் பயிலும் (சிந்.நூ.22).

மூவசைச்சீர்களால் ஆன மும்மை நடையுடைய பாடலுக்கு,

ஆ று மு க வ டி வே ல வ னே க லி
 யா ண மும் செய் ய வில் லை .. .. சற் றும்
அச் ச மில் லா ம லே கைச் ச ர சத் துக் க
 ழைக் கி றா யென் ன தொல் லை .. ...

(காவடிச்சிந்து, சிந்.நூ.19 உரைக்காட்டு)

என்னும் பாடலைச் 'சிந்துப்பாவியல்' உரை எடுத்துக்காட்டுகின்றது. மேலும் இப்பாடலில் 'சற்றும்' எனும் தனிச்சொல்லுக்கு முன் உள்ள 'லை' என்பது இசையளவில் நீண்டு ஒரு சீராவதாகவும் ஈற்றில் உள்ள 'லை' என்பது இசையளவில் நீண்டு இரண்டு முழுச் சீர்களாவதாகவும் இவ்வாறு மிகுதியாக நீளும் இசைநீட்டங்கள் பெரும்பாலும் அரையடி இறுதிகளிலும் அடியிறுதிகளிலும் மட்டும் காணப்படுமென்றும் (சிந்.நூ.19 உரை) கூறுகின்றது.

(iii) விரைவுநடை

மும்மை, நான்மை, ஐம்மை, எழுமை எனும் தாள நடைகளுள் மும்மையும், நான்மையும் தமக்கு இயல்பான நடையின் இருமடங்கு விரைவாக நடப்பதுண்டு. சீர்கள் 6 அசையையும் 8 அசையையும் பெற்றுத் 'தகிட' எனும் நடைக்குப் பதிலாகத் 'தகிடதகிட' எனும் நடையையும் 'தகதிமி' எனும் நடைக்குப் பதிலாகத் 'தகதிமி தகதிமி' எனும் நடையையும் பெற்று அமைவது "விரைவு நடை" எனப்படும் (சிந்.நூ.20).

(iv) தனிச்சொல்

சிந்துப்பாவில் இடம்பெறும் தனிச்சொல் வெண்பாவில் இடம்பெறும் தனிச்சொல்லைப் போல அடியின் அகத்தே அடங்கிய சீராகக் கொள்ளப்படும். இத்தனிச்சொற்கள் பெரும்பாலும் ஈரசைகளையோ மூவசைகளையோ பெறும். அருகி நாலசையாலும் அமையும் (சிந்.நூ.23,24).

(v) முடுகியல்

சிந்துப்பாடல்களில் வரும் முடுகியலடிகள் மாத்திரை அடிப்படையிலான சந்தப்பாக்களின் அடிகளாக அமையும் (சிந்.நூ.25 உரை). அவை நான்கு சீர்களைப் பெற்றமையும் (சிந்.நூ.26).

(எ–டு.) வன்னத்தி னைமாவைத் தெள்ளியே – உண்ணும்
வாழ்க்கைக்கு றக்குல வள்ளியே – உயிர்
வாங்கப்பி றந்திட்ட கள்ளியே – இரு
வட மே ருவை நிக ரா கிய புய மீ தணி பல மா மணி
மாலைப டீரெனத் துள்ளியே – விழ
வான்மதி வீசுந்தீ அள்ளியே

(காவடிச்சிந்து, சிந்.நூ.25 உரைக்காட்டு)

எனும் பாடலில் தடித்த எழுத்திலமைந்த பகுதி ஆறுமாத்திரைச் சீர்களால் ஆன முடுகியல் அடியாகும். இம்முடுகியல் அடியில் நான்குசீர்கள் இடம்பெற்றுள்ளன.

(vi) அடி

சிந்துப்பாடல்களின் அடியானது குறைந்தது எட்டுச் சீர்களைப் பெறும் (சிந்.நூ. 28). சிந்துப்பாடலடிகள் கழிநெடிலடிகளாலேயே அமையும் (சிந்.நூ. 29). அதாவது தாளமுடைய சிந்துப் பாடல்களில் குறளடி, சிந்தடி, அளவடி, நெடிலடி ஆகியன வருவதில்லை எனச் 'சிந்துப்பாவியல்' இலக்கணம் வகுத்துள்ளது. தாளமில்லாத சிந்துப்பாடல்களில் நாற்சீரடிகள் வருவதுண்டு (சிந்.நூ.29 உரை). சிந்துப்பாக்களைத் தாளமுடையன, தாளமற்றன எனப் பகுக்காமல் பொதுவாக வைத்து இலக்கணம் வகுத்த 'யாப்பதிகாரம்' சிந்துப்பாடல்களில் குறளடி முதல் கழிநெடிலடி வரை அமையுமெனக் கூறியமையும், இசையடிப்படையில் இலக்கணம் வகுத்த 'சிந்துப்பாவியல்' (தாளமுடைய) சிந்துப் பாடல்களில் கழிநெடிலடிகள் குறிப்பாக எண்சீர் முதலான சீர்களைப் பெறும் கழிநெடிலடிகளே அமையுமெனக் கூறியமையும் சிந்துப்பா அடியுறுப்பின் இலக்கண வளர்நிலைகளைக் காட்டுகின்றன.

பத்மினி சாதிப்பெண் மானே – பாம்பன்
பார்க்கவ ருவாய்நீ தானே – அங்குப்
பாலசுப் ரமண்யர் ஆலயத் தில்விதிப்
பான்மையில் கும்பாபி டேகம் – அதைப்
பார்ப்பவர்க் கெய்தும்வை போகம் – குறப்
பாவையின் மீதினில் மோகம்– கொண்ட
பண்பனால் மேவும்நல் யோகம் – மலர்
பைங்காவியை யுங்காலனை யுஞ்சேலினை யும்பார்வைகொள்
பச்சைக்கொடி இடையும்பிடி இச்சித்திடு நடையுங்கொடு
பதுமத்தின ரும்புக்கலர் தருபொற்றன மிஞ்சப்பெறு
பனசக்கனி ரசமொத்துறு வசனத்திலென் மனசைக்கவர்

*(பாம்பன் பாலசுப்ரமணிய சுவாமிக் கோயில்
வழிநடைச் சிந்து, சிந்.நூ.29 உரைக்காட்டு)*

என்னும் சிந்துப் பாடலடியில் அடியின் அகத்தே அடங்கிய தனிச் சொற்கள் உட்பட 44 சீர்கள் இடம்பெற்றுள்ளமையைச் 'சிந்துப்பாவியலு'ரை (சிந்.நூ.29 உரை) எடுத்துரைக்கின்றது.

(vii) **தொடை**

இயற்பாக்களுக்கு உரிய தொடைகளாகிய எதுகை, மோனை, இயைபுத் தொடைகள் சிந்துப்பாக்களிலும் அமையும். இயைபுத்தொடை மிகுதியாகப் பயிலுதல் சிந்துப்பாக்களின் சிறப்பாகும் (சிந்.நூ.31).

(எ–டு.) நந்த வனத்திலோர் **ஆண்டி** – அவன்
நாலாறு மாதமாய்க் குயவனை – **வேண்டிக்**
கொண்டு வந்தானொரு **தோண்டி** – அதைக்
கூத்தாடிக் கூத்தாடிப் போட்டுடைத் **தாண்டி.**

(கடுவெளிச் சித்தர் பாடல், சிந்.நூ.31 உரைக்காட்டு)

இப்பாடலில் தடித்த எழுத்தில் அமைந்த சீர்கள் இயைபுத் தொடை பெற்ற சீர்களாகும்.

(viii) **கண்ணி**

ஓரெதுகை பெற்றுவரும் ஒத்த இரண்டடிகள் கண்ணி எனப்படும் (சிந்.நூ.33). நாலடிக்கண்ணியும் ஓரடிக்கண்ணியும் உளவென்று சொல்வர் (சிந்.நூ.34).

(எ–டு.) ஈரடிக் கண்ணி:

தண்மதி ஒண்முகப் பெண்மணியே – உன்னைத்
தான்கொண்ட நாயகர் ஆரேடி
அண்மையில் பொன்னணி அம்பலத் தாடல்செய்
ஐயர் அமுதர் அழகரடி.

(திருவருட்பா 2971, சிந்.நூ.33 உரைக்காட்டு)

நாலடிக் கண்ணி:

நெஞ்சுபொ றுக்குதிலையே – இந்த
நிலைகெட்ட மனிதரை நினைந்துவிட்டால்
அஞ்சியஞ் சிச்சாவார் – இவர்
அஞ்சாத பொருளில்லை அவனியிலே
வஞ்சனைப் பேய்களென் பார் – இந்த
மரத்தில்என் பார்அந்தக் குளத்தில்என் பார்
துஞ்சுது முகட்டிலென் பார் – மிகத்
துயர்ப்படு வார்எண்ணிப் பயப்படுவார்.

(பாரதி பாடல்கள், சிந்.நூ.34 உரைக்காட்டு)

ஓரடிக் கண்ணி:

1. ஐயா ஒருசேதி கேளும் – உங்கள்
அடிமைக்கா ரப்பறையன் நடத்தையெல்லாம்

2. வரவரக் கெட்டுப் போச்சு – சேரியில்
வழக்கமில் லாதபடி பழக்கமிட்டான்

(நந்தனார் சரித்திரக் கீர்த்தனைகள்,
சிந்.நூ.34 உரைக்காட்டு)

இப்பாடலில் 'ஐயா' என்பது முதல் 'எல்லாம்' என்பது வரை ஒரு கண்ணியாகும். இது ஓரடிக்கண்ணி எனப்படும். 'வரவர' என்பது முதல் 'பழக்கமிட்டான்' என்பது வரையுள்ளதும் ஓர் ஓரடிக்கண்ணியாகும்.

இவ்வுறுப்புகளின் இலக்கணங்கள் பெரிதும் இசையிலக்கண அடிப்படையிலேயே அமைந்துள்ளதால் இசையிலக்கணப் பயிற்சியும் அறிமுகமும் அற்றோர் புரிந்துகொள்ளவும் பின்பற்றவும் இடர்ப்படுமாறுள்ளது. இவ்வுறுப்புகளுள் ஒன்றான 'முடுகியல்' என்பதன் இலக்கணத்தை மாத்திரை அடிப்படையிலான சந்தப்பா அடிகள் என்று 'சிந்துப்பாவியல்' கூறுகின்றது. இவ்விலக்கணம் மேலும் மேம்படுத்தத் தக்கதாக உள்ளது. காவடிச்சிந்தின் இடையில் வரும் முடுகியல் அடிகள் சந்தப்பா அடிகள் மட்டுமல்ல; தத்த, தந்த, தான முதலிய குழிப்புகளின் அடிப்படையிலான வண்ண அடிகளும் மிகுதியான இடங்களில் பயிலுகின்றன. எனவே சந்த அடிகளாலோ வண்ண அடிகளாலோ முடுகியல் அமையுமென இலக்கண வரையறை செய்தல் வேண்டும். மிகப்பல சிந்துகளில் வெண்டளை எனும் உறுப்புப் பயிலுதல் குறிப்பிடத்தக்க ஒன்றாகும். இவ்வுறுப்புக் குறித்து இந்நூலில் எதுவும் சொல்லப்படவில்லை.

'சிந்துப்பாவியலி'ல் சிந்துப்பா உறுப்பிலக்கணம் இசை யிலக்கண அடிப்படையில் உருவாக்கப் பெற்றுள்ளது. இவ்விலக் கணத்தைப் படைத்த இரா. திருமுருகன், 'தாள நடையுடையது சிந்துப்பா' (சிந்.நூ.3) என வரையறுக்கின்றார். ஆனால் அவரே சிந்துப்பா குறித்த தமது ஆய்வுநூலில், "தாளமற்ற சிந்துப் பாடல்கள், தாளமுடைய சிந்துப் பாடல்கள் எனச் சிந்துப் பாடல்களை இருவகைப்படுத்தலாம்"[39] என்றும் கூறுகின்றார். இக்கூற்று இசையடிப்படையிலன்றியும் சிந்துப்பாடல்கள் அமைந்துள்ளன என்பதைக் காட்டுகின்றது. சிந்துப் பாடல்கள் இருபெரும் வகைகளாக அமைந்து காணப்படுகின்ற நிலையில் ஒருபெரும் வகைக்கு மட்டுமே சிந்துப்பாவியல் இலக்கணம் வகுத்துள்ளமை, சிந்துப்பாக்கள் அனைத்துக்கும் இலக்கணங்கூறும் முழுமையான முயற்சியாக அமையவில்லை என்பது தெளிவு. இவ்விலக்கண அடிப்படையில் எல்லாச் சிந்துப்பாடல்களையும் விளக்க இயலுமா என்பது ஆய்வுக்குரியது.

மேலும் சிந்துப்பாக்களில் பின்வரும் மூவகை அமைப்புகள் காணப்படுகின்றன. (1) வெண்டளை பெறும் அமைப்பு (2) விருத்தங்களைப் போலச் சீர்வாய்பாட்டு அமைப்பு (3) இசையடிப்படையிலான அமைப்பு. வெண்டளைபெறும் அமைப்பிலும் சீர்வாய்பாட்டு அமைப்பிலும் இயல்பாகவே இசையமைதி பொருந்துதற்கு வாய்ப்புண்டு.

சிந்துப்பாக்கள் இசையிலக்கண அடிப்படையிலும் இயற்றப் பெற்றிருக்கலாம்; இசையிலக்கணம் அறியாது ஓர் ஓசை யொழுங்கை மனங்கொண்டும் படைக்கப் பெற்றிருக்கலாம். ஆதலால் இவ்விலக்கணத்தின் வன்மைமென்மைகள் பொருத்தப் பாடுகள் இயலும் இசையுமறிந்த இலக்கணிகளால் மேலும் ஆராயப்பட வேண்டியனவாகும். தாளமற்ற சிந்துப் பாடல்கள், தாளமுடைய சிந்துப்பாடல்கள் இரண்டையும் உள்ளடக்கிய முழுமையான நிலையில் இலக்கணம் வகுக்கும் முயற்சிகளும் மேற்கொள்ளப்பட வேண்டும்.

எனினும் சிந்துப்பாவிற்குத் தனித்த உறுப்புகளை வகுத்தும் இசையடிப்படையில் அவற்றுக்கு இலக்கண வரையறைகள் செய்தும் 'சிந்துப்பாவியல்' நிகழ்த்தியுள்ள இலக்கண ஆக்கம், சிந்துப்பா இலக்கண வளர்ச்சி வரலாற்றில் குறிப்பிடத்தக்க நிலையாக அமைந்துள்ளது.

காவடிச் சிந்து, கீர்த்தனை ஆகியவற்றின் உறுப்புகள்

சிந்துப்பா வகைகளுள் குறிப்பிடத்தக்கது காவடிச்சிந்து. இது சிந்து வகைகளிலேயே செறிவும் சிறப்புமுடைய அமைப்புகளைக் கொண்ட சிறந்த வடிவமாகும். இது தனக்கெனத் தனித்த உறுப்பமைதிகளைப் பெற்றுத் தனித்து உறுப்பிலக்கணம் கூறத்தக்கதாய் விளங்குகின்றது. எனினும் காவடிச் சிந்தின் உறுப்பமைதி குறித்துச் 'சிந்துப்பாவியல்' விளக்கமாகப் பேசவில்லை. அதன் இலக்கணம் கூறுவதாக அமைந்த ஒரு நூற்பாவில் (சிந்நூ.47) காவடிச் சிந்து பாடப்படும் சூழலும் எவ்வகை அடியாலும் எவ்வகை நடையாலும் அது பாடப்படும் என்பதும், தனிச்சொல், இயைபுத் தொடை ஆகியவற்றை மிகுதியாகப் பெறும் என்பதும், முடுகியல் அடிகளை இடையிடையே ஏற்கும் என்பதுமாகிய குறிப்புகளுமே பொதுப்படச் சுட்டப்பட்டுள்ளன.

ஆனால் காவடிச்சிந்தின் கட்டமைப்பை ஆராய்ந்து பொற்கோ நேரியல், முடுகியல், தொங்கல், தனிச்சொல், அடி, சரம் ஆகிய உறுப்புகள் காவடிச்சிந்தில் இடம்பெற்றுள்ளமையைப் பெயரிட்டு விளக்கியுள்ளார்.[40] இது காவடிச்சிந்திற்குத் தனித்த நிலையில் உறுப்புகளை வகுத்து இலக்கணங்கூற வாய்ப்பிருப்பதைக் காட்டுகின்றது.

மேலும் கீர்த்தனைப் பாடலுக்குப் பல்லவி, அனுபல்லவி, சரணம் முதலிய உறுப்புகள் உள்ளமையையும், சிந்து, காவடிச் சிந்து, கீர்த்தனை ஆகியவற்றில் 'சரம்' என்னும் உறுப்புள்ளமை யையும், காவடிச்சிந்து போன்றவற்றில் ஒவ்வொரு பாடலிலும் தாழிசை போன்ற உள்ளுறுப்புகள் உள்ளமையையும் பொற்கோ சுட்டிக்காட்டிச் சிலவற்றை விளக்கியுள்ளார்.[41] இத்தொடர்பில் மேலும் ஆய்ந்து காவடிச்சிந்து, கீர்த்தனை முதலியவற்றின் உறுப்பிலக்கணங்களை விரிவாக வகுக்க வாய்ப்புண்டு.

தொகுப்புரை

காரிகைக்குப்பின் (அ) எழுத்து, அசை, சீர், தளை, அடி, தொடை ஆகிய பாவுறுப்புகள் பற்றிய புதுநோக்குகள் (ஆ) வண்ணம், சந்தம், சிந்து ஆகிய பாக்கள் புதிதாகப் பெற்றுள்ள உறுப்பிலக்கணங்கள் என இருநிலைகளில் வளர்ச்சி அமைந்துள்ளது.

- இக்கால இலக்கிய வளர்ச்சி, ஆட்சி, பயன்பாடு நோக்கி யாப்புக்கு அடிப்படையான எழுத்திலக்கணம் குறில், நெடில், ஒற்று என எளிமையாக வகைப்படுத்தப்பெற்றுள்ளது.

- நால்வகையின எனக் குறிக்கப்பெறும் நேரசை, நிரையசைகள் ஒரு நூலில் மட்டும் அறுவகைப்படுத்தப்பட்டுள்ளன. நேரசை, நிரையசைகளுக்குக் காக்கைபாடினியம் சுட்டிய தனியசை, இணையசை எனும் பெயர்கள் காரிகைக்குப்பின் ஒரு நூலில் மட்டும் இடம்பெறுகின்றன. இவை அருகிய வழக்குகளேயாகும்.

- அசைகள், சீர்கள், தளைகள் ஆகியன சீர்வாய்பாட்டோடு சந்தக் குறியீடு வழியாகவும் விளக்கப்பெறும் புதுமுயற்சி தோன்றியுள்ளது.

- சீர்கள் முதற்சீர், இடைச்சீர், பிற்சீர், சொல் எனப் புதிய பெயர்களால் குறிப்பிடப்பெறலும், ஐந்தசைச்சீர் கூறும் புதிய நிலையும் தோன்றியுள்ளன. ஆயினும் அவை யாப்பியலில் செல்வாக்குப் பெறவில்லை. ஓரசைச்சீர் பாவினத்திலும், புதிய வடிவமான சிந்திலும் இடம்பெறும் வளர்ச்சி கண்டு கூறப்பட்டுள்ளது.

- இயற்சீர் வெண்டளையை இருவகையாக்கித் தளையை எண்வகையாக்கல் நிகழ்ந்துள்ளது. ஓரசைச் சீர்களும் நாலசைச் சீர்களும் தளை கொள்வதற்குப் பெயர் குறிப்பிடப்படாதிருந்த நிலையை மாற்றிப் புதிதாகப் பெயர்கள் தரப்பட்டுள்ளன. பாவினம் முதலியவற்றில்

வெண்டளையுறுப்பு இடம்பெற்றுள்ளமைக்கு இலக்கணங் கூறப்பெற்றுள்ளது.

- சீர்வகையடிகளுக்கு ஐம்பூதப் பெயர்கள், குறளியற்சீரடி முதலிய பெயர்கள் தரும் புதிய முயற்சிகள் மேற்கொள்ளப் பெற்றுள்ளன. எனினும் ஐம்பூதப்பெயர்கள் வழக்குப் பெறவில்லை. முன்னிலக்கணங்கள் காட்டும் சீரடிப் பெயர்கள் தெளிவாக உள்ள நிலையில் குறளியற்சீரடி முதலிய புதிய பெயரீடுகள் மயக்கந் தருகின்றன. கழிநெடிலடிகளின் வளர்ச்சிக்கும் பெருக்கத்திற்கும் ஏற்பப் புதிய பெயர்தரும் முயற்சி யாப்பிலக்கண வரலாற்றில் குறிப்பிடத்தக்கதாகும். புதிய கட்டளைவகை அடிகளின் இலக்கணமும் ஒரு சீரடி எனும் கருத்தும் தோன்றியுள்ளன.

- வண்ண எதுகை எனும் புதிய எதுகை வகையும், சொல்மோனை, கள்ள மோனை எனும் மோனை வகைகளும் தோற்றம் பெற்றுள்ளன. கூழைமோனை புதுவிளக்கம் பெற்றுள்ளது. நாற்சீரடிக்கு மேற்பட்ட நெடிலடி, கழிநெடிலடிகளில் இடம்பெறும் தொடைவிகற்பங்களுக்குப் பெயர்கொடுக்கும் முயற்சிகள் முகிழ்த்துள்ளன. எனினும் நாற்சீரடிக்கு மேற்பட்ட சீரடிகளில் பெரிதும் மோனைத் தொடைகளின் ஆட்சி மட்டுமே இடம்பெற வாய்ப்புள்ளது. நெடிலடி, கழிநெடிலடிகளில் மோனையமையும் இடங்களில் பலவற்றுக்கு இலக்கணங் கூறப்பட்டுள்ளது.

- 'பிணை' என்னும் யாப்புறுப்புக் கண்டுகாட்டப் பெறுவது எதிர்கால இலக்கண ஆக்கத்திற்குத் துணைசெய்வதாகும்.

- மரபானயாப்பலகுகளைக்கொண்டுஇலக்கணங்கூறமுடியாத வண்ணப்பா, சந்தப்பா, சிந்துப்பா ஆகிய வடிவங்கள் புதிய உறுப்பிலக்கணங்களைப் பெற்றுள்ளன. வண்ணப்பா உறுப்பிலக்கணம் குறிப்பிடத்தக்க வளர்ச்சியினைப் பெற்றுள்ளது. சந்தப்பாவுக்கு இலக்கணங்கூறத் தமிழ் யாப்பலகுகளும் வடமொழி மாத்திரையிலக்கணமும் உறுப்புகளாகப் பயன்படுத்தப்பட்டுள்ளன. சந்தப்பா உறுப்பிலக்கணம் இருமொழி யாப்பலகுகளையும் இணைத்துக் கூறியதாகவே உள்ளது. சிந்துப்பா, மரபான யாப்புறுப்புகளால் சுருக்கமான அளவிலும் இசையிலக்கண அடிப்படையிலான உறுப்புகளால் விரிவான அளவிலும் இலக்கணம் பெற்றுள்ளது. எனினும் தாளமற்ற, தாளமுடைய சிந்துப்பாக்கள் அனைத்தையும் ஒருங்குவைத்து முழுமைப் பார்வையில் இலக்கணம் வகுக்க வாய்ப்புள்ளது. வண்ணம், சந்தம், சிந்து ஆகிய மூன்று வடிவங்களுக்கும் இலக்கணம்

வகுக்கும் முயற்சிகள் பதினெட்டு, பத்தொன்பது, இருபதாம் நூற்றாண்டுகளில் குறிப்பிடத்தக்க அளவுக்கு நிகழ்ந்துள்ளன. இந்நூற்றாண்டுகளில் இம்மூன்று யாப்புகளின் உறுப்பிலக்கணங்களும் கணிசமான வளர்ச்சிக் கட்டங்களை எட்டியுள்ளன.

O தனித்த உறுப்பமைதிகளைப் பெற்றுள்ள காவடிச் சிந்து தனி உறுப்பிலக்கணத்தையும், கீர்த்தனைப் பாடல்கள் உறுப்பிலக்கணத்தையும் பெறவேண்டிய நிலையிலுள்ளன.

இலக்கியங்களில் இடம்பெறும் யாப்பு வளர்ச்சிக்கேற்ப யாப்புறுப்புகளின் இலக்கணங்களில் சில வளர்ச்சிகள் ஏற்பட்டுள்ளன. முன்னை யாப்புறுப்புகள் தெளிவு நோக்கியும், எளிமைப் படுத்தல் கருதியும், இலக்கிய ஆட்சி மிகுதி நோக்கியும், புதிது புனையும் ஆர்வம் பற்றியும் சில உள்வகைகளையும் புதிய பெயரீடுகளையும் பெற்றுள்ளன.

இங்ஙனம் யாப்பு உறுப்பிலக்கணம் இலக்கணிகளின் கவனத்தைத் தொடர்ந்து ஈர்ப்பதாகவும் புதிய பெயர்களையும் விளக்கங்களையும் பெறுவதாகவும் அறிதோறும் அறியாமை காணும் எதிர்கால ஆய்வுக்கு இடந்தருவதாகவும் விளங்குகின்றது.

~~

சான்றெண் விளக்கம்

1. பொற்கோ (பொன். கோதண்டராமன்), *புதிய நோக்கில் தமிழ் யாப்பு*, பக்.23,24.
2. *மேலது*, ப.26.
3. சோ.ந. கந்தசாமி, *தமிழ் யாப்பியலின் தோற்றமும் வளர்ச்சியும்*, முதற்பாகம் – முதற்பகுதி, ப.102.
4. *மேலது*, ப.107.
5. *மேலது*, ப.108.
6. தி.வே. கோபாலையர், 'ஆய்வு முன்னுரை', *தென்னூல் இலக்கியப்படலம்*, ப.xvi.
7. பொற்கோ, *மு.கு.நூல்*, ப.35.
8. தி.வே. கோபாலையர், 'ஆய்வு முன்னுரை', *தென்னூல் இலக்கியப்படலம்* ப.xvi.
9. சோ.ந. கந்தசாமி, *மு.கு.நூல்*, ப.164.
10. ச. பாலசுந்தரம், 'என்னுரை', *தென்னூல் இலக்கியப் படலம்*, ப. xx.

11. சோ.ந. கந்தசாமி, *மு.கு.நூல்*, ப.194.
12. *சிவப்பிரகாச சுவாமிகள் பிரபந்தத் திரட்டு*, பக்.169,171.
13. திரு. அருட்பிரகாச வள்ளலார், *திருஅருட்பா முதல் ஐந்து திருமுறைகள்*, பா. எண் 1960.
14. அருணகிரிநாதர், *திருவகுப்பு*, 16 சித்துவகுப்பு.
15. அ) ம.ரா.போ. குருசாமி (ப.ஆ.), *பாரதி பாடல்கள்*, ப.1184. ஆ) சோ.ந. கந்தசாமி, *மு.கு.நூல்*, ப.794. மேலது, (முதற்பாகம் – இரண்டாம் பகுதி), பக்.231 – 248. இ) ய. மணிகண்டன், *யாப்பிலக்கணச் சிந்தனைகள்*, ப.30.
16. பொற்கோ, *மு.கு.நூல்*, ப.37.
17. த. சரவணத்தமிழன், 'முன்னுரையும் என்னுரையும்', *யாப்பு நூல்*, ப.(ii)
18. மருதூர் அரங்கராசன், *இலக்கண வரலாறு – பாட்டியல் நூல்கள்*, ப.382.
19. *மேலது*, ப.384.
20. *மேலது*, ப.386.
21. சா. கிருட்டிணமூர்த்தி, 'குறிப்புரை', *இலக்கணச் சூடாமணி*, ப.143.
22. பொற்கோ, *மு.கு.நூல்*, ப.30
23. பொற்கோ, *இலக்கண உலகில் புதிய பார்வை, தொகுதி – 3*, ப.102.
24. கா.கோ. வேங்கடராமன், *காப்பிய நடையியல்*, ப.42.
25. பொற்கோ, *மு.கு.நூல்*, பக்.99–101.
26. செ.வை.சண்முகம், *இலக்கியமும் மொழியமைப்பும்*, ப.283.
27. பொற்கோ, *புதிய நோக்கில் தமிழ் யாப்பு*, ப.39
28. *மேலது*, பக்.39,40.
29. *மேலது*, ப.54.
30. *மேலது*, ப.54.
31. *மேலது*, ப.54.
32. அ) எஸ். சௌந்தரபாண்டியன், *தமிழில் வண்ணப் பாடல்கள்*, ப.49.

    ஆ) த. சரவணத்தமிழன், *யாப்புநூல்*, ப.89
33. இரா.திருமுருகன், *சிந்துப்பாடல்களின் யாப்பிலக்கணம்*, ப.117.

34. ம.ரா. பூபதி, 'முன்னுரை', *குமாரபூபதீயம் என்னும் வண்ணப்பா யாப்பிலக்கணம்.*
35. தி. வீரபத்திர முதலியார், 'ஆசிரியர் முன்னுரை', *விருத்தப்பாவியல்*, ப.4.
36. இ.என். தணிகாசல முதலியார் (ப.ஆ,), 'குறிப்பு', *விருத்தப் பாவியல்*, ப.28.
37. காண்க: இயல் 5 – 'சந்தப்பாவின இலக்கண வளர்ச்சி – விருத்தப்பாவியலில் சந்தயாப்பு'.
38. இரா.திருமுருகன், 'நூலாசிரியர் உரை', *சிந்துப்பாவியல்*, ப.4.
39. இரா.திருமுருகன், *சிந்துப்பாடல்களின் யாப்பிலக்கணம்*, ப.79.
40. பொற்கோ, *மு.குநூல்*, ப.56.
41. *மேலது*, ப.42,59.

~ ~

4

பா இலக்கண வளர்ச்சி

தமிழில் தொன்மைசான்ற பாவகைகள் ஆசிரியப்பாவும் வெண்பாவும். தொல்காப்பிய வழிநின்று "தமிழ்மொழியில் ஆதியிற்றோன்றிய பாக்கள் ஆசிரியமும் வெண்பாவுமேயாம்"[1] எனக் குறிப்பர் மு. இராகவையங்கார். இவ்விரு பாக்களினின்று கிளைத்தன கலிப்பாவும் வஞ்சிப்பாவும். இவ்விரு பாக்களின் கலப்பால் விளைந்தது மருட்பா. இவ்வைந்துமே தமிழின் தலைமைசான்ற பாவடிவங்களாகும்.

இவையும் இவற்றின் சில வகைகளும் தொல்காப்பியத்திலேயே வலுவான இலக்கண அடிப்படையை எய்திவிட்டன. இவ்வடிவங்களின் இலக்கணம் மேலும் மெருகு பெற்றமையையும் பாவின இலக்கணம் தோன்றிவளர்ந்து வரையறை பெற்றமையையும் யாப்பருங்கலக்காரிகை வரையிலான யாப்பிலக்கண வரலாறு காட்டிநிற்கின்றது.

'பாவும் பாவினமும்' எனும் வரையறைக்குள் அடங்காத புதிய பாவடிவங்கள் காரிகைக்குப்பிந்தைய வரலாற்றில்தான் இலக்கணம் பெற்றுள்ளன. காரிகைக்குப் பிந்தைய வரலாற்றில் பா இலக்கண வளர்ச்சி பின்வரும் நிலைகளில் ஏற்பட்டது.

1. இலக்கிய ஆட்சிநோக்கி வெண்பா, ஆசிரியம், கலி ஆகிய பாக்களின் புதிய உள்வகைகள்

இலக்கணம் பெற்றதோடு பாக்களின் முன்னைய சில இலக்கண வரையறைகள் மாற்றமும் பெற்றன.

2. போதுமான விளக்கமின்றி அமைந்திருந்த முன்னைய சில பாவின இலக்கணங்கள் தேவையான விளக்கம் பெற்றன.

3. 'பாவும் பாவினமும்' எனும் வரையறைக்குள் அடங்காத புதிய பா வடிவங்கள் முதன்முறையாய் இலக்கணம் பெற்றன.

இவ்வளர்ச்சி நிலைகள் காரிகைக்குப் பின்னர்த் தோன்றிய இலக்கண நூல்களின் வாயிலாக இனித் தொகுத்து ஆராயப்படுகின்றன.

I நாற்பாக்களின் இலக்கணங்களில் ஏற்பட்டுள்ள வளர்ச்சி

வெண்பா இலக்கண வளர்ச்சி

'முதற்பா' எனவும் 'வன்பா' எனவும் சிறப்பித்துப் பேசப் பெறும் வெண்பா நால்வகைப் பாக்களுள் முதன்மை நிலையையும் கட்டுக்கோப்பான வடிவத்தையும் பெற்று வழங்கி வருகின்றது. வெண்பா காரிகைக்குப் பின்னர்ப் புதிய வகைகளைப் பெற்று இலக்கண வளர்ச்சி கண்டுள்ளது. கலிவெண்பா, சவலை வெண்பா, முன்முடுகு வெண்பா, பின்முடுகு வெண்பா என்னும் வகைகளும், பஃறொடை வெண்பாவிலும் கலி வெண்பாவிலும் நேரிசை, இன்னிசைப் பாகுபாடுகளும் வெண்பாவிலக்கணத்தில் புதிதாகத் தோன்றியுள்ளன.

வெண்பாவின் வகையாகக் கலிவெண்பா இடம்பெறல்

காரிகைக்குப் பின்னர் வெண்பாவின் புதியவகையாகக் கலிவெண்பா இடம்பெறுகின்றபோதிலும் கலிவெண்பா கலிப் பாவின் வகையாக இருந்த பழைய வடிவமேயாகும். பெயரமைப் பாலும் பாவமைப்பாலும் வெண்பாவின் இயல்புகளைப் பெற்றுள்ள கலிவெண்பா, காரிகைவரை கலிப்பாவின் வகையாகக் கூறப்பட்டுவந்தது.

காரிகைக்குப் பின்னர்த் தோன்றிய வீரசோழியமே இந்த வகைப்பாட்டை மாற்றியமைத்துக் கலிவெண்பாவை வெண்பா வகையாக்கியது. வீரசோழியத்தைப் பின்பற்றிச் சிதம்பரப் பாட்டியல், சுவாமிநாதம், முத்துவீரியம், செய்யுளிலக்கணம், யாப்பதிகாரம், கவிஞராக, கவிபாடலாம், யாப்புநூல், எளிதாகப் பாடலாம் ஆகியன கலிவெண்பாவை வெண்பா வகையில் அடக்கி இலக்கணங்கூறுகின்றன. பெரும்பாலான நூல்கள் கலிவெண்பாவை வெண்பா வகையாகப் பொருத்தமுற

வகைப்படுத்துகின்றபோதிலும் இலக்கண விளக்கம், யாப்பொளி, தென்னூல் உள்ளிட்ட சில நூல்கள் பழைமைபோற்றிக் கலிப்பா வகையாகவே கூறுகின்றன.

நேரிசைப் பஃறொடை வெண்பாவின் நீண்டுவந்த வெண்பா கலிவெண்பாவாகும் என வீரசோழியமும் (வீ.சோ. கா.114) சிதம்பரப்பாட்டியலும் (சி.பா.நூ.8) குறிப்பிடுகின்றன. சிதம்பரப் பாட்டியலின் உரை 'ஒரூஉவெதுகை பெறாமல்' வரும் இன்னிசைக் கலிவெண்பா வடிவத்தையும் (சி.பா.நூ. 8 உரை) சுட்டுகின்றது.

கலிவெண்பாவை வெண்பா வகையாக்கியமைக்கான காரணத்தை,

> இவையிரண்டினையும் ஒன்றெனக் கொண்டு கலிப்பாவினத்திற் சேர்த்துள்ளார் பல யாப்பாசிரியர். கலிவெண்பாவானது வெண்டளை பிழையாது தனிச்சீர் பெற்றுப் பலவடிகளால் வருவது. வெண்கலிப்பாவானது கலித்தளையும் வெண்டளையும் விரவித் தனிச்சொற் பெறாது பலவடிகளால் வருவது. கலிவெண்பாவில் கலித்தளை விரவின் இன்னாவோசை பயத்தலை எஃகுச்செவியு நுண்ணுணர்வு முடையாரறிவர். கலியென விசேடித்தலின் கலித்தளை விரவுவேண்டு மென்பாராயின், வெண்பா விருத்தத்தில் வெண்டளை விரவாமையை யறிவாராக. கலியென்பது இங்கு மிகுதியைக் குறித்தது. ஆகலின் கலிவெண்பாவினை வெண்பாவினத்தில் சேர்த்துள்ளேம். அக்காலத்து வீரசோழியவாசிரியர், இக்காலத்து முத்துவீரியவாசிரியர் சம்மதமு நம்மதே.
>
> (செ.இ.ப.49).

என்று முதன்முதலில் பூவை கலியாணசுந்தர முதலியாரின் 'செய்யுளிலக்கணமே' கூறுகின்றது.

கலிவெண்பா வெண்பா இலக்கணத்தை முழுமையாகப் பெற்றும், கலிப்பா இலக்கணத்தோடு எவ்வகைத் தொடர்பின்றியும் அமைந்துள்ளது. இதனைக் காரிகைக்குப் பிந்தைய பல நூல்களும் வெண்பா வகையாகக் கொண்டமை பொருத்தமான வகைப்பாடாகும். வெண்பாவிலக்கண வளர்ச்சியில் இது சுட்டத்தக்க நிலையாகும்.

கலிவெண்பாவை நேரிசைக் கலிவெண்பா, இன்னிசைக் கலிவெண்பா என 'யாப்பதிகாரம்' தெளிவாக வகைப்படுத்துகின்றது (யாப்பதி.பக்.70,71).

‘சவலை வெண்பா’ எனும் புதிய வெண்பா வகை

இரண்டாமடியின் நான்காம் சீர் இல்லாமல் அமையும் நான்கடி வெண்பாவைச் ‘சவலை வெண்பா’ என இலக்கண நூல்கள் குறிப்பிடுகின்றன. இலக்கியங்களில் மிகமிக அருகிய நிலையில் இடம்பெறுகின்றபோதிலும் இவ்வடிவம் பிற்கால இலக்கண நூல்கள் பலவற்றில் பரவலாக இடம்பெற்று இலக்கணம் பெற்றுள்ளது.

பதினாறாம் நூற்றாண்டில் இவ்வடிவம் முதலில் இலக்கணம் பெற்றிருக்கலாம். பதினாறாம் நூற்றாண்டில் தோன்றிய முதல் யாப்புச் சான்றிலக்கியமான ‘பாப்பாவினம்’ இவ்வடிவத்திற்குச் சான்றமைத்து விளக்குமிடத்து (பாப்.பா.28.குறிப்.) சவலை வெண்பாவின் இலக்கணங்கூறும் தன்கால நூற்பாவென

நனியிரு குறளால் நான்கடி யுடைத்தாய்த்
தனிவரல் இல்லது சவலைவெண் பாட்டே

என்பதனைக் குறிப்பிடுகின்றது. பதினெட்டாம் நூற்றாண்டில் தோன்றிய ‘தொன்னூல் விளக்க’ உரையும் (தொன்.நூ. 222 உரை) இந்நூற்பாவை மேற்கோள் காட்டுகின்றது.

‘சவலை’ எனும் பாவகையைப் பாக்கள் முதல், இடை, கடை குறையின் ‘சவலை’ எனப்படும்; நான்கடியின் மிக்க அடிகளால் நடைபெற்று அடிகள் ஒத்தும் ஒவ்வாதும்வரின் ‘சவலைப்போலி’ எனப்படும் என்று வீரசோழியம் (வீ.சோ. கா.130) குறிப்பிடுகின்றது. இவ்விலக்கணம் பொதுவாகப் பாக்கள் அனைத்துக்கும் உரியதாக அமைந்துள்ளது. இவ்விலக்கணத்தில் வெண்பா குறித்து எதுவும் தொடர்புபடுத்திப் பேசப்படவில்லை. எனவே வீரசோழியம் கூறும் ‘சவலை’யிலக்கணத்திற்கும் சவலை வெண்பா வகைக்கும் நேரடித் தொடர்பில்லை.

காரிகைக் காலத்திற்குப் பின்னரே இச்சவலை வெண்பா வகை தோன்றியுள்ளது.

அட்டாலும் பால்சுவையிற் குன்றா தளவளாய்
நட்டாலும் நண்பல்லார் நண்பல்லர்
கெட்டாலும் மேன்மக்கள் மேன்மக்க ளேசங்கு
சுட்டாலும் வெண்மை தரும்

(மூதுரை, பா. 4)

எனும் பாடலையே பலரும் அதற்குச் சான்றாகக் காட்டுகின்றனர். வேறு பாக்களைச் சான்று காட்டுமளவுக்குக்கூட இவ்வகை அதிக இலக்கிய ஆட்சி பெறவில்லை. எனினும் இலக்கணச் சூடாமணி, தொன்னூல் விளக்கம், செந்தமிழ், முத்துவீரியம், அறுவகை இலக்கணம், செய்யுளிலக்கணம் ஆகியன இதன் இலக்கணங்கூறி

வெண்பா வகையுளொன்றாக வகைப்படுத்தியுள்ளன. பாப்பாவினம், பல்சந்தப்பரிமளம், அரங்கன் கவிதை அமுதம் ஆகிய மூன்று யாப்புச் சான்றிலக்கிய நூல்களும் இப்புதுவகைக்குச் சான்றமைத்துள்ளன.

சவலை வெண்பாவிற்குப் பிற்காலத்தில் கூறப்படுகின்ற இலக்கணத்துக்குப் பொருந்துகின்ற வடிவமுடைய பாடலை வீரசோழிய உரையில் (வீ.சோ.கா.127 பெருந்.) பெருந்தேவனார் 'வெண்பாப் போலி' எனும் இலக்கணத்துக்குச் சான்றாகக் காட்டியுள்ளார். சவலை வெண்பாவுக்குப் பலராலும் சான்று காட்டப்பெறும் 'அட்டாலும்' எனத் தொடங்கும் மூதுரைப் பாடலைப் பேராசிரியரும் நச்சினார்க்கினியரும் "வெண்பாட்(டு) ஈற்றடி முச்சீர்த்தாகும்" எனும் தொல்காப்பிய நூற்பாவின் உரையில் (செய்.நூ.72 பேரா., நச்.) வெண்பாவின் நடுவிலும் முச்சீர் வருவதற்கு எடுத்துக்காட்டாக்கியுள்ளனர். பிற்காலத்தில் சவலை வெண்பா எனப் பெயர்தந்து இலக்கணங் கூறப்பட்ட வடிவம், அதற்குமுன் இவ்வாறு உரையாசிரியர்களின் கவனத்திற்கு ஆளாகியதன் விளைவே இலக்கண ஆக்கம் பெற்றமை எனலாம்.

சவலை வெண்பாவுக்கு இலக்கணங்கூறுவதில் இலக்கண நூல்களிடையே இருவகைக் கருத்துகள் உள்ளன. குறள், சிந்தியல், நேரிசை, இன்னிசை, பஃறொடை வெண்பாக்கள் எழுத்து, அசை, சீர் குறைந்தும் எதுகையின்றியும் தொடை வேறுபட்டும் வருவது சவலை வெண்பாவாகும் (இலக்.சூ.நூ.18); இரு குறள்வெண்பா தனிச்சொல்லின்றி இணைந்துவருவது சவலை வெண்பாவாகும் (தொன்னூல் விளக்கம் (தொன்.நூ.222) உள்ளிட்ட பிறநூல்கள்).

இருகுறள் வெண்பாக்கள் தனிச்சொல்லின்றி இணைந்து வருவது சவலை வெண்பா எனக் கூறப்படினும் முதற்குறளின் ஈற்றுச்சீர் ஓரசைச்சீராக அமையாமல் ஈரசை, மூவசைச் சீராகவே அமையும் என்பதைக் காணப்படும் சான்றுப்பாக்களின் வழியாக அறியமுடிகிறது. மேலே காட்டப்பெற்ற இருவகைக் கருத்துகளில் இரண்டாம்வகைக் கருத்தே பல இலக்கண நூல்களாலும் கூறப்பட்டு நடைமுறையில் உள்ளது. சவலை வெண்பாவின் நான்கடிகளும் ஒருவிகற்பத்தால் அமையுமெனச் சிலநூல்கள் (மு.வீ.நூ. 908, செ.இ.ப. 14) குறிப்பிடுகின்றன.

சவலை வெண்பாவின் இலக்கணம் "இடைக்காலத்தில் தோன்றி இடைக்காலத்திலேயே மறைந்தது"[2] என இரா. சம்பத் கூறினும் கடந்த நூற்றாண்டில் இதன் இலக்கணத்தை அறுவகை இலக்கணம், செய்யுளிலக்கணம், முத்துவீரியம் ஆகியன கூறியுள்ளன; இந்நூற்றாண்டில் தோன்றிய இரு யாப்புச் சான்றிலக்கியங்கள் சான்று படைத்துள்ளன.

'முடுகு வெண்பா' எனும் புதிய வெண்பாவகை

நேரிசை வெண்பா யாப்புவடிவத்துக்குள் வண்ணவோசை பயின்றுவரின் அது முடுகு வெண்பா எனப்படும். வண்ணக்குழிப்பு அடிப்படையில் சீர்கள் பின்னிரண்டு அடிகளில் பயின்று வந்தால் 'பின்முடுகு வெண்பா' என்றும், முன்னிரண்டு அடிகளில் பயின்றுவந்தால் 'முன்முடுகு வெண்பா' என்றும், முழுவெண்பாவி லும் பயின்றுவந்தால் 'முழுமுடுகு வெண்பா' என்றும் கூறப்படும்.

பட்டினத்தார் பாடல்கள், தனிப்பாடற்றிரட்டு வெண்பாக்கள் ஆகியவற்றில் இவ்வகை வெண்பாக்கள் இடம்பெற்றுள்ளன. இந்நூற்றாண்டில் பாரதிதாசன் முதலான பாவலர்தம் படைப்பு களிலும் இவை இடம்பெற்றுள்ளன.

நேரிசை வெண்பாவின் பிற்கால வளர்ச்சியான இவ்வகைக்கு அண்மையில் தோன்றிய பாவலர்பண்ணை (1997) மட்டுமே இலக்கணங்கூறியுள்ளது. பாரதிதாசனின் முடுகு வெண்பா வொன்றை எடுத்துக்காட்டி விளக்கும் அவ்விலக்கணம் வருமாறு:

இந்த நேரிசைவெண்பாவின் முன்னிரண்டு அடிகள் வழக்கம்போல் அமைந்துள்ளன. பின்னிரண்டு அடிகளையும் நோக்குங்கள். "தத்தனத்த" என்ற ஒருவகைச் சந்தத்தில் 6 சீர்களும் அமைய இறுதிச்சீர் "தத்த" என்ற சந்தமுடைய உகரவீற்றுச் சீராக அமைந்துள்ளது. பின் இரண்டு அடிகளில் ஒரேவகைச் சந்தச்சீர்கள் அமைந்திருப்பதால் இதுபோல் வரும் பாடலுக்குப் "பின்முடுகு வெண்பா" எனப்பெயர். அச்சீர்களின் சந்தம் தானதத்த, தானதன, தாதந்த, தத்தந்த, தந்ததன என்பன போலப் பலவகையாகவும் அமையலாம். *(பாவலர். ப.85)*

செப்பலோசை பெறும் வெண்பாவில் வண்ணவோசையும் வரப்பெறும் சிறப்புடையது இவ்வகையாகும். வண்ணயாப்பின் செல்வாக்குப் பெருகி வளர்ந்தபோது கழிநெடில் ஆசிரிய விருத்தங்களில் இடம்பெற்றதுபோல் கலிவிருத்தம், கட்டளைக் கலித்துறை முதலியவற்றிலும் செல்வாக்குச் செலுத்தி வண்ணக் கலிவிருத்தம், வண்ணக் கட்டளைக் கலித்துறை முதலிய வகைகளையும் வண்ணயாப்பு உருவாக்கியது. சிந்துப்பாக்களில் குறிப்பாகக் காவடிச் சிந்துப் பாக்களின் இடையில் வண்ண அடிகள் பயின்றன. இவற்றையொப்ப, வண்ணயாப்பு வெண்பாவிற்குள் செல்வாக்குச்செலுத்தி முடுகு வெண்பாக்களைத் தோன்றச்செய்துள்ளது எனலாம். இடைக்காலத்திலிருந்து ஆட்சிபெற்றுவரும் இவ்வகைவெண்பாவிற்கு இந்நூற்றாண்டின் தொடக்கத்தில் தோன்றிய யாப்புச் சான்றிலக்கியமான 'பல்சந்தப்

பரிமளம்’ (திரு.வெள்ளியல், பா. 34,35) சான்றமைத்திருக்கின்றது. முன்முடுகு வெண்பா ஒன்றையும் பின்முடுகு வெண்பா ஒன்றையும் அந்நூல் படைத்தளித்துள்ளது.

முடுகு வெண்பாக்கள் ஆட்சி மிகுந்திருந்த காலத்தில் வெண்பாவின் அடிப்படைப் பண்பாகிய வெண்டளை பயிலுதல் என்பதையே மாற்றும் வகையில் சில முடுகு வெண்பாக்களில் வண்ணயாப்பமைதி இடம்பெற்றமை எண்ணத்தக்கது. அவ்வாறான வெண்பா ஒன்று:

> மையல்கொண் டாளுன்மீது வந்தணைவாய் இப்போதே
> செய்யவள்சேர் திண்புயவி நாயகனே – தொய்யில்
> முலைபசந்து குழலவிழ்ந்து மொழிமறந்து விடவயர்ந்து
> மலைவுகண்டு நிலைகலங்கி மான்

(அரங்கநாதக் கவிராயர் தனிப்பாடல் – 6,
தனிப்பாடற்றிரட்டு)

இப்பாடலின் இறுதியிரண்டு அடிகளில் ‘தனனதந்த’ என்னும் வண்ணக்குழிப்பு வாய்பாட்டில் சீர்கள் அமைந்துள்ளதால் இவ்வடிகளில் வெண்டளை பயிலாதநிலை ஏற்பட்டுள்ளது. இத்தகைய வெண்பாக்கள் யாப்பியலார் கவனத்துக்கு ஆளாக வில்லை.

முடுகு வெண்பாக்களுள் பின்முடுகு வெண்பாக்களே அதிக நிலையில் இலக்கிய ஆட்சி பெற்றுள்ளன. இதனைக் கருத்தில் கொண்டே ‘பாவலர்பண்ணை’ பின்முடுகு வெண்பாவுக்கு மட்டும் இலக்கணங் கூறியுள்ளது போலும்.

வெண்பாயாப்பும் வண்ணயாப்பும் கட்டுப்பாடுகள் மிக்கன; இயற்றக் கடினமானவை. எனினும் கடினமான வெண்பா யாப்பு வடிவத்திற்குள்ளேயே கடினமான வண்ணக்குழிப்படிகளை அமைத்தல் என்னும் புதுமை பின்முடுகு வெண்பாக்களில் இடம்பெற்றுள்ளது. இப்புதுமை யாப்பியலில் குறிப்பிடத்தக்க வளர்ச்சி நிலைகளுள் ஒன்றாகும். இவ்வளர்ச்சி, ‘பாவலர் பண்ணை’யில் மட்டும் இலக்கணப் பதிவு பெற்றுள்ளது.

குறள்வெண்பாவில் வகைமை குறிப்பிடல்

வெண்பாவகையுள் குறுகிய அளவான் அமைவது குறள் வெண்பாவாகும். இதன் வடிவத்தைத் தெளிவாகக் குறிப்பிடும் வகையில் இலக்கணிகள் ‘ஓரடிமுக்கால்’ எனும் பெயரையும் இதற்கு இட்டுள்ளனர் (யா.வி.ப. 232). இரண்டடிகளால் அமையும் குறள்வெண்பா, முதலடி நான்கு சீர்களாலும் இரண்டாமடி மூன்று சீர்களாலும் வரும் என்பது தொன்றுதொட்டு வழங்கிவரும் இலக்கணமாகும்.

வீரமாமுனிவர் திருக்குறளை அடிப்படையாகக் கொண்டு குறள்வெண்பாக்களை ஆராய்ந்து குறள்வெண்பாவினைப் பின்வருமாறு மூவகைப்படுத்திக் (செந்.பக்.130,131) காட்டுகின்றார்.

(1) எதுகையொத்த, முதலடி நாற்சீர் – இரண்டாமடி முச்சீர் எனும் அமைப்பு:

கண்ணுடைய ரென்பவர் கற்றோர் முகத்திரண்டு
புண்ணுடையர் கல்லா தவர்.

(திருக்குறள், 393)

(2) எதுகை பெறாத, முதலடி நாற்சீர் – இரண்டாமடி முச்சீர் எனும் அமைப்பு :

நீரின் றமையா துலகெனின் யார்யார்க்கும்
வானின் றமையா தொழுக்கு.

(திருக்குறள், 20)

(3) எதுகையொத்த, முதலடி **முச்சீர்**, இரண்டாமடி **நாற்சீர்** எனும் அமைப்பு:

மனத்துக்கண் மாசில னாதல்
அனைத்தறன் ஆகுல நீர பிற.

(திருக்குறள், 34)

மனத்தானா மாந்தர்க் குணர்ச்சி
யினத்தானா மின்னா னெனப்படுஞ் சொல்.

(திருக்குறள், 453)

தமிழ்யாப்பில் 'அடி'யைத் தீர்மானிப்பதில் எதுகை என்பது இன்றியமையாத் தலைமை உறுப்பாகும். எதுகையொத்தல் என்பதை அளவுகோலாய்க் கொண்டு வீரமாமுனிவர், 'குறள் வெண்பா அரிதாக முதலடி முச்சீர், இரண்டாமடி நாற்சீர் பெறும்' (செந்.ப.131) எனக் கூறியுள்ளமை குறள்வெண்பா இலக்கண வரலாற்றில் குறிப்பிடத்தக்க கருத்தாக்கமாகும்.

இதே கருத்தினைத் தி. முருகரத்தினம், குறள்வெண்பா முதலடி – நாற்சீர், இரண்டாமடி – முச்சீர் எனும் அமைப்பையும் முதலடி – முச்சீர், இரண்டாமடி – நாற்சீர் எனும் அமைப்பையும் பெறுமெனக் கூறியதை எடுத்துக்காட்டும் இரா. சம்பத், இக்கருத்து பொருத்தமுடையதாக அமையவில்லை என்கிறார்.[3] தி. முருகரத்தினத்தின் கருத்துக்கு முன்னரே வீரமாமுனிவர் கூறியுள்ளமை அவர் பார்வையிற் படவில்லைபோலும். குறள்வெண்பா அமைப்பு இவ்வாறு மூவகை நிலையில் இலக்கணங்கூற இடமளிப்பதை வீரமாமுனிவர் காட்டியுள்ளமை குறிப்பிடத்தக்கதாகும்.

தமிழில் யாப்பிலக்கணம் வரலாறும் வளர்ச்சியும்

எதுகையொத்தலை அளவுகோலாகக் கொண்டு பாக்களை இவ்வாறு நோக்கி மயங்க வாய்ப்பிருப்பதைத் தொல்காப்பியப் பேராசிரியர் உரையின் பின்வரும் பகுதியால் அறியலாம்.

> ஆசிரியத்துள் எண்சீர் தொடர்ந்தும் பாச் சென்றவழி அதற்கு வருமெனப்பட்ட முச்சீரடியும் ஐஞ்சீரடியுமாகாது நாற்சீரடி இரண்டென்று அறிதற்குக் கருவி தூக்கென்பது கொள்க; அல்லாக்கால்,
>
> 'உள்ளார் கொல்லோ தோழி முள்ளுடை
> யலங்குலை யீந்தின் சிலம்பிபொதி செங்காய்'
>
> (ஐங்குறுநூறு)
>
> என்றவழி, 'உள்ளார்', 'முள்ளுடை' என்பன அடி யெதுகையாக முச்சீரடியும் ஐஞ்சீரடியுமெனக் கொண்டு மயக்கமாமென்பது.
>
> (செய்.நூ.87 பேரா.)

தூக்கு என்னும் கருவிகொண்டு நோக்காது அடியெதுகை பற்றியே வீரமாமுனிவர் நோக்கியதன் விளைவே குறள் வெண்பாவில் முச்சீரடியும் நாற்சீரடியும் எனும் வகைமைகொண்டு மயக்கமுற்றமை எனலாம். நான்காம் சீரில் அமைந்த எதுகையைச் சீர் எதுகையாக – ஒரூஉ எதுகையாகக் கொள்ளாமல் அடியெதுகை யாக்கிக் கொண்டமை ஏற்புடைத்தன்று. எனினும் அயல்மொழி வாணரான இலக்கணி தமிழ் யாப்பைக் கண்டு காட்டிய இப்புதுப்பார்வை யாப்பிலக்கண வரலாற்றில் குறிப்பிடத்தக்கது.

நாலடி வெண்பா – புதிய வகைமை

வெண்பாவைக் குறள் வெண்பா, சிந்தியல் வெண்பா, நேரிசை வெண்பா, இன்னிசை வெண்பா, பஃறொடை வெண்பா எனப் பெரும்பாலான நூல்கள் வகைப்படுத்துகின்றன. குறள் வெண்பா தவிர்ந்த ஏனைய வெண்பாக்களில் நேரிசை, இன்னிசை உட்பிரிவுகள் இருக்கும்போது, நாலடி வெண்பாவை மட்டும் பொதுப்பெயரால் குறிக்காமல் உட்பிரிவுப் பெயர்களால் வெண்பா வகைகளாகக் கூறுதல் பொருத்தமாக இல்லையென 'யாப்பொளி' குறிப்பிட்டுப் புதிய வகைமை காட்டுகின்றது.

வெண்பா வகைகளாகக் குறிக்கப்பெறும் நேரிசை வெண்பா, இன்னிசை வெண்பா என்பவற்றை உட்பிரிவுகளாகவும், 'நாலடி வெண்பா' என்னும் பெயரை அவற்றுக்கான பொதுவகைப் பெயராகவும் 'யாப்பொளி' கூறுகின்றது (யாப்.செய்யுளியல், நூ.44). குறள் வெண்பா, சிந்தியல் வெண்பா, நாலடி வெண்பா,

பல்லடி வெண்பா என்று வெண்பாவை 'யாப்பொளி' வகைப்படுத்துகின்றது (யாப்.செய்யுளியல், நூ.32).

> குறள் வெண்பா, சிந்தியல் வெண்பா, நேரிசை வெண்பா, இன்னிசை வெண்பா, பஃறொடை வெண்பாவென முன்னோர் ஐந்து வகையாய்ப் பிரித்துள்ளனர். ஈரடியாகிய குறள்வெண்பா தவிர்ந்த மற்றைய வெண்பாக்கள் எல்லாவற்றிலும் இன்னிசை, நேரிசையென உட்பிரிவுகளிருக்க, நாலடி வெண்பாவை மட்டும் அவ்வுட்பிரிவுகளுடன் குறித்து ஐந்து வகை என்று எழுதுவது தவறு. ஏழு வகையெனக் குறிப்பிட்டிருக்க வேண்டும். அல்லது நாம் கூறியமுறையில் நான்கெனக் கூறி உட்பிரிவுகளைக் காண்பித்திருக்க வேண்டும். வெண்பா என்ற பெயர் எல்லாவற்றிற்கும் பொதுவாயிருக்க நான்கடி வெண்பாவுக்கு மட்டும் சிறப்புப் பெயராய் இருத்தல் இன்றியமையாததன்று. ஆதலின் நாலடி வெண்பா வென்றே குறித்தோம்.
>
> (யாப்.செய்யுளியல், நூ.32 உரை)

என்று வெண்பாவின் வகைப்பெயர்களில் உள்ள இயைபற்ற பொருத்தமற்ற தன்மையையும் புதிய வகைப்பாட்டையும் யாப்பொளி ஆசிரியர் எடுத்துரைக்கின்றார்.

இவ்வாறு இலக்கண நூலொன்று முதன்முறையாய் வகுத்துக் கூறியிருப்பினும், இளம்பூரணர் உரையில், "நான்கடியான் வருவன சமநிலை வெண்பாவெனப்படும். அவற்றுள் இரண்டாமடியின் இறுதிக்கண் ஒரூஉத் தொடை பெற்று வருவனவற்றை நேரிசை வெண்பா எனவும், ஒரூஉத் தொடை பெறாது வருவனவற்றை இன்னிசைவெண்பா எனவும் வழங்கப்படும்" (செய்.நூ.114 இளம்.) எனக் குறிப்பிடப்பட்டிருப்பதும், பேராசிரியர் உரையில் "நான்கடியான் வருவன அளவியல் வெண்பா" (செய்.நூ.118 பேரா.) எனக் குறிப்பிடப்பட்டிருப்பதும் இக்கருத்தை முன்னரே உரைகள் கொண்டுள்ளமையைக் காட்டுகின்றன.

பஃறொடை வெண்பா புதுப்பெயர் பெறல்

வெண்பா வகைகளுள் இவ்வெண்பா மட்டும் 'தொடை' எனும் பெயரிணைப்பைப் பெற்றுள்ளது. இதனை 'யாப்பொளி' குறிப்பிட்டு அடி அடிப்படையில் 'பல்லடி வெண்பா' எனும் புதுப்பெயரைப் படைத்துள்ளது.

யாப்பொளி, "குறளை ஒருதொடை வெண்பாவென்றும், சிந்தியலை இருதொடை வெண்பாவென்றும், நாலடிவெண்பாவை முத்தொடை வெண்பாவென்றும் கூறுவது வழக்கிலில்லை" (யாப்.

செய்யுளியல், நூ.47 உரை) என்றும், "தொடைநிலையைக் கொண்டு பஃறொடை வெண்பாவெனக் கூறுதல் பகுத்தறிவிற் கியைந்த தன்றென நினைக்கிறோம்" (யாப். செய்யுளியல், நூ. 32 உரை) என்றும் கூறிப் 'பஃறொடை வெண்பா'விற்குப் 'பல்லடி வெண்பா' எனும் பெயரைப் படைத்துள்ளது. பஃறொடை வெண்பா எனும் பெயரில் தொடை எனும் ஆட்சி அமைந்திருப்பினும் நான்குக்கு மேற்பட்ட பல அடிகளால் அமைவது எனும் பொருள்வரையறைபெற்று அது நிலைபெற்றுவிட்டதால் புதிய பெயரீட்டுக்கான தேவை எழவில்லை; புதுப்பெயரீடு குழப்பதையே ஏற்படுத்தும்.

பஃறொடை வெண்பாவுக்கு அடிப்பெருமை

பஃறொடை வெண்பாவுக்கு அடிப்பெருமை கூறுவதில் காரிகை வரை இருவகையான கருத்துகள் நிலவியமை போலவே காரிகைக்குப் பின்னும் இருவகையான கருத்துகள் நிலவுகின்றன.

சிதம்பரப் பாட்டியல் (சி.பா.நூ. 7), யாப்பொளி (யாப். செய்யுளியல், நூ. 47 உரை), கவிஞராக (கவிஞ.ப. 186), கவி பாடலாம் (கவி.ப. 73), எளிதாகப்பாடலாம் (எளி.பா.ப. 71), தென்னூல் (தெ.நூ. 394) ஆகியன பஃறொடை வெண்பாவுக்கு அடிப்பெருமை பன்னீரடி என்று குறிப்பிடுகின்றன. 'செய்யுளிலக்கணம்' (செ.இ.ப. 14), யாப்புநூல் (யாப்பு.நூ. 116) ஆகியன ஏழடி எனக் கூறுகின்றன.

பன்னீரடி எனக் கூறும் இலக்கணநூல்கள், தொல்காப்பியம் நெடுவெண்பாட்டுக்குப் பன்னீரடி மேலெல்லை எனக் கூறிய இலக்கணத்தையும், ஏழடி எனக் கூறும் இலக்கண நூல்கள் 'சங்க யாப்பு' கூறிய இலக்கணத்தையும் பின்பற்றுகின்றன.

பஃறொடை வெண்பாவின் அடிப்பெருமையைப் பன்னீரடி எனக் கொள்ளும் போக்கே மேலோங்கியுள்ளமையைப் பெரும்பாலான நூல்கள் காட்டுகின்றன. பிற்கால நூல்களும் பின்பற்றுகின்ற தொல்காப்பிய யாப்புக் கூறுகளுள் ஒன்றாகப் பஃறொடை வெண்பாவுக்கு அடிப்பெருமை பன்னீரடி எனக் கொள்ளுதல் அமைந்துள்ளது.

பரிபாடல் இலக்கணம் – புத்துயிர் பெறல்

தொல்காப்பியம், பரிபாடலை வெண்பா யாப்பினதாக வகைப்படுத்திப் பரிபாடல் இலக்கணத்தை விரிவாகப் பேசுகின்றது. எனினும் பெரும்பாலான பிற்கால நூல்கள் இவ்வடிவங் குறித்துப் பேசவில்லை. வழக்கு வீழ்ந்ததாகக் கருதப்பட்ட இவ்விலக்கணத்திற்குக் காரிகைக்குப் பிந்தைய காலத்தில் பதினாறாம் நூற்றாண்டில் தோன்றிய 'பாப்பாவினம்'

எனும் நூலும் (பாப்.பரிபாடல், 1–5), இந்நூற்றாண்டில் தோன்றிய 'தென்னூல்' (தெ.நூ. 465) எனும் இலக்கணநூலும் புதுவாழ்வினை வழங்கியுள்ளன. 'பாப்பாவினம்' பரிபாடலுக்குத் தொல்காப்பியம் கூறிய இலக்கணத்தோடு ஐந்துறுப்புக் கூறும் அகத்திய நூற்பாவின் இலக்கணத்தையும் பின்பற்றியுள்ளது (பாப்.பரிபாடல், 1–5 குறிப்.). இந்நூல்களில் இவ்வடிவம் மீண்டும் இடம்பெற்றமை, தொல்காப்பிய யாப்பு வடிவத்திற்குப் புத்துயிரளிக்கும் ஒரு மறுமலர்ச்சிப் போக்கினைக் காட்டுகின்றது.

ஆசிரியப்பா இலக்கண வளர்ச்சி

பா வகைகளுள் ஆசிரியப்பாவையே முதலில் வைத்துத் தொல்காப்பியம் பேசும். "ஆசிரியம் என்பது பூர்வீகப் பாடல்களின் வளர்ச்சியாய்த் தமிழ்ப் பாவகைகளின் மூலப்பாவாக அமைகின்றது என்று கூறலாம்"[4] என்பார் அ. சண்முகதாஸ். இத்தகவுறு ஆசிரியப்பாவின் வகையிலக்கணம் காரிகைக்குப் பின்னர்க் குறிப்பிடத்தக்க வளர்ச்சிகளை அடைந்துள்ளது. ஆசிரியத்தின் வகைகளைச் சீரமைக்கும் முயற்சி நிகழ்ந்துள்ளது. புதிய வகைகள் கொள்ளப்பட்டுள்ளன. ஆசிரியப்பாவின் அடிப்பெருமை குறித்துப் புதிய இலக்கண வரையறை கூறப்பட்டுள்ளது.

ஆசிரியப்பா வகைகளை மூன்றாக வரையறுத்தல்

ஆசிரியப்பா நால்வகைப்படுமெனும் வரையறையைக் காரிகைக்கு நெடுங்காலம் பின்பு, இருபதாம் நூற்றாண்டில் தோன்றிய 'யாப்பொளி' மாற்றியமைத்து, ஆசிரியப்பா மண்டல ஆசிரியம், நேரிசை ஆசிரியம், இணைக்குறள் ஆசிரியம் என மூவகைப்படும் (யாப்.செய்யுளியல், நூ.21) என்று புதிய வரையறை செய்துள்ளது. 'யாப்பொளி', 'மண்டிலம்', 'நிலைமண்டில ஆசிரியப்பா', 'அடிமறிமண்டில ஆசிரியப்பா' எனும் வகைப்பெயர் களை 'மண்டலம்', 'நிலைமண்டல ஆசிரியப்பா', 'அடிமறி மண்டல ஆசிரியப்பா' என்றே குறிக்கின்றது (யாப்.செய்யுளியல், நூ. 23.).

பாடலடிகள் அனைத்தும் அளவடிகளாக வருதலை மண்டல ஆசிரியப்பாவின் பொதுவிலக்கணமாகக் கூறி, முன்னிலக்கண நூல்கள் ஆசிரியப்பா வகைகளாகக் குறிப்பிடும் நிலைமண்டிலம், அடிமறி மண்டிலம் ஆகியவற்றை மண்டல ஆசிரியப்பாவின் உட்பிரிவுகளாக 'யாப்பொளி' (யாப்.செய்யுளியல், நூ.23) மாற்றியமைக்கின்றது.

இப்புதிய வகைமைக்கான காரணத்தை யாப்பொளி யாசிரியர்,

இடையூறு இல்லாத நாற்சீரடிகளால் வருவதால் மண்டலவாசிரியப்பாக்கள் முதலிலும், ஈற்றயலடி முச்சீராய் அமையவருதலெனும் ஒருசிறு இடையூறு நிகழ்தலின் நேரிசை யாசிரியப்பாவை இரண்டாவதாகவும், இடையிற் பலவடிகள் சீர்குறைந்து வருதலின் இணைக்குறளாசிரியப்பாவை முடிவிலும் வைத்து வழங்குதல் முறை. மண்டலப்பாக்கள் இரண்டும் பொதுவிலக்கணத்தால் ஒன்றுபடுதலான் மூவகையாசிரியப்பா வென்று முதலில் வகுத்துக்கொண்ட பிறகே மண்டலவாசிரியப்பாவின் உட்பிரிவுகளைக் கூறல் முறை

(யாப்.செய்யுளியல், நூ.21 உரை)

என்று குறிப்பிட்டுள்ளார்.

இவ்வகைப்பாட்டினைப் பொதுவான சீர்மை நோக்கில் தோன்றியது எனலாம். நிலைமண்டிலமும் அடிமறிமண்டிலமும் வடிவநோக்கில் ஒன்றேயாதல் கருதி, அவற்றை ஒரு பொது வகையின் இரு உட்பிரிவுகளாக்கியுள்ளமை குறிப்பிடத்தக்கது.

ஆசிரியப்பாவினை வேறொருவகையில் 'யாப்புநூல்' மூவகைப்படுமென வரையறுக்கின்றது. அடிமறிமண்டில வகை பொருள்கோள் முறையால் வேறுபடுதலன்றி வடிவ அமைதியால் நிலைமண்டிலத்திலிருந்து வேறுபடாமை நோக்கி, ஆசிரியப்பா நேரிசை, நிலைமண்டிலம், இணைக்குறள் என மூவகைப்படும் என்று வரையறுக்கின்றது. அடிமறிமண்டிலம் எனும் தனிவகையைத் தவிர்க்கக் கூறுகின்றது (யாப்பு.நூ.68 உரை).

'யாப்பொளி'யும் 'யாப்புநூலு'ம் ஆசிரியப்பா மூவகைப் படுமென்பதிலும் நிலைமண்டிலமும் அடிமறிமண்டிலமும் வடிவ அமைப்பில் ஒரு தன்மைத்தே எனக் குறிப்பிடுவதிலும் ஒத்த போக்கினைக் கொண்டு ஆசிரியப்பா வகையிலக்கணத்தில் ஒரு வளர்ச்சி நிலையைக் காட்டுகின்றன.

மருட்பாவை ஆசிரியப்பாவின் வகையாக்கல்

நால்வகைப்பாவுள் அடங்காத தனிப்பா வகையாகத் தொல்காப்பியத்தாலும் பின்னூல்களாலும் கூறப்படுகின்ற மருட்பாவைச் 'சுவாமிநாதம்' (சுவாமி.நூ.158), முதன்முறையாக ஆசிரியப்பாவின் வகைகளுள் ஒன்றாகக் கூறியுள்ளமை யாப்பியல் வரலாற்றில் குறிப்பிடத்தக்கதாகும்.

அகவலடிகளை ஈற்றுப் பகுதியாக மருட்பா கொண்டுள்ளமை கருதி மருட்பாவை ஆசிரியப்பாவின் வகையாக இந்நூல் கூறியுள்ளது எனலாம். கலிப்பா, வஞ்சிப்பாக்களும் ஆசிரிய

அடிகளையே ஈற்றுப் பகுதியாகக் கொண்டிருப்பினும் அவை தனிப்பெரும் வகைகளாக வளர்ச்சி பெற்று விளங்க, மருட்பா அவ்வாறு வளர்ச்சி பெறாது பாவகைகளுள் தனித்து ஒதுங்கியிருப்பதால் அதனைச் 'சுவாமிநாதம்' அகவலின் ஒரு வகையாக்கியுள்ளது என்று தோன்றுகின்றது. இவ்வாறு வகைப்படுத்தியமைக்கு நூலுள் காரணமெதுவும் குறிப்பிடப் பெறவில்லை.

நூற்பா அகவலை ஆசிரியப்பாவின் வகையாக்கல்

நூற்பா யாப்பு என்பது தொல்காப்பியம் குறிப்பிடும் சூத்திர இலக்கணமேயாகும். எனினும் அச்சூத்திர இலக்கணத்துள் அகவல் இயல்பு சூத்திர யாப்பில் அமைந்துள்ளது எனும் குறிப்போ, நூற்பா, அகவல் எனும் சொல்லாட்சிகளோ இடம்பெறவில்லை. கலம், காரிகை ஆகியவற்றிலும் சூத்திரயாப்பு, நூற்பா, அகவல் பற்றிக் குறிப்பெதுவும் இல்லை. ஆனால் கலத்தின் விருத்தியுரையில் முதன்முதலில் 'நூற்பா அகவல்' எனும் ஆட்சியும் இலக்கணமும் இடம்பெற்றுள்ளன.

இலக்கணப் பொருண்மையில் நாற்சீர் ஓரடியானும் பலவடியானும் 'நூற்பா அகவல்' அமையுமெனச் சிதம்பரப் பாட்டியல் (சி.பா.நூ.15) கூறுகின்றது. அதன் உரை "நூற்பா அகவல் யாப்புற்றுணரின் ஆசிரியத்துள் ஆகுமென்ப" எனும் மேற்கோள் நூற்பாவழி (சி.பா.நூ.15 உரை) நூற்பா அகவலை ஆசிரியத்துள் அடக்கிக் காட்டுகின்றது. அறுவகை இலக்கணம் 'சூத்திரப்பா' எனச் சுட்டி, அதன் இலக்கணத்தை ஓரடியாலும் பலவடியாலும் அமையும், அடிகள் நாலசைச் சீர் இரண்டைப்பெறும், சில அடிகள் ஐந்தசைச் சீர்களையும் பெறும் எனக் கூறுகின்றது (அறு.நூ.402). மேலும் பிற நூலார் ஈரசை, மூவசைச் சீர்கள் பயிலும் அடிகளைக் கொண்டது சூத்திரப்பா என்பர் என்றும் கூறுகின்றது (அறு.நூ.403).

'யாப்புநூல்', நூற்பா யாப்பு அகவலுக்கு நிகரானது என்றும், ஓரடியானும் வரும் பாவாக நூற்பா அமைந்துள்ளது என்றும் (யாப்பு.நூ.120) குறிப்பிடுகின்றது. இரா. சம்பத், "சிதம்பரப் பாட்டியலார் முதன்முதலில் நூற்பாவை ஆசிரியப்பாவின் வகையுள் ஒன்றாக ஒழிபியலுள் சுட்டினார்"[5] என்று குறிப்பிடுகின்றார். ஆனால் அதற்குப் பல நூற்றாண்டுகளுக்கு முற்பட்ட கலத்தின் விருத்தியுரையிலும் திவாகர நிகண்டிலும் (திவா.நூ.1838) நூற்பா அகவல் குறிப்பிடப்படுவதோடு, விருத்தியுரையில் (யா.வி.ப.285) ஆசிரியப்பாவின் வகையாகவும் காட்டப்படுவது நூற்பா அகவல் இலக்கணத்தின் தொன்மையையும் ஆய்வாளரின் கருத்துச் சரியன்று என்பதையும் புலப்படுத்துகின்றன. மேலும் அவர்,

சிதம்பரப் பாட்டியல், சுவாமிநாதம் ஆகிய இரண்டும் நூற்பா இலக்கணத்தைக் கூறுவதைக் குறிப்பிட்டுவிட்டுப் "பிற்கால யாப்பிலக்கணத்தார் நூற்பா குறித்து ஏதும் கூறாது சென்றனர்"[6] என்கின்றார். ஆனால் பிற்கால யாப்பிலக்கணங்களான அறுவகை இலக்கணம் (அறு.நூ.402), செய்யுளிலக்கணம் (செ.இ.ப.36), கவிஞராக (கவிஞ.ப.239), யாப்புநூல் (யாப்பு.நூ.120), தென்னூல் (தெ.நூ.560) ஆகியன நூற்பா இலக்கணத்தைக் குறிப்பிடுகின்றன.

பல்காயம், இலக்கண விளக்கம் ஆகியன ஓரடியாலும் பா அமையுமென இலக்கணங் கூறியமையும், அவிநயம், சுவாமிநாதம் ஆகியன அகவற்பாவுக்கு ஓரடிச் சிறுமை கூறியமையும், நூற்பா ஓரடியாலும் அமையுமென இலக்கணங் கூறப்படுகின்றமையும் இணைத்தெண்ணத்தக்கன.

நூற்பா இருசீரடி ஒன்றுகொண்டும் அமைவதைத் 'தொடையதிகாரம்' (தொடை.ப.107) காட்டுகின்றது. இலக்கண நூல்களில் நூற்பாக்கள் இருசீரடி ஒன்றுகொண்டும் அமைந் துள்ளன. இலக்கண நூல்களில் இடம்பெற்ற நூற்பாயாப்பின் இந்த அமைதியே பின்னர் 'ஆத்திசூடி' இலக்கிய அமைதியாகவும் களமாற்றம் கண்டுள்ளது. நாற்சீர் ஓரடியால் அமையும் நூற்பாயாப்பின் அமைதியே 'கொன்றைவேந்தன்' முதலிய இலக்கிய நூலின் பாவமைதியாகவும் இடமாற்றம் எய்தியுள்ளது.

ஆசிரியப்பாவுக்குப் புதிய அடிப்பெருமை கூறல்

ஆசிரியப்பாவுக்கு அடிப்பெருமை ஆயிரம் அடியாகும் எனத் தொல்காப்பியம் இலக்கணம் வகுத்துள்ளது. காரிகை பாக்களின் அடி மேலெல்லையை 'உரைப்போர் உள்ளக் கருத்தின் அளவே' என்று படைப்பாளிக்கு உரிமையளித்துள்ளது. இலக்கியம் கண்டதற்கு இலக்கணம் இயம்பலாக இந்நூற்றாண்டு வரை தோன்றியுள்ள ஆசிரியப்பாக்களை நோக்கி 'யாப்புநூல்', ஆசிரியப்பாவின் அடிப்பெருமை இரண்டாயிரம் அடி எனப் புத்திலக்கணம் வகுத்துள்ளது (யாப்பு.நூ.32).

புத்திலக்கணம் வகுத்தமைக்கு யாப்புநூல், "அருட்பா அகவல் ஆயிரத்து எண்ணூற்று எச்சம்அடி நிலைமண்டிலமாய் வருதலின் இரண்டாயிரம், பாடல் பேரெல்லையாயிற்று" (யாப்பு.நூ.32 விரிவுரை) என்று காரணங்கூறுகின்றது. இலக்கிய ஆட்சி நோக்கியமைந்த இலக்கண வளர்ச்சி இது.

கலிப்பா இலக்கண வளர்ச்சி

கலிப்பாவை இன்னிசை நிரம்பிய வடிவம் என்பர்.[7] இக்கலிப்பாவின் இலக்கணத்தில் குறிப்பிடத்தக்க வளர்ச்சிகள்

ஏற்பட்டுள்ளன. எழுத்தெண்ணிக்கை ஒத்து அமையும் புதிய கலிப்பாவகை தோன்றி இலக்கணம் பெற்றுள்ளமையும், தனக்குரிய கலித்தளையைத் துறந்து வெண்பாவுக்குரிய வெண்டளையைப் பெரிதும் பெறுவனவாய்ச் சில கலிப்பா வகைகள் மாற்றமடைந்து இலக்கணம் பெற்றுள்ளமையும், இலக்கண வழக்கு வீழ்ந்த தொன்மையான கலிப்பா வகையிலக்கணம் மீண்டும் இடம்பெறுவதையும் காரிகைக்குப் பிந்தைய வரலாறு காட்டுகின்றது.

கலிப்பாவின் புதிய வகை: கட்டளைக் கலிப்பா

காரிகை வரையிலான வரலாற்றில் இடம்பெறாத பாவகைகளுள் ஒன்று 'கட்டளைக் கலிப்பா'. காரிகைக்குப் பிந்தைய காலத்தில் இலக்கணச் சூடாமணி, தொன்னூல் விளக்கம், அறுவகை இலக்கணம், செய்யுளிலக்கணம், யாப்பதிகாரம், கவிஞூராக, கவிபாடலாம், யாப்புநூல், எளிதாகப் பாடலாம், தென்னூல், பாவலர் பண்ணை ஆகியன இவ்வடிவத்தின் இலக்கணத்தைக் கூறுகின்றன. ஏறத்தாழப் பதினேழாம் நூற்றாண்டிலிருந்து கட்டளைக் கலிப்பாவுக்கு இலக்கணங்கூறும் முயற்சிகள் நிகழ்ந்துள்ளன.

தொன்னூல் விளக்கம், செய்யுளிலக்கணம், கவிஞூராக ஆகியன கட்டளைக் கலிப்பாவைக் கலிப்பா வகைகளுள் ஒன்றாக வைத்துள்ளன. இலக்கணச் சூடாமணி இதனைக் கலிப்பாவின் இனங்களுள் வைத்து இலக்கணங்கூறுகின்றது. பிறநூல்கள் இது வகையா, இனமா என்பதைத் தெளிவுபடுத்தவில்லை. 'செய்யுளிலக்கணம்', முதன்முதலில் தெளிவாகக் கட்டளைக் கலிப்பாவை "இது ஒத்தாழிசைக் கலிப்பா, வெண்கலிப்பா, கொச்சகக்கலிப்பா, கட்டளைக்கலிப்பா என நான்காம்" (செ.இ.ப.23) எனக் கலிப்பா வகையாக வரையறுக்கின்றது. 'கவிஞூராக' நூலும் (கவிஞ.ப.221) இதேபோல் கலிப்பா வகையாக வரையறுக்கின்றது. யாப்புச் சான்றிலக்கியமான 'பல்சந்தப் பரிமளமு'ம் கலிப்பா வகையாகவே (திரு. கலியியல், பா.28) கட்டளைக் கலிப்பாவைக் கொண்டுள்ளது.

பாடலின் தொடக்க அசையின் அடிப்படையில் நேரசைக் கட்டளைக் கலிப்பா, நிரையசைக் கட்டளைக் கலிப்பா எனும் இருவகைகளைச் 'செய்யுளிலக்கணம்' (செ.இ.ப.30), 'கவிஞூராக' (கவிஞ.பக்.228,229) ஆகியன கூறுகின்றன. இலக்கணச் சூடாமணி, கட்டளைக் கலிப்பாவின் முதன்மைப் பண்பாகிய நேர்–11, நிரை–12 எனும் எழுத்தெண்ணிக்கை இலக்கணத்தைக் கூறாமல் அடிதோறும் எண்சீர் அமைதல்; ஆசிரியச் சீர் பயிலல் ஆகிய இலக்கணங்களையே கூறியுள்ளது (இலக். சூ. நூ. 39). தொன்னூல் விளக்கம், நான்கடி பெறல்; எழுத்தெண்ணிக்கை

ஒத்தல்; அரையடிதோறும் சீர் அமைப்பு மா கூவிளம் கூவிளம் கூவிளம் என வரல் ஆகிய இலக்கணங்களைக் கூறுகின்றது (தொன். நூ. 236). கலிவிருத்தவகை இரட்டித்துக் கட்டளைக் கலிப்பா ஆகும் என அறுவகை இலக்கணமும் (அறு.நூ.439), 'விருத்தப்பாவியலு'ரையும் (வி.பா.ஐந்தாம் படலம், நூ.3 உரை) கூறுகின்றன. செய்யுளிலக்கணம் அரையடிதோறும் முதற்சீர் மாச்சீராக வருதல்; எழுத்தெண்ணிக்கையமைதி ஆகியவற்றைக் (செ.இ.ப.30) கூறுகின்றது. 'யாப்பதிகாரம்' (யாப்பதி.ப.85), 'கவிபாடலாம்' (கவி.ப.173) ஆகியன இதனை அடியொற்றுகின்றன. கவிஞராக எழுத்தெண்ணிக்கையமைதி; மா விளம் விளம் விளம் எனும் சீரமைதி ஆகியவற்றைக் கூறுகின்றது (கவிஞ.ப.228). 'யாப்புநூல்' மட்டும் கட்டளைக் கலிப்பாவைக் 'கட்டளைவிருத்தம்' என்று குறிப்பிட்டு முன் கூறப்பட்ட இலக்கணங்களோடு வெண்டளை பெறும் பண்பையும் சேர்த்துக் கூறுகின்றது (யாப்பு.நூ.128). முதற்சீரை அடுத்த சீர் நேர் அசையில் தொடங்குமென்றும் கூறுகின்றது.

கட்டளைக்கலிப்பாவின் முழுமையிலக்கணமெனக் குறிப்பிட்டு 'யாப்புநூல்',

> நேர்நேர் என்னும் இரண்டசையால் அமைந்த சீரோடு தொடங்கும் நாற்சீர் ஓரடியில் பதினோரெழுத்து அமையும். நிரைநேர் என்று தொடங்கின், பன்னிரண்டெழுத்தாகும். முதற்சீர்க்கு அடுத்து வருஞ்சீர் நேர் என்றே தொடக்கம் ஆவதும், பிற முச்சீர்கள் ஈரசை முரண்தளை பெற்று மேவுதலும், அமைப்பாகச் சொல்வது முழுமையான இலக்கணமாகும்
>
> (யாப்பு.நூ.128 பொருளுரை)

என்று குறிப்பிடுவது மனங்கொள்ளத்தக்கது. 'யாப்புநூல்' கூறும் இலக்கணத்தை 'எளிதாகப் பாடலாம்' அடியொற்றுகின்றது (எளி.பா.பக்.117,118). தென்னூல், முன்னிலக்கணங்களோடு ஒருசீரில் இரண்டுமுதல் நான்கெழுத்துவரை அமையுமெனும் இலக்கணத்தையும் சேர்த்துக் கூறுகின்றது (தெ.நூ.449).

கட்டளைக் கலிப்பாவின் இலக்கணம் படிப்படியே பெற்றுள்ள வளர்ச்சிகளைப் பின்வருமாறு தொகுத்துக் காணலாம்:

1) கட்டளைக்கலிப்பாவைக் கலிப்பா வகையாகச் சில நூல்களும் இனமாக ஒரு நூலும் கூறல்.

2) அடிகளின் தொடக்க அசையின் அடிப்படையில் நேரசைக் கட்டளைக்கலிப்பா, நிரையசைக் கட்டளைக் கலிப்பா என வகைப்படுத்தல்.

3) நேரசையில் தொடங்கும் அரையடி 11 எழுத்து, நிரையசையில் தொடங்கும் அரையடி 12 எழுத்துப் பெறும் எனும் வரையறை கூறல்.

4) அரையடிதோறும் முதற்சீர்க்கு அடுத்தசீர் நேரசையில் தொடங்குமென்றும் (நேரொன்றாசிரியத்தளை) பிறசீர்கள் இயற்சீர் வெண்டளை பெறுமென்றும் கூறல்.

5) 'மா கூவிளம் கூவிளம் கூவிளம்' எனும் வாய்பாட்டமைப்பில் சீர்கள் அமையுமெனல்.

6) ஆசிரியச்சீர்களே (ஈரசைச் சீர்கள்) பெறும் எனல்.

7) அடிதோறும் எண்சீர் பயிலும் எனல்.

8) ஒருவகைக் கலிவிருத்தம் இரட்டித்துக் கட்டளைக் கலிப்பா ஆகும் எனல்.

9) முதற்சீர் மாச்சீர் பெறும் எனல்.

10) ஒரு சீரில் இரண்டு முதல் நான்கெழுத்துவரை அமையும் எனல்.

இவ்வாறு கட்டளைக் கலிப்பா இலக்கண வளர்ச்சி கண்டிருப்பினும், கலிப்பா வகையாக இதனைச் சில நூல்கள் வகைப்படுத்தல் பொருத்தமானதா என்பது மேலாய்வுக்குரியது. ஆசிரியவிருத்தம் போல் உள்ள இதன் அமைப்பு எண்ணத்தக்கது. பாவினத்தில் சேர்க்காமல் பெயரொப்புமை மட்டும் கருதிக் கலிப்பா வகையாக்குதல் சிந்திக்கத்தக்கது. 'யாப்புநூல்' இதனைக் 'கட்டளை விருத்தம்' எனத் தனிவகைப்படுத்துவது சிறப்பானதாகத் தோன்றுகிறது.

இக்கட்டளைக் கலிப்பா வகையோடு, நேர்–10, நிரை–11 என அரையடிகள் எழுத்தெண்ணிக்கை பெறுவதாகவும், நேர்–12 நிரை–13 என அரையடிகள் எழுத்தெண்ணிக்கை பெறுவதாகவும், மேலும் சில கட்டளைக்கலிப்பா வகைகள் இலக்கியங்களில் காணப்படுகின்றன. கட்டளைக்கலிப்பாப் போல இவையும் எண்சீர் விருத்த அமைப்பில் உள்ளன. இலக்கண நூல்களில் பேசப்படாத இவ்வகைகள் இலக்கணங் கூறப்பட வேண்டியனவாய் உள்ளன.[8]

வெண்டளைக் கலிப்பா வகைகள்

தரவுகொச்சகக் கலிப்பா, தரவிணைக் கொச்சகக் கலிப்பா ஆகிய கலிப்பா வகைகள் தமக்குரிய கலித்தளையின் ஆட்சி குறைந்து, பெரிதும் வெண்டளையை ஏற்கும் வடிவங்களாகவும்

மாற்றம் பெற்றுள்ளன. மாற்றம்பெற்ற இவ்வடிவங்கள் காரிகைக்குப் பிந்தைய வரலாற்றில் இலக்கணம் பெற்றுள்ளன.

வெண்டளையையே முழுவதும்பெற்று வழங்கும் தரவு கொச்சகக் கலிப்பாவை அறுவகை இலக்கணம், 'இன்னிசை வெண்பா ஈற்றடியும் நாற்சீராகும் கலிப்பா' என்றும் (அறு.நூ.424), 'யாப்புநூல்', "கட்டளைத் தரவு கொச்சகக் கலிப்பா" என்றும் (யாப்பு.நூ.130) குறிப்பிட்டு இலக்கணங்கூறுகின்றன.

தரவிணைக் கொச்சகக் கலிப்பா எனும் கலிப்பா வகை, இயற்றரவிணைக் கொச்சகக் கலிப்பா, எட்டடித் தரவுகொச்சகக் கலிப்பா எனவும் குறிப்பிடப் பெறுகின்றது. இவ்வடிவம் வெண்டளையையே பெரிதும் பெற்றும் எட்டடிகளும் ஒரே எதுகையால் அமைந்தும் புதிய வடிவமாக வளர்ச்சிபெற்றுள்ளது. திருப்பாவை, திருவெம்பாவை முதலிய இலக்கியங்கள் இவ்வகைப்பாக்களால் அமைந்தவையாகும்.

இவ்வடிவத்தின் இலக்கணத்தைக் 'கவிஞராக', 'பாவலர் பண்ணை' ஆகிய நூல்கள் கூறுகின்றன. இவ்வடிவத்திற்குரிய வெண்டளை பெறுதல் என்னும் சிறப்புப் பண்பைக் 'கவிஞராக', "இவை வெண்பாவுக்குரிய தளையால் அமைந்திருத்தலை அலகிட்டுக் கண்டுணர்க. இப்பாவை இயற்றுபவர்கள் வெண்பாவுக்குரிய தளையின்றி இயற்றுதலாகாது என்பதையும் அறிக" (கவிஞ.ப.227) என்று குறிப்பிடுகின்றது. இவ்வகைப் பாக்களில் ஓரடியின் இறுதிக்கும் அடுத்த அடியின் தொடக்கத்திற்கும் வெண்டளை பார்க்கும் பழக்கமில்லை. ஓரடியின் இறுதிச் சீர்க்கும் அடுத்த அடியின் முதற் சீர்க்கும் இடையே வெண்டளையமைதல் கட்டாயமில்லை. அடிக்குள் மட்டுமே வெண்டளை பயில வேண்டும் என்பது கட்டாயமாகும். இவ்விலக்கணக் கூறினைக் 'கவிஞராக' குறிப்பிடவில்லை. எனினும் இந்நூலுக்குப் பின்னர்த் தோன்றிய 'பாவலர்பண்ணை' அக்கூறினையும் உள்ளடக்கி,

> நாற்சீரடிகள் எட்டு ஒரே எதுகையில் வரவேண்டும். 1,3ஆம் சீர்களில் மோனையும், வெண்டளையும் அமையும். அடி இறுதிக்கும் அடுத்த அடி முதலுக்கும் (வெண்பாவைப் போல) வெண்டளை கட்டாயமில்லை. ஆனால் அவ்விடத்தில் மா முன் நேர் மட்டும் வராது. இதனை இயற்றரவிணைக் கொச்சகக் கலிப்பா என்பர்
>
> (பாவலர்.ப.98).

என முன்னைய நூலினும் விளக்கமாக இலக்கண வரையறை செய்துள்ளது.

எட்டடி ஓரெதுகை பெறல், மிகப் பெரும்பான்மை வெண்டளை ஏற்றல் ஆகிய இயல்புகளால் தனித்த வகையாக வளர்ச்சிபெற்று இருநூல்களில் இலக்கணம் பெற்றுள்ள இவ்வடிவம் கலிப்பா வகையின் குறிப்பிடத்தக்க வளர்ச்சியாக அமைந்துள்ளது. இவ்வடிவத்திற்குப் 'பல்சந்தப்பரிமளம்' (திரு. கலியியல், பா.24), 'அரங்கன் கவிதை அமுதம்' (அரங்.பிற்சேர்க்கை 1, பா.6) ஆகிய நூல்கள் சான்றமைத்துள்ளன.

வெண்கலிப்பா – புத்திலக்கணம் பெறல்

கலிப்பாவின் வகையான வெண்கலிப்பா என்பது கலி வெண்பா அமைப்பில் கலித்தளையும் பிற தளையும் விரவிவரும் வடிவமாகும். 'யாப்புநூல்' வெண்கலிப்பா வகைக்குப் புத்திலக்கணம் வகுத்துள்ளது.

'யாப்புநூல்', 'ஈற்றடி உட்பட அனைத்து அடிகளும் நாற்சீரடிகளாய்த் தனிச்சொல் பெறாமல் வெண்டளையும் பிற தளையும் விரவி நீண்டுவரும் பா' என (யாப்பு.நூ.99) வெண்கலிப்பாவுக்கு இலக்கணங்கூறுகின்றது.

முன்னர் வழங்கிய வெண்கலிப்பா இலக்கணத்தில் 'ஈற்றடியும் நாற்சீர் பெறுதல்' எனும் புதிய இலக்கணத்தை 'யாப்பு நூல்' இணைத்துள்ளது; அல்லி அரசாணிமாலை, ஆரவல்லி சூரவல்லி கதை, நல்லதங்கைக்கதை முதலியன வெண்கலிப்பாப் போல் அமைந்து ஈற்றடிமட்டும் நாற்சீராகவே அமைதல் நோக்கி, இவ்வாறான பாக்களை அடக்க இலக்கணம் இன்மையான் வெண்கலிப்பாவின் இலக்கணத்தை விரிவுபடுத்தியுள்ளதாகக் குறிப்பிடுகின்றது (யாப்பு.நூ.99 விரிவுரை).

நீண்ட கதைப்பாடல் இலக்கியங்களான இவை வெண் கலிப்பாப் போல வெண்டளையும் பிற தளையும் விரவப் பெறுதல்; மிகுந்த எண்ணிக்கையில் அடிகளைப் பெறுதல்; தனிச்சொல் பெறாமை ஆகிய பண்புகளைப் பெற்று ஈற்றடி மட்டும் நாற்சீராக அமைவதால் இவ்வடிவத்தை வெண்கலிப் பாவில் அடக்கக்கருதி 'யாப்புநூல்' வெண்கலிப்பா இலக்கணத்தில் சிறுமாறுதல் செய்துள்ளது. எந்தப்பாவகையில் அடக்குவது என வரையறுக்க முடியாதிருந்த பாரதியாரின் குயில்பாட்டை வெண்டளையே பயின்ற வெண்கலிப்பாவாக இவ்விலக்கணத்தின் மூலம் இந்நூல் கொள்கின்றது.

நெடிய கதைப்பாடல்களின் யாப்பமைதி குறித்து இதற்கு முன்னர் வீரமாமுனிவரின் 'செந்தமிழ்' நூலும் அறுவகை இலக்கணமும் பேசியுள்ளன. 'செந்தமிழ்' இப்பாவகை ஓரெதுகை பெற்ற இரண்டிரண்டு அளவடிகளால் தொடர்ந்தமையும் என்றும்,

இவ்வகையில் வெண்சீரும் இயற்சீரும் பயிலுமென்றும், அருகியே விளச்சீர்கள் இடம்பெறுமென்றும், பெரிதும் அடிகளில் உள்ள சீர்கள் வெண்டளைபெறுமென்றும் (செந்.ப.183) குறிப்பிடுகின்றது. ஆனால் கலிப்பா வகையோடு தொடர்புபடுத்தி எதுவும் பேசவில்லை.

அறுவகை இலக்கணம், கலிப்பாவின் அரைஅரைப் பகுதிகளை ஒன்றுசேர்த்து அமைக்கும் பாவகை என இதனைக் குறிப்பிடுகின்றது (அறு.நூ.430). கலிப்பாவின் அரைப்பகுதி என்பது ஓரெதுகைபெற்ற கலிப்பா அடிகள் இரண்டு கொண்டதாகும்.

அறுவகை இலக்கணமும் 'யாப்புநூலு'ம் நெடிய கதைப் பாடற் பாவமைப்பைக் கலிப்பாவோடு தொடர்புபடுத்தலும், இப்பாவமைப்புக்கு இலக்கண வரையறை தரும்நோக்கில் வெண்கலிப்பா இலக்கணத்தை 'யாப்புநூல்' விரிவுபடுத்தி யிருப்பதும் குறிப்பிடத்தக்கன.

உறழ்கலி – புத்துயிர்பெறல்

கலிப்பாவின் வகையுள் ஒன்றாகத் தொல்காப்பியம் குறிப்பிடும் 'உறழ்கலி'யின் இலக்கணத்தைப் பின்வந்த பெரும் பாலான நூல்கள் பேசவில்லை. காரிகையிலும் இப்பாவகை குறிப்பிடப்பெறவில்லை. நீண்ட இடைவெளிக்குப் பின்னர்ப் பதினாறாம் நூற்றாண்டில் தோன்றிய 'பாப்பாவினம்' (பாப். பா.110 குறிப்.), இந்நூற்றாண்டில் தோன்றிய 'யாப்பதிகாரம்' (யாப்பதி.ப.185), தென்னூல் (தெ.நூ.422) ஆகியனவும் தொல்காப்பிய இலக்கணத்தை அப்படியே பின்பற்றி 'உறழ்கலி' எனும் கலிப்பா வகையின் இலக்கணத்தைக் கூறியுள்ளன. இலக்கிய வழக்கும் இலக்கண வழக்கும் அருகிய இவ்வடிவ இலக்கணம் இந்நூல்களில் மீண்டும் இடம்பெற்றமை, தொல்காப்பிய இலக்கணத்திற்குப் புத்துயிரளிக்கும் ஒரு மறுமலர்ச்சிப் போக்கினைக் காட்டுகின்றது.

வஞ்சிப்பா இலக்கணத்தில் குறிப்பிடத்தக்க வளர்ச்சிகள் காணப்படவில்லை.

புதிய பாவகைகள் இலக்கணம்பெறல்

காரிகைவரை கூறப்பட்ட நாற்பாக்கள், அவற்றின் பாவினங்கள் அல்லாத சில புதிய வடிவங்களை வீரசோழியமும் இலக்கணச் சூடாமணியும் முதன்முறையாகக் குறிப்பிட்டுள்ளன. குறள், சிந்து, திரிபாதி, வெண்பா, திலதம், விருத்தம், சவலை ஆகிய எழுவகைப் பாக்களையும் அவற்றின் போலிகளையும் வீரசோழியம் குறிப்பிடுகின்றது; இவ்வெழுவகைப் பாக்களும் தத்தம் இலக்கணத்திலிருந்து பிறழ்ந்து அமையின் அவை அவ்வவ்

வகைகளின் போலிகளாகும் என்கிறது (வீ.சோ.கா.126,127). இவற்றுள் சிந்து, திரிபாதி, திலதம், சவலை ஆகியன தமிழ் யாப்பியலில் முன்னர்க் குறிப்பிடப்பெறாத புதிய பெயர்களால் அமைந்துள்ளன; சிந்து, சவலை என்பன பெயராலும் அமைப்பாலும் புதியனவாகும். எழுவகையுள் தனித்து அடக்கிக் கூறப்படினும் குறள், வெண்பா, விருத்தம் ஆகியன பழைய வடிவங்களே. இலக்கணச் சூடாமணி 'சதுக்கம்' எனும் புதிய வடிவத்தைக் குறிப்பிட்டுள்ளது.

வீரசோழியம் "தமிழ் இலக்கண மரபுப்படி அமையும் பா, வகை, இனங்களைப் பேசியபின் தனியாகக் குறள் முதலியன ஏழு கூறலின் அடிப்படை இன்னும் சிந்தனைக்கு உரியது" என்பார் ச.வே. சுப்பிரமணியன்.[9] வீரசோழியம் கூறும் எழுவகையுள் நான்கு, அறிவனார் இயற்றிய 'பஞ்சமரபு' எனும் இசையிலக்கண நூலில் கூறப்பட்டுள்ளமை குறிப்பிடத்தக்கது. ச.வே.சுப்பிரமணியன் 'பஞ்சமரபு' குறித்து எதுவும் சுட்டவில்லை. வீரசோழியம் காட்டும் எழுவகையுள் சிந்து, திரிபாதி, விருத்தம், சவலை என்பன 'பஞ்சமரபி'ல் கூறப்பட்டுள்ளன.

> செப்பரிய சிந்து திரிபதை சீர்ச்சவலை
> தப்பொன்றும் இல்லாச் சமபாதம் – மெய்ப்படியும்
> செந்துறை வெண்டுறை தேவபாணி வண்ணமென்ப
> பைந்தொடியாய் இன்னிசையின் பா.

(பஞ்ச.நூ.85)
(சிலப்பதிகார உரை மேற்கோள்)

"பஞ்சமரபுக்குப் பிந்தியதாக வீரசோழியம் எழுந்திருக்கலாம் என்று தோன்றுகிறது"[10] என இரா.திருமுருகன் குறிப்பிடுவதுகொண்டு, பஞ்சமரபை அடியொற்றி வீரசோழியம் இவற்றைக் கூறியது எனக் கருதலாம். பஞ்சமரபு, வீரசோழியம் ஆகிய இரண்டும் வேறொரு மூலத்தினை அடியொற்றிக் கூறியிருக்கவும் கூடும். பஞ்சமரபு இவற்றை இசைப்பாக்களாகக் கூறியிருத்தலால் வீரசோழியமும் இசைப்பண்புடைய இயற்பாக்களாகக் கருதித் தனித்துக் கூறியிருக்கலாம் எனத் தோன்றுகின்றது. வீரசோழியம் 'விருத்தம்' என்று குறிப்பிடுவதும் 'பஞ்சமரபு', 'சமபாதம்' எனக் கூறுவதும் ஒன்றேயாகும்.

வீரசோழியம் காட்டும் எழுவகையில் பெயரமைப்பால் புதியனவாய்க் காணப்படும் சிந்து, திரிபாதி, திலதம், சவலை ஆகியவற்றைக் குறித்துத் தனித்துக்காணல் தகும். இவற்றுள் 'திலதம்' என்பது பாவினமான கட்டளைக் கலித்துறையோடு தொடர்புடையதாகும். எனவே பொருளியைபு கருதித் 'திலதம்' என்பது பாவின வளர்ச்சிப் பகுதியில் பேசப்பெறுகிறது. பிற மூன்று வடிவங்கள் குறித்து இனிக் காணலாம்.

சிந்து

"இரண்டடியொத்து அழிசீர் இலாதது சிந்து" என வீரசோழியம் சிந்துக்கு இலக்கணம் கூறுகின்றது (வீ.சோ.கா.127). இவ்விலக்கணத்திற்கு வீரசோழிய உரை,

> எடுத்த மாட மிடிவதன் முன்னா
> னடுத்த வண்ணம் விளையாடித் திரிவனே

எனும் பாடலை எடுத்துக்காட்டி, "இரண்டடியாய்த் தம்முள் அளவொத்து வந்தமையால் சிந்தாம்" எனக் குறிப்பிடுகின்றது (வீ.சோ.கா. 127, பெருந்.) வீரசோழியம் கூறும் 'சிந்து' என்பதைப் பிற்காலத்தில் பெருகிவளர்ந்த சிந்துயாப்புக்கு முன்னோடி இலக்கணங்களுள் ஒன்றாக ஆய்வாளர் கொள்வர்.[11] சிந்து எனும் பாவடிவம் பற்றிய முதற் குறிப்பு வீரசோழியத்தில்தான் இடம்பெற்றுள்ளது.

திரிபாதி

"அடிமூன்று தம்மிலொக்கில் விழுசீரிலாத திரிபாதி" என வீரசோழியம் 'திரிபாதி' இலக்கணத்தைக் கூறுகின்றது (வீ.சோ. கா.127). வீரசோழிய உரை 'திரிபாதி' என்பதை விளக்கவோ எடுத்துக்காட்டளிக்கவோ இல்லை. மூன்றடி ஒத்துவருதல் திரிபாதியாகும் என்பது ஆசிரியத் தாழிசை வடிவத்தை நினைவுபடுத்துகிறது. மூன்றடுக்காமல் தனித்துவரும் ஆசிரியத் தாழிசையைக் குறிப்பதாகத் 'திரிபாதி' அமையலாம்.

சவலை

முதன்முதலாக வீரசோழியத்தில் இடம்பெறும் இவ்வகையைப் பற்றிப் 'பஞ்சமரபு'ம் குறிப்பிடுகின்றது. நான்கடிப் பாக்களில் முதலும் இடையும் கடையும் அமைகின்ற அடிகள் குறைந்தும் மிகுந்தும் வரின் 'சவலை' எனப்படும்; நான்கின் மிக்க அடிகளால் நடைபெற்று அவ்வடிகள் ஒத்தும் ஒவ்வாதும் வரின் 'சவலைப் போலி' எனப்படும் (வீ.சோ.கா.130). இது 'சவலை' குறித்த வீரசோழிய இலக்கணமாகும். வீரசோழிய உரை, 'முதலடி குறைந்துவரின் முதற் சவலை; கடையடி குறைந்துவரின் கடைச்சவலை; இடையடி குறைந்துவரின் இடைச்சவலை' எனச் 'சவலை'யின் வகைகளை விளக்குகின்றது (வீ.சோ.கா.130, பெருந்.).

> சவலை என்பதை ஒரு யாப்பாகவே வீரசோழியம் வகைப்படுத்துகின்றது . . . வீரசோழியத்தைப் பொறுத்தவரை நான்கடி கொண்ட பாக்கள், முதல் இடை கடையடிகள் குறைந்தும் மிக்கும் வந்தால் சவலையாகும் . . . இவ்விலக்கணம் தெளிவுற அமையவில்லை என்பது வெளிப்படை. எனினும் இவற்றை நோக்கும்பொழுது சவலை என்பது எவ்வகைப்

> பாக்களுக்கும் கொள்ளப்படும் என்பது புலனாகின்றது. இச்சவலை யாப்பை வெண்பாவிற்குரியதாகவே பின்வந்த இலக்கண நூல்கள் காட்டுகின்றன.[12]

என்று சா. கிருட்டிணமூர்த்தி இப்பாவகை பற்றிக் கூறுகிறார்.

வீரசோழியம் 'சவலை'க்குக் கூறும் இலக்கணம் எல்லாப் பாவகைக்கும் பொதுவானதாகவே அமைந்துள்ளது. தமிழ் யாப்பில் நேரிசை ஆசிரியப்பா, இணைக்குறள் ஆசிரியப்பா, கலித்தாழிசை முதலியவற்றின் அடிகளில் சீர் குறையும் நிலை உள்ளது. ஆனால் வெண்பாவில் சீர்குறைதல் மட்டுமே பின்னூல்களில் பேசப்பட்டுள்ளது. சீர் குறைதலின் அடிப்படையில் சவலை வெண்பா எனும்வகை குறிப்பிடப்பட்டதையொப்பச் 'சவலையகவல்', 'சவலைக்கலி' எனவெல்லாம் சவலையிலக்கணத்தை அனைத்துப் பா வடிவங்களிலும் பொருத்திப் பார்த்துப் பகுத்தும், பெயரிட்டும் சொல்ல வாய்ப்புள்ளது. எனினும் அவ்வாறு வகைப்படுத்திப் பெயர்தரும் முயற்சியை இலக்கணிகள் மேற்கொள்ளவில்லை.

பிற்கால இலக்கண நூல்கள் கூறும் சவலை வெண்பாவின் இலக்கணத் தோற்றத்திற்குப் பெயரமைப்பாலும் பொருளமைப் பாலும் வீரசோழியம் கூறும் 'சவலை' இலக்கணம் அடிப்படையாக அமைந்துள்ளது என்று கொள்ளல் தகும்.

சதுக்கம்

வீரசோழியம் காட்டிய பாவகைகளோடு இலக்கணச் சூடாமணி குறிப்பிடும் 'சதுக்கம்' எனும் புதிய பாவகையும் பாவிலக்கண வளர்ச்சியில் குறிப்பிடத்தக்கதாகும். பதினேழாம் நூற்றாண்டில் தோன்றிய இலக்கணச் சூடாமணி, தமிழ் யாப்பியலில் தனக்கு முன்னும் பின்னும் வழக்கிலில்லாத சதுக்கம் என்னும் ஒரு பாவகையினைக் கூறுகின்றது (இலக்.சூ.நூ.15). ஒருசீரடி நான்கால் விருத்தம்போல வரும் பாவகையாகும் இது. இவ்வடிவம், இலக்கிய வழக்கிலில்லாதது என்பதும், ஒரு சீரடிப்பா என்பதும் விதந்து குறிப்பிடத்தக்கன. தமிழ் யாப்பில் குறைந்த அடிநீளமுடைய பாவடிவமாக வஞ்சித் துறை, வஞ்சித் தாழிசை ஆகிய இருசீரடிப் பாக்களே அமைந்துள்ள நிலையில், ஒருசீரடிப்பா புதியதாகத் தமிழ் யாப்பில் இடம்பெறுதல் தனித்துச் சுட்டத்தக்கதாகும்.

"ஒரு சீரடி சதுக்கம்" எனும் இலக்கணச் சூடாமணியின் நூற்பாப் பகுதிக்கு அதன் உரை, ஈரசைச் சீரடியான் வந்த, மூவசைக் காய்ச்சீரடியான் வந்த, மூவசைக் கனிச்சீரடியான் வந்த பின்வரும் சதுக்கப் பாக்களைச் சான்றுகாட்டுகின்றது.

அ) ஈரசைச் சீரடியான் வந்த சதுக்கம்:

(எ—டு.) தவளமெய்
யவளே
பவளவா
யவளே.

ஆ) மூவசைக் காய்ச்சீரடியான் வந்த சதுக்கம்:

(எ—டு.) அத்திமுகத்
துத்தமனை
நித்தநினை
சித்தமே.

இ) மூவசைக் கனிச்சீரடியான் வந்த சதுக்கம்:

(எ—டு.) மருதிடைதவழ்ந்
தெருதொடுபொரும்
குருசிலைநினைந்
தருள்பெறுதுமே.

(இலக்.சூ.நூ.15 உரை)

இவ்வெடுத்துக்காட்டுப் பாக்களுள் முதலிரண்டுள் அடியளவு ஒவ்வாமல் உள்ளது. முதற்பாடலில் முதலடியும் மூன்றாமடியும் கருவிளச் சீரடிகளாகவும், இரண்டாமடியும் நான்காமடியும் புளிமாச் சீரடிகளாகவும் அமைந்துள்ளன. இரண்டாம் பாடலில் முதல் மூன்றடிகளும் காய்ச்சீரடிகளாகவும் நான்காமடி கூவிளச்சீரடியாகவும் அமைந்துள்ளன. வாய்பாட்டமைப்பில் அடிகள் பாடல் முழுதும் ஒத்துவரவேண்டுமெனும் கட்டாயமில்லை என்பதை இவை காட்டுகின்றன. இப்பாவின் அடியமைப்பினைக் குறித்து இலக்கணச் சூடாமணி பேசவில்லை.

வடமொழியில் ஒருசீரடிப் பாக்கள் உள்ளன என்பதையும், அவை 'சதுக்கம்' எனும் பெயரைப் பெறவில்லை என்பதையும் சா. கிருட்டிணமூர்த்தி விளக்கமாக எடுத்துரைத்துள்ளார்.[13]

வீரசோழியவுரை, உத்தம், அதியுத்தம், மத்திமம் ஆகிய பெயர்களையுடைய வடமொழிச் சந்தப்பா வகைகளுக்கு அவற்றுக்குரிய ஒன்று, இரண்டு, மூன்று எனும் எழுத்தெண்ணிக் கையைப் பெற்ற தமிழ்ச் செய்யுள்களாகப் பின்வருவனவற்றைக் காட்டுகின்றது.

உத்தம்:	அதியுத்தம்:	மத்திமம் :
கார்	போதி	வேரம்போய்
நேர்	யாதி	மாரன்சீர்
வார்	பாத	சேருங்கால்
யார்.	மோது.	நேர்வன்யான்.

(வீ.சோ.கா.139 பெருந்.)

இப்பாடல்கள், ஒருசீரடிப் பாக்களாக அமைந்து பெரிதும் சதுக்க அமைப்பை ஒத்துள்ளமை இத்தொடர்பில் இணைத்துக் கருதத்தக்கது.

தமிழ் யாப்பிலக்கணத்திற்கு ஒரு புதுச்சேர்க்கையாக இவ்வடிவத்தைச் சா. கிருட்டிணமூர்த்தி கருதுகிறார்.

எந்தவொரு யாப்புவகையும் பொருண்மை அடிப்படையில் இலக்கணம் பெற்றாலும், இலக்கண அடிப்படையில் பொருண்மை பெற்றாலும் அவற்றை வரையறுத்துக் காட்டுவது இன்றியமையாததாகும். எனவே இலக்கணச் சூடாமணியுள் கூறப்பட்டுள்ள இவ்வியாப்பு வகை யாப்பிலக்கணத்திற்கு ஒரு புதுச்சேர்க்கையாக அமைகின்றது என்று கொள்ளலாம்.[14]

தமிழிலக்கியப் பரப்பை யாப்பியல்கண்ணோட்டத்தில் அணுகிய ச.வே. சுப்பிரமணியன், "மிகப் பிற்காலத்து வாழ்ந்த காரைச் சித்தரின் கனகவைப்பு எனும் நூல் ஒரு சீரடி நான்காலமைந்த செய்யுளொன்றைத் தருவது புதுமைபுகுத்தல் எனும் நிலையில் இங்கு நினைக்கத்தக்கது"[15] என்று குறிப்பிடுகின்றார். இக்குறிப்பு ஒரு சீரடிச் செய்யுள் இலக்கியத்தில் மிகப் பிற்காலத்தில் ஒன்றுமட்டுமே காணப்படுவதைக் காட்டுகின்றது.

இலக்கிய ஆட்சிமிக்க பல வடிவங்களுக்கு இலக்கணங் கூறப்படாதிருந்த யாப்புச் சூழலில், இலக்கிய ஆட்சியற்ற வடிவமான சதுக்கம் என்பதற்கு இலக்கணச் சூடாமணி இலக்கணங் கூறியதற்கான தேவை எதனால் ஏற்பட்டதென்பது தெளிவாகவில்லை. யாப்பு நூல்களில் இவ்வடிவத்திற்கு இலக்கணங்கூறல் பின்னர்த் தொடர்ச்சி பெறாதது கொண்டு, இதன் இலக்கணம் தமிழ்யாப்பியலில் எடுபடவில்லை என்பதை அறியமுடிகின்றது.

சதுக்க இலக்கணம் இலக்கியங் கண்டு இயம்பப்படவில்லை யென்றும், இலக்கியம் படைப்பதற்காக இலக்கண ஆசிரியரால் இயம்பப்பட்ட புதிய மாதிரியென்றும் கொள்ளவேண்டியுள்ளது. யாப்பிலக்கணத்திற்குப் புதிய சேர்க்கை என்று ஆய்வாளரால் கருதப்படினும் நிலைபேறடையாத சேர்க்கை இது என்பதை இலக்கண, இலக்கிய வரலாறுகள் காட்டுகின்றன. சதுக்கம் எனும் பாவகைக்கான அடிப்படை மேலாய்வுக்குரியது.

II பாவின இலக்கண வளர்ச்சி

பாக்களைப் பெற்றுத் திகழ்ந்த பைந்தமிழ் யாப்பு, பாவினங் களையும் பெற்றமையை, "ஒரு மொழியானது காலஞ் செல்லச்

செல்ல, அவ்வக்காலத்து மக்கள் இயல்பிற்கும் அறிவிற்குமேற்ற வாறு இலக்கியத்தினும் இலக்கணத்தினும் திரிதல் இயல்பே. அங்ஙனம் தமிழ்யாப்பும் சங்ககாலத்திற் பாவாயிருந்து பிற்காலத்தில் பாவினமாகத் திரிந்தது”[16] என்பார் பாவாணர்.

நால்வகைப் பாக்களுள் ஏனைய பாக்களைக் காட்டிலும் பல உறுப்புகளை உடையதாகிய கலிப்பா பாவின வளர்ச்சிக்குப் பெரிதும் அடிப்படையாக அமைந்தது.[17] “எல்லாப் பாவினங்களும் கலிப்பாவினின்றே தோன்றியவாகும்”[18] எனும் கருத்தும் யாப்பியலில் வழங்குகின்றது.

தொல்காப்பியத்தின் பண்ணத்தி என்பதைப் பாவினம் என்றே கொண்டு பாவின இலக்கணத்தைத் தொல்காப்பியர்க்கு உடன்பாடானதாக இளம்பூரணர் அடக்கிக் காட்ட (செய்.நூ.173,175, இளம்.), பேராசிரியரும் நச்சினார்க்கினியரும் (செய்.நூ.149 பேரா., நச்.) பாவினமெனத் தனியே கொள்ளும் முறையினை மறுத்துப் பாவினமெனக் கொள்ளப்படுபவை கொச்சகக்கலியின் வகைகளே என்று விளக்குவதை உரைகள் காட்டுகின்றன. இவை பாவினங்கொள்வது குறித்த உரையாசிரியர்களின் உடன்பாட்டு, எதிர்மறை நிலைப்பாடுகளைப் புலப்படுத்துகின்றன. எனினும் தனித்தனியே பாவினங்கொள்ளும் முறையும் இலக்கணமும் யாப்பியலில் நிலைபேறு அடைந்துவிட்டன.

நால்வகைப் பாக்களும் தாழிசை, துறை, விருத்தம் எனும் மும்மூன்று இனங்களைப் பெற்றுள்ளன. குறள்வெண்பா மட்டும் தனியே தாழிசை, துறை எனும் இரு இனங்களைப் பெற்றுள்ளது.

பாவினங்களைத் தாழிசை, துறை, விருத்தம் என வரிசைப் படுத்தல், சிறுகாக்கைபாடினிய நெறியைப் பின்பற்றியமைந்த யாப்பருங்கல வைப்பு முறையாகும். பாவின வகைகள் வருமாறு:

1. வெண்டாழிசை, வெண்டுறை, வெளிவிருத்தம்
2. ஆசிரியத் தாழிசை, ஆசிரியத் துறை, ஆசிரிய விருத்தம்
3. கலித் தாழிசை, கலித்துறை, கலிவிருத்தம்
4. வஞ்சித் தாழிசை, வஞ்சித் துறை, வஞ்சி விருத்தம்
5. குறட்டாழிசை, குறள் வெண்செந்துறை

இப்பதினான்கு இனங்களின் இலக்கணத்தைக் காக்கை பாடினியம், அவிநயம் முதலான காரிகை ஈறான நூல்கள் கூறுகின்றன. எனினும் விருத்தம், கலித்துறை ஆகியன மிகப்பல வகைகளையும் அமைப்புகளையும் பெற்று வளர்ச்சியுற்று இலக்கியங்களில் வழங்குகின்றன. சுருக்கமான அளவிலமைந்த காரிகை வரையிலான நூல்களின் பாவின இலக்கணங்களைக் கொண்டு இவ்வினங்களின் பெருவளர்ச்சியுற்ற அமைப்புகளை விளக்க இயலவில்லை. முன்னை இலக்கண நூல்கள் விருத்தம்,

கலித்துறை இலக்கணங்களைப் பொதுப்படப் பேசியுள்ளனவேயன்றி அவற்றின் வகைகளையும் அமைப்புகளையும் விரிவாகவும், முழுமையாகவும் வகுத்துக்கூறவில்லை. "ஆசிரியவிருத்தம், கலிவிருத்தம் முதலியவற்றில் பலப்பல வகைகள் உள. அவற்றின் இலக்கணங்களும் விரித்து உரைக்கத்தக்கன"[19] என்னும் தி.வே. கோபாலையரின் கூற்று காரிகை வரையிலான இலக்கண நூல்கள் இவற்றின் இலக்கணங்களைப் போதுமான அளவில் புகலவில்லை என்பதையே உணர்த்துகின்றது.

சில புதிய பாவின வகைகள் காரிகைக்குப் பின் இலக்கணம் பெறுவதும், போதுமான விளக்கம் இன்றி அமைந்திருந்த சில பாவின இலக்கணம் விரிவும், முழுமையும் பெறுவதும் காரிகைக்குப் பிந்தைய பாவின இலக்கண வளர்ச்சிகளாக அமைந்துள்ளன.

தாழிசை என்னும் இனத்துள் கலித்தாழிசையும், துறை என்னும் இனத்துள் கலித்துறையும், விருத்தம் என்னும் இனத்துள் ஆசிரியவிருத்தம், கலிவிருத்தம் ஆகியனவும் விரிவான நிலையில் இலக்கண வளர்ச்சி கண்டுள்ளன. வஞ்சித்துறையும் வஞ்சித் தாழிசையும் ஓரளவு இலக்கண வளர்ச்சி பெற்றுள்ளன.

தாழிசை இலக்கண வளர்ச்சி

கலித்தாழிசை எனும் பெயரைப் புதிய வடிவம் ஏற்றல்

கலிப்பாவின் இனமான கலித்தாழிசை என்பது ஈரடியும் பலவடியும் வந்து ஈற்றடிமிக்கும், ஈற்றடி அல்லாத அடிகள் தம்முள் ஒத்தும் ஒவ்வாதும் வரும் பா வடிவமாகும் (யா.கா.கா.34). இக்கலித்தாழிசையினின்று வேறுபட்ட வடிவமொன்று கலித் தாழிசை எனும் பெயராலேயே சில பாட்டியல் நூல்களிலும் யாப்பிலக்கண நூல்களிலும் குறிப்பிடப்பெற்றுள்ளன. பரணி இலக்கியங்களில் இடம்பெற்ற பாக்களின் வடிவத்தையே இவ்விலக்கண நூல்கள் கலித்தாழிசை எனும் பெயரால் அழைத்து இலக்கணங் கூறுகின்றன.

பரணி இலக்கியப் பாவமைதியைக் 'கலித்தாழிசை' எனும் பெயராலேயே முதலில் சுட்டி வெண்பாப் பாட்டியல்,

> ... ... ஈண்டிய
> நேரடியே ஆதியா நீண்டகலித் தாழிசை
> ஈரடிகொண் டாதியுடன் ஈறு
>
> (வெண்பாப் பாட்டியல், செய்யுளியல், நூ.38)

என இலக்கணங்கூறியுள்ளது. 'நாற்சீரடிகள் முதலான சீரடிகள் இரண்டு அளவொத்துவருதல் கலித்தாழிசையாகும்' என்பதே

இக்கலித்தாழிசையின் இலக்கண வரையறையாகும். இவ்விலக் கணத்தைச் சிதம்பரப் பாட்டியல் (சி.பா.நூ.41), தொன்னூல் விளக்கம் (தொன்.நூ.259) முதலியன தத்தம் பாட்டியல் இலக்கணப் பகுதியில் பரணிச் செய்யுளின் இலக்கணமாகக் கூறுகின்றபோதிலும், கலித்தாழிசை எனும் பெயரால் குறிப்பிட வில்லை. யாப்பிலக்கண நூல்களைப் பொறுத்தவரை இருபதாம் நூற்றாண்டில் தோன்றிய 'யாப்பதிகாரம்', 'கவிஞராக' ஆகியனவற்றில் இக்கலித்தாழிசை வடிவம் பேசப்படுகிறது.

கலியினமான கலித்தாழிசையில் பிற அடிகளைக் காட்டிலும் ஈற்றடி நீண்டு அமையும். பரணியிலக்கணத்தில் இடம்பெறும் கலித்தாழிசையோ அடிகள் அளவொத்து அமையும். இருவடிவங்களுக்கும் உள்ள முதன்மையான வேறுபாடிதுவாகும். இக்கலித்தாழிசை அளவொத்த ஈரடிகளாலேயே அமையும்.

புலவர் குழந்தையும் அ.கி.பரந்தாமனாரும் ஈற்றடி மிக்குவரும் கலித்தாழிசையிலிருந்து வேறுபட்ட வடிவமாகும் இக்கலித்தாழிசை எனத் தெளிவாகக் குறிப்பிடுகின்றனர் (யாப்பதி.ப.186, கவிஞ.ப.253).

கலித்தாழிசை எனும் பெயரிலமைந்த இப்புதுவகையின் இலக்கணத்தை 'யாப்பதிகாரம்', "குறளடி முதல் கழிநெடிலடியீறாக அளவொத்த இரண்டடிகள் வருவன கலித்தாழிசை எனப்படும். இது வண்ணவோசையுடன் இருக்கும். இக்கலித்தாழிசைகளாலே பாடவேண்டும் என்பது பரணி என்னும் பனுவலின் இலக்கணம்" (யாப்பதி.ப.86) எனத் தெளிவாகக் கூறுகின்றது.

இக்கலித்தாழிசையின் அமைப்பு, விருத்தத்தின் பாதியாக அஃதாவது இரண்டடி விருத்தமாகக் காணப்படுகிறது. இதில் சீர்வாய்பாட்டு அமைப்பு அடிதோறும் விருத்தங்களைப் போல் ஒத்து அமைகின்றது. இக்கலித்தாழிசைப் பாக்களில் வண்ணவோசை பெறுவன, பெறாதன என இருவகையின காணப்படுகின்றன. இக்கலித்தாழிசை வடிவப்பாக்களை மரபான குறட்டாழிசை, சந்தக் குறட்டாழிசை எனும் வகைகளுள் பாவலர் பண்ணை அடக்கிக் காட்டுகின்றது (பாவலர்.ப.115).

துறை இலக்கண வளர்ச்சி

துறை எனும் இனத்துள் கலித்துறையே கூடுதலான விளக்கத் தினையும் புதிய வகைகளையும் பெற்றுள்ளது. 'ஐஞ்சீரடி நான்கால் அமையும் பா கலித்துறை' எனக் கலித்துறையிலக்கணம் பொதுப்படவே பல நூல்களிலும் பேசப்படுகிறது. காரிகைக்குப் பின்வந்த சில நூல்களே கலித்துறையின் பல அமைப்புகளுக்கும்

இலக்கணங்கூறுகின்றன. விருத்தத்தைப் போல இதுவும் பல சீர்வாய்பாட்டு வகைகளைப் பெற்றுள்ளமை குறிப்பிடத்தக்கது. கலித்துறை வகைகளுக்கான இலக்கணத்தை விளக்கமாக 'விருத்தப்பாவியல்' ஒரு படலத்தில் வகுத்தளித்துள்ளமை தனித்துக் குறிக்கத்தக்கது.

கலித்துறையின் வகைகளைப் பின்வரும் வரைபடம் தெளிவாகக் காட்டும்.

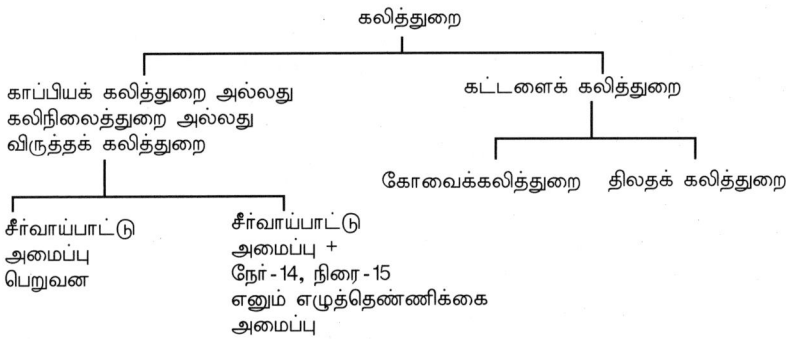

சீர்வாய்பாட்டமைப்பினைப் பெறும் கலித்துறைகள் காப்பியங்களில் பெருமளவு வழங்குதல் கொண்டு 'காப்பியக் கலித்துறை' என்றும், நேர்–16, நிரை–17 எனும் எழுத்தெண்ணிக்கை அமைப்புடைய கலித்துறைகள் கோவை நூல்களில் முழுமையாக வழங்குதல் கொண்டு 'கோவைக்கலித்துறை' என்றும், இடம்பெறும் இலக்கிய வகைகளின் அடிப்படையில் கலித்துறைகள் வகைப் படுத்தப்படுகின்றன. இவ்வகைப்பாட்டை வீரசோழிய உரையே முதலில் குறிப்பிடுகின்றது (வீ.சோ.கா.123 பெருந்.).

காப்பியக் கலித்துறை

இக்காப்பியக் கலித்துறை, 'விருத்தக்கலித்துறை' எனவும் அழைக்கப்பெறுமென்பார் சி.வை. தாமோதரம் பிள்ளை (கட். கலி.ப.3). 'விருத்தக்கலித்துறை'யென்னும் ஆட்சியும் அவ்வகை குறித்த செய்தியும் சீவகசிந்தாமணியின் நச்சினார்க்கினியருரையிலேயே இடம்பெற்றுள. விருத்தம், துறை ஆகிய இரண்டின் இயல்புகளும் அமைந்து கிடப்பன கொண்டு இவ்வகையை 'விருத்தக்கலித்துறை' என்கிறார் நச்சினார்க்கினியர் (சீவகசிந்தாமணி, பா.1. நச்.). 'காப்பியக்கலித்துறை' எனும் ஆட்சி வீரசோழிய உரையில் முதற்கண் இடம்பெற்றுள்ளது (வீ.சோ.கா.123 பெருந்.).

விருத்தங்களைப் போல் பல சீர்வாய்பாடுகளைப் பெற்றமையும் இதன் வகைகளை ‘விருத்தப்பாவியல்’ நூலே முதலில் தனித்து எடுத்துரைத்து இலக்கணங்கூறியுள்ளது. பின்னர், ‘எளிதாகப் பாடலாம்’ (எளி.பா.பக்.96–99) முதலியன பல வகைகளைக் குறிப்பிடுகின்றன. மிகப் பலவாய்ப் பல்கிக் காணப்படும் சீர்வாய்பாட்டுக் காப்பியக் கலித்துறையின் வகைகளுள் ‘விருத்தப்பாவியல்’ காட்டுவனவற்றை இங்குத் தொகுத்துக்காணலாம். ‘விருத்தப்பாவியல்’ தரும் கலித்துறையின் சீர் வாய்பாட்டு வகைகள் கீழே தொகுத்தளிக்கப் பெறுகின்றன. வாய்பாட்டைப் பொருத்திப் பார்த்து மனங்கொள்வதற்கு வாய்ப்பாக ‘விருத்தப்பாவியல்’ உரையில் எடுத்துக்காட்டப் பெற்றுள்ள கந்தபுராணப் பாடற் சான்றுகளின் முதலடிகள் மட்டும் வாய்பாட்டையடுத்துத் தரப்படுகின்றன.

1. குறியமாச்சீர் கூவிளம் விளம் விளம் மா

(வி.பா. இரண்டாம் படலம், நூ.1)

(எ–டு.) “பூந டுங்கின பணிக்குல நடுங்கின புரைதீர்”

2. குறியமாச்சீர் கூவிளம் விளம் விளம் காய்

(வி.பா. இரண்டாம் படலம், நூ.1)

(எ–டு.) “இரதி யின்னணம் வருந்திடத் தொன்மைபோ லெங்கோமான்”

3. மாங்கனி கூவிளம் கூவிளம் தேமா தேமா

(வி.பா.இரண்டாம் படலம், நூ.2)

(எ–டு.) “தாமந்தரு மொய்ம்புடை வீர(ன்)ச யந்தன் விண்ணோ”

4. மாச்சீர் புளிமா புளிமாங்கனி தேமா தேமா

(வி.பா.இரண்டாம் படலம், நூ.2)

(எ–டு.) “அன்னா ரமருக் களஞ்சென்றயி லேந்து நம்பி”

குறிப்பிட்ட வாய்பாட்டமைப்பினைப் பாடலின் நான்கடிகளும் பின்பற்றிச் சீர்களைப் பெறுதலே இக்கலித்துறை வகைகளின் இலக்கணமாகும்.

மேலே காட்டப்பெற்ற மூவகையுள் இரண்டாம், மூன்றாம் வகைகள் நேரசையை முதலாகக் கொண்டு தொடங்குமாயின் 14 எழுத்தையும் நிரையசையை முதலாகக் கொண்டு தொடங்குமாயின் 15 எழுத்தையும் பெறுமெனச் சீர் வாய்பாட்டோடு எழுத்தெண்ணிக்கையமைப்பும் ஒத்து

விளங்குதலை 'விருத்தப்பாவியல்' நூலும் உரையும் குறிப்பிடுகின்றன (வி.பா. இரண்டாம் படலம், நூ.2, உரை). இவ்வாறு 14, 15 எழுத்தெண்ணிக்கையமைப்பு கலித்துறையில் அமைதலை யாப்பருங்கல விருத்தியுரை முன்னரே சுட்டியுள்ளது (யா.வி.ப.520). எழுத்தெண்ணிக்கையமைப்போடு சீரமைப்பும் விளக்கப் பெற்றுள்ளமை 'விருத்தப்பாவியலி'ல் ஏற்பட்டுள்ள இவ்வகையிலக்கணத்தின் வளர்ச்சி ஆகும்.

காப்பியக் கலித்துறையின் வகையாக இதனைப் பேசும் 'பாவலர் பண்ணை', கட்டளைக்கலித்துறை போல இதுவும் எழுத்தெண்ணிக்கை அமைதி பெறுதல் கருதி, "இதுவும் ஒருவகைக் கட்டளைக் கலித்துறையே" (பாவலர்.ப.93) எனக் குறிப்பிட்டுள்ளது.

கட்டளைக் கலித்துறை

கட்டளைக் கலித்துறை என்பதும் கோவைக் கலித்துறை என்பதும் ஒன்றே. கோவை இலக்கியத்தில் இடம்பெறும் கட்டளைக் கலித்துறை, கோவைக் கலித்துறை எனக் குறிப்பிடப் பெற்றுப் பின்னர் அதுவே கட்டளைக் கலித்துறையின் இன்னொரு பெயராகவும் வழக்குப் பெற்றுள்ளது.

கலத்தின் விருத்தியுரை இவ்வகையின் பெயர் சுட்டாமல் எழுத்தமைதியை மட்டும் கூறியது. காரிகையுரையும் இவ்வகையின் பெயர் சுட்டாமல் 'கலித்துறை' எனப் பொதுவாகக் குறித்து எழுத்தமைதி, சீரமைதி இரண்டையும் கூறியது. சிதம்பரப் பாட்டியலுரையில் (சி.பா.நூ.15 உரை) இடம்பெற்ற அவிநய நூற்பாக்களும் திவாகர நூற்பாவும் (நூ.1941) 'கட்டளைக் கலித்துறை' எனும் பெயராட்சியைத் தருகின்றன. அவிநய நூற்பாக்கள் நேரசை, நிரையசைக் கட்டளைக் கலித்துறைகள் எனும் வகைமை காட்டுகின்றன.

கட்டளைக் கலித்துறை இலக்கணங்கள் முந்து நூல்களில் முழுமை நோக்கில் அமையவில்லை என்பதனால் சி.வை. தாமோதரம் பிள்ளை 'கட்டளைக் கலித்துறை' எனும் தனிநூலைப் படைத்தளித்தார்.

காரிகைக்குப் பிந்தைய வரலாற்றில் வீரசோழியம், சிதம்பரப் பாட்டியல், இலக்கணச் சூடாமணி, தொன்னூல் விளக்கம், செந்தமிழ், சுவாமிநாதம், கட்டளைக் கலித்துறை, அறுவகை இலக்கணம், செய்யுளிலக்கணம், யாப்பொளி, யாப்பதிகாரம், கவிஞராக, கவிபாடலாம், யாப்பு நூல், எளிதாகப் பாடலாம், தென்னூல், பாவலர் பண்ணை ஆகிய நூல்கள் கட்டளைக் கலித்துறையின் இலக்கணங்கூறியுள்ளன. இவற்றுள் பெரும்பாலான நூல்கள்,

1. நேரசையில் தொடங்கும் அடி 16 எழுத்துகளையும் நிரையசையில் தொடங்கும் அடி 17 எழுத்துகளையும் பெறல்.

2. அடியெல்லைக்குள் இடம்பெறும் சீர்கள் வெண்டளை பெறல்.

3. ஐந்தாம் சீரில் மோனை அமைதல்.

4. ஐஞ்சீரடியின் முதல் நாற்சீரும் ஈரசைச்சீராகவும் ஐந்தாஞ் சீர் விளங்காய்ச்சீராகவும் அமைதல்.

5. தொடக்க அசையின் அடிப்படையில் நேரசைக் கட்டளைக் கலித்துறை, நிரையசைக் கட்டளைக் கலித்துறை எனக் கட்டளைக் கலித்துறை இருவகைப்படல்.

6. ஈற்றுச்சீர் ஏகாரம் பெறல்.

ஆகிய கட்டளைக் கலித்துறையின் இலக்கணங்களைக் கூறுகின்றன.

'கட்டளைக் கலித்துறை' என்னும் நூல் மட்டும் இவ்விலக் கணங்களோடு பிறநூல்கள் கூறாத 'பக்குவிட்டிசைத்தல்' எனும் பண்பையும் கட்டளைக் கலித்துறைக்குரியதாகச் சிறப்பான நிலையில் குறிப்பிட்டுள்ளது. 'கட்டளைக் கலித்துறை' நூல், இதனை

மூன்றோ டிரண்டயல் முன்னிய சீர்கள் முடிவடியில்
தேன்றோய் மொழியின் றிறம்**பக் கிசைத்த சிறப்புடைத்தாய்**
வான்றோய் கலித்துறை வந்திடிற் கோவையின் வாய்மையதென்
றூன்றோய்ந்த வேல்விழி யாய்உயர் பாவல ரோதுவரே.

(கட்.கலி.ப.9)

என்னும் சூத்திரத்திலும், "தனது ஈற்றடியிலேயுள்ள மூன்றாம் இரண்டாஞ்சீர்கள் தம்மிலேயாதல் தமது அயற்சீர்களோடாதல் ஓசைபிரிந்து மொழி பக்குவிட்டுப் பக்குவிட்டமொழி முற்சீரோ டொன்றி ஒழுகிய ஓசைத்தாகிய சிறப்பினையுடைத்தாய்" (கட். கலி.ப.9) அமையுமென்று உரைப்பகுதியிலும் குறிப்பிடுகின்றது. மேலும் இந்நூல்,

வண்கொடி யேய்மதின் மாறை வரோதயன் வாணனொன்னார்
எண்கொடி யேனெய்த விவ்வண்ண நீயிரங் கேலிரங்கேல்
நுண்கொடி யேரிடை வண்டிமிர் பூங்குழ னூபுரத்தாட்
பெண்கொடி **யேபிரி யேன்றரி யேன்நிற்** பிரியினுமே

(தஞ்சைவாணன் கோவை, கட்.கலி.ப.10, மேற்கோள்)

எனும் பாடலைச் சான்றுகாட்டி, இப்பாடலின் ஈற்றடியில் 'இரண்டா மூன்றா நாலாஞ்சீர்கள் பக்குவிட்டு முற்சீர்களோ டொன்றி'யமையைக் கூறுகின்றது.

இப்பாடல் ஈற்றடி, 'பெண்கொடியே பிரியேன் றரியேன் நிற்பிரியினுமே' என்றாற்போல முழுச் சொற்களாக அமையாமல் 'யேபிரி யேன்றரி யேன்நிற்' எனச் சொற்பிரிந்து அமைந்து ஒழுகிய ஓசைபெற்றுக் கட்டளைக்கலித்துறை அல்லது கோவைக் கலித்துறையானமையை இந்நூல் காட்டுகின்றது. இவ்வாறு மொழிபிரிந்து இசைத்து இன்னோசை தருதலே 'பக்குவிட்டி சைத்தல்' எனப்படும். கட்டளைக் கலித்துறையின் தனிச் சிறப்பான இலக்கணமாக இதனையும், இருவகைக் கட்டளைக் கலித்துறையுள், எந்த இடத்திலும் கலித்தளை பெறாது வெண்டளையே பெறும் வகையாகிய நேரசைக் கட்டளைக் கலித்துறையே ஓசைவகையால் நயமுடைத்தென்பதனையும் (கட்.கலி.ப.5) இந்நூல் விதந்து கூறுகின்றது. ஓசைச் சிறப்பு நோக்கிக் கட்டளைக் கலித்துறை யிலக்கணம் கூறப்பட்டுள்ளமை மனங்கொள்ளத்தக்கது.

திலதக் கலித்துறை

திலதக் கலித்துறை இலக்கணத்தையும் 'திலதம்' எனும் பெயராட்சியையும் 'வீரசோழியமே' முதன்முதலில் தருகின்றது.

> நேர்முந் துறிற்பதி னாறெழுத் தாகி நிரைமுதலாஞ்
> சீர்முந் துறிற்பதி னேழாய் முடிந்துசெப் பாரடிகள்
> ஏர்முந்து நான்கொத் திருபது சீரா லியன்றிடுமேல்
> தோர்முந்து பேரல்குன் மாதே! அஃது திலதமன்றே!

(வீ.சோ.கா.128)

ஈற்றடிச் சீர்கள் மொழிபிரிந்திசைத்தலாகிய 'பக்கு விட்டி சைத்தல்' எனும் சிறப்புப் பண்பினைப் பெறாத கட்டளைக் கலித்துறையே 'திலதக் கலித்துறை'யென்கிறது 'கட்டளைக் கலித்துறை' நூல் (கட்.கலி.பக்.9,11).

திலதக் கலித்துறையாவது, கட்டளைக் கலித்துறை தனக்குரிய தளையில் தவறியமைதல் என்று 'தென்னூல்' குறிப்பிடுகின்றது (தெ.நூ.447). இவ்விலக்கணம் முன்னிலக்கணம் நோக்கிக் கூறப்பட்டதாக அமையவில்லை. தானே படைத்துக் கூறுவதாகவும் மரபு அடிப்படை இல்லாததாகவும் அமைந்திருத்தல் எண்ணத்தக்கது.

திலதக் கலித்துறை பற்றி வீரசோழியம், கட்டளைக் கலித்துறை, தென்னூல் ஆகிய நூல்களே பேசுகின்றன. கட்டளை, திலதம் ஆகிய கலித்துறைகளுக்கிடையே நுட்பமான சிறுவேறுபாடே காணப்படுதலால் 'திலதக் கலித்துறை' பற்றி அதிகமான நூல்கள் பேசவில்லை எனலாம். இக்காலத்தில், பக்குவிட்டிசைத்தல் எனும் பண்பைப் பெறாத வடிவமான திலதமே கட்டளைக் கலித்துறை வடிவமாக மாற்றிக் கொள்ளப்படுகின்றது. வீரசோழியம் கூறும்

'திலதம்' எனும் இவ்வகைக்கான பெயராட்சியின் அடிப்படை மேலாய்வுக்குரியதாகும்.

கட்டளைக் கலித்துறை (கோவைக் கலித்துறை), திலதக் கலித்துறை எனும் வகைப்பாடுகளும், 'பக்குவிட்டிசைத்தல்' எனும் சிறப்பிலக்கணமும் காரிகைக்குப் பின்னர் ஏற்பட்ட கட்டளைக் கலித்துறையிலக்கண வளர்ச்சிகளாகும்.

விருத்த இலக்கண வளர்ச்சி

'விருத்தம்' என்னும் பாவினப் பெயரை வடமொழிப் பெயரென்றும் பெயரால் வடமொழியாயிருப்பினும் யாப்பால் தமிழுக்கே உரியதென்றும் குறிப்பிடுவார் பாவாணர்.[20] பெயரானும் தமிழுக்கேயுரியதென்பர் சிலர். "புதுமை எனும் பொருள் குறிக்கும் விருந்து எனும் சொல்லே விருத்தம் எனும் சொல்லாக்கத்திற்குக் காரணமாகிப் புதிதாகத் தோன்றி வளர்ந்த யாப்பு வடிவத்திற்குப் பெயராக அமைந்தது எனலாம்"[21] என்பார் ச.வே. சுப்பிரமணியன். 'விருத்தம்' எனும் பெயர் குறித்த கருத்துகள் இருநிலையிலமையினும் தமிழ் யாப்பில் விருத்தப்பா வடிவமே இலக்கிய ஆட்சி மிகுதிபெற்றுப் பிற பாவினத்தினும் வளர்ச்சியில் விஞ்சித் திகழ்கின்றது.

வெண்பாவுக்குரிய வெளிவிருத்தம் தவிர்ந்த ஆசிரிய விருத்தம், கலிவிருத்தம், வஞ்சிவிருத்தம் ஆகியன இலக்கிய ஆட்சி பெற்றுத் திகழுகின்றன. மற்றை இரு விருத்தங்களை நோக்க வஞ்சிவிருத்தங்கள் பெற்றுள்ள இலக்கிய ஆட்சி குறைவாகும். ஆசிரியவிருத்தமும் கலிவிருத்தமும் பல்கியநிலையில் பயில்கின்றன. இலக்கிய ஆட்சியில் பெறுகின்ற இடத்தையே இவை இலக்கண வளர்ச்சியிலும் பெறுகின்றன.

விருத்தம் பாவின் அடிப்படையில் ஆசிரிய விருத்தம், வெளிவிருத்தம், கலிவிருத்தம், வஞ்சி விருத்தம் எனும் வகைகளைப் பெறுவதோடு, அடிகளில் இடம்பெறும் சீர்களின் எண்ணிக்கை அடிப்படையில் குறளடி விருத்தம், சிந்தடி விருத்தம், அளவடி விருத்தம், நெடிலடி விருத்தம், கழிநெடிலடி விருத்தம் எனும் வகைமைபெறுவதையும் காரிகைக்குப் பிந்தைய வரலாற்றில் (செந்.ப.150) காணமுடிகிறது.

ஆசிரிய விருத்தம், கலிவிருத்தம் ஆகிய இரண்டின் இலக்கிய ஆட்சியை மனங்கொண்டு அவற்றின் இலக்கணங்கூற 'விருத்தப் பாவியல்' எனும் தனி நூல் எழுந்தமை யாப்பியல் வரலாற்றில் குறிப்பிடத்தக்கது.

ஆசிரியவிருத்த இலக்கண வளர்ச்சி

அறுசீரடியாலும் அறுசீரின் மிக்க அடிகளாலும் அமைவன ஆசிரியவிருத்தங்கள் ஆகும். அறுசீரடியும் அறுசீரின் மிக்க அடிகளும் கழிநெடிலடிகள் ஆதலால் ஆசிரியவிருத்தங்கள் 'கழிநெடில் விருத்தங்கள்' என்றும் குறிப்பிடப் பெறுகின்றன. கழிநெடிலடி ஆசிரியவிருத்தங்களைக் குறுங்கழிநெடிலடி ஆசிரியவிருத்தங்கள், நெடுங்கழிநெடிலடி ஆசிரியவிருத்தங்கள் என வகைப்படுத்தும் போக்கும் புலவரிடையே நிலவியுள்ளது.[22] பதினொரு சீர்க்கு மேல் அமையும் கழிநெடிலடி ஆசிரியவிருத்தங்களை 'இரட்டை விருத்தம்' என வகைப்படுத்தும் போக்கு நிலவியதை வீரசோழிய உரையால் (வீ.சோ.கா.109, பெருந்.) அறியமுடிகிறது. இரட்டை விருத்தங்கள் பரவலாக இரட்டையாசிரிய விருத்தங்கள் என்றே குறிப்பிடப்பெறுகின்றன.

கலம், காரிகை ஆகியனவும் அவற்றின் உரைகளும் 'கழிநெடிலடி நான்கு அளவொத்துவருதல் ஆசிரியவிருத்தமாகும்' எனச் சுருக்கமாகவே இலக்கணங் கூறுகின்றன (யா.நூ.77, உரை, யா.கா.கா.30, உரை).

இவ்விலக்கணம் ஆசிரியவிருத்தத்தின் அமைப்பையோ வகைகளையோ விளக்கப் போதுமானதாக இல்லை. காரிகைக்குப் பின்னர்த் தோன்றிய தொன்னூல் விளக்கம், செந்தமிழ், விருத்தப்பாவியல், கவிஞராக, கவிபாடலாம், யாப்புநூல், எளிதாகப் பாடலாம், பாவலர் பண்ணை ஆகிய நூல்களே ஆசிரியவிருத்தங்களின் அமைப்பையும் வகைகளையும் விளக்கி இலக்கணங்கூறும் முயற்சியை மேற்கொண்டுள்ளன.

விருத்த அமைப்பிலக்கணம்

விருத்தங்களின் பொது அமைப்பினை விளக்கி இலக்கணங் கூறும் முயற்சியைத் தொன்னூல் விளக்கமே முதலில் மேற்கொண்டுள்ளது. குறிப்பிட்ட சீர்வாய்பாட்டு அமைப்பினைப் பின்பற்றி நான்கு அடிகளிலும் சீர்கள் முறைபிறழாமல் அமைக்கப் பெறவேண்டும் என்பதே விருத்தத்தின் பொது அமைப்பு இலக்கணம். எடுத்துக்காட்டாக, 'விளம் மா தேமா விளம் மா தேமா' எனும் வாய்பாட்டினைப் பின்பற்றி அமைக்கப்படும் ஒருவகை அறுசீர் விருத்தத்தில், ஒவ்வோர் அடியின் அறுசீர்களும் இதே வாய்பாட்டினைப் பின்பற்றி அமைக்கப்பெற வேண்டும். முதலடியின் மூன்றாஞ்சீரும் ஆறாஞ்சீரும் தேமாச் சீர்களாயின் மற்றைய மூன்றடிகளிலும் மூன்றாஞ்சீரும் ஆறாஞ்சீரும் தேமாச் சீர்களாகவே அமையவேண்டும்.

தொன்னூல் விளக்கம், அதன் உரை ஆகியன இவ்வமைப்பு முறையை விளக்குகின்றன (தொன்.நூ.247, உரை). 'செந்தமிழ்' நூலும் முதலடியின் சீர்வகைகளும் வைப்புமுறையும் நான்கடிகளிலும் கட்டாயம் முறைபிறழாமல் அமையவேண்டுமென்பதை விளக்கிக் கூறுகின்றது (செந்.ப.153).

இந்நூற்றாண்டில் உரைநடையில் தோன்றிய நூல்களான 'கவிஞராக', 'கவிபாடலாம்', 'எளிதாகப் பாடலாம்', 'பாவலர் பண்ணை' ஆகியனவும் 'யாப்பு நூலு'ம் விருத்தத்தின் பொது அமைப்பினை விளக்குகின்றன. இவற்றுள் 'கவிஞராக' விருத்தத்தின் பொது அமைப்பினை,

> மனம்போனவாறு அறுசீர்களையோ எழுசீர்களையோ எண்சீர்களையோ பன்னிரண்டு சீர்களையோ அளவாக ஒவ்வோர் அடியிலும் அடுக்கிவைத்து விட்டால், அது விருத்தமாகி விடாது . . . 'விளம் மா தேமா விளம் மா தேமா' என்னும் வாய்பாட்டால் வரும் ஆசிரியவிருத்தம் ஒருவகையாகும். நான்கடிகளிலும் எதுகை அமைய வேண்டும். இவ்வகை விருத்தத்தை இரண்டிரண்டு வரியாக மடித்தெழுதுவது மரபு. இதில் மோனை முதற்சீரிலும் நான்காம்சீரிலும் இருத்தல் சிறப்பு. ஈறு இப்படித்தான் முடிய வேண்டும் என்பதில்லை. முதலடியின் முதற்சீர் கூவிளங்காயாய் இருந்தால், மற்றைய அடிகளின் முதற்சீர்கள் கூவிளங்காயாகவும், கருவிளங்காயாய் இருந்தால் கருவிளங்காயாகவும் இருக்க வேண்டும் என்பதறிக
>
> (கவிஞ.பக்.270,271)

என்று தெளிவாக எடுத்துரைக்கிறது.

விருத்த வகைகள்

விருத்தங்கள் பலவகை அமைப்புகளில் இலக்கியங்களில் பல்கிப் பயில்கின்றன. அவற்றின் சீர்வாய்பாட்டமைப்புகளைக் கண்டுகூறி வகைகளின் இலக்கணங்களை விளக்கும் முயற்சிகளைக் காரிகைக்குப் பின்னர்த் தோன்றிய சில நூல்கள் மேற்கொண்டுள்ளன.

முச்சீரடிகளால் அமையும் வஞ்சிவிருத்தம், நாற்சீரடிகளால் அமையும் கலிவிருத்தம், அறுசீரடி, எழுசீரடி, எண்சீரடி முதலியவற்றால் அமையும் ஆசிரியவிருத்தங்கள் ஆகியவற்றில் தேமாச் சீர், புளிமாச் சீர், கூவிளச் சீர், கருவிளச் சீர், காய்ச் சீர்கள், கனிச் சீர்கள் ஆகியவற்றை வெவ்வேறுவிதமாக அடிக்குள்

ஒன்றுக்கொன்று மாற்றியமைத்து மிகப்பலவகை அமைப்புகளை உருவாக்க வாய்ப்புள்ளது. எனினும் வாய்ப்புள்ள அனைத்து வகைகளிலும் விருத்தங்கள் அமையவில்லை. வாய்ப்புள்ள வகைகளுள் குறிப்பிடத்தக்க சிலவகை அமைப்புகளே ஓசைநலத்தை உருவாக்க வல்லனவாய் அமைகின்றன. ஓசைநலந் தரவல்ல வகையமைப்புகளே இலக்கியங்களில் நிலைபேறடைந்துள்ளன.

ஓசையினிமையை ஏற்படுத்தவியலாச் சிலவகை அமைப்பு களைப் பாவலர் சிலர் சீர்களைப் புதுவிதமாக மாற்றியமைத்துப் படைத்துக் காட்டியிருப்பினும் அவை தொடர்ந்து செல்வாக்குப் பெறவியலா வகைகளாகிச் சென்று தேய்ந்திற்றுவிட்டன. 'விருத்தங்களில் மிகப் பல வகைகளை உருவாக்க முடியுமெனினும் அவ்வாறு உருவாக்கப் படுபவற்றுள் சில ஓசையினிமையைத் தரா' என்னும் கருத்தினை வீரமாமுனிவர் குறிப்பிட்டுள்ளார் (செந்.ப.152). தமிழ் விருத்தங்களின் வளர்ச்சி பற்றி ஆராய்ந்த தணிகாசல முதலியார், 'வீரமாமுனிவர் வழக்கிறந்த வகைகளைப் பின்பற்றும் போதும் தம் கற்பனைக்கும் மனம்போன போக்கிற்கும் தகுந்தபடி புதியவகைகளை உருவாக்கும்போதும் விருத்தங்களைப் படைப்பதில் தோற்றுவிட்டாரென்றும், ஒருவர் ஒத்த அறுசீர் எழுசீர் முதலியவற்றை ஒவ்வோர் அடியிலும் அமைத்து எழுதலா மெனினும் அவையெல்லாம் விருத்தமாகா' என்றும் கூறியுள்ளார்.[23]

கணிதமுறையில் ஒவ்வொரு சீரடியிலும் சீர்களை மாற்றி மாற்றியமைத்து எத்தனை வகையான சீர்வாய்பாட்டு அடியமைப்பில் விருத்தவகைகளை உருவாக்கமுடியுமெனக் கணக்கிட்டுவிட முடியும். ஆனால் மிகு எண்ணிக்கையில் அமையும் அவ்வகைகளுள் குறிப்பிடப்பட்டவையே ஓசையினிமை தரும். இலக்கியங்களில் பயின்று ஓசையினிமை தரும் வகைகளைக் காரிகைக்குப் பிந்தைய வரலாற்றில் தொன்னூல் விளக்கம், செந்தமிழ், விருத்தப்பாவியல், கவிஞராக, கவிபாடலாம், யாப்பு நூல், எளிதாகப் பாடலாம் ஆகியன எடுத்துரைக்கின்றன.

வகைகளின் அமைப்புகளை விளங்கிக்கொள்ள வாய்ப்பாக விருத்த வகைகளுக்கு இலக்கணங்கூறுதற்கென்றே தனித்துத் தோன்றிய நூல் எனும் அடிப்படையில் இலக்கண நூல்களுள் 'விருத்தப்பாவியல்' காட்டும் வகைகள் மட்டும் இங்குத் தொகுத்தளிக்கப்பெறுகின்றன. இலக்கணங்களைப் பொருத்திக் கண்டு மனங்கொள்ளுமாறு எடுத்துக்காட்டுப் பாக்களும் தரப்படுகின்றன. துலக்கங் கருதிப் பாக்களின் முதலடிகள் மட்டும் இடம்பெறுகின்றன.

அ. சீர் வாய்பாட்டமைப்பு வகைகள்

(1) அறுசீர் ஆசிரியவிருத்த வகைகள்

அறுசீர் ஆசிரிய விருத்தத்தில் எழுவகைச் சீர்வாய்பாட்டு அமைப்புகளுக்கு 'விருத்தப்பாவியல்' இலக்கணங்கூறுகின்றது. 'விருத்தப்பாவியல்' இலக்கணங் கூறுமாற்றை அறிந்துகொள்ளப் பின்வரும் ஒருவகையின் இலக்கணவிதியைப் பருக்கைப்பதமாகக் காணல்தகும்.

இருமா காய்ச்சீ ரரையடிக்கா
யிவையே மற்றை யரையடிக்கும்
வருமா றுணர்க வாரணியுங்
கொங்கை பொலியு மடக்கொடியே

(வி.பா.முதற்படலம், நூ.2)

எழுவகைச் சீர்வாய்பாட்டமைப்புகள் வருமாறு:

1. விளம் மா தேமா விளம் மா தேமா

(வி.பா.முதற்படலம், நூ.1)

"வேதியா! வேத கீதா! விண்ணவ ரண்ணா! வென்றென்"

(அப்பர் – திருவாலவாய்த் திருநேரிசை 1, மேற்படி, நூ. உரைக்காட்டு)

2. மா மா காய் மா மா காய்

(வி.பா.முதற்படலம், நூ. 2)

"பற்றற் றார்சேர் பழம்பதியைப் பாசூர் நிலாய பவளத்தை"

(பாவநாசத் திருப்பதிகம் 1, மேற்படி நூ. உரைக்காட்டு)

3. காய் காய் காய் காய் மா தேமா

(வி.பா.முதற்படலம் நூ.3)

"கங்காளர் கயிலாய மலையாளர் கானப்பே ராளர் மங்கை"

(சம்பந்தர், திருவையாற்றுப் பதிகம், மேற்படி நூ. உரைக்காட்டு)

4. குறிய ஈற்று மா கூவிளம் விளம் விளம் விளம் காய்

(வி.பா. முதற்படலம், நூ. 4)

"ஆடு கின்றிலை கூத்துடை யான்கழற் கன்பிலை
யென்புருகிப்"

(திருச்சதகம் 31, மேற்படி நூ. உரைக்காட்டு)

5. மா விளம் மா விளம் விளம் மா

(வி.பா.முதற்படலம், நூ.5)

"நீல வண்டறை கொன்றை நேரிழை மங்கையொர் திங்கள்"

(சுந்தரர், தேவாரம், மேற்படி, நூ. உரைக்காட்டு)

6. மூன்றாம் சீரும் ஆறாம் சீரும் மாச்சீர்கள்; பிற சீர்கள் விளச்சீரும் மாச்சீருமாக அமைந்து அவை வெண்டளையிற் புணர்ந்தமை

(வி.பா. முதற்படலம், நூ. 6)

"உன்னை யுகப்பன் குயிலே யுன்துணைத் தோழியு மாவன்"

(திருவாசகம், குயிற்பத்து, மேற்படி நூ. உரைக்காட்டு)

7. மா மா மா மா மா காய்

(வி.பா.முதற்படலம், நூ. 7)

"பாரோர் விண்ணோர் பரவி யேத்தும் பரனே பரஞ்சோதி"

(திருவாசகம், ஆசைப்பத்து, மேற்படி நூ. உரைக்காட்டு)

(2) எழுசீர் ஆசிரிய விருத்த வகை

எழுசீர் ஆசிரிய விருத்தத்தில் ஒருவகையமைப்புக்கே 'விருத்தப்பாவியல்' இலக்கணங் கூறுகின்றது.

1. விளம் மா விளம் மா
    விளம் விளம் மா

(வி.பா. மூன்றாம் படலம், நூ.1)

"கண்ணுதன் மதுரைப் பிரானையிவ் வாறு
கருதிய பாணியாற் கனிந்து"

(திருவிளையாடற் புராணம் – இசைவாது வென்ற படலம், 37, மேற்படி நூ. உரைக்காட்டு)

(3) எண்சீர் ஆசிரிய விருத்த வகைகள்

எண்சீர் ஆசிரியவிருத்தத்தில் மூவகை அமைப்புகளை 'விருத்தப்பாவியல்' காட்டுகின்றது.

1. காய் காய் மா தேமா
    காய் காய் மா தேமா

(வி.பா.நான்காம் படலம், நூ.1)

"வேற்றாகி விண்ணாகி நின்றாய் போற்றி
மீளாமே யாளென்னைக் கொண்டாய் போற்றி"

(அப்பர் தேவாரம், மேற்படி நூ. உரைக்காட்டு)

2. காய் காய் காய் மா
    காய் காய் காய் மா

(வி.பா நான்காம் படலம், நூ.1 உரை)

"நாப்பிளக்கப் பொய்யுரைத்து நவநிதியம் தேடி
நலமொன்று மறியாத நாரியரைக் கூடிப்"

(பட்டினத்தார் பாடல், மேற்படி நூ. உரைக்காட்டு)

3. மா கூவிளம் விளம் மா
மா கூவிளம் விளம் மா

(வி. பா. நான்காம் படலம், நூ. 2)

"விதிவ ழாதபல் லுறுப்புடை மறையின்
மிக்க தாகுங்கா யத்திரி யதனி"

(காஞ்சிப் புராணம் – திருவேகம்பப் படலம், மேற்படி நூ. உரைக்காட்டு)

(4) ஒன்பதின், பதின், பதினொரு சீர் ஆசிரிய விருத்தங்கள்

இவை இலக்கிய ஆட்சி அருகியே உள்ளன; வகைகள் பெற்று வளரவில்லை. இவ்வகைகளைப் பற்றிப் பேசும் 'கவிபாடலாம்' (கவி.ப. 144), 'எளிதாகப் பாடலாம் (எளி.பா.பக். 109,110) ஆகிய நூல்கள் யாப்பருங்கல விருத்தியுரை காட்டும் பாடல்களையே எடுத்துக்காட்டி அவற்றின் சீர்வாய்பாட்டமைப்பை விளக்கு கின்றன. 'விருத்தப்பாவியல்' இவ்விருத்தங்கள் பற்றிப் பேசவில்லை.

(5) பன்னிருசீர் ஆசிரிய விருத்தம், பதினான்குசீர் ஆசிரிய விருத்தம் முதலியன

பதினொரு சீர்க்கு மேல் அமையும் கழிநெடிலடி ஆசிரிய விருத்தங்கள், 'இரட்டை ஆசிரிய விருத்தம்', 'இரட்டை விருத்தம்' எனக் குறிப்பிடப்பெறுகின்றன. பதினொரு சீர்க்கு மேற்பட்ட ஆசிரிய விருத்தங்களைக் குறிக்கும் 'இரட்டை விருத்தம்' எனும் பெயராட்சி முதலில் பன்னிரண்டாம் நூற்றாண்டைச் சேர்ந்த பெருந்தேவனாரின் வீரசோழிய உரையில் காணப்படுகின்றது. "இது பதினொருசீர்க் கழிநெடிலடியான் வந்த செய்யுள். இதின் மேற்பட்டனவெல்லாம் இரட்டை விருத்தம் என்க" (வீ.சோ. கா.109 பெருந்.) என்னும் உரைப்பகுதியுள் இப்பெயராட்சி பதிவு பெற்றுள்ளது.

பொதுவாக அறுசீர், எழுசீர் ஆசிரிய விருத்த அமைப்புகள் சில இரட்டித்து வருவனவாகவே பன்னிரு, பதினான்கு சீர் ஆசிரிய விருத்தங்கள் அமைந்து காணப்படுகின்றன. இதனை அறுவகை இலக்கணம் பின்வருமாறு குறிக்கின்றது.

அறுசீர், எழுசீர் இரட்டிய விருத்தப்
பகுதியும் தாழிசைப் பகுதியும் உளவே

(அறு.நூ. 441)

'விருத்தப்பாவியல்' பன்னிரு, பதினான்கு சீர் ஆசிரிய விருத்தங்களுக்கு இலக்கணந் தனியே கூறவில்லை எனினும் அறுசீர், எழுசீர் விருத்த அமைப்புகள் இரட்டித்துவரும் பன்னிரு, பதினான்கு சீர் விருத்தங்களை 'விருத்தப்பாவியலி'ன் உரை

குறிப்பிடுகின்றது (வி.பா.ஐந்தாம் படலம், நூ.3 உரை). பன்னிருசீர் ஆசிரியவிருத்த அமைப்பிலக்கணத்தை,

> பன்னிரு சீர் விருத்தத்தை இரட்டை விருத்தம் என்பர். இரட்டை விருத்தமாவது முன்னர்வந்து ஒரு தூக்குற்ற அடிச்சந்தமே இரட்டிப் பின்னும் வந்து ஓரடியாய் நிற்பது. இப்பன்னிருசீர் விருத்த அடியை நான்காக மடித்து அமைப்பது மரபு. இதில் அடிதோறும் 1,5,7,11 ஆகிய சீர்களில் மோனை வருதல் சிறப்பாகும் (கவிஞ.ப.287)

எனக் 'கவிஞராக' மேலும் தெளிவாக எடுத்துரைக்கின்றது.

பன்னிரு, பதினான்குசீர் விருத்தங்களில் சில வகைகளே இலக்கியங்களில் வழங்குகின்றன. அவற்றுள்,

மா மா காய் மா மா காய்
மா மா காய் மா மா காய்

எனும் வாய்பாட்டமைப்புடைய பன்னிரு சீர் விருத்தவகையையே 'விருத்தப்பாவியலு'ரை (வி.பா. ஐந்தாம் படலம், நூ. 3 உரை) குறிப்பிடுகின்றது. 'கவிபாடலாம்', 'கவிஞராக', 'எளிதாகப் பாடலாம்' ஆகியன மேலும் சில வகைகளைக் குறிப்பிடுகின்றன (கவி.பக். 145,146, கவிஞ.பக். 287,290, எளி.பா.பக். 110–112)

ஆ. வெண்டளை பெறும் ஆசிரிய விருத்தங்கள்

சீர்வாய்பாட்டு அமைப்புகளைப் பெறாமல் வெண்டளையைப் பெற்றமையும் ஆசிரிய விருத்தங்கள் இலக்கியங்களில் இடம்பெற்றுள்ளன. இவ்வாறு வெண்டளையால் விருத்தம் அமைவதை விருத்தவகை வளர்ச்சியாக 'யாப்புநூல்',

வெண்டளை கொண்டு விருத்தமும் துறையும்
சிந்தொடு பிறவும் வந்திடல் வளர்ச்சி

(யாப்பு.நூ. 123)

என்னும் நூற்பாவின்வழி எடுத்துரைக்கின்றது. வெண்டளை பெறும் விருத்தங்களைக் 'கட்டளைப் பாக்கள்' எனும் வகையுள் அடக்கி, கட்டளை எழுசீர் ஆசிரிய விருத்தம், கட்டளை எண்சீர் ஆசிரியவிருத்தம் எனப் பெயரிட்டுச் செல்கின்றது (யாப்பு.நூ.130 உரை). பெரிதும் வெண்டளை பெற்று நேரசையில் தொடங்கும் அரையடிகள் பதினோர் எழுத்து, நிரையசையில் தொடங்கும் அரையடிகள் பன்னிரண்டு எழுத்து எனும் வரையறைபெறும் எண்சீரடி நான்கால் ஆன பாவடிவத்தைப் பிற இலக்கண நூல்கள் 'கட்டளைக் கலிப்பா' எனக் கலிப்பாவோடு தொடர்புபடுத்திக் கூறுகின்றன. இவ்வடிவத்தைக் கலிப்பாவோடு

தொடர்புபடுத்தாமல் 'கட்டளைவிருத்தம்' என்னும் பெயரில் 'யாப்புநூல்' குறிப்பிட்டுப் பேசியுள்ளமை *(யாப்பு.நூ.128 உரை)* குறிப்பிடத்தக்கதாகும்.

பலவகை அமைப்புகளையுடைய ஆசிரிய விருத்தங்கள் காரிகைக்குப் பிந்தைய வரலாற்றிலேயே இவ்வாறு விளக்கமாக இலக்கணங்களைப் பெற்றுள்ளன. இரட்டையாசிரிய விருத்தங்கள் பிற்கால இலக்கியங்களில் பல்கிப் பயின்றுள்ளன; பதினாறு, முப்பத்திரண்டு, அறுபத்துநான்கு என நூற்றுத் தொண்ணூற்றாறு சீர்வரை சீர்களைப் பெற்று வளர்ச்சிகண்டுள்ளன. இவை குறித்துக் குறிப்பிடத்தக்க அளவு இலக்கணங்கூறப்பட்டிருப்பினும், இலக்கியங்களில் இடம்பெற்றுள்ள பலவகை அமைப்பிலான இரட்டையாசிரிய விருத்தங்கள் அனைத்தையும் தொகுத்துத் தரவுகளாக்கி ஆய்ந்து முழுமையான நிலையில் இலக்கணங்கூற வாய்ப்புள்ளது.

(ii) கலிவிருத்த இலக்கண வளர்ச்சி

'நாற்சீரடி நான்காய் வருவது கலிவிருத்தம்' எனக் காரிகை பொதுப்படக் குறிப்பிடுகின்றது *(யா.கா.கா.34)*. காரிகையில் சுருக்கமாகவும் பொதுப்படவும் கூறப்பட்ட கலிவிருத்த இலக்கணம் பின்னர்க் குறிப்பிடத்தக்க அளவு வளர்ச்சிகளை அடைந்துள்ளது. கலிவிருத்தம் சீர்வாய்பாட்டு அமைப்பின, வெண்டளையால் அமைவன, எழுத்தெண்ணிக்கை ஒத்தமைவன என மூவகை அமைப்புகளைப் பெறுவதனை இலக்கண நூல்கள் காட்டுகின்றன.

அ) சீர்வாய்பாட்டு அமைப்பு வகைகள்

கலிவிருத்தங்கள் பலவகைச் சீர்வாய்பாட்டு அமைப்புகளில் இலக்கியங்களில் வழங்குகின்றன. அவற்றைச் செந்தமிழ், விருத்தப்பாவியல், கவிஞராக, கவிபாடலாம், யாப்புநூல், எளிதாகப் பாடலாம் ஆகியன கண்டுகாட்டி விளக்கியுள்ளன. 'விருத்தப்பாவியல்' இரு சீர்வாய்பாட்டு வகைகளுக்கு இலக்கணங்கூறி 'மேலும் பலவாறு வருவனவற்றையும் கொள்க' எனக் குறிப்பிடுகின்றது *(வி.பா.ஐந்தாம் படலம், நூ.1–3)*.

இருவகைகள் வருமாறு:

1. மா கூவிளம் கூவிளம் கூவிளம்

(வி.பா.ஐந்தாம் படலம், நூ.1)

"உலகம் யாவையும் தாமுள வாக்கலும்"

(கம்பராமாயணம், மேற்படி நூ. உரைக்காட்டு)

2. விளம் விளம் மா கூவிளம்

(வி.பா.ஐந்தாம் படலம், நூ.2)

"சொற்றுணை வேதியன் சோதி வானவன்"

(அப்பர், நமச்சிவாயப் பதிகம், மேற்படி நூ. உரைக்காட்டு)

ஆ) வெண்டளையால் அமைவன

விருத்தங்களுக்குரிய சீர்வாய்பாட்டமைப்பினைப் பெறாமல் வெண்டளை அமைப்பினைப் பெறும் கலிவிருத்தம் பற்றிச் 'செந்தமிழ்' குறிப்பிடுகின்றது (செந்.ப.160). வெண்டளைபெறும் கலிவிருத்த அமைப்பை 'யாப்புநூல்', கட்டளைக் கலிவிருத்தம் என வகைப்படுத்தி இலக்கணங்கூறுகின்றது (யாப்பு.நூ.130 உரை). திருமந்திரப் பாடலை எடுத்துக்காட்டி வெண்டளைக் கலிவிருத்தம் பற்றி 'யாப்புநூல்' பேசுகின்றது. 'எளிதாகப் பாடலாம்' நூலும் வேறொரு திருமந்திரப் பாடலை எடுத்துக்காட்டி "வெண்டளை யாலேயே வந்த விருத்தம்" (எளி.பா.ப. 93) என்று குறிப்பிடுகின்றது. காரிகைக்குப் பின்னர் வெண்டளையாலே அமையும் கலிவிருத்த வகை இலக்கணநூல்களில் பதிவு பெற்றுள்ளமையை இச்செய்திகள் காட்டுகின்றன.

இ) எழுத்தெண்ணிக்கை ஒத்துவரும் அமைப்புகள்

நேரசையில் தொடங்கும் அடிகளாலான கலிவிருத்தம் அடிதோறும் பதினோர் எழுத்துகளைப் பெறுவதாகவும், நிரையசையில் தொடங்கும் அடிகளாலான கலிவிருத்தம் அடிதோறும் பன்னிரண்டு எழுத்துகளைப் பெறுவதாகவும் கலிவிருத்த வகைகள் அமைந்துள்ளமையை முதலில் யாப்பருங்கல விருத்தியுரை சுட்டியுள்ளது (யா.வி.ப.520). இவ்வகை பற்றிக் காரிகை, காரிகையுரை ஆகியன எதுவும் குறிப்பிடவில்லை. காரிகைக்குப் பிந்தைய வரலாற்றில் விருத்தப் பாவியல், கவிஞராக, கவிபாடலாம், எளிதாகப் பாடலாம், பாவலர் பண்ணை ஆகியன இக்கலிவிருத்த வகையிலக்கணத்தைக் கூறுகின்றன.

விருத்தப்பாவியல், இக்கலிவிருத்த வகையின் எழுத்தமைதி யோடு சீரமைதியையும் முதன்முதலில் இணைத்துக் கூறுகின்றது. இவ்வகை மாச்சீருடன் கூவிளச்சீர்கள் சேரும் அமைப்புடையது என்பதை இலக்கணம் வகுத்துக் கூறுகின்றது.

கா த லிக்குங் கலிவிருத் தத்தொரு
பா த மாவருங் கூவிளம் பற்றிடி
னாத லானிரை நேர்க்கெழுத் தாறிரண்
டோதி னாரொரு பஃதுட னொன்றரோ.

(வி.பா. ஐந்தாம் படலம், நூ. 1)

‘கவிபாடலாம்’, இவ்வகையுள் எழுத்தமைப்பும் சீரமைப்பும் ஒத்துவருவன; எழுத்தமைப்பு ஒத்துச் சீரமைப்பு ஒவ்வாமல் வருவன எனும் இரு அமைப்புகள் காணப்படுகின்றமையைக் காட்டுகின்றது (கவி.பக்.81,82).

எழுத்தமைப்பு ஒத்தமையும் கலிவிருத்த வகைக்குக் ‘கட்டளைக் கலிவிருத்தம்’ என்று பெயரிடுவதோடு, “இது கட்டளைக் கலிப்பாவின் அரையடியை ஓரடியாகக் கொண்டது” (எளி.பா.ப.118) எனவும், இவ்வகைக் கலிவிருத்தத்தின் அடிகள் முதற்றளையாக நேரொன்றாசிரியத் தளையையும் பிறவெல்லாம் இயற்சீர் வெண்டளையையும் பெறுமெனவும் (எளி.பா.ப.118) ‘எளிதாகப் பாடலாம்’ கூறுகின்றது. எழுத்தெண்ணிக்கை ஒத்தமையும் அடிகளில் முழுமையாக இல்லையெனினும் பேரளவில் வெண்டளை பயிலும் பண்பு அமைந்திருத்தல் குறிப்பிடத்தக்கது. இலக்கிய ஆட்சி, இலக்கணப் பதிவு ஆகிய இரண்டாலும் இக்கலிவிருத்த வகை முற்பட்டது என்பதால் இதனோடு நெருங்கிய தொடர்புடைய ‘கட்டளைக் கலிப்பா’ வடிவம் இக்கலிவிருத்த வகையின் வளர்ச்சியாகவே கருதத்தக்கது. இக்கலிவிருத்த வகையின் நான்கடிகளும் இரட்டித்த வடிவமாகவே ‘கட்டளைக் கலிப்பா’ அமைந்துள்ளமை தனித்துச் சுட்டத்தக்கது.

கலிவிருத்தத்தின் மூவித அமைப்புகள் இலக்கணம் பெற்றுள்ளமையும், சீர்வாய்பாட்டமைப்பில் பல வகைகள் இலக்கணம் பெற்றுள்ளமையும் கலிவிருத்த இலக்கண வளர்ச்சி களாக அமைந்துள்ளன.

(iii) வஞ்சிவிருத்த இலக்கண வளர்ச்சி

வஞ்சிவிருத்தங்கள் இலக்கியங்களில் குறைவான அளவிலேயே ஆட்சி பெற்றுள்ளன; இலக்கணப் பதிவுகளும் குறைவான நிலையிலேயே நிகழ்ந்துள்ளன. வஞ்சிவிருத்தம், சீர்வாய்பாட்டு அமைப்புவகை, வெண்டளை அமைப்புவகை என இருவகையமைப்புகளைப் பெறுவதனை இலக்கண நூல்கள் காட்டுகின்றன.

அ) சீர்வாய்பாட்டமைப்பு வகை

சில சீர்வாய்பாட்டமைப்புகளைப் பெற்று வஞ்சியின் இனத்தில் வஞ்சி விருத்தமே ஓரளவு வளர்ச்சி கண்டுள்ளது. விருத்தங்களுக்கு இலக்கணங் கூறத்தோன்றிய ‘விருத்தப்பாவியல்’ வஞ்சி விருத்தங்களுக்கு இலக்கணங்கூறாத போதிலும் ‘மா கூவிளம் கூவிளம்’ எனும் வஞ்சிவிருத்த வகையைக் குறிப்பிட்டு “இது முதல் கலிவிருத்தத்தைப் போன்று ஒரு விளச்சீர் குறைய வந்த வஞ்சிவிருத்தம்” என்கிறது (வி.பா.ஐந்தாம் படலம், நூ.3 உரை). இவ்வகைக்கு, “நூறெ ரிந்திடு நோன்மையோன்” எனத்

தொடங்கும் கந்தபுராணப் பாடலைச் சான்று காட்டுகின்றது. கலிவிருத்த வகைகளில் ஈற்றுச்சீர் குறைந்து வஞ்சி விருத்த வகைகள் தோன்றுமென்பதை இது உணர்த்துகின்றது. வஞ்சி விருத்தத்தின் சீர்வாய்பாட்டு வகைகளாக மேலும் சிலவற்றைச் 'செந்தமிழ்' (செந்.ப.158), 'கவிஞராக' (கவிஞ.பக்.293,294), 'எளிதாகப் பாடலாம்' (எளி.பா.பக்.90, 91) ஆகிய இலக்கண நூல்கள் காட்டுகின்றன.

ஆ) வெண்டளையமைப்பு வகை

வெண்டளைபெற்று வஞ்சிவிருத்த வகை அமைதலை 'எளிதாகப் பாடலாம்', வஞ்சி விருத்தத்தின் முச்சீர்களும் இயற்சீர் வெண்டளை பெற்று அமையுமெனக் கூறுகின்றது (எளி.பா.ப.113).

காரிகைக்குப் பிந்தைய வரலாற்றில் பாவின இலக்கண வளர்ச்சியுள் இவ்வாறு விருத்த இலக்கண வளர்ச்சி விதந்துரைக்கத்தக்க நிலையினில் அமைந்துள்ளது. விருத்த இலக்கண வளர்ச்சியுளும் ஆசிரியவிருத்த இலக்கணங்கள் குறிப்பிடத்தக்கனவாய்ச் சிறந்துள்ளன. காரிகைக்குப் பின்னர்ப் பாவின இலக்கணங்கள் செழுமைபெற்று வளர்ந்துள்ளமை இப்பகுதியுள் விளக்கப்பெற்ற செய்திகளால் தெளிவாகப் புலனாகும்.

II அ) சந்தப்பாவின இலக்கண வளர்ச்சி

வண்ணயாப்பினின்று வேறான சந்தயாப்பின் இலக்கணங் குறித்துத் தமிழ் யாப்பிலக்கண நூல்களுள் யாப்பருங்கலத்தின் விருத்தியுரை, வீரசோழியம் (நூலும் உரையும்), விருத்தப்பாவியல் ஆகிய மூன்றுமே சிறப்பாகக் குறிப்பிட்டமைகின்றன. 'சந்தசு', 'விருத்தம்' ஆகிய வடமொழி யாப்பிலக்கணங்களைப் பின்பற்றியே இம்மூன்று நூல்களும் 'சந்தம்' என்னும் யாப்பினைக் குறித்துப் பேசுகின்றன. சந்தம் எனும் யாப்போடு தொடர்புடைய 'தாண்டகம்' பற்றி யாப்பருங்கல விருத்தியுரையும், விருத்தியுரை கூறும் 'தாண்டகத்'தின் இலக்கணத்திலிருந்து வேறுபட்ட 'தண்டகம்' பற்றி வீரசோழியமும் குறிப்பிடுகின்றன. சந்தம், தாண்டகம் ஆகிய யாப்புவகைகளைக் காக்கைபாடினியார் முதலாகிய சில இலக்கணிகள் பாவினத்தின் பாற்படுத்தி வழங்கியுள்ளனர் (யா.வி.ப.486). இவ்விலக்கணிகளின் வைப்புமுறையை அடியொற்றி இந்த யாப்புவகைகள் பாவினத்தை ஒட்டி இங்கு ஆராய்ச்சிக்கு எடுத்துக்கொள்ளப்படுகின்றன.

விருத்தியுரையில் சந்தமும் தாண்டகமும்

யாப்பருங்கலத்தின் ஒழிபியல் நூற்பா (யா.நூ.95) "வண்ணமும் பிறவும் மரபுளி வழாமைத் திண்ணிதின் நடாத்தல் தெள்ளியோர்

கடனே” என்று குறிப்பிடுவது கொண்டு விருத்தியுரை ‘பிறவும்’ என்பதில் சந்தம், தாண்டகம் ஆகிய யாப்பு வகைகளை விரித்துரைக்கின்றது.

வடமொழி யாப்புகளான சந்தம், தாண்டகம் என்பவற்றின் இலக்கணத்தையும் வகைகளையும்,

> நாலெழுத்து முதலாக இருபத்தாறு எழுத்தின்காறும் உயர்ந்த இருபத்துமூன்று அடியானும் வந்து, தம்முள் ஒத்தும்; குருவும் லகுவும் ஒத்தும் வந்தன அளவியற் சந்தம். எழுத்து ஒவ்வாதும் எழுத்தலகு ஒவ்வாதும் வருவன அளவழிச்சந்தம். இருபத்தேழெழுத்து முதலாக உயர்ந்த எழுத்தடியினவாய், எழுத்தும் குருலகுவும் ஒத்துவருவன அளவியற்றாண்டகம். எழுத்து ஒவ்வாதும் எழுத்தலகு ஒவ்வாதும் வருவன அளவழித் தாண்டகம்
>
> (*யா.வி.ப.476*)

எனவும்; சந்தம், தாண்டகம் ஆகிய யாப்புகளின் அடிப்படை அலகுகளான இலகு, குரு ஆகியவற்றின் இலக்கணத்தை,

> குற்றெழுத்து ஒற்று அடாது வந்தது லகு. அது ரகர வடிவிற்று. இனிக் குற்றெழுத்து ஒற்றடுத்தும் நெட்டெழுத்து ஒற்றடுத்தும், நெட்டெழுத்துத் தனித்தும் வந்தது குருவாம். அது டகர வடிவிற்று. அடி இறுதிக்கண் வந்த குற்றெழுத்து ஒருகாற் கூறுமாற்றாற் குருவாகவும் இடப்படும். லகுவிற்கு ஓரலகாகவும் குருவிற்கு ஈரலகாகவும் இடினும் இழுக்கா.
>
> (*யா.வி.ப.476*)

எனவும் விருத்தியுரை கூறுகின்றது.

விருத்தியுரை கூறும் சந்தம், தாண்டகம் ஆகியவற்றின் இலக்கணம், அடிதோறும் எழுத்துகளும் எழுத்தலகுகளும் (மாத்திரை) ஒருசேர ஒத்துவருதல், வராமை ஆகியவற்றை அடிப் படையாகக் கொண்டுள்ளது. இவ்வடமொழி யாப்பிலக்கணங் களை விருத்தியுரை தமிழ்ப் பாவின வடிவங்களில் பொருத்திக் காட்டி விளக்குகின்றது. சிந்தாமணி, சூளாமணி ஆகிய இலக்கியங்களில் இடம்பெற்றவையும், உரையாசிரியரால் புதிதாகப் படைக்கப்பெற்றவையுமான தமிழ்ப் பாவின வடிவங்களில் சந்தம், தாண்டகம் ஆகியவற்றின் யாப்பமைதியும் அமைந்துள்ளதென அவற்றின் இலக்கணங்களைப் பொருத்திக் காட்டுகின்றது விருத்தியுரை (*யா.வி.பக்.477–485*).

தமிழ்ப் பாவின வடிவங்களில் இவ்வடமொழி யாப்பிலக் கணத்தைப் பொருத்திப் பார்க்கும்போது வடமொழி

யாப்பிலக்கண வரையறை அடிதோறும் ஒத்துவராதநிலை நேரினும் அதுவும் ஒரு வடமொழி யாப்பமைதியாகிவிடுமாறு 'அளவழிச் சந்தம்', 'அளவழித் தாண்டகம்' ஆகிய வகைகளின் அடிதோறும் எழுத்து, எழுத்தலகுகள் ஒத்துவரவேண்டியதில்லை எனும் இலக்கணம் செய்துவிடுகிறது.

தமிழ்ப் பாவடிவங்களில் வடமொழி யாப்பியல் பண்பினைப் பொருத்திக் காட்டும் முயற்சியிலேயே சந்தம், தாண்டகம் எனும் வடமொழி யாப்புவகைகள் விருத்தியுரையில் இடம்பெற்றுள்ளன எனலாம்.

'சந்தம்' எனும் யாப்பு வகைக்கு விருத்தியுரை கூறும் இலக்கணத்தை வீரசோழியம், வீரசோழிய உரை *(வீ.சோ.கா.131,132 பெருந்.)*, தொல்காப்பியப் பேராசிரியர் உரை *(செய்.நூ.51 பேரா.)* ஆகியனவும் சந்தம், தாண்டகம் ஆகியவற்றைத் தொல்காப்பிய நச்சினார்க்கினியர் உரை *(செய். நூ. 44 நச்.)*, திவாகர நிகண்டு *(திவா.நூ.1852,1853)*, சூடாமணி நிகண்டு *(சூடா.நூ.30)* ஆகியனவும் கூறுகின்றன. 'தாண்டகம்' எனும் யாப்பு வகைக்கு விருத்தியுரை கூறும் இலக்கணத்தைப் பிற்காலத்தில் முத்துவீரியம் *(மு.வீ.நூ.1115)* குறிப்பிடுகின்றது.

தாண்டக யாப்பு – சில செய்திகள்

யாப்பருங்கல விருத்தியுரையும் பின்வந்த சில நூல்களும் எழுத்தெண்ணிக்கை அடிப்படையில் தாண்டகம் எனும் யாப்பின் இலக்கணத்தைக் கூற, பன்னிரு பாட்டியலோ சீரெண்ணிக்கை அடிப்படையில் அறுசீரடிகளால் வருவது குறுந்தாண்டகம், எண்சீர்களால் வருவது நெடுந்தாண்டகம் எனக் குறிப்பிடுகின்றது *(பன்.நூ.196)*.

இலக்கியங்களில் தாண்டகம் எனும் பெயரில் திருநாவுக்கரசரின் திருத்தாண்டகப் பாடல்களும், திருமங்கையாழ்வாரின் திருத்தாண்டகப் பாடல்களும் அமைந்துள்ளன. இவற்றின் பாக்கள் எண்சீர் விருத்தப்பாக்களாகவும் அறுசீர் விருத்தப்பாக் களாகவும் உள்ளன. இவை விருத்தியுரை கூறுவது போன்ற இருபத்தேழெழுத்து முதலான எழுத்துகளைப் பெறுவனவாகப் பெரிதும் அமையவில்லை.

விருத்தியுரை காட்டும் தாண்டகப் பாக்கள் இருபத்தே ழெழுத்து முதலான எண்ணிக்கையில் அடிகளைப் பெறுகின்றன; எண் சீர், பதினொரு சீர், பதினான்கு சீர் ஆசிரியவிருத்தப் பாக்களாக அமைகின்றன. இலக்கிய வழக்கிலுள்ள திருநாவுக்கரசரின் தாண்டகப் பாக்களோ பெரும்பாலும் இருபத்தேழெழுத்துக்கு உட்பட்ட எழுத்துகளையே பெறுகின்றன;[24]

இருபத்தேழெழுத்தையும் இருபத்தெட்டெழுத்தையும் குறைவான அளவில் பெறுகின்றன.[25] இருபத்தெட்டு, இருபத்தொன்பது, முப்பது எழுத்துகளைப் பெற்ற (அளவழித்) தாண்டகப் பாடல்களும் காணப்படுகின்றன (சூளாமணி, பா.1904, யா.வி.ப.485 உரைக்காட்டு). அவை எண்சீரடி வரையிலான அடிபெறும் ஆசிரிய விருத்தப்பாக்களாகவே அமைகின்றன.

விருத்தியுரை கூறும் தாண்டக யாப்பும் திருநாவுக்கரசர் பயன்படுத்திய தாண்டக யாப்பும் வேறுபட்டன என்று கூறுவதோடு தொல்காப்பியம் கழிநெடிலடிக்குக் கூறிய இருபது எழுத்து எனும் வரையறையைத் தாண்டிவரும் பாக்கள் தாண்டகமாகும் என்றும் க. வெள்ளைவாரணன் குறிப்பிடுகின்றார்.[26]

மேலும் அவர், தேவாரத்திலுள்ள திருத்தாண்டகப் பாடல்கள் கொச்சகம் என்னும் தமிழ்ச் செய்யுளிலக்கணத்தை அடியொற்றி அமைந்தனவென்றும், யாப்பருங்கல விருத்தியுரையில் உதாரணமாகக் காட்டப்பட்ட தாண்டகச் செய்யுட்கள் தண்டகம் என்னும் வடமொழிச் செய்யுளிலக்கணத்தினை அடியொற்றிப் பிற்காலத்தில் இயற்றப்பட்ட புதுவகைச் செய்யுட்களென்றும் குறிப்பிடுகின்றார்.[27]

தொல்காப்பியம் இருபது எழுத்துவரை பெறும் அடிகளையே பேசுகின்றது. இருபது எழுத்துகளுக்கு மேற்பட்ட அடிகளாலான இலக்கிய வழக்கிலுள்ள தாண்டகப் பாக்களின் அடிகளைத் தொல்காப்பிய வழிப்பட்ட வளர்ச்சியாகக் கொள்ள வாய்ப்புள்ளது. மிகுந்த சீரெண்ணிக்கையையும் அதற்கேற்ப அமைந்த எழுத்தெண்ணிக்கையையும் கொண்டு இயல்பாக வளர்ச்சியுற்ற கழிநெடிலடிகளாலான தமிழ்ப்பா வடிவங்களில் வடமொழித் தாண்டக இலக்கணத்தைப் பொருத்திப்பார்க்கும் முயற்சியே விருத்தியுரையில் இடம்பெற்றுள்ள தாண்டக இலக்கணச் செய்திகளாகும் எனலாம்.

வீரசோழியத்தில் சந்தமும் தண்டகமும்

வீரசோழியமும் அதன் உரையும் விருத்தியுரையினும் விரிவாகவும் சற்றே வேறுபட்ட நிலையிலும் சந்தம், தண்டகம் எனும் யாப்புவகைகள் குறித்துப் பேசுகின்றன. நான்கெழுத்து முதலாய் இருபத்தாறெழுத்து ஈறாய்ச் சந்தயாப்பு எழுத்தெண்ணிக்கை பெறுமென விருத்தியுரை கூறும். வீரசோழியம் (வீ.சோ.கா.131) நான்கெழுத்து முதலாய் வருதல், ஓரெழுத்து முதலாய் வருதல் எனும் சந்தயாப்பின் இருநிலைகளைச் சுட்டி, நான்கெழுத்து முதலாக வந்தால்தான் இனிமை பயக்குமெனக் கூறுகின்றது.

வீரசோழியவுரை ஓரெழுத்து முதலாய் இருபத்தாறெழுத்து ஈறாய் எழுத்தெண்ணிக்கை பெறும் சந்தயாப்பு வகைகள் இருபத்தாறின் பெயர்களை உத்தம், அதியுத்தம், மத்திமம், நிலை, நன்னிலை, காயத்திரி, உண்டி, அனுட்டுப்பு, பகுதி, பந்தி, வனப்பு, சயதி, அதிசயதி, சக்குவரி, அதிசக்குவரி, ஆடி, அதியாடி, திருதி, அதிதிருதி, கிருதி, பிரகிருதி, ஆகிருதி, விக்கிருதி, சங்கிருதி, அபிகிருதி, உற்கிருதி என்று குறிப்பிட்டு அவற்றுக்குச் சான்றுப் பாக்களையும் காட்டுகின்றது (வீ.சோ.கா.139 பெருந்.).

இவற்றுள் உத்தம், அதியுத்தம், மத்திமம் ஆகியவற்றைத் தவிரப் பிறவகைகளை வஞ்சித் துறை, வஞ்சிவிருத்தம், கலிவிருத்தம், கலித்துறை, கட்டளைக் கலித்துறை, அறுசீர் ஆசிரிய விருத்தம், எழுசீர் ஆசிரிய விருத்தம், எண்சீர் ஆசிரிய விருத்தம் ஆகிய தமிழ்ப் பாவினவடிவச் செய்யுள்களில் பொருத்திக் காட்டும் நோக்கில் வீரசோழியவுரை தமிழ்ப் பாவினச் செய்யுள்களைச் சான்று காட்டுகின்றது. உத்தம், அதியுத்தம், மத்திமம் ஆகிய சந்த வகைகளுக்கு வீரசோழியம் காட்டும் பா வடிவங்கள் ஒருசீரோரடி நான்கால் விருத்தம்போல அமைந்துள்ளன. இவை தமிழ்ப் பாவின வடிவங்களுள் அடங்காத புதிய செய்யுள் வடிவங்களாகும்.

‘சாதி விருத்தம்’ எனும் விருத்தவகை எழுத்து அளவோடு மாத்திரை அளவையும் கொண்டு வகுக்கப்பெறுவதாகும் என வீரசோழிய உரை (வீ.சோ.கா.139 பெருந்.) குறிப்பிடுகின்றது. இது ‘எழுத்தும் எழுத்தலகும் ஒத்தல்’ எனும் விருத்தியுரை கூறும் சந்த இலக்கணமேயாகும்.

விருத்தியுரை, சந்தத்தோடு தொடர்புடைய ‘தாண்டகம்’ எனும் யாப்பைக் குறிப்பிட வீரசோழியம், விருத்தியுரை கூறும் இலக்கணத்திலிருந்து வேறானதாய ‘தண்டகம்’ என்னும் யாப்புவகையைக் கூறுகின்றது. நெடிலுக்கு நிரையசையும், குறிலுக்கு நேரசையும், வல்லொற்றுக்குப் புள்ளியும், மெல்லொற்றுக்கு வட்டமும், இடையொற்றுக்கு விலகும் என ஐந்து குறியென்றும், இக்குறிகளால் ஒரு கட்டளைத் துண்டத்தையிட்டு அத்துண்டம் நாலாற்றான், எட்டாற்றான், பதினாறாற்றான், முப்பத்திரண்டாற்றான் முடிக்க அது தண்டகமென்றும் வீரசோழியம் (வீ.சோ.கா.140) தண்டக இலக்கணங்கூறுகின்றது. வீரசோழியம் கூறும் தண்டக இலக்கணம் தெளிவாகப் புரிந்து கொள்ளுமாறில்லை. வீரசோழியவுரை தண்டகத்திற்குக் காட்டும் சான்றுப் பாடலை (வீ.சோ.கா.140 பெருந்.) நோக்கும்போது அது குழிப்பு அடிப்படையிலான வண்ணப்பாடலை ஒத்ததாகத் தோன்றுகின்றது.

விருத்தப்பாவியலில் சந்தயாப்பு

வடமொழிச் சந்தயாப்பின் அடிப்படையில் சில பாவினங்களை வகைப்படுத்தி அவற்றுக்கு இலக்கணங்கூறும் முயற்சியை 'விருத்தப்பாவியல்' மேற்கொண்டுள்ளது. தமிழில் இடம் பெற்றுள்ள விருத்தம் முதலான பாவினங்களில் சில வகைகளைத் தமிழ் யாப்பலகுகளால் துல்லியமாக விளக்கமுடிவதில்லை என்றும், அவற்றைச் சந்தயாப்பின் மாத்திரையலகின் துணை கொண்டு விளக்கமுடிவதாகவும் குறிப்பிட்டுத் தி.வீரபத்திர முதலியார் சில பாவின வகைகளை விளக்கும் வகையில் தமது 'விருத்தப்பாவியலி'ல் இலக்கணம் வகுத்துள்ளார்[28].

பாவின வகைகள் சிலவற்றை வடமொழிச் சந்தயாப்பின் மாத்திரை அலகைப் பயன்படுத்தித் தெளிவாக விளக்கமுடிவதாகக் கொண்டு விருத்தப்பாவியல், கலிவிருத்தம், கலித்துறை, ஆசிரிய விருத்தம் ஆகியவற்றின் சில வகைகளைச் சந்தக் கலிவிருத்தம், சந்தக் கலித்துறை, அறுசீர்ச் சந்தவிருத்தம், எழுசீர்ச் சந்தவிருத்தம், எண்சீர்ச் சந்தவிருத்தம் எனப் பெயரிட்டு இலக்கணங் கூறுகின்றது.

கலிவிருத்தம், கலித்துறை, ஆசிரிய விருத்தம் முதலிய தமிழ்ப் பாவினங்களில் சந்தயாப்பமைதி இடம்பெற்றுள்ளது என விருத்தியுரையும் வீரசோழியவுரையும் பொதுப்படக் காட்டிச் செல்ல, விருத்தப்பாவியலே தமிழ் யாப்பியலில் முதன்முறையாகச் சந்தயாப்பமைதியை அடிப்படையாகக் கொண்டு தமிழ்ப் பாவினங்களைச் சந்தக் கலிவிருத்தம், சந்தக் கலித்துறை, அறுசீர்ச் சந்தவிருத்தம், எழுசீர்ச் சந்தவிருத்தம், எண்சீர்ச் சந்தவிருத்தம் என வகைப்படுத்திப் பெயரிட்டு ஒவ்வொன்றின் இலக்கணத்தையும் வகைகளையும் எடுத்துரைக்கின்றது. விருத்தப்பாவியலின் உரை, பன்னிருசீர்ச் சந்தவிருத்தம், சந்த வஞ்சிவிருத்தம் ஆகியவற்றின் இலக்கணத்தையும் பேசுகின்றது. இது ஒரு வளர்ச்சி நிலையாகும்.

தமிழ்ப் பாவினங்களின் சில வகைகளில் வடமொழிச் சந்தயாப்பு அமைந்துள்ளதாகவே விருத்தியுரையும், வீரசோழிய உரையும் காட்டிச் செல்ல, விருத்தப்பாவியல் மட்டும் தமிழ்ப் பாவினங்களின் சில வகைகளில் வடமொழிச் சந்தயாப்பு மட்டுமல்லாமல் தமிழுக்கேயுரிய சந்தயாப்பும் அமைந்துள்ளது எனக் குறிப்பிட்டுக் காட்டுதல் தனித்துச் சுட்டத்தக்கதாகும்.

ஒருவகைச் சந்தக் கலிவிருத்த அமைப்பை, வடமொழியில் கூறப்படாத அமைப்பு, தமிழுக்கேயுரியது என விதந்துரைக்கும் 'விருத்தப்பாவியலி'ன்,

வேதப் பொருளார் விண்டோய் மொழியார்
ஓதிற் றிலரீ தோதுந் தமிழே

தீதற் றநறுந் தேமா புளிமா
பேதைக் குணமார் பின்றாழ் குழலே

(வி.பா.ஏழாம் படலம், நூ.5)

என்னும் இலக்கணமும், வெண்டளை பெற்று அமையும் ஒருவகைச் சந்தக் கலிவிருத்தத்தைத் தமிழுக்கேயுரிய வகையாய்ச் சுட்டியுரைக்கும் விருத்தப்பாவியலின்,

. . ..
நாலக் கரமா நவில்வெண் டளையிற்
சாலப் பகர்வார் தமிழ்நா வலரே

(வி.பா.ஏழாம் படலம், நூ.3)

என்னும் இலக்கணமும் தனித்துக் காணத்தக்கன.

சந்தப் பாவினங்களை விருத்தப்பாவியல் வெண்டளை முதலிய பண்புகளையுடைய தமிழுக்கேயுரியன, வடமொழி மாத்திரையமைதியால் விளக்கத்தக்க வகையில் தமிழ், வடமொழி இரண்டிலும் காணப்படும் வகையின என இருநிலைகளில் பேசுகின்றது.

விருத்தியுரையும் வீரசோழிய உரையும் சந்தப்பாக்களின் ஒவ்வோர் அடியும் பெறும் எழுத்து, எழுத்தலகுகளின் எண்ணிக்கையை ஒட்டுமொத்தமாகப் பேச, விருத்தப்பாவியலோ பாடலடிகளின் ஒவ்வொரு சீரும் பெறும் மாத்திரையெண்ணிக்கை பற்றிப் பேசுகின்றது. ஒவ்வொரு சீரின் மாத்திரையளவையும் விருத்தப்பாவியல் வரையறுத்துப் பேசுதல் சந்தயாப்பிலக்கண வளர்ச்சியில் குறிப்பிடத்தக்கது.

வடமொழியில் ‘சந்தசு’கள் எழுத்துகளின் எண்ணிக்கையை மட்டும் அடிப்படையாகக் கொண்டவை; விருத்தங்கள் எழுத்தெண்ணிக்கையோடு அவற்றின் மாத்திரையையும் அடிப்படையாகக் கொண்டவை.[29] சந்தசு, விருத்தம் இரண்டின் இலக்கணமும் சந்தம் எனும் யாப்புவகை இலக்கணமாக விருத்தியுரை, வீரசோழியவுரை, ‘விருத்தப்பாவியல்’ ஆகியவற்றில் ஒருசேரப் பேசப்பட்டுள்ளன.

இருமொழியிலும் பொதுவான மாத்திரையமைதியால் விளக்கத்தக்கனவாய்க் காணப்படும் சந்தப்பாக்களின் வகைகளுள் வடமொழியில் வழங்கும் வகைப்பெயர்களையே தமிழில் காணப்படும் வகைகளுக்கும் ‘விருத்தப்பாவியல்’ சூட்டியுள்ளது.

சந்தக் கலிவிருத்தங்களில் மனோரமா, தோடகம், காந்தி, தோதகம், சம்பகமாலா, வித்யுன்மாலை, மணிரங்கம், சம்மதம், சுத்தவிராட்டு, வனமயூரம், நவநந்தினி, சுவாகதம், இரதோத்தம்,

மதனார்த்தை, அதிகரிணீ, மணிமாலை, சிரக்விணீ ஆகிய வடமொழி வகைப்பெயர்களாலும், சந்தக் கலித்துறைகளில் சேணி, நளினீ, மத்தமயூரம், அஸ்வகதி ஆகிய வடமொழி வகைப்பெயர்களாலும், எழுசீர்ச் சந்த விருத்தங்களில் சுகந்தி, உத்சாகம், மானினி, கவிராச விசாசிதம், சாத்துவி, மணிமாலம், மத்த கோகிலம் ஆகிய வடமொழி வகைப் பெயர்களாலும், வடமொழியிலுள்ள சந்த அமைப்புகளை ஒத்தனவாகத் தமிழில் காணப்படும் வகைகளை 'விருத்தப் பாவியல்' குறிப்பிட்டுள்ளது. இவ்வகைகளுக்குச் சமய இலக்கியங்களிலிருந்து சில பாக்களைச் சான்றாக எடுத்துக்காட்டி அவற்றில் வடமொழிச் சந்தயாப்பிலக்கணத்தைப் பொருத்திக் காட்டுகின்றது.

வடமொழியில் உள்ளவற்றையொத்த வகைகளாகக் குறிப்பிடப்படுபவற்றின் இலக்கணங் கூறும்போதும், வடமொழி மாத்திரை இலக்கணத்தோடு நிரை, நேர், தேமா, புளிமா, கூவிளம், மாச்சீர், புளிமாங்கனி முதலிய அசை, சீர் வாய்பாடுகளையும், வெண்டளை எனும் உறுப்பையும் கூறியே அவற்றின் அமைப்பை 'விருத்தப்பாவியல்' விளக்குகின்றது. வடமொழியின் மாத்திரை அலகால் மட்டுமே சந்தப்பாவினங்களின் அமைப்பை விளக்க முடிவதில்லை என்பதையும், சந்தப்பாவின அமைப்புகளை விளக்கத் தமிழ் யாப்பலகுகளோடு வடமொழி மாத்திரை அலகும் துணைசெய்கின்றது என்பதையும் இவ்வாறு இலக்கணங்கூறும் போக்குக் காட்டி நிற்கின்றது.

நான்கு மாத்திரைப் புளிமாச்சீர் மூன்று முதல் மூன்று சீர்களாகவும் நெட்டெழுத்தீற்று ஆறுமாத்திரைப் புளிமாங்காய்ச் சீர் நான்காம் சீராகவும் அமைதல் என்பது ஒருவகைச் சந்தக்கலிவிருத்தத்தின் இலக்கணம் ஆகும் (வி.பா.ஏழாம் படலம், நூ.6).

(எ–டு.)

4		4			4			6			
சூ	லப்	ப	டை	யான்	வி	டை	யான்	சு	டு	நீற்	றான்
2	2	1	1	2	1	1	2	1	1	2	2
கா	லன்	ற	னை	யா	ரு	யி(ர்)	வவ்	வி	ய	கா	லன்
2	2	1	1	2	1	1	2	1	1	2	2
கோ	லப்	பொ	ழி(ல்)	சூழ்ந்	த	கு	ரங்	க	ணி(ன்)	முட்	டத்
2	2	1	1	2	1	1	2	1	1	2	2
தே	லங்	க	ம(ழ்)	புன்	ச	டை	யெந்	தை	பி	ரா	னே
2	2	1	1	2	1	1	2	1	1	2	2

இப்பாடலில் அடைப்புக் குறியிட்டுக் காட்டப்பெற்ற எழுத்துகளை அலகிடும்போது கணக்கில் கொள்ளாமல் சென்றால்தான் கூறப்பட்டுள்ள வடமொழி மாத்திரை இலக்கணம் இவ்வெடுத்துக்காட்டுப் பாடலில் அமைந்துள்ளது என்று கூறமுடியும்.

சில இடங்களில் மெல்லின ஒற்று அலகுபெறுவதையும் சில இடங்களில் அலகுபெறாமையையும், சில இடங்களில் இடையின ஒற்று அலகுபெறுவதையும் சில இடங்களில் அலகு பெறாமையையும் இப்பாடல் போன்ற 'விருத்தப்பாவியலி'ன் பல எடுத்துக்காட்டுப் பாக்களே காட்டுகின்றன. தமிழ் யாப்பலகான சீர்வாய்பாட்டால் சந்தப் பாவினங்களைத் துல்லியமாக விளக்க முடியவில்லை என்று கூறப்படுகிறது. அதைப் போலவே வடமொழி யாப்பலகான மாத்திரை இலக்கணத்தாலும் சந்தப்பாவினங்களைத் துல்லியமாக விளக்கமுடியவில்லை என்பதையே சில எழுத்துகள் அலகுபெறாத விதிவிலக்குகள் உணர்த்துகின்றன. அவ் விதிவிலக்குகளும் ஒரு பாடலுக்குள்ளேயே ஒழுங்கற்ற விதத்தில் கொள்ளப் பட்டிருப்பதும் அவ்விலக்கணத்தின் தெளிவின்மையைக் காட்டுகின்றது.

பாவினச் செய்யுள்களுள் ஓசைநயமிக்க சில வகைகளைச் சந்தப்பாவினங்கள் எனக் குறிப்பிட்டு, அவற்றை மரபான சீர்வாய்பாட்டு இலக்கணத்தால் முழுமையாக விளக்க முடிவதில்லை என்று கூறி, அவற்றை முழுமையாக விளக்கத் தமிழ் யாப்பலகுகளோடு வடமொழிச் சந்த மாத்திரையிலக்கணத்தையும் பயன்படுத்தியுள்ளது 'விருத்தப்பாவியல்'. எனினும் தமிழ் யாப்பலகுகளைக் கொண்டு துல்லியமாக விளக்க முடியவில்லை என்று கூறப்படுவதைப் போலவே வடமொழிச் சந்த மாத்திரை இலக்கணத்தைக் கொண்டும் சந்தப்பாவினங்களைத் துல்லியமாக விளக்க முடியாமையை 'விருத்தப்பாவியலே' சில இடங்களில் உணர்த்துகின்றது.

தமிழில் காணப்படும் சந்தப் பாவினங்கள், 'விருத்தப்பாவியலி'ல் வடமொழி யாப்பினையும் தமிழ் யாப்பினையும் இணைத்துப் பயன்படுத்தி விளக்கப்பட்டுள்ளன. இருமொழி யாப்பின் துணை கொண்டு விளக்கும் முயற்சி சில இடங்களில் பொருந்துவதாகவும் சில இடங்களில் பொருந்தாததாகவும் அமைகின்றது.

தமிழ் விருத்தயாப்பும் வடமொழி விருத்தயாப்பும் வேறு பட்டதெனினும், "எழுத்தெண்ணிப் பாடப்பெறும் சில விருத்த வகைகளும் யாப்பு வடிவங்களும் வடமொழிவழித் தமிழாசிரியர் களின் முயற்சியால் தமிழில் கொண்டு வரப்பட்டிருத்தல் வேண்டும்"[30] என்பார் சோ. ந. கந்தசாமி. 'விருத்தப்பாவியலி'ன்

வடமொழிச் சார்புபற்றி "மாத்திரையின் அடிப்படையிலும் எழுத்தினடிப்படையிலும் வடமொழியில் அமைந்த மாத்ரா, வர்ண விருத்தங்களின் செல்வாக்கும், தாக்குதலும் இங்குத் தெளிவாகவே தென்படுகின்றன; வெளிப்படையாகக் கூறவும்படுகிறது"[31] என்பார் ச.வே. சுப்பிரமணியன்.

எனினும் இத்தொடர்பில் தெ.பொ. மீனாட்சிசுந்தரனார் விருத்தங்கள், சந்தவிருத்தங்கள் முதலியன வடமொழிச் சார்பில் தோன்றியன அல்ல என்பதையும், அவற்றுக்கு வடமொழி இலக்கணத்தைப் பொருத்திப் பார்க்கும் முயற்சிகளே நிகழ்ந்துள்ளன என்பதையும் தெளிவுபடுத்தியிருக்கிறார்.

> விருத்தங்கள் வடமொழிச் சார்பால் எழுந்தவை என்பது உண்மை அன்று. எனினும், இவற்றை வடமொழிக் கண்கொண்டு பின்னாளில் இலக்கணப் புலவர்கள் ஆராய்ந்தனர்; வடமொழியை ஒட்டியே, சென்ற நூற்றாண்டில் எழுந்த விருத்தப்பாவியல் ஆராய்ந்தது. ஆனால் வெண்டளை வந்து ஒலியை நிரப்புவதனைக் கண்டால் வடமொழியையே புகலிடமாக அடையமுடியாது என்பது தெளிவாம். சந்த விருத்தம், தாண்டகம், எழுத்தொத்த அடிகள் வரும் விருத்தம், மாத்திரை ஒத்த அடிகள் வரும் விருத்தம், சீர் ஒத்த அடிகள் வரும் விருத்தம் எனப் பலவாறு விருத்தங்கள் பெருகின. இவற்றிற்குப் பெயரிடுவதிலும் குழப்பம் பெருகியது.[32]

சீர்வாய்பாட்டு அமைப்பைப் பின்பற்றும் பாவினங்களிலிருந்து சற்றே வேறுபட்ட, ஓசையினிமையுடைய பாவினங்களைச் சந்தப்பாவினம் எனும் மரபு தோன்றியுள்ள நிலையில் அவற்றை இசையிலக்கண அடிப்படையில் விளக்கும் முயற்சிகளுக்கு வாய்ப்புள்ளது. தமிழ் யாப்பிலக்கண வரலாற்றில் சந்தப் பாவினங்கள் குறித்த இலக்கணங்கள் வடமொழிச் சார்பு நிலையிலும், தமிழுக்கே தனித்தமைந்தவை என்னும் நிலையிலும் கூறப்பட்டும், இருமொழி யாப்பலகுகளைப் பயன்படுத்தி விளக்கப்பட்டும் சில வளர்நிலைகளை அடைந்துள்ளன. இருமொழிகளிலும் இடம் பெற்றுள்ள சந்தயாப்பின் தோற்றம், தொடர்பு குறித்துத் தெளிவுபடுத்தும் வகையிலான ஒப்பியல் மேலாய்வுகளுக்கு இக்களத்தில் இடமுள்ளது.

III இனவின இலக்கண வளர்ச்சி

பாவினங்களின் அடிப்படையில் தோன்றித் தமக்கெனத் தனித்த அடையாளங்களோடு வளர்ச்சி பெற்றுள்ள சில பா வடிவங்கள் 'இனத்தின் இனம்' எனும் பொருள்தரும் "இனவினம்" எனும்

பெயரால் இங்கு வகைப்படுத்தப் பெறுகின்றன. இனவினம் எனும் சொற் படைப்பைத் தந்து, "தாழிசை துறை விருத்தம் என்று நாம் கொள்ளும் இனங்களுக்குள்ளும் எத்தனையோ இனவினங்கள் பெருகின"[33] என இனவினங்கள் தோன்றியுள்ளமையைக் குறிப்பிடுவார் வ.சுப. மாணிக்கம். இக்கருத்துரையின் அடிப்படையில் இனவின வகைப்பாடு இங்கு அமைகிறது. பாவின அடிப்படையில் தோன்றித் தனிவளர்ச்சி பெற்றுள்ள வண்ணம், சிந்து, உருப்படி (கீர்த்தனை), மேல் வைப்பு முதலிய பாவடிவங்கள் இங்கு இனவினங்களாகக் கொள்ளப்பெறுகின்றன. சிந்து, கும்மி, வண்ணம், உருப்படி ஆகிய வடிவங்களைப் "புதிய செய்யுள்கள்" என 'யாப்பதிகாரம்' வகைப்படுத்துவதும் (யாப்பதி.ப.97), 'தொடையதிகாரம்', சிந்துப்பாவைப் "பாவினத்தின் இனம் எனினுமாம்" (தொடை.ப. 257) எனக் குறிப்பிடுவதும் இனவினக் கருத்துக்கு அரணாகின்றன.

வண்ணப்பா இலக்கண வளர்ச்சி

வண்ணப்பா ஆசிரியப்பாவின் இனமே என்று 'செய்யுளிலக்கணமு'ம் (செ.இ.ப.37), கழிநெடில் ஆசிரிய விருத்தப்பாவே என்று குமாரபூபதீயமும் (குமார.நூ.62) கூறுகின்றன. எனினும் வண்ணக் குழிப்பமைதி, தொங்கல் எனும் உறுப்பமைதி ஆகியவற்றால் ஆசிரிய விருத்தம் எனும் பாவினத்தின் இனமாகக் கொள்ளத்தகு வளர்ச்சியை வண்ணயாப்பு பெற்றுவிட்டது. வஞ்சி, கலி விருத்தங் களிலும் துறைகளிலும் வண்ணயாப்பு இடம்பெற்றுக் களவிரிவு பெற்றுள்ளது. விருத்தத்தைப் போலன்றித் தனக்கெனத் தனித்த உறுப்பிலக்கணத்தையும் தனித்த இலக்கண நூல்களையும் பெற்று வளர்ச்சி கண்டுள்ளது.

விருத்தம்போல நான்கு அடிகளையும் ஒவ்வோர் அடியும் இரு கலைகளையும் கலைதோறும் ஈற்றில் தொங்கல் எனும் உறுப்பையும் பெறும் வண்ணப்பா, ஒரு குறிப்பிட்ட வண்ணக் குழிப்பு வாய்பாட்டினைப் பின்பற்றி அடிதோறும் சீரமைதி கொள்ளும். இது வண்ணப்பாவின் பொதுவிலக்கணமாகும். வண்ணப்பா கலைவண்ணம், வண்ணவிருத்தம், வகுப்புவண்ணம் என மூவகைப்படுத்தத்தக்கனவாய் உள்ளமையை இலக்கண நூல்கள் காட்டுகின்றன.

எண்கலைகளையும் கலைதோறும் தொங்கலையும் பெறுவன கலை வண்ணமாகும். இவ்வாறு அமைவனவற்றைத் திருப்புகழ் வண்ணம் என்றும் கூறுதலுண்டு. வண்ணப்பா என்று பொதுவாக இதுவே குறிக்கப்படும். தொங்கல் எனும் உறுப்பினைப் பெறாமல் ஆசிரிய விருத்தம், கலிவிருத்தம், வஞ்சிவிருத்தம்

ஆகியன வண்ணக்குழிப்பு வாய்பாட்டின்படி அமையின் அவை வண்ண விருத்தம் எனப்படும். கலித்துறை, வஞ்சித்துறைகளும் இவ்வாறு வண்ணத்துறைகளாதல் உண்டு. வண்ணம் ஒரு பாவாக அமைதலும் சிற்றிலக்கியமாக அமைதலும் உண்டு. ஓர் அளவு பட்டுப் பாடுபொருள் வரையறையின்றி வரும் வண்ணப்பாவில் ஆண்கலை, பெண்கலைப் பாகுபாடில்லை. மிகு எண்ணிக்கையில் சீர்களையும் கலைகளையும் (எண்கலை, பதினாறுகலை, முப்பத்திரண்டுகலை, அறுபத்து நான்குகலை என) கொண்ட அடிகளாலும் அகப்பொருட்டுறைப் பொருண்மையாலும் 'வண்ணம்' எனும் சிற்றிலக்கியம் அமையும். இதில் ஆண் கலை, பெண்கலைப் பாகுபாடுண்டு. வண்ணப்பாவின் முதலிரு அடிகளின் கலைகள் ஆண்கலை எனவும் பின்னிரு அடிகளின் கலைகள் பெண்கலை எனவும் குறிப்பிடப்படும். யாப்பு நிலையில் வண்ணச்சிற்றிலக்கியமும் ஒரு வண்ணப்பாவே. குறிப்பிட்ட ஒரு பொருளின் சிறப்பை வண்ணப்பாடலால் வகுத்துப்பாடுவது 'வகுப்பு' எனப்படும். இது எட்டு, பதினாறு, முப்பத்திரண்டு, அறுபத்து நான்கு கலைகளால் பாடப்படும். இதுவும் நான்கடிப்பாடலே. வகுப்புப் பாடல்களில் ஈற்றுக்கலை பாடலின் எழுவாயாகும். அதுவொழிந்த ஏனைய கலைகள் தனித்தனி வாக்கியங்களாக நின்று குறிப்பிட்ட பொருளின் சிறப்பைக் கூறும். ஏனைய கலைகள் ஒவ்வொன்றுக்கும் ஈற்றுக்கலையே எழுவாயாகும்.

பன்னிரு பாட்டியல், இலக்கணச் சூடாமணி ஆகியன தொடங்கிப் பாவலர் பண்ணை ஈறாகப் பலநூல்களும் வண்ண இலக்கணத்தைப் பேசுகின்றன. இவற்றுள் வண்ணத்தியல்பு, செய்யுளிலக்கணம், அறுவகை இலக்கணம், குமாரபூபதீயம் ஆகியன வண்ணப்பா இலக்கணங்களை விளக்கமாகப் பேசுகின்றன.

வண்ணத்தியல்பு *(வண்.நூ.90,91)*, அறுவகை இலக்கணம் *(அறு.நூ.474,483)*, செய்யுளிலக்கணம் *(செ.இ.பக்.39–41)* ஆகியவற்றை அடியொற்றிக் குமாரபூபதீயம் வண்ணம், வகுப்பு ஆகிய பாக்களின் இலக்கணத்தை,

> எட்டுக் கலைகள் நாலடி யாக
> எதுகைத் தொடையுடன் எடுப்பா யமைதல்
> வண்ணப் பாட்டென வழங்கும்; முதல்நான்கு
> கலையும் ஆண்கலை; பின்நான்கும் பெண்கலை
>
> *(குமார.நூ. 59)*

> கலைகள் எட்டோ, இரட்டியோ, முப்பத்
> திரண்டோ, அறுபத்து நான்கோ, மேலோ
> அமைந்துநால் அடியாய் எதுகை பெற்றும்
> ஓவ்வோர் அடியிலும் உளவாம் கலைகள்

மோனை பெற்றும் ஒருபொருட் புகழே
உரைப்பது வகுப்பென உணரப் படுமே

(குமார.நூ.61)

என்று முன்னூல்களினும் துலக்கமாகவும் வண்ணம், வகுப்பு இரண்டின் இலக்கணத்தை ஒருசேரவும் எடுத்துரைக்கின்றது. இத்தொடர்பில் 'வண்ணத்தியல்பு' 'வகுப்பு' வடிவத்தின் இலக்கணத்தையும் அறுவகை இலக்கணம் 'வண்ண' வடிவத்தின் இலக்கணத்தையும் பேசவில்லை என்பது கருத்தில் கொள்ளத் தக்கது. 'செய்யுளிலக்கணம்' (செ.இ.பக்.39–41) வஞ்சித்துறை, வஞ்சிவிருத்தம், கலிவிருத்தம், கட்டளைக் கலித்துறை, ஆசிரியவிருத்தம் ஆகியவற்றிலும் வண்ணயாப்புப் பயில்வதை எடுத்துக்காட்டியுள்ளமை குறிப்பிடத்தக்கது.

வண்ணத்தியல்பு கூறும் குழிப்பு முறையிலான இலக்கணத்தைப் பல நூல்கள் பின்னர்ப் பின்பற்றி அமையினும், 'யாப்பொளி' (யாப்.ஒழிபியல், நூ.17), 'யாப்பதிகாரம்' (யாப்பதி.பக்.111,112), 'தொடையதிகாரம்' (தொடை.பக்.309,310), ஆகியன 'வண்ணத்தியல்பு' கூறும் வண்ணயாப்பலகுகள், உறுப்புகள் எதனையும் குறிப்பிடாமல் முதலடியில் வந்த எழுத்துகள் முதலடியை ஒத்து மற்றையடிகளிலும் குறிலுக்குக் குறில், நெடிலுக்கு நெடில், வல்லின, மெல்லின, இடையின ஒற்றுகளுக்கு அவ்வவ்வின ஒற்றுகள் என அமையும் இலக்கணத்தை மட்டும் பேசுகின்றன. வண்ணயாப்புக்கான சந்தக்குழிப்பு மரபையும், 'வண்ணத்தியல்பு' நூலையும் இந்நூல்களை யாத்த இலக்கணிகள் ஏற்றுப் பின்பற்றவில்லை என்றே தோன்றுகின்றது.

வண்ணப்பா இலக்கணம் பன்னிரு பாட்டியல், இலக்கணச் சூடாமணி, செந்தமிழ் முதலிய நூல்களில் இடம்பெற்றுப் படிப் படியே வளர்ச்சிபெற்று 'வண்ணத்தியல்பு', அறுவகை இலக்கணம் ஆகியவற்றில் விளக்கமாகக் கூறப்படும் ஓர் உயர்நிலையை அடைந்துள்ளது. இவ்விரு நூல்களும் தரும் இலக்கணத்தை ஒருசேரத் தொகுத்தும் தெளிவாக வகைதொகை செய்தும் குமார பூபதீயம் தருகின்றமை, வண்ணப்பா யாப்பிலக்கணத்தின் வளர்ச்சி மேம்பாட்டைக் காட்டிநிற்கின்றது.

சிந்துப்பா இலக்கண வளர்ச்சி

சிந்துப்பாவுக்கு மரபான யாப்பலகுகளின் அடிப்படையிலும் இசையிலக்கண அடிப்படையிலும் இலக்கணங்கூறும் முயற்சிகள் நிகழ்ந்துள்ளன. சிந்து எனும் வடிவத்திற்குரிய இலக்கணத்தை ஓரளவு தெளிவாகக் கூறும் முயற்சியை அறுவகை இலக்கணமே முதலில் மேற்கொண்டுள்ளது.

சிந்துப்பாடல் ஆடலுக்கு இசைவுறவும், ஒருபொருள் நுதலியும், பல்லவி, அனுபல்லவி எனும் இரண்டுறுப்புமின்றி ஈரடியையோ நான்கடியையோ பெற்றும் அமையுமென அறுவகை இலக்கணம் குறிப்பிடுகின்றது (அறு.நூ.452).

பல்லவியும் அனுபல்லவியும் இன்றி வரும் சரணம் தனிச்சொல் பெறுவதுண்டு. இவ்வடிவே இன்று சிந்து எனும் பெயரில் வழங்கப் பெறுகின்றது. சிந்துப்பாவுக்கு யாப்பிலக்கணங் கூறிய முன்னை முயற்சிகளை விரிவாக ஆராய்ந்த இரா. திருமுருகன், அறுவகை இலக்கணத்தின் குறிப்பிடத்தகு இலக்கண முயற்சி பற்றிக் குறிப்பிடவில்லை.

புலவர் குழந்தையின் 'யாப்பதிகாரமே' சிந்துப்பா வகைகளுக்கு முதலில் விரிவாக இலக்கணங்கூற முயன்றுள்ளது. மரபான யாப்பலகுகளின் அடிப்படையில் இலக்கணங்கூறும் 'யாப்பதிகாரத்'தை 'இலக்கண விளக்கம் – யாப்பியல்', 'கவிஞராக', 'யாப்புநூல்', 'எளிதாகப் பாடலாம்', 'தென்னூல்' ஆகியன அடியொற்றுகின்றன.

கும்மிப்பாடல்

கும்மிப்பாடலை 'யாப்பதிகாரம்' சிந்துவகையுள் ஒன்றாகக் கொள்ளாமல் தனித்துக் கூறுகின்றது. வெண்டளை பிழையாத ஒரெதுகையுடைய எழுசீர்க் கழிநெடிலடி இரண்டு வருதல் கும்மி எனவும், அடியில் முதற் சீரினும் ஐந்தாஞ் சீரினும் மோனை வரவேண்டுமெனவும், ஈற்றுச்சீர் பெரும்பாலும் விளங்காய்ச் சீராக அமையுமெனவும் இலக்கணங்கூறுவதோடு இயற்கும்மி, ஒயிற்கும்மி எனக் கும்மி இருவகைப்படுமெனவும் கூறுகின்றது (யாப்பதி.ப.97). மேற்கூறிய இலக்கண அமைப்பில் வருவது இயற்கும்மி எனவும், அவ்வமைப்பில் இரண்டாவதடியின் முதல் நான்கு சீர் முடுகி வருதல் ஒயிற்கும்மியாகும் எனவும் கூறுகின்றது (யாப்பதி.பக்.98,99).

சிந்துப்பா வகைகள்

காவடிச் சிந்து, நொண்டிச் சிந்து, தங்கச் சிந்து, வழிநடைச் சிந்து, ஆனந்தக் களிப்பு, தெம்பாங்கு [தென்பாங்கு] ஆகியவற்றின் இலக்கணத்தை 'யாப்பதிகாரம்' கூறுகின்றது.

சிந்துப்பாவின் பொது இலக்கணம், வகைமைபற்றி 'யாப்பதிகாரம்',

> ஒரெதுகைபெற்ற இரண்டடிகள் அளவொத்து வருதல் சிந்து எனப்படும். இரண்டேயன்றி நான்கடிகள் ஒரெதுகையாய் வருதலும் உண்டு.

ஓரடியின் மோனைத் தொடை எடுப்பின் முன்னும் பின்னும் உள்ள அரையடி இங்கு அடி எனவே வழங்கப்பெறும்.

காட்டு:
பூவும் வேண்டாமே – பழமும்
பொரியும் வேண்டாமே
மேவு முள்ளன்பே – தேவி
விரும்பும் நல்லமுதாம்   (கவிமணி)

இச்சிந்தில்,

பூவும் வேண்டாமே   – குறளடி
பொரியும் வேண்டாமே – குறளடி
பழமும்   – தனிச்சொல்

இது குறளடி முதல் எல்லா அடியானும் வரும். தளை வரையறை இல்லை.

மோனைத்தொடை எடுப்பின் முன்னும் பின்னும் உள்ள அடிகள் ஒத்துவருதல் – சமனிலைச்சிந்து எனவும், ஒவ்வாது வருதல் – வியனிலைச்சிந்து எனவும் பெயர் பெறும்.

'பூவும் வேண்டாமே, பொரியும் வேண்டாமே' என்னும் இரண்டும் குறளடியாக வந்ததால் இது சமனிலைச்சிந்து.

'பத்தி யினாலே – இந்தப்
பாரினி லெய்திடு மேன்மைகள் கேளடி'

இது முதலடி குறளடியாகவும், அடுத்த அடி அளவடியாகவும் வந்ததால் வியனிலைச் சிந்து

(யாப்பதி.பக்.100,101)

என்று விளக்கியுள்ளது.

மேலும் சமநிலைச் சிந்தினைக்

குறளடி இரண்டுவருதல்	– இருசீரிரட்டை
சிந்தடி இரண்டுவருதல்	– முச்சீரிரட்டை
அளவடி இரண்டுவருதல்	– நாற்சீரிரட்டை
நெடிலடி இரண்டுவருதல்	– ஐஞ்சீரிரட்டை
கழிநெடிலடி இரண்டுவருதல்	– அறுசீரிரட்டை, எழுசீரிரட்டை, எண்சீரிரட்டை

எனவும், வியனிலைச் சிந்தனைக்

குறளடியும் சிந்தடியும் வருதல்	– இருமுச்சீரிரட்டை
குறளடியும் அளவடியும் வருதல்	– இருநாற்சீரிரட்டை

சிந்தடியும் அளவடியும் வருதல் – முந்நாற்சீரிரட்டை
சிந்தடியும் குறளடியும் வருதல் – முவ்விருசீரிரட்டை
அளவடியும் குறளடியும் வருதல் – நாலிருசீரிரட்டை
அளவடியும் சிந்தடியும் வருதல் – நாமுச்சீரிரட்டை

எனவும் அவற்றில் அமையும் அடிகளைக் கொண்டு வகைப்படுத்துகின்றது (யாப்பதி.பக். 101,102).

காவடிச்சிந்து, தங்கச்சிந்து, நொண்டிச்சிந்து, வழிநடைச் சிந்து, ஆனந்தக்களிப்பு, தெம்பாங்கு ஆகிய சிந்து வகைப்பாக்களில் ஒவ்வொன்றினை எடுத்துக்காட்டி அவற்றின் அடியமைப்பு இருசீரிரட்டை, இருமுச்சீரிரட்டை முதலியவற்றைப் பெற்றுள்ளமையை 'யாப்பதிகாரம்' விளக்குகின்றது. இடையில் முடுகியல் அடி பயின்றுள்ள இடங்களில் அவற்றைச் சுட்டுகின்றது. எதுகை, மோனை, இயைபுத் தொடைகளை விளக்கியமைகிறது. ஒரு சிந்துப்பாட்டினுள் வரும் ஒவ்வொரு சிந்தும் கண்ணி எனப்படும் என்கிறது (யாப்பதி.பக்.108–110).

சிந்துவகைகளுக்கு 'யாப்பதிகாரம்' இலக்கணங்கூறியுள்ள முறையைக் காவடிச்சிந்துக்கு இலக்கணம் கூறப்பட்டுள்ள பகுதி யால் நோக்கலாம்.

காவடிச் சிந்து

தெள்ளுதமி ழுக்குதவு சீலன் – துதி
செப்பண்ணா மலைக்குமநு கூலன் – வளர்
செழியப் புகழ்விளைத்த
கழுகு மலைவளத்தைத்
தேனே – சொல்லு – வேனே

– அண்ணாமலை ரெட்டியார்

இது முச்சீரிரட்டைக்குப் பின், முடுகும், தனிச்சீர் எடுப்பும் உடையன. 'சீலன் – கூலன், தேனே – வேனே' என இயைபுத்தொடை நான்கு அமைந்துள்ளமை காண்க. அண்ணாமலை ரெட்டியார் காவடிச் சிந்தினைப் படித்துக் காவடிச்சிந்தின் இலக்கணத்தை அறிக.

(யாப்பதி.ப.108)

இவ்வாறு சிந்துப்பாடல்களில் அமைந்துள்ள இலக்கணத் தினை 'யாப்பதிகாரம்' எடுத்துரைக்கின்றது. வழிநடைச் சிந்து பற்றிக் கூறுகையில், ஒருவன் ஒருத்திக்கு வழியிலுள்ள காட்சிகளைக் கூறிக்கொண்டு நடப்பது போலப் பாடுவது எனப் பொருண்மையைக் குறிப்பிடுகின்றது (யாப்பதி.ப.109). மேலும் வளையல் சிந்து, சேவற் பாட்டு, புறாப் பாட்டு, குள்ளத்தாராச் சிந்து, கொலைச் சிந்து, ஏற்றப்பாட்டு, ஏசல், தாலாட்டு,

கிளிக்கண்ணி, இலாவணி ஆகியவற்றின் பெயர்களை மட்டும் குறிப்பிட்டு இவையும் சிந்துவகைகளே என்கிறது (யாப்பதி.ப.110).

'தொடையதிகாரம்', 'யாப்பதிகாரம்' கூறும் வகைகளோடு வளையற் சிந்து, சேவற் பாட்டு, புறாப் பாட்டு, குள்ளத்தாராச் சிந்து, மேல் வைப்பு, இலாவணி, ஏசல் முதலிய வகைப்பாடல்களை எடுத்துக்காட்டி அவற்றின் தொடையமைதி கூறுகின்றது (தொடை.பக்.273–287). 'யாப்புநூல்', 'எளிதாகப் பாடலாம்' ஆகியன சிந்துப்பாக்கள் வெண்டளை பெற்று ஓசையினிமையோடு திகழுமென்று குறிப்பிடுகின்றன (யாப்பு.நூ.129, எளி.பா.பக்.124,126). தென்னூல், இவ்வமைதிகளோடு சிந்துப்பா 'பலவகைத் தாளக் கொட்டை'யும் பெற்று நடக்கும் என்கிறது (தெ.நூ.491).

> சிந்துகளில் வரும் தளை, அடி, தனிச்சொல், தொடை முதலியன குறித்து அவற்றின் புற இலக்கணங்களாகச் சில கூறினர் எனினும் அசைகள் எத்தகையன என்றும், சீர்கள் எத்தகைய அமைப்பின என்றும் உறுப்புகளின் அக இலக்கணங்களைச் சிறிதும் விளக்கவில்லை. இவர்கள் யாப்பிலக்கணத்தின் நெறிநின்று சிந்துகளை எண்ணிப்பார்த்தமையே இதற்குக் காரணம். தாளத்துடன் நடக்கும் இசைப் பாக்களுக்கு அவ்விலக்கண முறை பொருந்தாமையை இவர்களில் எவரும் எண்ணிப் பார்த்ததாகத் தெரியவில்லை[34]

என்று சிந்துப்பாவுக்கு முன்னர்க் கூறப்பட்ட இலக்கணங்களை இரா. திருமுருகன் மதிப்பிடுகின்றார். மேலும் சிந்துப்பாக்களுக்கு இசையிலக்கண அடிப்படையில் இலக்கணங் கூறுகின்ற 'சிந்துப்பாவியல்' எனும் நூலையும் இயற்றியுள்ளார். அந்நூலில் கூறப்பட்டுள்ள சிந்து வகைகளின் இலக்கணம் வருமாறு:

நொண்டிச் சிந்து

ஓரெதுகையால் தொடுக்கப்பட்ட இரு எண்சீரடிகளையும், ஒவ்வோர் ஐந்தாம்சீரிலும் மோனையமைதியையும், நான்மை என்னும் தாள நடையையும், நான்காம்சீரில் தனிச்சொல் அமைப்பையும் இது பெறும் (சிந்.நூ.35). தனிச்சொல் நாலசைச் சீராக அமைவதும், ஒவ்வோரடியின் ஐந்தாம் சீரிலும் ஏழாம் சீரிலும் எதுகை ஒன்றிவருவதும் மிக்க அழகுதரும் (சிந்.நூ.36).

கும்மி

'யாப்பதிகாரம்' முதலியன கும்மியைத் தனிவகையாகக் கூற, 'சிந்துப்பாவியல்' சிந்தின் ஒருவகையாகவே 'கும்மி'யைக் கூறுகின்றது.

இரண்டு எண்சீரடிகள் ஒரு தொடையாக அமைந்தும், ஒவ்வோர் ஐந்தாம் சீரிலும் மோனை அமைந்தும், அரையடியின் இறுதியில் இரண்டசைக்கு மிகாத தனிச்சொல்லைப் பெற்றும் 'கும்மி' மும்மை நடையில் நடக்கும் *(சிந்.நூ.38)*. தனிச்சொல் பெறாமலும் கும்மிப் பாடல்கள் அமையும் *(சிந்.நூ.39)*. இக்கும்மிப் பாடல்கள் விரைவு மும்மையில் நடந்து முடுகியல் அடிகளை இடையில் பெறின் ஒயிற்கும்மி எனப்படும் *(சிந்.நூ.40)*. எண்சீரடிகள் இரண்டு வரும் கும்மிப்பாடல் இரட்டித்துவரின் இரட்டைக் கும்மி எனப்படும் *(சிந்.நூ.41)*. எடுப்பு முடிப்புடன் கூடிய கும்மியும் ஓரடியாலேயே அமையும் கும்மியும் உள்ளன *(சிந்.நூ.42)*.

ஆனந்தக் களிப்பு

கும்மிப்பாடல் போல மும்மைநடையில் வந்து, கும்மிப் பாடலில் ஒவ்வோர் அடியின் இறுதியிலும் சேர்ந்திருக்கின்ற அசைநீட்டத்தைத் தனிச்சொல்லுக்கு முன்பாகவே கொண்டு வருவது ஆனந்தக் களிப்பு *(சிந்.நூ.43)*. ஆனந்தக் களிப்பில் ஒவ்வோர் அரையடி ஈற்றிலும், அடி ஈற்றிலும் இயைபுத் தொடை அமைந்து வருதலும், எடுப்பு முடிப்புகள் அமைந்து வருதலும் மரபாகும் *(சிந்.நூ.44)*.

வளையல் சிந்து, காவடிச் சிந்து, வழிநடைச் சிந்து, இலாவணி, தென்பாங்கு ஆகியன

இவற்றின் இலக்கணத்தைத் தெளிவாகவும் விளக்கமாகவும் 'சிந்துப்பாவியல்' கூறவில்லை. வளையல் சிந்தினை வளையல் வாணிகத்தில் வழக்கத்திலிருந்த பாவகை எனவும் *(சிந்.நூ.37)*, காவடிச் சிந்தினை முருகனை வழிபடுவதற்காகக் காவடியை எடுத்துச்செல்வோர் பாடிக்கொண்டும் ஆடிக்கொண்டும் செல்வதற்குப் பயன்படும் பாவகை எனவும் *(சிந்.நூ.47)*, வழிநடைச் சிந்தினை வழிநடைச் செலவின்போது ஏற்படும் வருத்தம் நீங்க வழியிலுள்ள அழகிய காட்சிகளை உடன்வரும் மகளிர்க்கு எடுத்துரைக்கப் பயன்படுத்தும் பாவகை என்றும் *(சிந்.நூ.48)*, இலாவணியினை இருபுலவர்களில் ஒருவர் வினாவ, மற்றவர் விடை கூறுவதாகப் பாடும் அமைப்பினையுடைய பாவகை என்றும் *(சிந்.நூ.45)*, தென்பாங்கினை மண்ணின் மணத்தோடு நாட்டுப்புறச் சாயல்கொண்ட பாவகை என்றும் *(சிந்.நூ.49)* குறிப்பிடுகின்றது. இவை பெரிதும் பொருண்மைசுட்டும் இலக்கணச் செய்திகளாகும்.

வளையல் சிந்து, வழிநடைச் சிந்து முதலியன இன்று வழங்குவதில்லை. இவ்விலக்கியங்களில் இடம்பெற்ற சிந்துப்பா அமைப்புகள் இன்று வெவ்வேறு பொருண்மைகளைப் பாடப்

பயன்படுகின்றன. இவ்விலக்கியங்களில் காணப்பெறும் அமைப்புகளினும் கூடுதலாகப் பற்பல வகைகள் பாவலர்தம் மனப்போக்கிற்கு ஏற்பப் புதிதாகவும் சிந்தில் உருவாக்கப் பட்டுள்ளன.

அடி, தனிச்சொல், முடுகியல், தாளநடை முதலிய உறுப்பு களைக் கொண்டு 'சிந்துப்பாவியல்' வளையல் சிந்து, காவடிச் சிந்து முதலியவற்றின் இலக்கணத்தைப் பின்வருமாறு கூறுகின்றது:

வளையல் சிந்து, எண்சீர் அடிகள் இரண்டு அல்லது மூன்று அமைந்தும் தனிச்சொல்லையும் இயைபுத் தொடையையும் மிகுதியாகப் பெற்றும் ஓரடிக் கண்ணிகளால் பெரிதும் இயன்றும் விரைவு மும்மை நடையில் நடக்கும் (சிந்.நூ.37). எண்சீர் அடிமுதல் எல்லாவகை அடியானும், மும்மை, நான்மை முதலிய எல்லாவகை நடையானும் காவடிச் சிந்து அமைவதோடு, தொடை நலன்களையும் முடுகியல் அடிகளையும் பெறும் (சிந்.நூ.47). பலவகைச் சந்தத்திலும், பலவகை அடிகளிலும், பலவகை நடையினும் வழிநடைச்சிந்து அமையும்; ஓரடிக் கண்ணியாகவும் வரும் (சிந்.நூ.48). இலாவணி, ஓர் ஆதிதாள வட்டணையில் அடங்கும் எண்சீரடிகள் இரண்டு கொண்டதாய், அடியிறுதியில் அடுக்குத் தொடராய் அமைந்த இயல்பைப் பெற்று, நான்மை நடையில் இயங்கும் (சிந்.நூ.45). இரண்டடிகளுக்கு இடையில் தனிச்சொல் பெறுதலும் பெறாமையும் இலாவணிப் பாடல்களில் உண்டு. பெறாமையே பெரும்பான்மை (சிந்.நூ.46). தென்பாங்கு, சிந்துப்பாவின் ஓசைபெற்றுப் பலவகை அடிகளாலும் நடந்து இயைபுத் தொடை பெறும் (சிந்.நூ.49).

இச்செய்திகள் இவ்வகைகளுக்கு இசையிலக்கண அடிப்படையில் கூறப்பட்டுள்ள இலக்கணங்களாகும். இப்பாவகைகள் ஒவ்வொன்றும் பல்வகை அமைப்புகளைக் கொண்டு இலக்கியங்களில் வழங்குகின்றன. மேலே காட்டப் பெற்றுள்ள 'சிந்துப்பாவியலி'ன் இலக்கணங்களைக் கொண்டு அவையனைத்தையும் வரையறுத்துக்கூற இயலாது. 'பலவகை அடியினும் பலவகை நடையினும்' பா அமையுமென நெகிழ்ச்சியுற இலக்கணங் கூறப்படுவது கொண்டு (சிந்.நூ.48) ஒவ்வோர் அமைப்பையும் – உள்வகைகளையும் திட்டமாக வரையறுக்க இயலாது என்பது பெறப்படும். தனிச்சொல், இயைபுத்தொடை, முடுகியல் ஆகிய இலக்கணக்கூறுகள் 'யாப்பதிகாரம்' முதலிய நூல்களிலும் இடம்பெற்றவையே. அவைதவிர்த்த இந்நூலின் புதிய கூறுகளான இசையிலக்கணச் செய்திகளைக் கொண்டு பா வடிவங்களின் அமைப்பைப் புரிந்து கொள்வது சற்றுக் கடினமாக உள்ளது. இப்பாவகைகளின் பல்வகை அமைப்புகளையும் விளக்கும் வகையில் மரபான யாப்பலகுகளைப் பெரிதும்

பயன்படுத்தி இசையிலக்கணச் செய்திகளையும் தகுந்த அளவில் பயன்படுத்தி எளிய முறையில் வகுக்கப்படும் இலக்கணமே பயன்தருவதாக அமையும். மராட்டி மொழிச் சார்பான பாவடிவமாகக் கூறப்படும் 'இலாவணி'க்கும் சிந்துப்பாவியல் இலக்கணங்கூற முயன்றுள்ளமை குறிப்பிடத்தக்கது.

பலவாறாக வரும் சிந்துகள்

அமைப்புகளை வரையறுக்க முடியாதனவாய்ப் பல சிந்துவகைகள் உள்ளன என்று 'சிந்துப்பாவியல்' குறிப்பிடுகின்றது.

பாங்கிமார், கிள்ளை, பாப்பா, தங்கம், கண்ணாட்டி, குள்ளத்தாரா, வெண்ணிலா முதலிய விளிபெறும் சிந்துகளும், தேவடி, முருகன், பூவடி, உடுக்கை, கலியுகம், ஓடம், கள்ளுக்கடை, புறா, சேவல், புகை வண்டி, சாவு, கோலாட்டு எனும் பெயர் குறித்த சிந்துகளும், ஆத்திசூடி, திருப்புகழ் முதலிய நூற்பெயர் சார்த்தி வழங்கும் சிந்துகளும், தன்னானே, தில்லாலே, ஏலேலோ, ஐலசா போன்ற ஒலிக்குறிப்பை உடைய சிந்துகளும் என வரும் இன்னபிற சிந்துகளும் சிந்துப்பாவின் பொதுவிலக்கணத்தைப் பெற்று, அடி, தொடை, நடை, வடிவம், தனிச்சொல் பெறல் முதலியவற்றில் இன்னவாறுதான் அமையும் எனும் வரையறையின்றி இயற்றும் பாவலரின் குறிப்புக்கேற்ப வழங்கும் *(சிந்.நூ.50)* எனக் கூறுகின்றது.

அடியும் தொடையும் நடையும் வடிவும்
தனிச்சொல் வரவும் இனித்தியல் முடுகும்
இன்னவா றென்னும் யாப்புற வின்றிக்
கூறு பாவலர் குறிப்பில் அமைந்து
வழங்கிடும் என்ப மரபறிந் தோரே

(சிந்.நூ.50)

என்று 'சிந்துப்பாவியல்' குறிப்பிடல் எண்ணத்தக்கது.

'சிந்துப்பாவியல்' சிந்துப்பாக்களுக்கு இசையிலக்கண அடிப்படையில் இலக்கணங்காண நிகழ்த்தியுள்ள முயற்சி சிந்துப்பா இலக்கண வரலாற்றில் குறிப்பிடத்தக்க வளர்ச்சியும் வரவேற்கத்தக்க அணுகுமுறையும் ஆகும். சிந்துப்பாவிற்கு இலக்கணங்காணும் முன்னைய முயற்சிகள் யாப்பிலக்கண நெறி நின்றமையால் பொருந்தாது போயின எனச் சிந்துப்பாவியலின் ஆசிரியர் குறிப்பிடினும் அவரே தனிச்சொல், முடுகியல், எதுகை, மோனை, இயைபுத் தொடை ஆகிய யாப்பிலக்கண நெறியினும் நிற்றல் வெளிப்படை. சிந்துப்பாக்களுக்கு இலக்கணங்காண யாப்பிலக்கணத்தோடு, இசையிலக்கணத்தையும் அவர் பயன்படுத்தியுள்ளார் என்பதே உண்மை. சிந்துப்பாக்களுக்கு இலக்கணங்கூற இசையிலக்கணப் புலமை தேவை என்பது

போலவே கூறப்பட்டுள்ள இலக்கணங்களின் வன்மை மென்மையை ஆராயவும் இசையிலக்கணப் புலமை தேவையாகின்றது. எனவே மேலாய்வுக்குரியதாக இக்கூறு அமைந்துள்ளது.

வளையல் சிந்து, காவடிச் சிந்து, இலாவணி, வழிநடைச் சிந்து ஆகியவற்றுக்குப் பொருண்மையும் சுட்டி இலக்கணங் கூறப்படினும் இவை இக்காலத்தில் பழைய பொருண்மைகளில் பாடப்படுவதில்லை. வெவ்வேறு புதிய பொருண்மைகளைப் பெறுகின்றன. வடிவங்களை வரையறுக்க இயலாதனவாய்ச் சிந்துப் பாவியல் கூறும் பழைய வகைகளோடு இக்காலப் பாவலர்களால் பல புதிய வடிவங்களும் சிந்தில் உருவாக்கப்பட்டுள்ளன.

சிந்துப்பாக்களுக்கு இலக்கணம் வகுக்கச் சிந்துவகைகள் இடம்பெற்ற அனைத்து இலக்கியங்களையும் முழுமையாகவும், நேரடியாகவும் 'சிந்துப்பாவியல்' தரவுகளாகப் பயன்படுத்த வில்லை; புலவர் குழந்தையின் தொடையதிகாரத்தில் இடம்பெற்ற சிந்துப்பாக்கள் பலவற்றையே தரவுகளாகப் பயன்படுத்தியுள்ளது.[35] சிந்துப்பாக்கள் பலவற்றில் வெண்டளை பயிலுதல்பற்றிப் பிற நூல்கள் சில கூறினும் அதுபற்றிச் 'சிந்துப்பாவியல்' பேசவில்லை. சிந்துப்பாக்களைப் புதிதாக எழுத விழைவோர் 'சிந்துப்பாவியலி'ன் இலக்கணங்களைப் பயின்று சிந்துப்பா வடிவ அமைப்புகளை உணர்ந்து பாடல் புனைதல் எளிமையன்று.

சிந்துப்பாக்களாலான முன்னை இலக்கியங்களையும் இக்கால இலக்கியங்களையும், சிந்துப்பாடல்கள் சில இடம்பெற்ற பிற இலக்கியங்களையும் முழுமையாகத் திரட்டித் தரவுகளாக்கி இசையிலக்கணத் துணையோடு ஆராய்ந்து எளிமையாகவும், விளக்கமாகவும் இலக்கணம் வகுத்து மேம்படுத்தற்குரியதாய் சிந்துப்பா இலக்கணக்களம் உளது.

கீர்த்தனை இலக்கண வளர்ச்சி

சிந்துப்பாவிலிருந்து வளர்ச்சிபெற்ற பாவடிவம் 'கீர்த்தனை' யாகும். இசைப்பாடல் வடிவமான இதனைக் கீர்த்தனை, உருப்படி, பண்ணத்தி எனும் பெயர்களில் இலக்கணிகள் குறிப்பிட்டு இலக்கணங் கூறியுள்ளனர். கூறப்பட்டுள்ள இலக்கணங்கள் பெரிதும் ஒத்த நிலையிலேயே அமைந்துள்ளன. 'சிந்து' எனும் பெயரால் இக்கீர்த்தனையைக் குறிப்பிட்டு இலக்கணச் சூடாமணி, செந்தமிழ் ஆகியன இலக்கணங்கூறியுள்ளன. பதம் என்னும் பெயரால் இதன் வகையை அறுவகை இலக்கணம் (அறு.நூ.449), சுவாமிநாதம் (சுவாமி.நூ.172) ஆகியன குறிப்பிட்டுள்ளன.

கீர்த்தனையின் இலக்கணத்தைக் 'கீர்த்தனை' எனும் பெயரிலேயே அறுவகை இலக்கணம்,

பல்லவத்து இருபங்கு அநுபல் லவமும்
அதன்இரு பங்காம் சரணமும் தாளம்
பிழையாது அமைத்து, அதில் பேரின் பம்சொலின்
கீர்த்தனை என்றும், மற்று ஏனையைக் கிளத்தில்
பதம்என வும்சொலல் பாவலர் வழக்கே

(அறு.நூ.449)

என முதலில் தெளிவாகக் கூறுதல் மனங்கொள்ளத்தக்கது. மேலும், அநுபல்லவமும் சரணம் அளவில் அமையலாம் எனவும் *(அறு.நூ.450)*, ஒரு கீர்த்தனையில் பல்லவமும் அநுபல்லவமும் ஒவ்வொன்றே அமையும் எனவும், சரணம் 1, 3, 5, 7, 11 எனும் எண்ணிக்கையில் ஒவ்வொரு சரணத்தின் இறுதியோடும் பல்லவத்தைப் பொருளால் முடிக்கும் தன்மை அமைய வேண்டும் *(அறு.நூ.451)* எனவும் இலக்கணங்கூறியுள்ளது.

கீர்த்தனைப் பாடலில் பல்லவம், அநுபல்லவம், சரணம் எனும் மூன்று பகுதிகள் அமையும் என்பதும், ஒரு கீர்த்தனையில் பல்லவமும் அநுபல்லவமும் ஒவ்வொன்றே அமையும்; சரணங்கள் மட்டும் ஒன்றோ பலவோ அமையும் என்பதும் தாளம் எனும் இசைப்பண்பு அமையும் என்பதும் இச்செய்திகளிலிருந்து தெளிவாகின்றன. பல்லவி, அநுபல்லவி எனப் பிற நூல்கள் குறிப்பிடுவனவற்றைச் செந்தமிழ் *(செந்.ப. 185)*, அறுவகை இலக்கணம் *(அறு.நூ.449)* ஆகியன மட்டும் பல்லவம், அநுபல்லவம் என்றே குறிப்பிடுகின்றன.

கீர்த்தனை வடிவத்தைப் 'பண்ணத்தி' எனும் தொல்காப்பியப் பாவடிவப் பெயரால் குறிப்பிட்டுப் "பண்ணத்தி என்பது, கீர்த்தனை என்னும் இசைப்பாடலைக் குறிப்பதேயாகும்" என்றும் *(யாப்பதி.ப.113)*, "அது பல்லவி, பல்லவி எடுப்பு, கண்ணி என்னும் மூன்று உறுப்புக்களையுடையது" என்றும் *(யாப்பதி.ப.113)* 'யாப்பதிகாரம்' கூறுகின்றது. பல்லவி, பல்லவி எடுப்பு, கண்ணி என்னும் பெயர்கள் முறையே பல்லவி, அனுபல்லவி, சரணம் என்பவற்றைக் குறிப்பனவேயாகும்.

பண்ணத்தி (கீர்த்தனை) வடிவத்தின் இலக்கணத்தை முன்னூல்களினும் விரிவாக யாப்பதிகாரம்,

> பல்லவியாவது – ஓரடியின் தனிச்சொல்லுக்குப் பின், அடிமடக்காய் ஓரடி வரும். அல்லது அவ்வடி, மோனை எதுகைத் தொடையமைய வரும். தனிச்சொல் பெறாது வருதலும் உண்டு.
>
> பல்லவி யெடுப்பானது – பல்லவியின் எதுகையுடையதாய் வரும். பல்லவியை விட மிகுதியான சீர்கள் வரும். இஃதும்

இரண்டடி மோனை அல்லது எதுகைத் தொடையமைய வரும். பல்லவி, பல்லவி எடுப்பு இரண்டும் இயைபுத் தொடையமைய வருதல் சிறப்பு.

கண்ணியாவது – இரு சீரிரட்டை, முச்சீரிரட்டை முதலிய அடிகள் இரண்டு ஒரெதுகையாய் வரும். கண்ணியில் கட்டாயம் இயைபுத்தொடை வரவேண்டும்.

பல்லவி முதலிய மூன்றினும் முடுகியலும் வரும். பல்லவி எடுப்பு இல்லாமல், பல்லவியும் கண்ணிகளும் மட்டும் வருதலும் உண்டு.

பண்ணத்தி – தாளமும் அராகமும் பொருந்த வரவேண்டும்

(யாப்பதி.பக்.113,114)

என்று கூறுகின்றது.

'உருப்படி' என்னும் பெயரால் கீர்த்தனை வடிவத்தையும், எடுப்பு, தொடுப்பு, முடிப்பு எனும் பெயர்களால் பல்லவி, அனுபல்லவி, சரணம் ஆகிய உறுப்புகளையும் குறிப்பிடும் 'பாவலர் பண்ணை', முன்னிலக்கணங்கள் கூறும் கீர்த்தனை இலக்கணத்தையே கூறுகின்றது. கீர்த்தனையை இயற்றுவோர்க்கு இசையறிவு ஓரளவேனும் வேண்டுமென்றும் தாளம், நடை ஆகியவற்றின் அடிப்படையேனும் தெரியவேண்டுமென்றும் மட்டும் கூடுதலாகக் கூறுகின்றது (பாவலர்.பக்.136,137).

கூறப்பட்டுள்ள கீர்த்தனை இலக்கணங்களை ஒப்பிட்டு நோக்குங்கால், பெரிதும் ஒத்தநிலையிலேயே இலக்கணம் அமைந்துள்ளமையையும், வடிவப் பெயர், வடிவ உறுப்புகளின் பெயர் ஆகியனவே வேறுபட்டமைந்துள்ளமையையும் அறியமுடிகின்றது. கீர்த்தனையிலக்கியங்கள் அனைத்தையும் தரவுகளாக்கி இசையிலக்கண நோக்கில் கீர்த்தனைப் பாடல்களின் அமைப்புகளை மேலும் ஆராய்ந்து இலக்கணம் வகுக்க வாய்ப்புள்ளது.

மேல்வைப்பு எனும் வடிவத்திற்கு இலக்கணங்கூறல்

நான்கடிப் பாக்களின் இறுதியிலும், ஈரடிப் பாக்களின் இறுதியிலும் ஈரடியால் ஆன உறுப்பு வைக்கப்பட்டுள்ள பா வடிவங்கள், நாலாயிரத்திலும் தேவாரத்திலும் காணப்படுகின்றன. இவை முறையே 'நாலடி மேல் வைப்பு' 'ஈரடி மேல் வைப்பு' எனக் குறிப்பிடப்படுகின்றன.

(எ–டு) நாலடிமேல் வைப்பு

இயலிசை யெனும்பொரு ளின்றிறமாம்
புயலன மிடறுடைப் புண்ணியனே
கயலன வரிநெடுங் கண்ணியொடும்
அயலுல கடிதொழ அமர்ந்தவனே
கலனாவது வெண்டலை கடிபொழிற் புகலிதன்னுள்
நிலனாடொறு மின்புற நிறைமதி யருளினனே.

(தேவாரம் 3:261:1)

ஈரடிமேல் வைப்பு

தக்கன் வேள்வி தகர்த்தவன் பூந்தராய்
மிக்க செம்மை விமலன் வியன்கழல்
சென்று சிந்தையில் வைக்க மெய்க்கதி
நன்ற தாகிய நம்பன் தானே.

(தேவாரம் 3:263:1)

இப்பாடல்களை எடுத்துக்காட்டி, "நான்கடிகளால் ஆகிய பாடலின் மேலாக இரண்டடியாக வைக்கப்பெற்ற இவ்வுறுப்பு, முன்னுள்ள பாடலின் பொருளை முடித்துக் கூறுவதாகும். இவ்வுறுப்பு நாலடிச் செய்யுளின் மேல்வரின் நாலடி மேல்வைப்பு எனவும், ஈரடிச் செய்யுளின் மேல்வரின் ஈரடிமேல்வைப்பு எனவும் வழங்கப்பெறும்"[36] என 'மேல்வைப்பு'ப் பாக்களின் யாப்பமைதி பற்றிக் குறிப்பிடுகின்றார் க. வெள்ளைவாரணன். நாலடி மேல்வைப்பு, ஈரடி மேல்வைப்பு ஆகியவற்றின் வடிவத்தைப் பாவினங்களுக்குக் கூறப்பட்ட இலக்கணத்துள் அடங்காது வேறாக உள்ளது என்பார் தி.வே. கோபாலையர்.[37]

இப்பாவடிவங்கள் பற்றி முன்னைய இலக்கணநூல்கள் எதுவும் பேசவில்லை. இந்நூற்றாண்டினவான 'தொடையதிகாரம்', 'தென்னூல்' ஆகியன மேல்வைப்பு வடிவங்கள் பற்றிக் குறிப்பிடுகின்றன. மேல்வைப்புப் பாடல்களை எடுத்துக்காட்டும் 'தொடையதிகாரம்' (தொடை.பக்.253,254) மேல்வைப்பின் இலக்கணமாகச் செய்தி எதனையும் கூறவில்லை. வஞ்சிவிருத்தம், கலிவிருத்தம் முதலிய வடிவங்களிலும் தெம்பாங்கு வடிவத்திலும் மேல்வைப்பு அமைந்துள்ளமையை எடுத்துக் காட்டுகின்றது.

தென்னூல்,

வஞ்சி விருத்தம் போல்வரு தூக்கினும்
முச்சீ ரானும் நாற்சீ ரானும்
பல்லவி போல்மேல் வைப்பமை யாப்பினும்
நாற்சீர் ஈரடிப் பின்னர் இரண்டடி
மேல்வைப் பாக விளங்கும் யாப்பினும்
....
.... கழிநெடி லடியான்
விருத்தம் போல்வரு யாப்பினும், அதன்பின்

ஓரடிப் பல்லவி போல்மேல் வைப்பாய்
இலங்கும் யாப்பினும்

(தெ.நூ.464)

என இந்நூற்பாவால் மூன்று அல்லது நான்கு சீர்களால் பல்லவி போல் உறுப்பமைவதும், நாற்சீராலான ஈரடிகளுக்குப் பின்னர் இரண்டடி உறுப்பமைவதும், விருத்தம் போன்ற யாப்பிற்குப் பின்னர் ஓரடிப் பல்லவி அமைவதும் மேல்வைப்பு யாப்பமைதி களெனக் குறிப்பிட்டுள்ளது.

கண்ணி

கலிவெண்பா, சிந்து முதலியவற்றில் எதுகையொத்த ஈரடி களைக் கண்ணி எனல் மரபு. இக்கண்ணி என்பதைத் தனிப்பாடல் வடிவமாக 'எளிதாகப் பாடலாம்', 'தென்னூல்' ஆகியன கூறுகின்றன. "கண்ணியாவது ஒத்த ஈரடிப்பாடல். இவற்றில் அடிக்கு நான்கு சீர்கள் உள்ளன. அச்சீர்கள் வெண்டளையால் அமைந்துள்ளன. ஈரடியும் ஒரெதுகையுடையனவாகவும், மோனை நயம் உடையனவாகவும் உள்ளன" (எளி.பா.ப.119) எனக் குறிப்பிடும் 'எளிதாகப் பாடலாம்', தாயுமானவரின் பராபரக்கண்ணிப் பாடல்களை எடுத்துக்காட்டி, கண்ணி வடிவில் ஓரடிக்குள் மட்டுமே தளைபார்த்தல் மரபு என்பதை, "அடியிறுதியும் அடிமுதலொடு வெண்டளையாக வரும் என முடிவு செய்தல் கூடாது. வரலாம்; வராமலும் இருக்கலாம்" (எளி.பா.ப.120) எனக் குறிப்பிட்டுக் 'கண்ணி'யின் இலக்கணத்தைத் தெளிவாகத் தருகின்றது.

'கண்ணி' என்பதைத் தனித்தும் இசைப்பாட்டிடையினும் வரும் ஈரடிப் பா வடிவமாகத் தென்னூல் (தெ.நூ.490) கூறுகின்றது. 'பராபரக் கண்ணி' முதலியவற்றிலிருந்து கண்ணி எனும் பாவகைக்குத் தொடையதிகாரம் (தொடை.ப.298) எடுத்துக்காட்டுகளை அமைத்துக் காட்டுகின்றது.

IV **புதுக்கவிதை, ஐக்கூ வடிவங்களுக்கு இலக்கணங்கூறல்**

யாப்பிலக்கண அடிப்படையிலான செய்யுள் வடிவங்களில் வாழ்ந்து கொண்டிருந்த தமிழ்க் கவிதை இருபதாம் நூற்றாண்டில் தனக்குரிய களமாக உரைநடையையும் தேர்ந்துகொண்டது. யாப்புவரையறைகள் கவிதையின் வேகத்தையும் வெளிப்பாட்டை யும் கட்டுப்படுத்துவதால் அதைவிட்டு விலகவேண்டுமென விரும்பிய படைப்பாளிகளின் மனப்போக்கும் ஆங்கில மொழித் தாக்கமும் தமிழில் புதுக்கவிதை தோன்றிப் பெருவழக்குப் பெறக் காரணங்களாயின. யாப்புவரையறைகளை வெறுத்தும்

விலக்கியும் விளைந்த வடிவமான புதுக்கவிதை வடிவத்திற்கே யாப்பமைதி காணச் சில இலக்கணிகள் முயன்றுள்ளனர்.

புதுக்கவிதைக்கு இலக்கணம் வகுக்கும் முயற்சியை 'யாப்பு நூலு'ம் 'தென்னூலு'ம் மேற்கொண்டுள்ளன. புதுக்கவிதை உருவக உத்திகொள்வது (யாப்புநூ.139) எனவும், சமுதாயக் கொடுமைகளை எதிர்த்துக் கொதிக்கின்ற நெஞ்சத்தின் கடுமையைக் காட்டுதற்குச் சிறந்த வடிவம் (யாப்புநூ.140) எனவும், எதுகையை உதறினும் பரவலாக மோனை ஆட்சியைப்பெறும் புதுக்கவிதைகளில் மோனை வருஞ்சொற்களை அடுத்த அடியென முறித்து எழுதலாம் (யாப்பு.நூ.141) எனவும், புதுக்கவிதை ஒரே அடியாலும் அமையும் (யாப்புநூ.35) எனவும் 'யாப்புநூல்' குறிப்பிட்டுள்ளது.

'தென்னூல்', புதுக்கவிதை அடி, தொடை வரையறையின்றி உருவகம், படிமம், குறியீடு முதலியவற்றைப் பெற்று அமையுமெனவும் (தெ.நூ.524), புதுக்கவிதை பல்வேறு கருப்பொருள்களையும் பெறுமெனவும் (தெ.நூ.525) விரிவாக எடுத்துரைக்கின்றது. 'யாப்புநூல்' புதுக்கவிதையின் வடிவச் சார்பில் மோனையமைதி, அடியமைதி குறித்துக் கூறியுள்ளவற்றைப் போல் தென்னூல் வடிவச்சார்பான செய்தி எதனையும் கூறவில்லை.

சப்பானிய மொழியின் யாப்புவடிவமான 'ஐக்கூ' அமைப்பைப் பின்பற்றித் தமிழில் குறிப்பிடத்தக்க அளவிற்குப் படைப்புகள் தோன்றியுள்ளன. 'ஐக்கூ வடிவம் மூன்று அடிகளால் அமையும். அவ்வடிகள் முறையே 5,7,5 எனும் எண்ணிக்கையில் அசைகளைப் பெறும். தமிழில் ஐக்கூ படைத்தோருள் சிலர் அசையெனத் தமிழ் யாப்பின் நேர், நிரை ஆகிய இரண்டையும் கொண்டுள்ளனர். ஆனால் சப்பானியமொழி ஐக்கூவின் அசைகள் அனைத்தும் ஓர் உயிரொலியை மையமாகக் கொண்டவை. நேரசைக்கு நிகரானவை. நம் நிரையசையோ இரண்டு உயிரொலிகளைக் கொண்டமைவது. ஐக்கூ அசையமைப்பின்படி ஒரு நிரையசையை இரண்டு அசைகளாக அலகிடவேண்டும். சப்பானிய அசைக்கணக்கை எண்ணிக்கைக்கு மட்டும் எடுத்துக்கொண்டு தமிழ் அசையமைப்பைத் தழுவிச் சிலர் ஐக்கூ படைத்துள்ளனர்' எனச் சப்பானிய ஐக்கூவின் அமைப்பையும் தமிழில் படைக்கப்பட்டுள்ள ஐக்கூவின் அமைப்பையும் ஒப்பிட்டுநோக்கியுரைப்பார் இரா. இளவரசு.[38]

ஆனால் ஐக்கூ யாப்பமைப்புக் குறித்த இத்தகு செய்திகள் எவற்றையும் ஐக்கூவுக்கு இலக்கணங்கூற முயன்றுள்ள ஒரே நூலான 'தென்னூல்' குறிப்பிடவில்லை; ஐக்கூவை 'மின்னற்கவிதை' எனப் பெயரிட்டு,

உரைப்பா அமைப்பிற் கோதிய நெறியான்
நுண்ணிய கருத்தினை நோக்கமை சொற்கள்
அசைச்சீர் இயற்சீர் ஆறே ழளவினில்
சிரலின் பாய்ச்சல்போல் திண்ணெனச் செப்புதல்
மின்னற் கவிதையெனப் பன்னுவர் ஒருசார்

(தெ.நூ. 531)

என்று மட்டும் இலக்கணம் வகுக்கிறது.

அசைச்சீரும் இயற்சீரும் ஆறு ஏழு அளவில் பெற்று ஐக்கூ அமையுமெனத் 'தென்னூலி'ல் ஐக்கூவின் சிறப்பான பண்புகள் சுட்டப்படாமல் பொதுவான வகையில் இலக்கணம் வகுக்கப்பட்டுள்ளது. ஐக்கூ இலக்கணம் இன்னும் துல்லியமாக வகுக்கப்படவேண்டுமென்பதை இது காட்டுகின்றது.

இவ்வியலில் பேசப்பட்ட செய்திகளிலிருந்து பாவிலக்கணம் காரிகைக்குப் பிந்தைய காலத்தில் விதந்துரைக்கத்தக்க வளர்ச்சி நிலைகளை அடைந்துள்ளமை புலனாகும். காரிகைக்குப் பின்னர்ப் புதிதாக இலக்கணம்பெற்றுள்ள பாவடிவங்களைப் பின்வருமாறு நிரல்படுத்தலாம்.

1. *சவலை வெண்பா*
2. *பின்முடுகு வெண்பா*
3. *கட்டளைக் கலிப்பா*
4. *வெண்டளைக் கலிப்பாக்கள்*
5. *வெண்டளை பெறும் பாவினங்கள்*
6. *சவலை*
7. *சதுக்கம்*
8. *பரணிக் கலித்தாழிசை*
9. *ஆசிரியவிருத்த வகைகள்*
10. *கலிவிருத்த வகைகள்*
11. *வஞ்சிவிருத்த வகைகள்*
12. *கலித்துறை வகைகள்*
13. *திலதக் கலித்துறை*
14. *சந்தப் பாவினங்கள்*
15. *தண்டகம்*
16. *சிந்துப்பா வகைகள்*
17. *கும்மி*
18. *கண்ணி*
19. *கீர்த்தனை*
20. *கலைவண்ணம், வகுப்பு, வண்ணப் பாவினங்கள்*
21. *மேல்வைப்பு*
22. *புதுக்கவிதை*
23. *ஐக்கூ*

புதிதாக இலக்கணம் பெற்றுள்ள இவ்வடிவங்களில் சில, மேலும் சிறப்பானநிலையில் இலக்கணம் வகுக்கத்தக்கனவாக உள்ளன.

இலக்கியங்களில் காலந்தோறும் புதுப்புது யாப்பு வடிவங்கள் தோன்றி வழக்குப்பெற்றுள்ளன. இவை இலக்கியங்களில் வழக்குப்

பெற்ற காலத்தையொட்டி உடனுக்குடன் இலக்கண நூல்களில் இலக்கணம் பெறவில்லை என்றாலும் அப் பாவடிவங்களுள் பெரும்பாலானவற்றுக்கு இலக்கணங் கூறும் முயற்சியைப் பதினெட்டு, பத்தொன்பது, இருபதாம் நூற்றாண்டுகளில் விளைந்த இலக்கண நூல்கள் பெரிதும் மேற்கொண்டுள்ளன. இம்முயற்சிகள், தமிழ் யாப்பிலக்கணம் புதிய வளர்ச்சி முகடுகளை அடைய வழிவகுத்துள்ளமை குறிப்பிடத்தக்கது.

தொகுப்புரை

'நாற்பாக்கள், அவற்றின் மும்மூன்றினங்கள், மருட்பா' எனப்படும் பா, பாவின வரையறைக்குள் அடங்காத 'வண்ணம், சிந்து' முதலிய புதிய வடிவங்கள் காரிகைக்குப் பின்னர்த் தோன்றிய யாப்பிலக்கண நூல்களில் இலக்கணம் பெற்றதும், காரிகை வரையிலான காலத்தில் இலக்கணம் பெற்ற பா, பாவினங்கள் புதிய விளக்கங்களையும் வரையறைகளையும் வகைமையையும் ஏற்றதும் காரிகைக்குப் பிந்தைய வரலாற்றில் நிகழ்ந்துள்ள பாவிலக்கண வளர்ச்சிகளாகும்.

அவற்றுள் குறிப்பிடத்தக்கவற்றைப் பின்வருமாறு தொகுத்துரைக்கலாம்.

- காரிகை வரை கலிப்பாவின் வகையாகக் கூறப்பட்ட கலிவெண்பா, வெண்பாவின் வகையாகப் பொருத்தமுறக் கூறப்பட்டுள்ளது.

- சவலை வெண்பா, பின்முடுகு வெண்பா ஆகிய புதிய வெண்பா வகைகளுக்கு இலக்கணங் கூறப்பட்டுள்ளது.

- குறள் வெண்பாவை எதுகையமைப்பைப் பொறுத்து முதலடி முச்சீர், இரண்டாமடி நாற்சீர் என வகைப்படுத்தலாம் என்னும் கருத்துத் தோன்றியுள்ளது.

- நேரிசை வெண்பா, இன்னிசை வெண்பா ஆகியவற்றை உட்பிரிவுப் பெயர்களாகவும், நாலடி வெண்பா என்பதை அவற்றுக்கான பொதுவகைப் பெயராகவும் கூறும் முயற்சி தோன்றியுள்ளது.

- பஃறொடை வெண்பாவுக்குப் பல்லடி வெண்பா எனும் புதுப்பெயர் கூறப்பட்டுள்ளது. பஃறொடை வெண்பாவுக்கு அடிப்பெருமை பன்னீரடியென்றும் ஏழடியென்றும் கூறும் இருவகைப் போக்குகள் நிலவுகின்றன; எனினும் பன்னீரடி எனக் கூறும்போக்கே மேலோங்கியுள்ளது. இது நெடுவெண் பாட்டுக்குப் பன்னீரடிப் பெருமை கூறும் தொல்காப்பிய

வரையறைக்குக் காரிகைக்குப் பிறகும் கிடைக்கின்ற ஏற்றம் எனலாம்.

- பரிபாடல் இலக்கணமும் உறழ்கலி இலக்கணமும் புத்துயிர் பெற்றுள்ளன.

- ஆசிரியப்பா வகைகளுள் அடிமறிமண்டிலத்தைத் தனிவகை யாகக் கொள்வது கைவிடப்பட்டுள்ளது. ஆசிரியப்பாவை நேரிசை, நிலைமண்டிலம், இணைக்குறள் என மூவகைப் படுத்தும் போக்கு எழுந்துள்ளது.

- மருட்பாவை ஆசிரியப்பாவின் வகையாக்கும் முயற்சி நிகழ்ந்துள்ளது.

- ஆசிரியப்பாவின் அடிப்பெருமை இரண்டாயிரம் அடியாகும் எனப் புதிய வரையறை கூறப்பட்டுள்ளது.

- கட்டளைக் கலிப்பா எனும் புதிய வடிவம் இலக்கணம் பெற்றுள்ளது. இதனைக் கலிப்பாவின் வகையாகக் கருதும் நிலையும், கலியினத்தின் வகையாகக் கருதும் நிலையுமாய் இருவிதக் கருத்துகள் காணப்படுகின்றன.

- வெண்பா அல்லாமல் வெண்டளையாலேயே அமையும் பா, பாவின வடிவங்கள் 'கட்டளைப்பாக்கள்' எனும் பெயரால் தனி வகைப்படுத்தப்பட்டுள்ளன. தரவுகொச்சகக் கலிப்பா, இயற்றரவிணைக் கொச்சகக் கலிப்பா ஆகியனவும், எண்சீர் ஆசிரியவிருத்தம் முதலான சில பாவினங்களும் வெண்டளை பெறும் வகைகளாக மாற்றம் பெற்றுள்ளமைக்கு இலக்கணங் கூறப்பட்டுள்ளது.

- வெண்கலிப்பா புதிய இலக்கண வரையறையைப் பெற்றுள்ளது.

- சவலை, சதுக்கம், தண்டகம் எனும் புதிய பாவகைகள் கூறப்பட்டுள்ளன.

- கடையடி மிக்குவருங் கலித்தாழிசையிலிருந்து வேறான ஈரடி அளவொத்துவரும் (பரணிக்) கலித்தாழிசை வடிவத்திற்கு இலக்கணங் கூறப்பட்டுள்ளது.

- கலித்துறை, ஆசிரியவிருத்தம், கலிவிருத்தம், வஞ்சிவிருத்தம் ஆகிய பாவினங்களின் பல்கிப் பெருகிய வகைகள் இலக்கணம் பெற்றுள்ளன. நாற்பாக்களின் இனங்களாகிய தாழிசை, துறை, விருத்தம் ஆகியன இலக்கணத்தில் பெற்றுள்ள வளர்ச்சியைப் பின்வரும் அட்டவணை தெளிவாகக் காட்டும்.

	தாழிசை	துறை	விருத்தம்
ஆசிரியப்பா	–	–	✓
வெண்பா	–	–	–
கலிப்பா	–	✓	✓
வஞ்சிப்பா	–	✓	✓

- இலக்கிய ஆட்சி அதிகமின்மையால் வெண்பாவினங்கள் இலக்கண வளர்ச்சி காணவில்லை. வெண்பாவைப் பொறுத்தவரை பாவே மிகவும் இலக்கண வளர்ச்சி அடைந்துள்ளது. வஞ்சிப்பாவினத்தில் துறையும் விருத்தமும் இலக்கிய ஆட்சிக்கேற்ப ஓரளவு இலக்கண வளர்ச்சி கண்டுள்ளன. கலிப்பாவினத்தில் இலக்கிய ஆட்சிக்கேற்பத் துறையும் விருத்தமும் இலக்கண வளர்ச்சி கண்டுள்ளன. துறையும் விருத்தத்திற்குரிய சீர்வாய்பாட்டமைப்பையே பெறுவதால் சீர்வாய்பாட்டமைப்பே இவ்வளர்ச்சிக்குக் காரணம். ஆசிரியப்பாவினத்தில் விருத்தம் மட்டும் மிகுந்த இலக்கிய ஆட்சி பெற்று அதற்கேற்ப விளக்கமாக இலக்கண வளர்ச்சி கண்டுள்ளது. பாவினத்தில் ஆசிரிய விருத்தத்தின் வளர்ச்சியே இலக்கிய வழக்கில் அதிகமாகும். அதற்கேற்பப் பாவினத்தில் ஆசிரியவிருத்தமே இலக்கண வளர்ச்சியை அதிகம் பெற்றுள்ளது.

- சந்தப் பாவினங்களுக்கு இலக்கணங்கூறும் முயற்சிகள் தோன்றியுள்ளன. வடமொழி இலக்கணங்களைச் சந்தப் பாவினங்களில் பொருத்திப் பார்க்கும் முயற்சிகள் மேற்கொள்ளப்பட்டுள்ளன. இருமொழி யாப்பும் சந்தப் பாவினங்களுக்கு இலக்கணங்கூற இணைத்துப் பயன்படுத்தப்பட்டுள்ளன.

- வண்ணப்பா இலக்கணம் குறிக்கத்தக்க வளர்ச்சி நிலைகளைக் கண்டுள்ளது.

- சிந்துப்பா வகைகளுக்கு மரபான யாப்பிலக்கண அடிப்படை யிலும் இசையிலக்கண அடிப்படையிலும் இலக்கணங் கூறும் முயற்சிகள் நிகழ்ந்துள்ளன.

- கீர்த்தனைப் பாடல் வடிவிற்கு இலக்கணங்கூறும் முயற்சி ஓரளவு நிகழ்ந்துள்ளது.

- இலக்கணம் பெற்றுள்ள பாவகைகளுள் சவலைவெண்பா இலக்கிய வழக்கு அருகிய வடிவமாகும்; சதுக்கம் இலக்கிய ஆட்சியற்ற வடிவமாகும்.

- மேல்வைப்பு எனும் வடிவத்திற்கு இலக்கணங்கூறும் முயற்சி அரும்பியுள்ளது.
- யாப்பிலக்கண வரையறையை வேண்டாது உருவான புதுக்கவிதை வடிவத்துக்குக்கூட யாப்பமைதிகாணும் முயற்சியும், சப்பானிய யாப்புவடிவமான ஐக்கூவிற்கு இலக்கணங்கூறும் முயற்சியும் முகிழ்த்துள்ளன.

~~

சான்றெண் விளக்கம்

1. மு. இராகவையங்கார், *ஆராய்ச்சித் தொகுதி*, ப. 116.
2. இரா.சம்பத், *இருபதாம் நூற்றாண்டுத் தமிழ் மரபுக் கவிதை யாப்பியல் : மரபும் நெகிழ்வும்*, ப. 46.
3. மேலது, ப. 34.
4. அ. சண்முகதாஸ், *தமிழின் பா வடிவங்கள்*, ப. 37
5. இரா. சம்பத், *மு.கு.நூல்*, ப. 27.
6. மேலது, ப. 27.
7. எஸ். வையாபுரிப் பிள்ளை, *இலக்கிய விளக்கம்*, ப.112.
8. காண்க: இந்நூலில் இயல் 4: உறுப்பிலக்கண வளர்ச்சி, 'புதிய கட்டளை வகை அடிகள்'.
9. ச.வே. சுப்பிரமணியன், *வீரசோழியம் திறனாய்வு மூலமும் கருத்தும்*, ப. 36.
10. இரா. திருமுருகன், *சிந்துப்பாடல்களின் யாப்பிலக்கணம்*, ப. 105.
11. மேலது, ப. 107
12. சா. கிருட்டிணமூர்த்தி, 'ஆய்வுரை', *இலக்கணச் சூடாமணி*, ப. 50.
13. மேலது, ப. 46.
14. மேலது, ப. 49.
15. ச.வே. சுப்பிரமணியன், 'தமிழ் இலக்கியத்தில் யாப்பு', *இலக்கணத் தொகை யாப்பு – பாட்டியல்*, ப. 102.
16. ஜி. தேவநேசன் [தேவநேயப் பாவாணர்], 'பாவினம்', *செந்தமிழ்ச் செல்வி சிலம்பு – 12, பரல் – 1*, ப. 11.

17. வ.சுப. மாணிக்கம், *தொல்காப்பியக் கடல்*, ப. 228.

18. ஜி. தேவநேசன், *முன்னர்க் குறிப்பிட்ட இதழ்*, ப. 11.

19. தி.வே. கோபாலையர் (ப.ஆ.), *இலக்கண விளக்கம் பொருளதிகாரம் செய்யுளியல்*, ப. 321.

20. ஜி. தேவநேசன், *முன்னர்க் குறிப்பிட்ட இதழ்*, ப. 11.

21. ச.வே. சுப்பிரமணியன், *'யாப்பு', இலக்கணத் தொகை யாப்பு – பாட்டியல்*, ப. 89.

22. காண்க: இந்நூலின் இயல் 4 : உறுப்பிலக்கண வளர்ச்சி, 'கழிநெடிலடிகளில் புதிய வகைப்பாடுகள்'.

23. E.N. Tanikachala Mudaliar, 'The Evolution of Tamil Viruthams', *விருத்தப்பாவியல்*, பக். 31, 32.

24. அ) க. வெள்ளைவாரணன், *பன்னிரு திருமுறை வரலாறு முதற்பகுதி*, ப. 421.

ஆ) தி.வே. கோபாலையர், *தேவாரம் ஆய்வுத் துணை*, ப. 92.

25. சோ.ந. கந்தசாமி, *தமிழ் யாப்பியலின் தோற்றமும் வளர்ச்சியும்*, முதற்பாகம் – இரண்டாம் பகுதி, ப. 250.

26. க. வெள்ளைவாரணன், *மு.கு.நூல்*. பக். 420, 421.

27. *மேலது*, பக். 421, 422.

28. தி. வீரபத்திர முதலியார், 'நூலாசிரியர் முகவுரை', *விருத்தப் பாவியல்*, ப. 4.

29. பி.எஸ். சுப்பிரமண்ய சாஸ்திரி, *வடமொழி நூல் வரலாறு*, ப. 180.

30. சோ.ந. கந்தசாமி, *மு.கு.நூல், முதற்பாகம் – முதற்பகுதி*, ப. 9.

31. ச.வே. சுப்பிரமணியன், *'யாப்பு', இலக்கணத் தொகை யாப்பு – பாட்டியல்*, ப. 100.

32. தெ.பொ. மீனாட்சிசுந்தரனார், *பிறந்தது எப்படியோ?*, பக். 116, 117.

33. வ.சுப. மாணிக்கம், *தொல்காப்பியக் கடல்*, ப. 223.

34. இரா. திருமுருகன், *மு.கு.நூல்*, ப. 113.

35. இரா. திருமுருகனின் 'சிந்துப்பாடல்களின் யாப்பிலக்கணம்' எனும் ஆய்வு நூலும் 'சிந்துப் பாவியல்' இலக்கண

நூலும் சிந்துப் பாடல்கள் பலவற்றைத் 'தொடையதிகார' மேற்கோள்களாகவே காட்டுதல் நோக்கத்தக்கது. அவ்வாறான இடங்கள் சில: *சிந்துப்பாடல்களின் யாப்பிலக்கணம்* : பக். 146, 148, 149, 152, 155, 156, 157, 158, 160, 161, 162, 163; *சிந்துப் பாவியல்*: பக். 43, 60, 61, 62, 93, 94, 95, 96, 98, 102, 107, 109, 110, 113, 114, 115, 116.

36. க. வெள்ளைவாரணன், *மு.கு.நூல்*, பக். 484, 485.
37. தி.வே. கோபாலையர், *தேவாரம் ஆய்வுத் துணை*, ப. 90.
38. இரா. இளவரசு, 'அணிந்துரை', *காற்றின் கைகள்*, ப. 18.

~~

5

யாப்புச் சான்றிலக்கிய நூல்கள்

யாப்பிலக்கண நூல்கள் கூறுகின்றபா, பாவினம், தொடை வகைகளுக்கான இலக்கணங்களுக்குச் சான்றாக அமைந்த பாக்களைக் கொண்ட இலக்கியங்களாகவும், சான்றுப் பாக்களை அடுத்து அவற்றில் பயின்றுள்ள யாப்பிலக்கணத்தை உரைநடையில் கூறுவனவாகவும் யாப்பருங்கலக் காரிகைக் காலத்திற்குப் பின்னர்ச் சில நூல்கள் காணப்படுகின்றன.

இந்நூல்கள் இலக்கியமாகவும், இலக்கணமாகவும் ஒருங்கு விளங்குகின்றன; தமிழ் யாப்பு வரலாற்றில் தனி மரபாக வளர்ந்து தளிர்ப்பன; காரிகைக்குப் பிந்தைய யாப்பிலக்கண வளர்ச்சியைக் கவினுறக் காட்டுகின்றன.

கோவை நூல்களும் புறப்பொருள் வெண்பா மாலையும் அகப்பொருள் புறப்பொருள் இலக்கணங்களுக்கு எடுத்துக்காட்டுப் பாக்களைக்

கொண்ட இலக்கியங்களாய் அமைந்தமைபோல், இந் நூல்கள் யாப்பிலக்கணத்திற்கு எடுத்துக்காட்டுப் பாக்களைக் கொண்ட இலக்கியப் படைப்புகளாக விளங்குகின்றன.

யாப்பிலக்கண நூல் வகை

யாப்பிலக்கண நூல்களை மூன்றாக வகைப்படுத்தும் ச.வே. சுப்பிரமணியன், யாப்புச் சான்றிலக்கிய நூல்களை அவற்றுள் ஒருவகையாகக் குறிப்பிடுகின்றார்.

'1. உறுப்பும் செய்யுளும் பற்றி வருவன.

2. இலக்கணங் கூறிச் செய்யுளை விளக்காது இலக்கியச் சான்றுகள் பல காட்டிப் பா, இன வகைகளை விரித்து வருவன.

3. உறுப்போ செய்யுளோ பற்றி நினையாது, சில பாவினங் களைத் தெரிந்து கொண்டு இலக்கணம் வகுத்து அவையே சான்றாகுமாறு அமைப்பது.'

என்று வரிசைப்படுத்துவார்.[1] முதல் வகைக்குத் தொல்காப்பியச் செய்யுளியல், யாப்பருங்கலம் முதலியவற்றையும், இரண்டாம் வகைக்குப் பாப்பாவினம், சிதம்பரச் செய்யுட்கோவை, திருவலங்கற்றிரட்டு – பல்சந்தப் பரிமளம் என்பவற்றையும், மூன்றாம் வகைக்கு விருத்தப்பாவியலையும் உதாரண நூல்களாக அவர் குறிப்பிடுகின்றார். யாப்புச் சான்றிலக்கிய நூல்கள் இவ்வரிசையில் இரண்டாம் வகையாகக் குறிப்பிடப்பெற்றுள்ளன. யாப்பிலக்கண நூல் வகைகளுள் ஒருவகையாக யாப்புச் சான்றிலக்கிய நூல்கள் கருதப்படுவதை இவ்வகைப்பாடு காட்டிநிற்கின்றது.

யாப்புச் சான்றிலக்கிய நூல்களாக அமைந்த பாப்பாவினம், சிதம்பரச் செய்யுட்கோவை, திருவலங்கற்றிரட்டின் இரண்டாங் கண்டமாகிய பல்சந்தப் பரிமளம் ஆகிய மூன்று நூல்களை உ.வே.சாமிநாதையர்,[2] தெ.பொ. மீனாட்சிசுந்தரனார்,[3] ச.வே. சுப்பிரமணியன்[4] ஆகியோர் குறிப்பிடுகின்றனர். இவ்வகை யில் மேலும் சில நூல்கள் தோன்றியுள்ளன. இவ்வகையினவாய்க் கிடைக்கின்ற அனைத்து நூல்களும்[4அ] முதன்முறையாக இங்கே தொகுத்தாராயப்படுகின்றன.

யாப்பருங்கலக்காரிகைக் காலத்திற்குப் பிந்தைய வரலாற்றில் 16ஆம் நூற்றாண்டு முதல் இருபதாம் நூற்றாண்டு வரை இவ்வகை நூலாக்க முயற்சிகள் நிகழ்ந்து வந்துள்ளன. இதுகாறும் ஏழு நூல்கள் இவ்வகையில் அறியப்பட்டுள்ளன.

வ. எண்	நூற்பெயர்	ஆசிரியர்	காலம்
1	பாப்பாவினம்	திருக்குருகைப் பெருமாள் கவிராயர்	16ஆம் நூற்றாண்டு
2	சிதம்பரச் செய்யுட் கோவை	குமரகுருபரர்	17ஆம் நூற்றாண்டு
3	திருவலங்கற்றிரட்டு – பல்சந்தப்பரிமளம்	பாம்பன் குமரகுருதாச சுவாமிகள்	1902
4	திருவேங்கடவன் திருமண வரலாற்றுச் செய்யுள் நூல்	ஆர். ஸ்ரீனிவாஸ ராகவாசார்ய(ர்)	1957
5	எழில் விருத்தம்	வாணிதாசன்	1970
6	அரங்கன் கவிதை அமுதம் (திருவரங்கச் செய்யுட் கோவை)	சக்தி சரணன்	1986
7	செந்தமிழ்ச் செய்யுட் கோவை	ப. எழில்வாணன்	1989

இலக்கிய வரலாற்றாசிரியர்களும் இலக்கண வரலாற்றாசிரியர்களும் ஆய்வறிஞர்களும் இவ்வகை நூல்களின் தோற்றத்திற்குச் சில காரணங்களைக் காட்டியுள்ளனர்.

1. யாப்பருங்கலக் காரிகையின் இலக்கணங்களுக்குத் தத்தம் சமய மரபாகச் சான்றுப் பாக்கள் வழங்க வேண்டும் எனும் நோக்கத்தில் வைணவரும் சைவரும் முயன்றதால் இவ்வகை நூல்கள் தோன்றின எனும் கருத்து நிலவி வருகின்றது.

'சிதம்பரச் செய்யுட் கோவை' தோன்றியதற்கான காரணத்தைத் திரிசிரபுரம் மீனாட்சிசுந்தரம் பிள்ளை,

பூதி சாதனக் கிழமையர் சிலர்வந்து போற்றி
நீதி நூன்முதற் பலவுரைத் தீர்நிகழ் யாப்பிற்(கு)
ஆதி நாள்உதா ரணமெலாம் பரமதம் அவாவும்
ஓதி யாமுயு மாறருள் செய்விரென் றுரைப்ப,

காவை நேர்தர மகிழ்ந்துளங் கனிந்துபல் செய்யுட்
கோவை யாப்பியற் காட்டினி துரைத்தனர் கொடுத்தார்[5]

என்று கூறுகின்றார். யாப்பிலக்கணத்திற்குச் சைவ சமயஞ் சார்ந்த சான்றிலக்கியமொன்றைப் படைத்துத் தருமாறு குமரகுருபரரை அன்பர் வேண்ட, அதனை ஏற்று அவர் நூலியற்றி அளித்ததாகக் கூறுகிறார்.

வைணவ, சைவ மரபாகச் சான்றுப்பாடல்கள் வழங்கப்பெற வேண்டும் எனும் முயற்சியில் இந்நூல்கள் முகிழ்த்தமையை மு. அருணாசலம் குறிப்பிடுகின்றார்.

> சமய உணர்ச்சி மிக்கமையால் ஆசிரியர் [திருக்குருகைப் பெருமாள் கவிராயர்] இந்நூல் செய்தார். இவர் பலவகை இலக்கண நூல்கள் செய்தவர். குருகை மான்மியம் முதலியன இவருடைய சமயப்பற்றை நன்கு விளக்கும். இப்பற்றினால், தம் சமய மரபாகப் பாக்களும் பாவினங்களும் அமைதல் வேண்டும் என்று வைணவர் கூறி வேண்ட இந்நூல் (பாப்பாவினம்) செய்தார். இப்பற்று உண்மையே. அடுத்த நூற்றாண்டில் தில்லையிலிருந்த சைவர் குமரகுருபர சுவாமிகளை அணுகி, சைவ மரபாக இப்படி ஒரு நூலைச் செய்துதரல் வேண்டுமென்று கேட்டுப் பெற்றார்கள் என்பது வரலாறு. அது இதனினும் சிறியது. . . . . . ஆசிரியர் இந்நூல் செய்வதற்கு முன் வழங்கிய பாடல்கள் பெரும்பான்மையும் புறச்சமயத்தார் பாடல்களே[6]

இதே கருத்தினை இரா. இளங்குமரனும் கூறுகிறார்.

> பாப்பாவினம் என்பது மாலியச் சமயம் சார்ந்தமை போல இது (சிதம்பரச் செய்யுட் கோவை) சிவனியச் சமயம் சார்ந்தது. யாப்பருங்கலம், யாப்பருங்கலக் காரிகை என்பவை அருகபரப்பொருள் அமைந்த எடுத்துக் காட்டுகளையுடைமையால் தத்தம் சமயச் சார்புக்குத்தக எடுத்துக் காட்டுகளைத் தந்து நிறுவும் எண்ணத்தால் இத்தகு நூல்கள் தோற்றமுற்றன எனக் கொள்ளலாம்.[7]

2. பாவலர் ஒருவர் தமக்கு யாப்பு வகைகள் அனைத்திலும் பாட்டியற்றும் திறமும் புலமையும் உண்டென்று காட்ட விரும்பும் நோக்கத்தால் இவ்வகை நூல் தோன்றுதலைக் குமரகுருபரர் வாழ்க்கை நிகழ்ச்சியாகக் கூறப்படும் செய்தியொன்று காட்டுகின்றது.[8]

> சிதம்பரத்தில் புராணப் பிரசங்கம் செய்துகொண்டிருந்த சைவாசாரியார் ஒருவர் குமரகுருபரரை, 'வரகவிதானே! இலக்கணக் கவியா?' என இகழ்ந்துரைக்க, 'தாம் வரகவியோடு இலக்கணக் கவியும்தான்' என்பதை நிறுவும்பொருட்டுக் காரிகையில் சொல்லப்பட்ட எல்லா இலக்கணத்திற்கும் ஏற்பச் சிதம்பரச் செய்யுட்கோவையை இயற்றியளித்தார் என்பர்.

குமரகுருபரர் சிதம்பரச் செய்யுட்கோவையை இயற்றியதற்கு இருவேறு காரணங்களை அவர்தம் வாழ்க்கை நிகழ்ச்சிக் குறிப்புகள் வழங்குகின்றன. இவை இவ்வகை நூல் தோன்றுதற்கான இருவேறு காரணங்களைத் தருதலும் குறிப்பிடத்தக்கது.

தமிழில் யாப்பிலக்கணம் வரலாறும் வளர்ச்சியும்

3. ஒவ்வொரு பாட்டு வகைக்கும் உதாரணம் செய்து காட்டும் நோக்கில் இந்நூல்கள் தோன்றின என்பார் தெ.பொ. மீனாட்சிசுந்தரனார்.[9] இதே கருத்தினைத் தமிழண்ணல் சற்று விளக்கமாக எடுத்துரைக்கின்றார்.

தாம் படைத்த இலக்கியத்தின் மூலம் இலக்கியக் கொள்கைகளை வளரச் செய்தவர், விளக்கியவர் பலர். 'கோவை' நூல்கள் எழுதிய காரணம் தொடக்கக்காலத்தில் அகப்பொருளுக்கான எல்லாத் துறைகட்கும் மேற்கோள் பாடல் எழுதும் நோக்கமே என்று தோன்றுகிறது. இதுபோலப் புறப்பொருள் துறைகளனைத்திற்கும் மேற்கோள் பாடல் எழுதும் முயற்சியில் பிறந்ததே 'மாலை' ஆயிற்று. புறப்பொருள் வெண்பாமாலை இதை உணர்த்தும். மேலும் கோவை, மாலை என்ற பெயர்களாலும் இதை அறியலாம். குமரகுருபரர் எழுதிய 'சிதம்பரச் செய்யுட்கோவை' என்ற நூல் நான்குவகைப் பாக்கள், பாவினங்கள் அனைத்திற்கும் எடுத்துக்காட்டுச் செய்யுட்கள் எழுதும்நோக்கில் தோன்றியதாகும். இத்தகைய 'செய்யுட்கோவை' நூல்கள் பல தோன்றியுள்ளன [10]

இங்குக் காட்டிய நிகழ்ச்சிக் குறிப்புகளையும் கருத்துரை களையும் தொகுத்து நோக்குகையில், இவ்வகை நூல்களின் தோற்றத்திற்கான முதன்மைக் காரணங்களாகப் பின்வருவன அமைந்துள்ளமை தெளிவாகின்றது.

1. யாப்பியலில் புகழ் பெற்றதும் பயிற்சி மிக்கதுமான காரிகையின் இலக்கணங்களுக்குத் தத்தம் சமயச் சார்பான சான்றுப் பாக்கள் படைக்கப் பெற்றுக் கற்போரிடையே அவை வழங்கப்பெற வேண்டுமெனக் கருதுதல்.

2. பாவலர் ஒருவர், தாம் யாப்பிலக்கண நூல்கூறும் பாவகைகள் அனைத்தையும் பாடும் வல்லமையுடையவர் எனக் காட்ட விரும்புதல்.

3. பா, பாவின வகைகள் அனைத்திற்கும் எடுத்துக்காட்டுச் செய்யுள்கள் இயற்றுதல்.

புறச்சமயச் செய்திகளடங்கிய புரிந்துகொள்ளக் கடினமான பாக்களினும் அறிமுகமிக்க அகச்சமயச் செய்திகளடங்கிய பாக்கள் எடுத்துக்காட்டுகளாக அமையவேண்டுமென அவ்வச்சமயத்தார் விழைதல் இயல்பே. இவ்வடிப்படையில் தத்தம் சமய மரபினவாக யாப்புச் சான்றுப்பாக்கள் வழங்கவேண்டும் என முகிழ்த்த எண்ணம், இத்தகையவொரு புதிய இலக்கண – இலக்கிய வகை நூல்கள் தோன்ற முதலில் வழிவகுத்தன.

தனித்த வகையாக வளர்ச்சி பெற்றுள்ள இவ்வகை நூல்களைக் குறிப்பிட ஒரு திட்டமான வகைப்பெயர் இதுகாறும் வழக்குப் பெறவில்லை. எனினும் இவ்வகை நூல்கள், யாப்பிலக்கண இலக்கியநூல்,[11] இலக்கியச் சான்று நூல்கள்,[12] யாப்பிலக்கியம்,[13] சான்றிலக்கியம்,[14] சான்றியல் நூல்கள்,[15] யாப்புச் சான்றிலக்கிய நூல்கள்,[16] செய்யுட் கோவை நூல்கள்[17] எனப் பல பெயர்களால் குறிப்பிடப்பெறுகின்றன. இப்பெயர்கள் வழங்காத தொடக்கக் காலத்தில் இந்நூல்களின் வரிசையில் முதனூலான பாப்பாவினத்தை அதன் பதிப்பாசிரியர் கி. இராமானுஜையங்கார், "பாப்பாவினம் என்பது, பாவும் பாவினமுமாக இயற்றப்பட்டதொரு பிரபந்த விசேடத்தைக் குறிக்கும்"[18] என்றார். இதனை அடியொற்றி மு. அருணாசலமும் "இது பாவும் பாவினமும் ஆக இயற்றப்பட்ட ஒரு நூல் விசேடம்"[19] என்று குறிப்பிட்டார். நூலின் தனித்தன்மை நோக்கிப் 'பிரபந்த விசேடம்' என இது குறிப்பிடப்பட்டது எனலாம்.

இவ்வகை நூல்களுள் மூன்றின் பெயர்கள் 'செய்யுட்கோவை' எனும் பின்னொட்டுப் பெற்று முடிவதும், மூன்றின் பெயர்கள் யாப்பியல் கூறுகளான பா, பாவினம், சந்தம், விருத்தம் ஆகியவற்றை நூல் தலைப்பில் பெறுதலும் இவ்வகை நூற்பெயர்களின் பொது அமைதியாய்க் காணப்படுகின்றன.

இவ்வகை நூல்களுக்கு வழங்கும் பெயர்களுள் 'யாப்புச் சான்றிலக்கிய நூல்கள்' என்பது, 'யாப்பிலக்கணங்களுக்குச் சான்று காட்டுவனவாய பாக்களைக் கொண்ட இலக்கிய நூல்கள்' எனும் முழுமைப் பொருளைத் தெளிவுற உணர்த்துதல் கருதி இந்நூலில் பயன்படுத்தப் பெற்றுள்ளது.

இந்நூல்களைத் தனிவகையாக வைத்து ஆராயும் பணி இதுகாறும் எவராலும் மேற்கொள்ளப்படவில்லை. ஆராயும் பணி மேற்கொள்ளப்படாமையையும் ஆராய்வதன் தேவையையும் அன்னி தாமசு,

> யாப்புச் சான்றிலக்கிய நூல்களும் தனியாய்வுக்குட் படத்தக்கன. இவை முன்னிலக்கணம் சுட்டுகின்ற பா–இன–வகைகளுக்கு மட்டும் சான்று தந்து இலக்கணக் குறிப்புத் தருகின்றனவா? அல்லது மரபு யாப்புப்படி, விதிமுறை மாறாது அமைவனவற்றுடன் சிறிது யாப்பு மாறுபாடு தருவனவற்றையும் அளிக்கின்றனவா? இலக்கியத்தில் மட்டும் கண்டுணர்ந்த வகைகளைப் புதியதாகப் புகுத்துகின்றனவா? அல்லது தாமே உருவாக்கிய ஆக்கவகைகளையும் அமைக்கின்றனவா? எனப் பன்முக நோக்கில் இவற்றின்

கொடையை அணுகலாம். இவை இன்னும் ஆயப்படாத நிலையில் அமைவது கருத்தில் கொள்ளத்தக்கது[20] என எடுத்துரைக்கின்றார்.

இந்நூல்கள் சிலவற்றைக் குறித்த செய்திகளை இலக்கிய, இலக்கண வரலாற்று நூல்களும், வாழ்வியற் களஞ்சியமும் குறிப்பிடுகின்றன. யாப்புச் சான்றிலக்கிய நூல்களுள் முதனூலான பாப்பாவினம் பெரும்பான்மை காரிகை கூறும் இலக்கணத்தையும் சிறுபான்மை தொல்காப்பியச் செய்யுளியல் இலக்கணத்தையும் பின்பற்றிச் சான்றமைத்திருப்பதோடு, பாவின் உறுப்புகளான எழுத்து, அசை, சீர் முதலியன பற்றியும் எடுத்துரைத்துள்ளது. இவ்வுண்மைக்கு மாறாக மு. அருணாசலத்தின் தமிழ் இலக்கிய வரலாற்று நூல் "தொல்காப்பியச் செய்யுளியலிற் கூறிய இலக்கணத்தை ஒவ்வொரு பாடலும் கொண்டுள்ளது . . . . இது பாவின் உறுப்புகளான எழுத்து, அசை, சீர், தளை, தொடை, மோனை, எதுகை, ஓசை முதலியவற்றைக் குறித்து எதுவும் சொல்லவில்லை"[21] என்று குறிப்பிடுகின்றது.

சோம. இளவரசு, இரா. இளங்குமரன் ஆகியோரும், பாப்பாவினம், சிதம்பரச் செய்யுட்கோவை ஆகிய இரண்டை மட்டுமே விளக்கமாக அறிமுகம் செய்கின்றனர். சோம. இளவரசு இவ்வகை நூல்களாக மாறன் பாப்பாவினம், சிதம்பரச் செய்யுட் கோவை, பல்சந்தப் பரிமளம், திருவலங்கற்றிரட்டு ஆகிய நான்கு நூற்பெயர்களைத் தந்து, பல்சந்தப் பரிமளம், திருவலங்கற்றிரட்டு ஆகிய இரண்டையும் தனித்தனி நூல்களாகவும், திருவலங் கற்றிரட்டை இராமலிங்க அடிகளார் இயற்றியதாகவும் குறிப்பிடு கின்றார்.[22] ஆனால் பல்சந்தப் பரிமளமும் திருவலங்கற்றிரட்டும் தனித்தனி நூல்களல்ல; ஒரு நூலே. பாம்பன் குமரகுருதாச சுவாமிகளின் படைப்பே அது.

சிதம்பரச் செய்யுட்கோவை சவலை வெண்பாவிற்கு எடுத்துக்காட்டுத் தந்துள்ளதாக இரா. இளங்குமரன் குறிப்பிடு கின்றார்.[23] ஆனால் சிதம்பரச் செய்யுட்கோவையில் சவலை வெண்பா இடம்பெறவில்லை.

இவ்வகை நூல்களுள் காலத்தால் முற்பட்டது பாப்பாவினம். ஆனால் 'வாழ்வியற் களஞ்சியமோ' சிதம்பரச் செய்யுட் கோவை யைக் காலத்தால் முற்பட்ட நூலாகவும், அதன் அடிச்சுவட்டில் பின்னாளில் பாப்பாவினம் முதலியன தோன்றியுள்ளன என்றும் பிழையாகக் குறிப்பிடுகின்றது.[24]

இலக்கிய, இலக்கண வரலாற்று நூல்களில் இடம்பெற்றுள்ள இச்செய்திகளிலிருந்து யாப்புச் சான்றிலக்கிய நூல்கள் குறித்த

தெளிவும் முழுமையும் வாய்ந்த ஆய்வின் தேவையை அறிய முடிகின்றது.

தமிழ் யாப்பியல் வளர்ச்சியை மதிப்பிட உதவும் தொகை நூலான 'இலக்கணத் தொகை யாப்பு – பாட்டியலி'ல் ச.வே. சுப்பிரமணியன் இவ்வகை இலக்கியங்களில் பாப்பாவினம், சிதம்பரச் செய்யுட்கோவை, திருவலங்கற்றிரட்டு – பல்சந்தப் பரிமளம் ஆகிய மூன்று நூல்களின் சான்றுப் பாக்களைக் காட்டி இவை குறித்த அறிமுகச் செய்திகளையும் சில ஆய்வுச் செய்திகளையும் தந்துள்ளார். மேலும் இவ்வகை நூலாகக் கொள்ளற்குரிய 'திருவேங்கடவன் திருமண வரலாற்றுச் செய்யுள் நூல்' பற்றிய சிறு குறிப்பினையும் அளித்துள்ளார்.[25] இவற்றின்வழி நான்கு யாப்புச் சான்றிலக்கிய நூல்கள் குறித்த முதற்பதிவினை இவரே குறிப்பிட்டுள்ளார் எனலாம்.

விரிவான நிலையில் இரு தொகுதிகளாக வெளிவந்துள்ள யாப்பியலாய்வு நூல் 'தமிழ் யாப்பியலின் தோற்றமும் வளர்ச்சியும்' என்பதாகும். முதற்பகுதியாக வெளிவந்துள்ள நூலில் இலக்கண நூல்களை அறிமுகப்படுத்தும் இடத்தில் சிதம்பரச் செய்யுட்கோவை மட்டுமே அறிமுகப்படுத்தப்படுகின்றது.[26] பின்னர், பாப்பாவினம் வைப்புத்தலம் போல் ஆங்காங்குச் சுட்டப்பெறும்[27] எனக் குறிக்கப்படுகின்றதே தவிர நூல் அறிமுகப்படுத்தப்படவில்லை. இவ்வகையின் முதனூலாகவும் சிதம்பரச் செய்யுட்கோவையினும் சில குறிப்பிடத்தக்க சிறப்புக் கூறுகளைக் கொண்டதாகவும் அமைந்த நூல் அறிமுகம் பெறாதது எண்ணத்தக்கது. இரண்டாம் பகுதியாக வெளிவந்த நூலின் ஈற்றில் 'ஆய்வின் முடிபியல்' எனும் பகுதியில் தொல்காப்பியர் சுட்டிய பரிபாடல் என்னும் யாப்பு, பாப்பாவினம் என்னும் பனுவல் தவிர ஏனைய நூல்களில் சுட்டப்பெறவில்லை[28] என்று குறிப்பிடப்பெற்றுள்ளது. ஆனால் இதனையொத்த நிலையில் குறிப்பிடப்படவேண்டிய 'தொல்காப்பியம் சுட்டிய உறழ்கலி எனும் யாப்பு, பாப்பாவினம் தவிர ஏனைய நூல்களில் சுட்டப் பெற வில்லை' என்னும் செய்தி அப்பகுதியில் குறிப்பிடப்பெறவில்லை.

இலக்கண, இலக்கிய வரலாற்று நூல்கள் வழங்கும் அறிமுகத்திலும் ஆய்வு முயற்சிகளிலும் முழுமை காணப்படாத நிலையில், ஒரு தனிமரபாக – வகையாகத் தழைத்து வந்துள்ள யாப்புச் சான்றிலக்கிய நூல்களனைத்தும் ஆழமாக ஆய்வுக்குட் படுத்தப்பட வேண்டுமென்பது தெளிவாகிறது.

இவ்வகை நூல்களில், பா, பாவின வகைகளுக்கான சான்றுப் பாக்கள் முதலிலும் அவ்வச் சான்றுப் பாக்களை அடுத்து உரிய யாப்பிலக்கணக் குறிப்புகள் உரைநடையிலும் இடம்பெற்றுள்ளன.

இந்நூல்கள் தனிவகையாகக் கருதத்தக்கன என்பதையும் இவற்றின் தன்மையையும் அன்னி தாமசு பின்வருமாறு குறிப்பிடுகின்றார்.

> செய்யுளிலக்கண வகையின் துணைநிலையாக, துணைவகை யாகக் கருதக்கூடியன இச்சான்றியல் நூல்கள். பலவகையான செய்யுளமைப்புக்கும் பா வடிவங்கட்கும் இலக்கியம் தந்து கோட்பாடு சுட்டுவது இதன் நெறி. பா, பாவகை, பாவினங்கள் எல்லாவற்றிற்கும் சான்றமைக்கும் முயற்சி பாப்பாவினம், சிதம்பரச் செய்யுட்கோவை, திருவலங்கற்றிரட்டின் பல்சந்தப் பரிமளம் ஆகிய மூன்று நூல்களிலும் உள்ளன[29]

பா, பாவகை, பாவினங்கள் எல்லாவற்றிற்கும் சான்றமைக்கும் முயற்சி மூன்று நூல்களில் மட்டும் உள்ளதாக அன்னி தாமசு குறித்திருப்பினும், அவற்றோடு 'திருவேங்கடவன் திருமண வரலாற்றுச் செய்யுள் நூல்', 'அரங்கன் கவிதை அமுதம்', 'செந்தமிழ்ச் செய்யுட்கோவை' ஆகிய நூல்களிலும் இம்முயற்சி மேற்கொள்ளப்பட்டுள்ளது. ஒரு பாவின வகைக்கு மட்டும் சான்றமைக்கும் முயற்சி 'எழில் விருத்தத்'தில் மேற்கொள்ளப்பட்டுள்ளது.

மூல யாப்பிலக்கண நூல்கள்

இதுகாறும் கிடைத்துள்ள ஏழு யாப்புச் சான்றிலக்கிய நூல்களுள் நான்கு நூல்கள் பெரிதும் யாப்பருங்கலக்காரிகையை மூல யாப்பிலக்கண நூலாகக் கொண்டு அதனைப் பின்பற்றிச் சான்றமைக்கின்றன. இது காரிகையின் தனிப்பெரும் செல்வாக்கைக் காட்டுகின்றது. காரிகையின் அமைப்பைப் பின்பற்றும் முதனூலான பாப்பாவினம் கலிப்பா வகைகளுக்கும் பரிபாடலுக்கும் மட்டும் தொல்காப்பிய இலக்கணத்தைப் பின்பற்றியுள்ளது. காரிகை நூலையும் உரையையும் முழுமையாகப் பின்பற்றும் ஒரே நூலாகச் சிதம்பரச் செய்யுட் கோவை அமைந்துள்ளது. திருவலங்கற்றிரட்டு – பல்சந்தப்பரிமளமும் அரங்கன் கவிதை அமுதமும் பெருமளவு காரிகையைப் பின்பற்றியபோதிலும் காரிகை கூறாத வகைகளையும் கொண்டுள்ளன. விருத்தப்பாவியல், யாப்பொளி, யாப்புநூல் ஆகியவற்றை மூல யாப்பிலக்கண நூல்களாகக் கொண்டு அவற்றை முறையே எழில்விருத்தம், திருவேங்கடவன் திருமண வரலாற்றுச் செய்யுள்நூல், செந்தமிழ்ச் செய்யுட்கோவை ஆகியன பின்பற்றிச் சான்றமைக்கின்றன.

யாப்புச் சான்றிலக்கிய நூல்கள், அவை பின்பற்றிய மூல இலக்கண நூல்கள் ஆகியன கீழே கால வரிசையில் கொடுக்கப் பட்டுள்ளன.

வ. எண்	யாப்புச் சான்றிலக்கிய நூல்	பின்பற்றப்பட்ட மூல யாப்பிலக்கண நூல்
1	பாப்பாவினம்	யாப்பருங்கலக்காரிகை
2	சிதம்பரச் செய்யுட்கோவை	யாப்பருங்கலக்காரிகை
3	திருவலங்கற்றிரட்டு – பல்சந்தப்பரிமளம்	யாப்பருங்கலக்காரிகை
4	திருவேங்கடவன் திருமண வரலாற்றுச் செய்யுள்நூல்	யாப்பொளி
5	எழில்விருத்தம்	விருத்தப்பாவியல்
6	அரங்கன் கவிதை அமுதம் (திருவரங்கச்செய்யுட் கோவை)	யாப்பருங்கலக்காரிகை
7	செந்தமிழ்ச் செய்யுட் கோவை	யாப்புநூல்

பதினாறாம் நூற்றாண்டுப் 'பாப்பாவினம்' தொடங்கி இக்காலச் 'செந்தமிழ்ச்செய்யுட் கோவை' (1989) ஈறாக யாப்புச் சான்றிலக்கிய நூல்கள் ஐந்து நூற்றாண்டுக்கால வரலாற்றைப் பெற்றுள்ளன. இதுகாறும் வெளிவந்துள்ள ஏழு நூல்களில் ஐந்து நூல்கள் இந்நூற்றாண்டில் தோன்றியுள்ளமை இருபதாம் நூற்றாண்டில் இவ்வகை நூல்கள் பெற்றுள்ள ஏற்றத்தைக் காட்டும்.

இனி, இந்நூல்கள் ஒவ்வொன்றின் அமைப்பு, தனித்தன்மை களைக் காணலாம்.

பாப்பாவினம்

மாலியச் சமயப் பொருண்மையில் அமைந்த இவ்விலக்கியம் பதினாறாம் நூற்றாண்டில் தோன்றியது. பாவும் பாவினமுமாக இயற்றப்பட்ட நூல், பாவிற்கும் பாவினத்திற்கும் சான்று காட்டும் நூல் என்பதை இந்நூலின் பெயர் உணர்த்துகின்றது. இதனை இரா. இளங்குமரன், "இலக்கியம் காட்டி இலக்கணம் கூறும் புதிய கல்விமுறைக்கு முன்னோடிபோல் அமைந்தது இப்பாப்பாவினம்"[30] என்று குறிப்பிடுகிறார். இந்நூல் நம்மாழ்வார் பெயரோடு சார்த்தி 'மாறன் பாப்பாவினம்' என்றும் வழங்கப்படும். மாறனகப்பொருளையும் மாறனலங்காரத்தையும் இயற்றிய திருக்குருகைப் பெருமாள் கவிராயரே இந்நூலினை யாப்பிலக்கணம் பற்றிய குறிப்புரையோடு இயற்றியுள்ளார்.

இக்குறிப்புரை மாறனலங்கார உரையாசிரியராகிய பேரைக் காரிரத்தினக் கவிராயரால் இயற்றப்பட்டது எனும் கருத்தும் நிலவுகின்றது.[31]

140 செய்யுள்கள் கொண்ட இந்நூல் வெண்பா விகற்பம், வெண்பாவினம், ஆசிரியப்பா, ஆசிரிய இனம், கலிப்பா, கலிப்பாவினம், வஞ்சிப்பா, வஞ்சிப்பாவினம், மருட்பா, பரிபாடல் எனும் பத்துப்பிரிவுகளைக் கொண்டுள்ளது. ஒன்பது பிரிவுகளின் பாடல் எண்ணிக்கை 135ஆகும். பத்தாம் பகுதியான பரிபாடலில் 5 பாடல்கள் உள்ளன. நூலின் இறுதியில் பரிபாடல்கள் தனியே எண்ணிடப்பட்டுள்ளன. ஓலைச்சுவடியில் இவ்வாறு எண்ணிடப்பட்டிருந்ததால் பதிப்பிலும் அம்முறையே பின்பற்றப்பட்டுள்ளது.

நூற்றொடக்கத்தில் தற்சிறப்புப்பாயிரமாக இரு வெண்பாக்கள் இடம்பெற்றுள்ளன. மாறன் பாப்பாவினம் என்று நூல் வழங்கப்படுவதற்கேற்பப் பல பாடல்களில் குருகூரும், நம்மாழ்வாராகிய மாறனும், திருவாய்மொழியும் துதிக்கப்படுதல் குறிப்பிடத்தக்கது.

ஒவ்வொரு பாடலை அடுத்தும் யாப்பு, அணி (பொருளணி) திணை துறைக் குறிப்புகள் உரைநடையில் இடம்பெற்றுள்ளன. இலக்கணக் குறிப்புரைகளில் சில ஒருசில வரிகளில் சுருங்கியும், சில ஓரிரு பக்க அளவுக்கு நீண்டும் அமைந்துள்ளன. குறிப்புரைகளில் அகத்தியம், தொல்காப்பியம், காக்கைபாடினியம், யாப்பருங்கலம், யாப்பருங்கலக்காரிகை ஆகியவற்றின் நூற்பாக்களும், சங்கப் பரிபாடல், கலித்தொகை ஆகியவற்றின் பாக்களும் எடுத்தாளப்பெற்றுள்ளன. குறிப்புரைகளின் சிற்சில இடங்கள் காரிகை உரையாசிரியரை மறுத்தும் செல்கின்றன.

நூலாசிரியர் நூலினை மேலும் செப்பஞ்செய்யக் கருதியிருந்தமையை நூலிலுள்ள குறிப்புத் தெரிவிக்கின்றது.[32] அவ்வாறு செப்பஞ்செய்வதற்குள் நூலாசிரியர் இறந்திருக்கலாம்.[33]

யாப்பிலக்கண நூல் கூறும் பாவடிவ இலக்கணங்கள் அனைத்துக்கும் ஒருசேரச் சான்றமைத்து இலக்கியம் படைக்கும் முயற்சியில் தமிழில் முகிழ்த்த முதல் நூல் இப்பாப்பாவினமாகும். இந்நூல் முதன்முதலில் ‘கலாநிலயம்’ இதழில் தொடராகப் பதிப் பிக்கப்பட்டது. அத்தொடர் நிறைவு பெறுமிடத்து அவ்விதழாசிரியர்,

> இந்நூலின்கண் காதற்சுவையும் பக்திச்சுவையும் கலந்து திகழ்கின்ற செய்யுள்கள் பல. வகுத்துள இலக்கணத்திற்கு இலக்கியம் அமைக்கும் முறையில் இந்நூல் பாடப் பெற்றுளதெனினும் இலக்கண நினைவு இன்றியேயும் பொருள் கருதி அனுபவிப்பதற் கியன்ற தன்மைத்தாம்.

பரிபாடல்கள் ஐந்தும் பெரிதும் பாராட்டத்தக்கன. இடமணித்தெனக் கூறும் நயத்தில் இவைகளை வென்றுள வேறு பாக்கள் வெகு சில. சிறிது காலத்தில் இந்நூல் தனக்குரிய தானத்தை எய்துமென மதிக்கின்றோம்[34]

என்று இதன் தனித்தன்மையைத் தமிழுலகிற்கு அழுத்தந் திருத்தமாக எடுத்துரைத்துள்ளார்.

காரிகையோடு தொல்காப்பியத்தையும் பின்பற்றல்

யாப்பருங்கலக்காரிகை கூறுகின்ற பா, பாவினம், தொடையிலக்கணங்களைப் பெரிதும் பின்பற்றி இந்நூல் சான்றுப் பாக்களை அமைத்துள்ளது. கலிப்பா வகைகளுக்கும் பரிபாடலுக்கும் சான்றமைத்து விளக்குமிடத்து மட்டும் தொல்காப்பியச் செய்யுளியல் இலக்கணங்களை இந்நூல் பின்பற்றுதல் குறிப்பிடத்தக்கது.

பாவுறுப்புகளுக்குச் சான்றமைத்தல்

இந்நூல் எழுத்து, அசை, சீர், தளை, தொடை முதலிய பாவுறுப்புகள் குறித்து எதுவும் சொல்லவில்லை என்பார் மு. அருணாசலம்.[35] பின்னர்த் தம் கருத்தொடு மாறுபட்டு இந்நூலின் தொடைவகைச் சான்றுகளை எடுத்துக் கூறுகின்றார்.[36] அவர் கருத்து எவ்வாறிருப்பினும், இந்நூல் தொடை உள்ளிட்ட பாவுறுப்புகளுக்குச் சான்றமைத்து விளக்கியுள்ளது மனங்கொளத்தக்கது.

தொடை வகைகளுக்கும் தொடை விகற்பங்களுக்கும் சான்றமைத்தல்

நேரிசையாசிரிப்பா வகைக்குச் சான்றமைக்குமிடத்து இந்நூல் தொடை எட்டினையும், தொடை விகற்பம் முப்பத்தைந்தினையும் அமைத்துக் காட்டி விளக்குகின்றது (பாப். பா. 53–65, குறிப்.).

முற்றுமோனைத்தொடை

முற்று மோனைத்தொடைக்குச் சிறப்பாகச் சான்று காட்டும் வகையில் இந்நூலுள் இரு பாக்கள் இயற்றப்பட்டுள்ளன. வெண்பா வகையுள் இடம்பெற்றுள்ள,

> **கா**வலர்போற் **கா**வலர்போற் **கா**தங் **க**மழநந்தை
> **கா**வலனைக் **கா**வலர்தூய்க் **கா**வலெனக் **க**ற்றுணர்ந்தோர்
> **கா**வலனே **கா**வலனே **கா**த்தியெனக் **க**ண்டுற்றுங்
> **கா**வலகா வென்னார் **க**லர்.

(பாப்.பா12)

எனும் பாடலில் ககர மோனையை முதல் மூன்றடிகளில் முற்று மோனையாகவும் நான்காம் அடியில் முதற் சீரிலும் மூன்றாஞ்

சீரிலும் மோனையாகவும் (அதாவது வெண்பாவின் 15 சீர்களில் 14 சீர்களில் ககர மோனை) அமைத்துள்ளமை குறிப்பிடத்தக்கது.[37]

வருக்க முற்று மோனைத்தொடை

காரிகை ஒழிபியலில் கூறப்பட்டவற்றுள் வருக்க மோனைக்கு மட்டும் இந்நூல் சான்றமைத்துள்ளது. பின்வரும் நேரிசையாசிரியப்பாவில் முதல் பன்னிரண்டு அடிகள் 'க' முதல் 'கௌ' வரை ககர வருக்கத்தில் தொடங்குவனவாகவும், பன்னிரண்டு அடிகளிலும் முற்று மோனை பயில்வதாகவும் ககர வருக்க முற்று மோனைத்தொடை அமைக்கப்பட்டுள்ளமை குறிப்பிடத்தக்கது.

கடுவே கயலெனக் கருநெடுங் கண்ணிணை
காமனுங் காமுறுங் காட்சிய காண்முகங்
கிள்ளையின் கிளவியுங் கிளைத்தகைக் கிளையுடைக்
கீரமுங் கீர்த்திக் கீரமுங் கீரே
குவடுடைக் குளிர்பொற் குன்றே குவிமுலை
கூர்புதற் கூன்சிலை கூற்றுயிர் கூட்டுணுங்
கெடலருங் கெழுதகை கெழுமுபு கெழீஇய
கேகயங் கேளொடுங் கேடுறுங் கேழியல்
கைபுனை கைக்கிசை கைக்கிணை கைத்துணை
கொண்டலுட் கொண்டன கொண்டையுங் கொடியிடை
கோடாக் கோவலர் கோற்றொடி கோமான்
கௌரவ கௌசிகன் கௌசிகங் கௌத்துவ
மணியெனக் கொண்டுமுன் மனவீ டளித்தோன்
கண்ணகன் குறுங்குடிக் கனவரை
மண்ணகத் துறையுளாய் வளர்நில மகட்கே.

(பாப்.பா.66)

இவ்வாறான தொடையமைப்புடைய பாக்களை இலக்கியங்களில் காணல் அரிது.

சவலை வெண்பாவுக்குச் சான்றமைத்தல்

பெரிதும் காரிகை இலக்கணத்தையும் ஓரளவு தொல்காப்பிய இலக்கணத்தையும் பின்பற்றுகின்ற இந்நூல், அவ்விரு இலக்கண நூல்களும் குறிப்பிடாத 'சவலை வெண்பா' எனும் வெண்பா வகைக்குத் தன்கால வழக்கு நோக்கிப் பின்வருமாறு சான்றமைத்து விளக்கியுள்ளது.

நாரா யணனே நமவென் றுரைப்பவர்பால்
வாரா தொருநாளும் வல்வினைதான்
சாரா னொருதலையாய்த் தண்டதரன் சாராவாம்
பேராத மாயப் பிறப்பு.

இது சவலைவெண்பாட்டு. என்னை? "நனியிரு குறளாய் நான்கடி யுடைத்தாய்த் தனிவர லில்லது சவலைவெண் பாட்டே" எனவிக்காலத் துள்ளோர் பெயரிட்டு வழங்கும் வேறுபாடென வுணர்க. அன்றியும், மூதுரையினுள்ளும் "அட்டாலும் பால்சுவையிற் குன்றா தளவளாய், நட்டாலு நண்பல்லார் நண்பல்லர், கெட்டாலு மேன்மக்கண் மேன்மக்க ளேசங்கு, சுட்டாலும் வெண்மை தரும்" என்பதூஉ மிப்பா வென வுணர்க.

(பாப்.பா.28, குறிப்.)

இப்பாடலுக்கான குறிப்புரை, நூற்பெயர் சுட்டப்பெறாத இலக்கண நூற்பாவையும் மூதுரையின் 'அட்டாலும்' எனத் தொடங்கும் வெண்பாவையும் மேற்கோள் காட்டியுள்ளது. மேற்கோளாக இடம்பெற்றுள்ள 'சவலை வெண்பா' இலக்கணங் கூறும் நூற்பாவைக் குறித்துச் சா. கிருட்டிணமூர்த்தி, "இந்நூற்பா எந்த யாப்பிலக்கண நூலைச் சேர்ந்தது என்பதை அறியவியலவில்லை. 16ஆம் நூற்றாண்டளவில், சிறந்ததொரு யாப்பிலக்கண நூல் இருந்திருக்க வேண்டும் என்பது இதனால் புலனாகின்றது"[38] என்று குறிப்பிட்டுள்ளார். அந்நூற்பா, தொன்னூல் விளக்கத்தின் உரையிலும் சிறு பாடவேறுபாட்டுடன் மேற்கோளாக இடம்பெற்றுள்ளமையும்[39] இங்கு இணைத்தெண்ணத்தக்கது. இந்நூல், தான் பின்பற்றும் மூல இலக்கண நூல்கள் இரண்டிலும் இடம்பெறாத பாவகைக்குத் தன்கால இலக்கண, இலக்கிய ஆட்சி நோக்கிச் சான்று படைத்துள்ளமை யாப்பு வளர்ச்சியைப் பதிவு செய்யும் தனித்த ஆவணமாக அமைந்துள்ளது. இந்நூலுக்கு முன்தோன்றிய வீரசோழியம் வெண்பா வகை அல்லாத 'சவலை' எனும் பாவகையைக் குறிப்பிட்டுள்ளதும், இந்நூலுக்குப் பின்தோன்றிய தொன்னூல் விளக்கம், முத்துவீரியம், அறுவகை இலக்கணம் முதலியன சவலை வெண்பா இலக்கணம் கூறியுள்ளமையும் இங்கு இணைத்தெண்ணத்தக்கன.

பஃறொடை வெண்பா, ஆசிரிய விருத்தம் ஆகியவற்றுக்குச் சான்றமைத்தல்

பஃறொடை வெண்பாப் பகுதியில் ஏழடிவரையும் (பாப்.பா.20), ஆசிரிய விருத்தப் பகுதியில் எண்சீரடி வரையும் (பாப்.பா.90) கொண்டு சான்றமைக்கப்பட்டுள்ளன.

கலிப்பா வகைகளுக்குச் சான்றமைத்தல்

தொல்காப்பியம் கலிப்பாவை வகைப்படுத்துவதையொட்டி இந்நூலில் கலிப்பாக்கள் அமைக்கப்பெற்றுள்ளன. அவற்றுக்கான

தொல்காப்பிய இலக்கணத்தையும் ஒத்தமையும் காரிகையிலக் கணத்தையும் குறிப்புரை எடுத்துரைக்கின்றது.

தொல்காப்பியத்துக்குப் பின் இலக்கண, இலக்கிய நூல்களில் கலிப்பாவின் வகையான ‘உறழ்கலி’ வழக்கற்றுவிட்டது. நீண்ட இடைவெளிக்குப் பின் அவ்வடிவத்திற்கு இந்நூல்தான் சான்றிலக்கியம் படைத்து இலக்கணத்தையும் விளக்கியுரைக்கின்றது (பாப்.பா.110, குறிப்.); வழக்கற்ற வகையாகிவிட்ட ‘உறழ்கலி’ வடிவிற்கும் இலக்கணத்திற்கும் உயிர்தருகின்றது. தொல்காப்பியர்க்குப் பின், “பிற்காலத்து யாப்பியலார் உறழ்கலி என்ற வகையினை எண்ணவில்லை”[40] என்பார் சோ.ந. கந்தசாமி. ஆனால் பாப்பாவின ஆசிரியரும் தென்னூல் ஆசிரியரும் உறழ்கலியின் இலக்கணங் கூறியுள்ளனர் என்பது மனங்கொள்ளத்தக்கது.

இந்நூல் கொச்சக ஒருபோகு வகைகளுக்குச் சான்றுப் பாக்களை அமைப்பதோடு தொல்காப்பிய நெறியில் இலக்கண விளக்கமும் தருகின்றது. இவற்றுக்குக் காரிகைகூறும் வேறு பெயர்களையும் குறிப்புரை எடுத்துரைத்து ‘இதனது வேறுபாடுங் காண்க’ என்று ஒப்பிட்டுரைக்கின்றது (பாப்.பா. 98,99,111, குறிப்.). தொல்காப்பிய இலக்கணப்படி சான்றமைத்து ‘காரிகை இதனை இவ்வாறு குறிக்கும்’ எனச் சுட்டுமிடங்கள் குறிப்பிடத்தக்கன (பாப்.பா. 92,96,98,99,111 குறிப்.). இவ்வுரைப் பகுதிகள் தொல்காப்பியம், காரிகை ஆகியவற்றின் நெறிகளை ஒப்பிட்டுக்காட்டி அமைந்துள்ளன.

தொல்காப்பியச் செய்யுளியலுக்கான பேராசிரியர் உரையை அடியொற்றி, ஒத்தாழிசைக் கலிப்பாவின் முதல் வகைக்கு ‘அகநிலை யொத்தாழிசைக் கலிப்பா’ என்றும் (பாப்.பா. 91, குறிப்.), கொச்சகக் கலிப்பா வகைக்கு ‘அகநிலைக் கொச்சகக் கலிப்பா’ என்றும் (பாப்.பா.109, குறிப்.) பாப்பாவினம் பெயர் சுட்டுகின்றது. பேராசிரியரின் உரைப்பகுதிகள் ஒருசில சொல்மாற்றங்களுடன் இந்நூற் குறிப்புரையின் சில இடங்களில் இடம்பெற்றுள்ளமை கருதத்தக்கது.

கலிப்பாவின் உறுப்பான அம்போதரங்கம் சிற்றெண்ணைப் பெறுகையில் சிற்றெண் இருசீரடியால் அமையும். இந்நூல் புதுவது புகுதலாய் ஒரு சீரடியால் சிற்றெண் அமைவதுண்டு எனக் குறிப்பிடுகின்றது (பாப்.பா.93, குறிப்.). மேலும் ஒரு சீரோரடியால் வந்த சிற்றெண்ணைப் பரிபாடலில் அமைத்துக் காட்டுகின்றது (பாப்.பரிபாடல் 2).

பஃறொடை வெண்பாவில் மிக்க அடிகளால் அமைந்து கலித்தளை பயில்வது வெண்கலிப்பா என்றும் வெண்டளை

பயில்வது கலிவெண்பா என்றும் வகைப்படுத்திச் சான்றமைக் கின்றது (பாப்.பா.105,106, குறிப்.).

கலிப்பா வகைகள் தொல்காப்பிய இலக்கணப்படி அமைக்கப்பட்டுள்ளன. ஆயினும் வண்ணக ஒத்தாழிசைக் கலிப்பா ஒன்றும் (பாப்.பா.94), மயங்கிசைக் கொச்சகக் கலிப்பா ஒன்றும் (பாப்.பா.111) காரிகையிலக்கணப்படி படைக்கப்பட்டுள்ளன.

பரிபாடலுக்குச் சான்றமைத்தல்

தொல்காப்பியம் வெண்பாவின் வகையாகப் பரிபாடலைக் கூறி இலக்கணம் வகுக்கின்றது. பரிபாடலின் இலக்கணம் தொல்காப்பியத்தில் விரிவாகக் கூறப்பட்டுள்ளபோதிலும் பின்வந்த இலக்கணநூல்கள் பரிபாடலைப் பற்றிப் பேசவோ, இலக்கணம் கூறவோ இல்லை. எட்டுத்தொகையின் பரிபாடலுக்குப் பின் பரிபாடல் இலக்கிய ஆட்சியிலும் வழக்கற்றுவிட்டது. இந்நிலையில் தொல்காப்பியம் கூறும் இலக்கணத்தை அடியொற்றிப் பாப்பாவினம் ஐந்து பரிபாடல்களைப் படைத்துக் காட்டிப் பரிபாடல் இலக்கணத்திற்கு நெடுங்காலத்திற்குப் பின்னர் உயிர்ப்பளித்துள்ளது. ஆனால் பாப்பாவினம் வெண்பாவகைப் பகுதியில் பரிபாடலை அமைக்காமல் நூலினிறுதியில் (பாப். பரிபாடல் 1–5) தனி எண்ணிட்டு அமைத்துள்ளமை சுட்டத்தக்கது. வழக்கிறந்தது எனக் கருதப்படும் பரிபாடல் வடிவிற்கு இலக்கியம் படைத்துள்ளமை இந்நூலின் தனித்த யாப்பியற் கொடையாகும்.

ஆசிரியர் படைப்பாகிய பரிபாடல்கள் ஐந்தின்கீழும் தொல்காப்பியப் பரிபாடல் இலக்கணம் விளக்கப்பட்டுள்ளது. தொல்காப்பியம், பரிபாடல் உறுப்பாகக் கொச்சகம், அராகம், சுரிதகம், எருத்து எனும் நான்கைக் கூறும். இளம்பூரணர் உரையில் இடம்பெற்றுள்ள அகத்திய நூற்பா, தரவு, எருத்தம், அராகம், கொச்சகம், அடக்கியல் எனும் ஐந்துறுப்பைக் கூறுகின்றது. இந்நூல் தொல்காப்பிய இலக்கணத்தையும் இளம்பூரணர் உரையில் இடம்பெற்றுள்ள அகத்தியர் நூற்பாவையும் அடிப்படையாகக் கொண்டு ஐந்துறுப்புடையதாகப் பரிபாடலைப் படைத்துக் காட்டுகின்றது (பாப்.பரிபாடல் 1).

யாப்புச் சான்றிலக்கிய நூல்களுள் இந்நூல் மட்டுமே பரிபாடலுக்கும், கலிப்பாவின் வகையான உறழ்கலிக்கும் சான்றமைத்துள்ளது. தொல்காப்பியம் சுட்டிய அரிய பாவிலக்கணங்களுக்கு உயிர்ப்பளிக்கும் முயற்சியை இது காட்டுகின்றது.

சான்றமைக்கப்பெறாத கூறுகள்

காரிகையின் ஒழிபியல் நூற்பாக்களில் கூறப்பட்டுள்ள தொடை வகைகள் முதலிய இலக்கணங்களுக்கும் (வருக்க மோனை

தவிர்ந்தவை), காரிகையுரையில் மட்டுமே இடம்பெறும் இலக்கணங்களுக்கும் இந்நூல் சான்றமைக்கவில்லை. காரிகை நூலில் இலக்கணம் கூறப்படாத கட்டளைக் கலித்துறைக்கும் இது சான்றமைக்கவில்லை,

அரிய பாவடிவங்களுக்குப் புத்துயிரூட்டியும் புதிய அமைப்பிலான யாப்பிலக்கண நூல் வகையின் முதல்நூலாக அமைந்தும் யாப்பியலை வளப்படுத்தும் இப்பாப்பாவினத்தின் சில இலக்கணக் குறிப்புரைகள், எட்டுத்தொகையுள் ஒன்றான பரிபாடலைப் பதிப்பித்து வெளியிட உ.வே. சாமிநாதையருக்குத் துணையாகப் பயன்பட்டன என்பது குறிப்பிடத்தக்கது.[41]

சிதம்பரச் செய்யுட் கோவை

பதினேழாம் நூற்றாண்டில் தோன்றிய இந்நூல் சிதம்பரம் நடராசப் பெருமானைப் பராவும் செய்யுள்களைக் கொண்டதாதலால் இப்பெயர் பெற்றது. சிறந்த பாவலரான குமரகுருபரர் இந்நூலின் ஆசிரியராவார். "செய்யுளிலக்கணத்தில் இவர் எத்துணை வல்லவர் என்பது இவரது சிதம்பரச் செய்யுட் கோவையால் விளங்கும்"[42] என்பார் ச. வையாபுரிப் பிள்ளை. பதினாறாம் நூற்றாண்டில் தோன்றிய 'பாப்பாவினத்'தை முன்னோடி நூலாகக் கொண்டு இந்நூல் இயற்றப்பட்டிருத்தல் கூடும் என்பர் மு. அருணாசலமும் இரா. இளங்குமரனும். மு. அருணாசலத்தின் குறிப்பினை[43] அடியொற்றி இரா. இளங்குமரன்,

> இலக்கியங் கண்டதற்கு இலக்கணம் இயம்பல் என்பது போல இலக்கியங்காட்டி இலக்கணம் விளக்கலாக இந்நூல் முழுதுற இயலுதல் புதியதோர் நூன்முறை உத்தியாகக் கொள்ளலாம். இதற்குப் பிறநூல் எடுத்துக் காட்டுகளினும் 'பாப்பாவினம்' நேரிடைச் சான்றாக இருந்திருக்கக்கூடும்.[44]

என்று தெளிவாக இதனை எடுத்துரைக்கின்றார்.

இந்நூலில் மொத்தம் 84 பாக்கள் உள்ளன. வெண்பா விகற்பம், வெண்பாவினம், ஆசிரியப்பாவிகற்பம், ஆசிரியப்பாவினம், கலிப்பாவிகற்பம், கலியினம், வஞ்சிப்பா, வஞ்சியினம், மருட்பா எனும் ஒன்பது பகுப்புகளை இந்நூல் கொண்டுள்ளது. ஒவ்வொரு செய்யுளின் கீழும் யாப்பிலக்கணக் குறிப்புரைகள் உரைநடையில் இடம்பெற்றுள்ளன. இக்குறிப்புரைகளில் சில, காரிகையுரையின் சில பகுதிகளை ஓரிரு சொல் மாறுதலுடன் அமைத்துக்கொண்டனவாகக் காணப்படுகின்றன.

இந்நூலின் யாப்பிலக்கணக் குறிப்புரைகளும் குமரகுருபர ராலேயே இயற்றப்பட்டனவாக உ.வே. சாமிநாதையர் முதலிய

பலரும் கொள்கின்றனர். எனினும் மு. அருணாசலம் அப்பொதுக் கருத்தினின்று மாறுபட்டுப் பிற்காலத்தார் யாப்பிலக்கணக் குறிப்புரைகளை எழுதிச் சேர்த்திருக்கவும் கூடுமெனக் கருதுகின்றார்.[45]

காரிகையை மூல இலக்கண நூலாகக் கொண்டு, காரிகை நூலும் உரையும் உறுப்பியல் முதல் ஒழிபியல் ஈறாய்ச் சொல்லும் இலக்கணங்களில் மிகப் பெரும்பாலானவற்றிற்குச் சான்றமைக்கும் ஒரே நூலாக இந்நூலே அமைந்துள்ளது.

இந்நூல் சான்றமைத்து விளக்கும் பாங்கினைத் தலையாகு எதுகையமைந்த குறள் வெண்பாவிற்குச் சான்றும் விளக்கமும் அளித்துள்ள,

> பூங்கொன்றைக் கண்ணியான் பொன்மன் றிறைஞ்சிடுக
> ஆங்கொன்றைக் கண்ணி யவர்.

> இது சீர் முழுதும் எதுகையொன்றத் தொடுத்தமையால் தலையாகெதுகை. பூங்கொன்றைக் கண்ணியான் எனவும், பொன்மன் றிறைஞ்சிடுக எனவும் வெண்சீர் வெண்டளையும் இயற்சீர் வெண்டளையும் விரவி வருதலின் இஃது ஒழுகிசைச் செப்பலோசைத்து. இதனானே வெண்பா இரண்டடிச் சிறுமையுடைத் தென்பதூஉங் கொள்க. இதனுள் கண்ணியவர் என்னும் ஒரு மொழியைக் கண்ணியெனவும் அவரெனவும் வகையுளி செய்து சீர் கொள்ளப்படுதலின் இது மலரென்னும் வாய்பாட்டான் முடிந்த ஒரு விகற்பக் குறள் வெண்பா. (சித. பா.1, குறிப்.)

என்னும் பகுதியால் அறியலாம்.

உரையையும் அடியொற்றல்

யாப்பருங்கலக்காரிகை நூல் கூறும் இலக்கணங்களுக்கு மட்டுமன்றி உரையில் மட்டுமே இடம்பெற்றுள்ள சில இலக்கணங்களுக்கும் இந்நூல் சான்றமைத்துள்ளது. முன்னூலான பாப்பாவினம், காரிகையின் ஒழிபியல் நூற்பாக்களிலும் காரிகையுரையிலும் கூறப்பட்டுள்ள இலக்கணங்களுக்குச் சான்றமைக்காதிருக்க, இந்நூல் அவற்றில் கூறப்பட்டுள்ள இலக்கணங்களுக்கும் சான்றமைத்துள்ளது. பாப்பாவினக் குறிப்புரைகளில் யாப்போடு பொருள், அணியிலக்கணங்களும் சுருக்கமான அளவில் குறிப்பிடப்பட்டிருக்க, சிதம்பரச் செய்யுட் கோவைக் குறிப்புரைகளில் யாப்பிலக்கணச் செய்திகள் மட்டுமே இடம்பெற்றுள்ளன.

இந்நூல் காரிகையின் உரையில் மட்டும் இடம்பெறும் பின்வருவனவற்றின் இலக்கணங்களைச் சான்றமைத்து விளக்கியுள்ளது. 1. கட்டளைக் கலித்துறை (சித.பா.73,74, குறிப்.) 2. மருட்பாவின் சமநிலை, வியனிலைப் பாகுபாடு (சித.பா.81,82, குறிப்.) 3. தலையாகெதுகை (சித.பா.1, குறிப்.) 4. இடையாகெதுகை (சித.பா.5, குறிப்.) 5. விட்டிசை வல்லொற்றெதுகை (சித.பா.61, குறிப்.) 6. வழியெதுகை (சித.பா.74, குறிப்.) 7. வழிமுரண் (சித. பா.73, குறிப்.) 8. மருட்செந்தொடை (சித.பா.3, குறிப்.)

இவற்றுள் பின்னைய நான்கும் காரிகையுரையில் 'சிறப்பில' எனச் சுட்டிக் கூறப்பட்டவையாகும்.

மு. சண்முகம் பிள்ளை, "கலிப்பாவினத்துள் யாப்பருங்கலக் காரிகை நூலார் சொல்லாது விட்ட கட்டளைக் கலித்துறைக்கும் சுவாமிகள் உதாரணம் தந்துள்ளார்"[46] எனக் குறிப்பிட்டுள்ளார். மூலநூலில் குறிப்பிடப்படவில்லை எனினும் காரிகையுரை அடிப்படையில் இந்நூல் கட்டளைக் கலித்துறைக்குச் சான்றமைத்துள்ளது உளங்கொள்ளத்தக்கது.

பஃறொடை வெண்பா, ஆசிரிய விருத்தம் ஆகியவற்றுக்குச் சான்றமைத்தல்

பஃறொடை வெண்பாப் பகுதியில் ஏழடிவரையும் (சித. பா.22,23), ஆசிரிய விருத்தப் பகுதியில் பதின்சீரடி வரையும் (சித.பா.56) கொண்டு இந்நூலில் சான்றுப்பாக்கள் அமைக்கப் பட்டுள்ளன.

வெண்கலிப்பா, கலிவெண்பாக்களுக்குச் சான்றமைத்தல்

கலித்தளையால் அமையும் பஃறொடை, பஃறொடைக்கு மேற்பட்ட அடிகளைக் கொண்ட வெண்பாக்கள் வெண்கலிப்பா என்றும், வெண்டளையால் அமைவன கலிவெண்பா என்றும் கொண்டு சான்றமைக்கப்பட்டுள்ளன (சித.பா.60–62).

சவலை வெண்பா இடம்பெறாமை

காரிகையில் கூறப்படாத 'சவலை வெண்பா' எனும் வகைக்குப் பாப்பாவினம் சான்றமைத்துள்ளது. சிதம்பரச் செய்யுட் கோவையில் சவலை வெண்பா படைக்கப்பெறவில்லை. எனினும் முத்துவீரிய உரை, சிதம்பரச் செய்யுட்கோவையில் சவலை வெண்பா உள்ளதைப் போன்ற தோற்றத்தை உருவாக்கியுள்ளது.[47] சவலை வெண்பா இலக்கணத்துக்கு அவ்வுரை சிதம்பரச் செய்யுட் கோவையின் 'திருமுடியிற் கண்ணியும்' எனத் தொடங்கும் இருகுறணேரிசை வெண்பாவை அதன் 'பெருமான்' எனும்

தனிச்சொல்லை நீக்கியும், நேரிசை வெண்பா இலக்கணத்துக்குப் 'பெருமான்' எனும் தனிச்சொல்லைச் சேர்த்தும் இருவிதமாக அமைத்துச் சான்று காட்டுகிறது. ஆனால், சிதம்பரச் செய்யுட் கோவை மூலத்திலும் குறிப்புரையிலும் 'பெருமான்' எனும் தனிச்சொல் இடம்பெற்ற இருகுறணேரிசை வெண்பா வடிவம் மட்டுமே காணப்படுகிறது (சித.பா.4). இதனால் சிதம்பரச் செய்யுட் கோவையில் சவலை வெண்பா படைக்கப்பெறவில்லை என்பது உறுதியாகிறது. முத்துவீரிய உரை மயக்கமுறும் வகையில் எடுத்துக்காட்டியதால் இரா. இளங்குமரன், சவலை வெண்பாவுக்குச் "சிதம்பரச் செய்யுட் கோவையும் எடுத்துக்காட்டுத்தரலாயிற்று"[48] எனக் குறிப்பிட நேர்ந்தது.

ஒழிபியல் இலக்கணங்களுக்கும் சான்றமைத்தல்

இந்நூலில் மோனை, இயைபு, எதுகை, முரண், அளபெடை, அந்தாதி, இரட்டை, செந்தொடை ஆகிய தொடைகளுக்கு மட்டுமன்றிக் காரிகையின் ஒழிபியல் நூற்பாக்களில் கூறப்படும் கடைமுரண் (சித.பா.10), கடையிணை முரண் (சித.பா.13), பின்முரண் (சித.பா.57), கடைக்கூழை முரண் (சித.பா.44), இடைப்புணர்முரண் (சித.பா.6), வருக்கவெதுகை (சித.பா.16), நெடிலெதுகை (சித. பா.75), இனவெதுகை (சித.பா.19), நெடின்மோனை (சித.பா. 75), அனுமோனை (சித.பா.75) ஆகிய தொடை வகைகளுக்கும், 'சிறப்பில' எனக் குறிப்பிட்டு நூற்பாக்களில் சுட்டப் பெற்ற உயிரெதுகை (சித.பா.28), இரண்டடி யெதுகை (சித.பா.12), மூன்றாமெழுத்தொன்றெதுகை (சித.பா.14) ஆகிய தொடை வகைகளுக்கும் சான்றமைக்கப் பெற்றுள்ளன.

சான்றமைக்கப்பெறாத கூறுகள்

காரிகையுரையில் மட்டும் கூறப்பட்டவற்றுக்குக்கூடச் சான்றமைத்து விளக்கும் இந்நூல், ஒழிபியல் நூற்பாக்களில் கூறப்பட்டவற்றுள் 'ஆசெதுகை', 'இடையிட்டெதுகை', 'வருக்க மோனை' ஆகியவற்றுக்குச் சான்றமைக்காமல் விட்டுவிடுவது கருதத்தக்கது.

உரையில் மட்டும் இடம்பெறும் இலக்கணங்களுக்கும் இந்நூல் சான்றமைத்துள்ளமை யாப்பிலக்கண வளர்ச்சியைப் பதிவு செய்துள்ள உரைகளின் பங்களிப்பை ஏற்றுப் போற்றுவதாக உள்ளது. நூலுள் இடம்பெறாது உரையில் இடம்பெறினும் யாப்பு வளர்ச்சி காட்டும் இலக்கண வழக்குகளுக்கு மதிப்பளித்துப் பின்பற்றுவதாகவும் உள்ளது. ஒழிபியல் நூற்பாக்கள் கூறும் தொடை வகைகளுக்கும் சான்றமைத்துள்ளமை, ஒழிபியல் கூறும் இலக்கணங்களின் முக்கியத்துவத்தைக் காட்டுகின்றது. மூலத்தில்

கட்டளைக் கலித்துறை இலக்கணம் இல்லாதபோதும் உரையை அடியொற்றியும், காரிகை நூல் இலக்கண விதிகளைக் கூறக் கட்டளைக் கலித்துறை யாப்பினை மேற்கொண்டிருப்பதை நோக்கியும், கட்டளைக் கலித்துறை யாப்புப் பெருவளர்ச்சி பெற்றுள்ளமை நோக்கியும் இந்நூல் அதற்குச் சான்று படைத்துள்ளது எனலாம்.

திருவலங்கற்றிரட்டு – பல்சந்தப் பரிமளம்

சிதம்பரச் செய்யுட் கோவையை அடியொற்றியும் காரிகையைப் பெரிதும் மூல இலக்கணமாகக் கொண்டும் விரிவான நிலையில் இயற்றப்பட்ட இந்நூல், இருபதாம் நூற்றாண்டின் தொடக்கத்தில் தோன்றியதாகும். ஆசிரியர் பாம்பன் சுவாமிகள் என அழைக்கப்படும் குமரகுருதாச சுவாமிகள். இந்நூலே இவ்வகை நூல்களில் அளவிற் பெரியதாகும். 'திருவலங்கற்றிரட்டு' எனும் பெயரில் வெளிவந்துள்ள இந்நூல் இரண்டு கண்டங்களை உடையது. இரண்டாம் கண்டமாகிய 'பல்சந்தப் பரிமளம்' எனும் பகுதியே யாப்புச் சான்றிலக்கியமாக அமைந்துள்ளது. இப்பகுதி தனி நூலாகவும் வெளிவந்துள்ளது. இப் 'பல்சந்தப் பரிமளம்' முருகப் பெருமான் துதியாகவும் சிவயோக ஞான சாத்திரமாகவும் அமைந்த சிறப்புடையது.

> யாப்பின் இலக்கணமும் யாத்த இலக்கியமும்
> யாப்பொலிபல் சித்திரமும் நச்சியல்போய் – மூப்போ
> தலங்கற் றிரட்டினிரண் டாங்கண்டம் பார்உன்
> விலங்கைத் தறித்து விடும்[49]

எனும் பாடல், இதன் அமைப்பையும் சிறப்பையும் தெற்றெனக் காட்டுகின்றது.

இந்நூல் யாப்பிலக்கண நூல்கள் கூறும் பா, பாவின இலக்கணங்களுக்குரிய எடுத்துக்காட்டுப் பாக்களையும், இலக்கணக் குறிப்புரையையும், சந்தக்குழிப்பு வாய்பாடுகளையும், சித்திரகவி விளக்கங்களையும், ஒற்றிலாச் செய்யுள், சதாக்கரம், ஒற்றிலாப் பஞ்சபங்கி, நிரோட்டகம், பிறிதுபடுபாட்டு முதலிய செய்யுள் வகைகளையும், காரிகை நூலும் உரையும் கூறும் எல்லாத் தொடை வகைகளையும் விளக்கும் சான்றுப்பாக்களையும் கொண்டு அமைந்துள்ளது.

> திருவலங்கற்றிரட்டின் இரண்டாங் கண்டமாகிய 532 திருச்செய்யுள்களையுடையவிது, யாப்பிலக்கண வழிவரு சந்தேகங்களை நனியொழித்து உறுதி விளக்குமவ் விலக்கண மாகவும், சந்தக் குழிப்புகளைச் சால விளக்கு மிலக்கண மாகவும், அவ்விலக்கணங்கட்கும் செய்யுட் பேதங்கட்கும்

அரிய சித்திர கவிகட்கும் (சொன்னயம் பொருணயம் தொனிநயம் துறுமி விளங்காநின்ற) பேரிலக்கியமாகவும், ஸ்ரீ சுப்பிரமண்ய ஸ்தோத்திரமாகவும், சிவயோக ஞான சாஸ்திரமாகவும் அமைந்துள்ளது[50]

இந்நூல் வெள்ளியல், ஆசிரியவியல், கலியியல், வஞ்சியியல் ஆகிய நான்கு இயல்களையும், வஞ்சியியலை அடுத்து வாயுறை வாழ்த்து மருட்பா ஒன்றையும் கொண்டுள்ளது. ஒவ்வோர் இயலும் பா வகைகள், பாவின வகைகளைக் கொண்டுள்ளது.

இந்நூற் செய்யுட்கள் பொதுவான வைப்பு முறையிலும், இலக்கணங்கட்குச் சான்றுபடைத்தலிலும் காரிகையையே பெரிதும் பின்பற்றினும் உள் வைப்பு முறைகள் சில முறைமாறிக் கிடக்கின்றன. வெண்பா வகையில் நேரிசை வெண்பா முதலில் வைக்கப் பெற்றுள்ளமை (திரு.வெள்ளியல் பா.1–37) இம்முறை மாற்றங்களுள் ஒன்றாகும். சில இடங்களில் தொல்காப்பிய இலக்கணத்தை இந்நூல் பின்பற்றுகின்றது. இவ்வகை முந்து நூல்கள் காரிகையை அடியொற்றி மருட்பாவில் நால்வகையை அமைக்க, இந்நூலோ ஒருவகையை மட்டுமே அமைத்துள்ளது. தொல்காப்பியம், யாப்பருங்கலம், காரிகை, வீரசோழியம் ஆகிய இலக்கணங்களும், பாப்பாவினம், சிதம்பரச் செய்யுட் கோவை ஆகிய சான்றிலக்கியங்களும் கூறாத சில புதிய பாவகைகளுக்கும் இந்நூல் சான்றமைக்கின்றது.

இந்நூல், ஒவ்வொரு பாவகைக்கும், பாவின வகைக்கும் முந்து நூல்களினும் மிகுதியாகச் சான்றுப் பாடல்கள் தந்து அவற்றைத் தெளிவுறக் குறிப்புரைகளின் வாயிலாக விளக்குதலும், சித்திரகவி முதலான சொல்லணிகளுக்குச் சான்றமைத்தலும் குறிப்பிடத்தக்கன.

முன்னைச் சான்றிலக்கியங்களை அடியொற்றல்

கலிவெண்பாவுக்குச் சான்றுகாட்டி விளக்குமிடத்து இந்நூல் சிதம்பரச் செய்யுட் கோவையை வெளிப்படையாக எடுத்துக் காட்டியிருப்பதும் (திரு.கலியியல் பா.8, குறிப்.), சிதம்பரச் செய்யுட் கோவையில் குறிப்பிடப்படாத, அதற்கு முந்தைய பாப்பாவினம் முதலில் பதிவு செய்திருக்கின்ற சவலை வெண்பா, வருக்கமோனை ஆகியவற்றைக் கணக்கிலெடுத்துக் கொண்டு சான்றமைத்திருப்பதும் (திரு.வெள்ளியல் பா.52,53, ஆசிரியவியல் பா.12) இந்நூல் உருவாக்கத்திற்கு முன்னிரு நூல்களும் பயன்பட்டுள்ளமையைக் காட்டுகின்றன. எனினும் பாப்பாவினம் நூற்பெயரையோ வைணவரான ஆசிரியர் பெயரையோ இத்திருவலங்கற்றிரட்டு யாண்டும் குறிப்பிடாமற் செல்கின்றது.

முன்முடுகு வெண்பா, சவலை வெண்பா முதலிய வடிவங்களுக்குச் சான்றமைத்தல்

முன்முடுகு வெண்பா, பின்முடுகு வெண்பா (திரு. வெள்ளியல் பா.34,35), சவலை வெண்பா (திரு.வெள்ளியல் பா.52,53), வண்ணவிருத்தம் (திரு.ஆசிரியவியல் பா.155,160,162) ஆகியவற்றுக்கு இந்நூல் சான்றமைத்துள்ளது. இலக்கண நூல்கள் கூறுவனவற்றுக்குச் சான்றமைக்கும் யாப்புச் சான்றிலக்கிய நூல்களின் மரபிலிருந்து சிறிது வேறுபட்டு இலக்கிய ஆட்சியைக் கணக்கிலெடுத்துக் கொண்டு முன்முடுகு வெண்பா, பின்முடுகு வெண்பா ஆகியவற்றுக்கு இந்நூல் சான்றமைத்துச் செல்வது தனித்துச் சுட்டத்தக்கது.

பஃறொடை வெண்பா, ஆசிரிய விருத்தம் ஆகியவற்றுக்குச் சான்றமைத்தல்

இந்நூல் பஃறொடை வெண்பாவிற்குத் தொல்காப்பியத்தை அடியொற்றிப் பன்னீரடிச் சான்று படைத்துள்ளமையும் அதுவும் நேரிசைப் பஃறொடையாக அமைத்துள்ளமையும் (திரு.வெள்ளியல் பா.51), ஆசிரிய விருத்தத்திற்குப் பதினாறு சீர்க் கழிநெடிலடி வரை சான்று படைத்துள்ளமையும் (திரு. ஆசிரியவியல் பா.162) குறிப்பிடத்தக்கன.

தொடைவகைகளுக்குச் சான்றமைத்தல்

காரிகை குறிப்பிடும் தொடை வகைகளிலும் தொடை விகற்பங்களிலும் பெரும்பாலானவற்றுக்கு இந்நூல் விரிவாகச் சான்றமைத்து விளக்கியுள்ளது (திரு.கலியியல் பா.94–135, குறிப்.). பாப்பாவினத்தின் வருக்கமுற்று மோனை போலத் 'த'- முதல் 'தௌ'-வரை தகர வருக்க எழுத்துகள் அடிமோனையாக அமையும் வருக்க மோனைப் பாடலொன்றை (திரு. ஆசிரியவியல் பா.12) இந்நூல் படைத்துள்ளது.

கட்டளைக் கலிப்பாவுக்குச் சான்றமைத்தல்

கலிப்பா வகைகளில் கட்டளைக் கலிப்பாவைப் புதிதாகச் சேர்த்து இந்நூல் சான்று படைத்துள்ளது (திரு. கலியியல் பா.28–38). சான்றிலக்கிய நூல்களில் இந்நூலில்தான் முதன்முதலில் கட்டளைக் கலிப்பாவுக்குச் சான்றமைக்கப்பட்டுள்ளது. காரிகை, வீரசோழியம் ஆகியவற்றில் கட்டளைக் கலிப்பாவின் இலக்கணம் கூறப்படவில்லை.

சில தனித்துச் சுட்டத்தக்கவை

வெண்பா முதலில் 'கூன்' வந்தமைக்குச் சான்றமைத்துள்ளமையும் (திரு.வெள்ளியல் பா.67), வெளிவிருத்தத்திற்குப்

பல சீர்வாய்பாடுகளில் சான்றுப் பாக்கள் படைத்துள்ளமையும் (திரு.வெள்ளியல் பா.116–122), எழுசீர் ஆசிரிய விருத்தத்தில் அளவியற்றாண்டகம் படைத்துள்ளமையும் அளவழித் தாண்டகம், அளவியற் சந்தம், அளவழிச் சந்தம் பற்றிக் குறிப்பிட்டுள்ளமையும் (திரு.ஆசிரியவியல் பா.66, குறிப்.), எட்டடியான் வந்த இயற்றரவிணைக் கொச்சகக் கலிப்பா படைத்துள்ளமையும் (திரு.கலியியல் பா.24), கட்டளைக் கலித்துறைக்குப் பல சான்றுப் பாக்களைப் படைத்துத் (திரு.கலியியல் பா.74–86), திலதக் கலித்துறைக்கும் கோவைக் கலித்துறைக்குமுள்ள வேறுபாட்டைக் குறிப்பிட்டுள்ளமையும் (திரு.கலியியல் பா.80, குறிப்.) தனித்துச் சுட்டத்தக்க சில சான்றமைப்புகளாகும்.

இருபாவகையாகக் கொள்ளற்குரிய சான்றமைப்புகள்

ஒரே பாவினை இரண்டு வகை யாப்பு வடிவப் பாக்களாகக் கொள்ளும் விதத்தில் இந்நூல் சில சான்றுகளை அமைத்துள்ளது. ஒரு பாடலைக் கலிவிருத்தமாகவும் கொள்ளலாம், கட்டளைக் கலித்துறையாகவும் கொள்ளலாம் எனும் பாங்கிலும்; ஒரு பாடலைக் கலிவிருத்தமாகவும் கொள்ளலாம், நேரிசை ஆசிரியப் பாவாகவும் கொள்ளலாம் எனும் பாங்கிலும் படைக்கப் பெற்றுள்ளவை குறிப்பிடத்தக்கன. இவற்றுள் ஒரே பா இரு யாப்பு வகையாகக் கொள்ளுமாறு அமைந்து சொல்லும் பொருளும் வேறுபடாமல், அடியுந்தொடையும் வேறுபட்டுவருவது 'பிறிதுபடு பாட்டு' எனக் குறிப்பிடப்பெறுகின்றது.

விருத்தமும் துறையும்

எண்ணரிய குகபரம்விண் ணென்னுமறி வுடனும்
மண்ணுலக கிரியையொடு மன்னிமிளிர் வதனால்
விண்ணுமணு மதுவயவென் றேயறியும் விறலோர்
நண்ணுநடை வருகுமர நம்பெனையு நினையே.

எண்ண ரியகு கபரம்விண் ணென்னு மறிவுடனும்
மண்ணு லககி ரியையொடு மன்னி மிளிர்வதனால்
விண்ணு மணும துவயவென் றேயறி யும்விறலோர்
நண்ணு நடைவ ருகுமர நம்பெ னையுநினையே.
– இது, கட்டளைக் கலித்துறை.

விருத்தமும் அகவலும்

பூமணமே புனன்மணமே பொங்களிமா மணமே
காமணமே கனிமணமே கம்மெனவே கமழு
மீமருவீ கமலைவள மேயவொரு தளியுய்
சேமகுகா வுவகைநெய்தை செய்யவெற்கு நினையே.

பூமண மேபுனன் மணமே பொங்களி
மாமண மேகா மணமே கனிமண

மேகம் மெனவே கமழு மீமரு
வீக மலைவள மேய வொருதளி
யுய்சே மகுகா வுவகை
நெய்தை செய்ய வெற்கு நினையே.
– இஃதாறடி நேரிசையாசிரியப்பா.

ஒரே வாய்பாட்டில் 152, 153ஆஞ்செய்யுள்களாக வந்த இரண்டு விருத்தங்களுள் ஒன்று கட்டளைக் கலித்துறையாக நடைகொள்ளவும், ஒன்று நேரிசையாசிரியப்பாவாக நடைகொள்ளவும் அமைத்த ஆற்றல் மதியுடையார் மதிக்கும் புலப்படாது போங்கொல்? (திரு.கலியியல் பா.152,153, குறிப்.)

எனும் நூற்பகுதியால் 'பல்சந்தப் பரிமளத்'தின் தனித்த சான்றமைப்புகளை அறியலாம்.

வெண்கலிப்பா, கலிவெண்பாக்களுக்குச் சான்றமைத்தல்

கலித்தளையும் வெண்டளையும் வெண்பாவமைப்பில் விரவிவரின் வெண்கலிப்பா எனவும் வெண்டளையே பயின்று வரின் கலிவெண்பா எனவும் குறிப்பிட்டுச் சான்றமைக்கும் இந்நூல் இன்னிசைக் கலிவெண்பா, நேரிசைக் கலிவெண்பா ஆகிய இரு வகையிலும் பாக்களைப் படைத்துள்ளது (திரு. கலியியல் பா.4–8).

மருட்பா

முந்து நூல்கள் குறிப்பிடும் நால்வகை மருட்பாக்களில் வாயுறை வாழ்த்து மருட்பா மட்டுமே இதனுள் சான்றமைத்துக் காட்டப் பெறுகிறது (திரு.நூலிறுதி, வாயுறை வாழ்த்து மருட்பா, பா.1). மருட்பாவில் கூறப்படும் சமநிலை, வியனிலை எனும் இருவகைப் பாகுபாட்டையும் இந்நூல் சுட்டவில்லை.

இலக்கணக் குறிப்புரை

பல்சந்தப் பரிமளத்தில் பாக்களை அடுத்து அமையும் குறிப்புரைகளில் தொல்காப்பியம், காக்கைபாடினியம், யாப்பருங்கலம், யாப்பருங்கல விருத்தியுரை, காரிகை, காரிகையுரை, வீரசோழியம், இலக்கண விளக்கம் ஆகியவற்றின் நூற்பாக்கள் எடுத்துக் காட்டப்பெற்றுப் பாக்களில் அமைந்துள்ள யாப்பிலக்கணம் விளக்கப் பெறுகின்றது. காரிகை நூற்பாக்களே குறிப்புரைகளில் அதிக அளவில் எடுத்தாளப் பெறுகின்றன. பாப்பாவினக் குறிப்புரைகளில் அணி பற்றிய குறிப்புகள் இடம்பெறுவதையொப்ப இந்நூற்குறிப்புரைகளிலும் அணி பற்றிய குறிப்புகள் இடம்பெற்றுள்ளன. பாப்பாவினத்தில் இடம்பெற்றுள்ள அணியிலக்கணச் செய்திகள் பொருளணியியல்

சார்ந்தவையாகவேயிருக்க இந்நூலில் பொருளணியியல் சார்ந்தனவாய்ச் சிலேடை (திரு.ஆசிரியவியல் பா.31 குறிப்.), பொருளவநுதி (திரு.கலியியல் பா.2 குறிப்.) ஆகியன மட்டுமே குறிப்பிடப் பெறுகின்றன. சொல்லணியியல் சார்ந்த அணிகளான சித்திரகவி முதலான அனைத்துக்கும் சான்றமைத்து இந்நூல் அவற்றைக் குறிப்புரைகளில் சுட்டுகின்றது (திரு.வெள்ளியல் பா. 37, ஆசிரியவியல் பா.128, கலியியல் பா.81–85,154,156, வஞ்சியியல் பா.27,31,45–62, குறிப்.).

சான்றமைக்கப் பெறாத தொடைவகைகள்

காரிகையின் ஒழிபியல் நூற்பாவில் கூறப்பெற்ற 'கடை', 'கடையிணை', 'பின்', 'கடைக்கூழை', 'இடைப்புணர்' முரண் தொடைகளுக்கும் 'சிறப்பில' எனச் சுட்டிக் கூறப்பெற்றவற்றுள் 'இடையிட்டெதுகை'க்கும், ஒழிபியல் உரையில் 'சிறப்பில' எனச் சுட்டிக் கூறப்பெற்றவற்றுள் 'விட்டிசை வல்லொற்றெதுகை', 'மருட்செந்தொடை', 'வழிமுரண்', 'விட்டிசை மோனை' ஆகிய வற்றுக்கும் இந்நூல் சான்றமைக்கவில்லை. எனினும் இவற்றைக் குறிப்புரையில் (திரு.கலியியல் பா.117, குறிப்.) சுட்டியுள்ளது.

இலக்கண நூல்களைப் பின்பற்றுவதோடு இலக்கண நூல்களில் பதிவு பெறாத யாப்பு வகை வளர்ச்சியையும் கருத்தில் கொண்டு பலவகைப்பட்ட பா, பாவினம், தொடை முதலியவற்றுக்கு மிக விரிவான எண்ணிக்கையில் சான்றுகள் தந்து விளக்கி, யாப்புச் சான்றிலக்கிய நூல்களில் அளவிலும் தரத்திலும் தலைமையிடம் பெறுவதாக இந்நூல் அமைந்துள்ளது.

திருவேங்கடவன் திருமண வரலாற்றுச் செய்யுள் நூல்

'யாப்பொளி' (1957) என்னும் இலக்கண நூலுக்கான சான்றிலக்கியமே இந்நூலாகும். அவ்விலக்கண நூலை இயற்றிய ஆர். ஸ்ரீனிவாஸராகவாசார்ய(ர்) இவ்விலக்கியத்தையும் இயற்றியுள்ளார். இவ்வகை நூல் வரிசையில் இலக்கண நூல் படைத்தவரே அதற்குச் சான்றிலக்கியமும் படைத்ததான தனித்தகுதி இதற்கேயுண்டு. மாலியச் சமயப் பொருண்மையில் அமைந்த இவ்விலக்கியம் தனிநூலாக வெளியிடப்படவில்லை. எனினும் 'யாப்பொளி' கூறும் இலக்கணங்களை விளக்குவதற்கென்றே தனி நூலாக இயற்றப்பெற்று இணைக்கப்பெற்ற சான்றிலக்கியம் என்பதை நூலில் இடம்பெற்றுள்ள சில குறிப்புகள் தெளிவாக உணர்த்துகின்றன.

'யாப்பொளி' நூலின் முன்னுரையில் நூலாசிரியரே, "முதலிலிருந்து முடிவுவரை திருவேங்கடவன் திருமண

வரலாற்றைச் செய்யுளாய் இயற்றி இந்நூலுக்கு இலக்கியமாய்க் கொடுத்திருக்கிறோம்”[51] என்றும், நூலின் நிறைவுப் பாடலில்,

> தென்பெண்ணைத் திருவரங்கம் சீநிவாச ராகவன்யாம்,
> எம்பெருமான் திருமணத்துச் சரிதையையெம் யாப்பொளியில்
> இன்பமுற இலக்கியமாய் இயைத்திட்டோம்[52]

என்றும் குறிப்பிட்டுள்ளார். நூலாசிரியரால் இவ்விலக்கியத்துக்குத் தனிப்பெயர் தரப்படாமையால் அவர்தம் இக்கூற்றுகளின் அடிப்படையில் இச்சான்றிலக்கியம், ‘திருவேங்கடவன் திருமண வரலாற்றுச் செய்யுள் நூல்’ எனும் பெயரில் இந்நூலுள் குறிக்கப்பெறுகின்றது.

‘யாப்பொளி’க்குச் சிறப்புப் பாயிரமளித்த கோ. பாலசுந்தர நாயகரும்,

> திருவேங் கடவன் திருவிளை யாடல்கள்
> அமைந்த வடமொழி ஆகிய புராணக்
> கதைகளைத் தொடர்புறக் கவின்தமிழ்ப் பாவாற்
> செய்துமேற் கோள்களாய்ச் சிறப்புற அமைத்து[53]

என்று பாராட்டுகிறார். இப்பகுதிகள் இந்நூல் ‘யாப்பொளி’க்கான சான்றிலக்கியம் என்பதை உணர்த்துகின்றன. “இலக்கணத் தொகை யாப்பு – பாட்டியல்” நூலும் இதனைச் சுட்டுகின்றது.[54]

இந்நூலில் 161 சான்றுப்பாக்களும் 1 மங்களப்பாட்டும் 3 நிறைவுப் பாக்களும் ஆக 165 பாக்கள் உள்ளன. ‘யாப்பொளி’யின் நூற்பா தோறும் நூற்பாவுக்கான பொழிப்புரையை அடுத்து ‘உதாரணம்’ எனுந்தலைப்பில் சான்றிலக்கியப் பாடலும் அதனை அடுத்து ‘விளக்கம்’ எனும் தலைப்பில் உரைநடையிலான இலக்கணக் குறிப்புரையும் இடம்பெற்றுள்ளன.

‘உறுப்பியல்’ பகுதியில் அடிவகைகளுக்கும் மோனை, எதுகை, இயைபு, அளபெடை, முரண், அந்தாதி, இரட்டை, செந்தொடை ஆகிய தொடை வகைகளுக்கும் தொடை விகற்பங்களுக்கும், ‘செய்யுளியல்’ பகுதியில் நால்வகைப்பா, பாவினங்களுக்கும், ‘ஒழிபியல்’ பகுதியில் மருட்பாவின் நால்வகைச் சமநிலை, வியனிலைப் பாகுபாட்டுக்கும், குற்றியலுகரம், குற்றியலிகரம், அளபெடை, உயிர் அலகிடப்படாமை, ஐகாரம் குறிலாய் அலகிடப்படல், நெடிலாய் அலகிடப்படல், அளபெழும் ஒற்று நேரசையாதல், வருக்கவெதுகை, நெடிலெதுகை, வல்லின வெதுகை, மெல்லினவெதுகை, இடையினவெதுகை, வருக்க மோனை, உயிரெதுகை, ஆசெதுகை, இடையிட்டெதுகை, இரண்டடியெதுகை, மூன்றாமெழுத்தெதுகை, செய்யுள் விகாரம், திருப்புகழ் வண்ண விருத்தம் ஆகியவற்றுக்கும் சான்றமைத்து விளக்கம் அளிக்கப்பெற்றுள்ளன.

முந்து நூல்களில் பா, பாவினங்களுக்கான சான்றுப்பாக்களிலேயே உறுப்பியல் மற்றும் ஒழிபியல் இலக்கணச் செய்திகள் விளக்கப் பெற்றுள்ளன. இந்நூல்தான் முதன்முறையாக உறுப்பியல் கூறும் இலக்கணத்திற்குத் தனிச் சான்றுப்பாக்களும், பா, பாவின வகைகளுக்குத் தனிச் சான்றுப்பாக்களும், ஒழிபியல் கூறும் இலக்கணத்திற்குத் தனிச் சான்றுப்பாக்களும் தந்துள்ளது. இது தனித்துச் சுட்டத்தக்கது. இலக்கண நூலுக்கு ஆங்காங்குப் பொருத்திக் காட்டும் வகையில் சான்றிலக்கியப் பாக்கள் படைக்கப் பெற்றதால் இவ்வாறு அமைந்துள்ளது.

'யாப்பொளி' கூறும் பா வகைகளின் வைப்புமுறைக்கேற்ப ஆசிரியம், வெண்பா, கலி, வஞ்சி என வைத்துப் பாக்களுக்கு இவ்விலக்கியம் சான்றமைக்கின்றது. 'யாப்பொளி'யை அடி யொற்றிப் பாக்களின் 'ஓசை' என்பதை 'இசை' எனும் சொல்லாலேயே குறிப்புரை சுட்டுகிறது (யாப்.செய்யுளியல், நூ.15 உதாரணக் குறிப்புரை).

வாய்பாட்டு அமைப்பில் ஆசிரியப்பா வகைகளுக்குச் சான்றமைத்தல்

விருத்தப்பாக்கள் சீர்வாய்பாடுகளில் அமைக்கப்படுவதைப் போல இவ்விலக்கியம் ஆசிரியப்பா வகைகளைச் சீர்வாய்பாடுகளில் அமைத்துச் சான்றுகாட்டும் புதுமை குறிப்பிடத்தக்கது. 'தேமா தேமா கூவிளம் புளிமா' எனும் வாய்பாட்டில் அமைக்கப்பட்ட நிலைமண்டில ஆசிரியப்பா ஒன்றைச் சான்றாய்க் காணல் தகும்.

> தேனே சேர்ந்த தாமரைக் கிழத்தி
> ஆனா மாட்சி யாரணப் பொருளின்
> வானார் பாதம் தான்பிடித் திருப்பக்
> காணா ஞானி காலெடுத் தமலன்
> பூணார் மார்பில் போக்கினார் உதைத்தே.

(யாப்.செய்யுளியல், நூ.24 உதாரணம்)

பஃறொடை வெண்பாவிற்கும் ஆசிரிய விருத்தத்திற்கும் சான்றமைத்தல்

பஃறொடை வெண்பாவை யாப்பொளி 'பல்லடி வெண்பா' எனக் குறிப்பிடுவதை இவ்விலக்கியமும் பின்பற்றுகின்றது. இன்னிசைப் பல்லடி வெண்பா, நேரிசைப் பல்லடி வெண்பா எனும் பஃறொடை வெண்பாவின் இருவகைகளைக் காட்டி அவற்றைப் பன்னீரடியெல்லை கொண்டு சான்றமைக்கின்றது. நேரிசைப் பல்லடி வெண்பாவுக்கு அடிதோறும் ஈற்றுச்சீராக முதற்சீரை யொத்த தனிச்சொல்லைப் படைத்துச் சான்று காட்டும் புதுமை குறிப்பிடத்தக்கது.

ஆண்டரசன் வந்துரைத்த ஆராய்வை – ஆண்டிருந்த
ஆண்டவனும் தான்கேட்டான் ஆயிட்டான் – பூண்டபெரும்
காயத்தான் ஆய்வெளிக்கா னாநின்றான் – மாயத்தால்
தான்துயரம் உற்றான்போல் தோன்றிட்டான் – வான்றோய்
குருதியாற் றோடுறைந்தான் கோமுன் – உருகியுளம்
கோமானே! கோபாலன் கூவிடும் – கோமணியைக்
கோடாரி யாலடித்துக் கொன்றிடவே – பாடுற்றான்
நானதனை என்தலையில் நன்கேற்றேன் – கோனேயுன்
கோபாலன் ஆற்றிட்ட குற்றத்தால் – மாவரைமேல்
நீயினிமேல் பூதமதாய் நின்றிடுவாய் – வாயுரைதான்
அவ்வா றுரைத்திட்டான் ஆங்கு.

(யாப்.செய்யுளியல், நூ.31 உதாரணம்)

வழக்கமாக நேரிசைப் பஃறொடை வெண்பாக்களில் ஈரடிக்கு ஒரு முறையே தனிச்சொல் அமைக்கப்பெற, இவ்விலக்கியம் அடிதோறும் தனிச்சொல்லை அமைத்துள்ளது குறிப்பிடத்தக்கது.

யாப்பருங்கல விருத்தியுரையில் மட்டும் அடிதோறும் தனிச்சொற் பெறும் பஃறொடை வெண்பா ஒன்று மேற்கோளாக இடம்பெற்றுள்ளமை இணைத்து எண்ணத்தக்கது (யா.வி.ப.249).

ஆசிரிய விருத்த வகையில் பன்னிருசீரடி வரை கொண்டு இவ்விலக்கியம் சான்றமைத்துள்ளது (யாப்.செய்யுளியல், நூ.30 உதாரணம்).

ஈரடி, பல்லடி வெளிவிருத்தங்கள் பற்றிப் பேசல்

மூன்றடி, நான்கடி வெளிவிருத்தங்களுக்குச் சான்றமைக்கும் இவ்விலக்கியம், ஈரடி, பல்லடி வெளிவிருத்தங்கள் ஏன் வரலாகாது எனக் குறிப்புரையில் வினா எழுப்புகின்றது (யாப்.செய்யுளியல், நூ.60 உதாரணக் குறிப்புரை).

வெண்கலிப்பாவுக்குச் சான்றமைத்தல்

வெண்பா அமைப்பில் கலித்தளை விரவிவருதல் வெண்கலிப்பா எனவும் வெண்கலிப்பாவும் கலிவெண்பாவும் ஒன்றே எனவும் குறிப்பிட்டு, அது கலிப்பா வகையாகும் எனச் சுட்டிச் சான்றமைத்துள்ளது (யாப்.செய்யுளியல், நூ.79 உதாரணமும் குறிப்புரையும்).

கட்டளைக் கலித்துறைக்குச் சான்றமைத்தல்

கலித்துறையின் வகையாகக் குறிப்பிட்டுக் கட்டளைக் கலித்துறைக்கு இந்நூல் சான்றமைத்துள்ளது (யாப்.செய்யுளியல் நூ.93 உதாரணம்).

மருட்பாவுக்குச் சான்றமைத்தல்

மருட்பாவின் நால்வகைகளுக்கும், சமநிலை, வியனிலைப் பாகுபாட்டுக்கும் இவ்விலக்கியம் சான்றமைத்துக் காட்டுகின்றது (யாப்.ஒழிபியல், நூ.1 உதாரணங்கள்).

வருக்கமோனைக்குச் சான்றமைத்தல்

உயிர் எழுத்து வருக்கம் அடிமோனையாய் அமையச் சான்றமைக்கப்பட்டுள்ள இவ்விலக்கியத்தின் பின்வரும் வருக்கமோனைச் சான்றுப் பாடல் குறிப்பிடத்தக்கது.

அரசியும் செல்வப் புதல்வியை அடைந்து
ஆதரத் துடனே வினவினள் அவளை
இதயக் கருத்தைப் பெண்ணே! இயம்புதி
ஈன்றவ ளொத்த இதத்தாள் இல்லை
உன்உளத் துளதை உரைப்பாய் உடனே
ஊக்கமோ டதையான் ஒன்றிச் செய்வேன்
என்றே புதல்வியும் இயம்பினள் பின்னே;
ஏர்ஆர் சோலையில் இணையிலா வொருவன்
ஐங்கதி வல்ல அழகிய உருவார்
ஒற்றைப் பரியில் உற்றான், அவனும்
ஓவியத் தெழுத வொண்ணா வுருவன்
ஔவையே! கேளாய் அவனென்
அஃகிய நிலைக்குக் காரண மென்றே.

(யாப்.ஒழிபியல், நூ.8 உதாரணம்)

திருப்புகழ் வண்ண விருத்த யாப்புக்குச் சான்றமைத்தல்

முன்னைச் சான்றிலக்கியங்களில் சான்றமைக்கப்பெறாத 'திருப்புகழ் வண்ணவிருத்தம்' எனும் யாப்பு வகைக்கு மூல யாப்பிலக்கண நூலான யாப்பொளியைப் பின்பற்றி இவ்விலக்கியம் பல்வகைக் குழிப்புகளில் சான்றமைத்துள்ளது (யாப்.ஒழிபியல், நூ.16,17 உதாரணங்கள்).

'யாப்பொளி' எனும் யாப்பிலக்கண நூல் கூறும் இலக்கணங் களை அடியொற்றிப் பா, பாவினங்களை வகைப்படுத்துவதிலும் அவற்றுக்குப் பெயர் குறிப்பிடுவதிலும் சிறுசிறு புதுமைகளைக் கொண்டு இவ்விலக்கியம் சான்றமைத்துள்ளது.

எழில் விருத்தம்

பத்தொன்பதாம் நூற்றாண்டில் தோன்றிய 'விருத்தப்பாவியல்' என்னும் இலக்கண நூலை மூல யாப்பிலக்கண நூலாகக் கொண்டு தோன்றிய சான்றிலக்கியமே கவிஞர் வாணிதாசனின் 'எழில்விருத்தம்' (1970).

எழில்விருத்தம் என்னும் இந்நூல், இயற்கையின் எழிலோவிய மாகவும், இலக்கணத்திற்கு இலக்கியமாகவும், இலக்கியத்தின் வாயிலாகத் தமிழ் இலக்கணத்தை விளக்குவதாகவும், வளர்ந்து வரும் புதுக்கவிஞர்களுக்கு ஊன்றுகோலாகவும், கை விளக்காகவும், வழிகாட்டியாகவும் விளங்குகின்றது.[55]

இந்நூலில் மணிக்கூண்டு, சுழல்விளக்கு, கோட்டை, மாலை, சேவல், சோலை, கடலோரம், ஆறு, விண்மீன், காலை, இரவு, அருவி ஆகிய பன்னிரு தலைப்புகளில் ஆசிரிய விருத்தப் பாக்கள் இடம்பெற்றுள்ளன. ஒரு தலைப்புக்குப் பத்துப்பாக்களாக 120 பாக்கள் இயற்றப்பட்டுள்ளன.

ஒவ்வொரு தலைப்பிலும் உள்ள பத்துப் பாக்களும் ஒவ்வோர் ஆசிரிய விருத்த வகைக்குச் சான்றாகப் படைக்கப் பெற்றுள்ளன. ஒவ்வொரு தலைப்பின் பத்துப்பாக்கள் நிறைவு பெற்றதும் அப்பாக்களுக்குரிய இலக்கணத்தை விளக்கும் குறிப்புரைகள் இடம்பெற்றுள்ளன.

விருத்தப்பாவியலை மூல இலக்கணமாகக் கொண்ட இந்நூல், அதில் இலக்கணங்கூறப்பட்டுள்ள அறுசீர் ஆசிரிய விருத்தத்தின் ஏழு வகைக்கும், எழுசீர் ஆசிரிய விருத்தத்தின் ஒரு வகைக்கும், எண்சீர் ஆசிரிய விருத்தத்தின் நான்கு வகைக்குமாகப் பன்னிரண்டு ஆசிரியவிருத்த வகைக்குச் சான்றமைத்துள்ளது.

1. விளம் மா தேமா விளம் மா தேமா
2. மா மா காய் மா மா காய்
3. காய் காய் காய் காய் மா தேமா
4. மா கூவிளம் விளம் விளம் விளம் காய்
5. மா விளம் மா விளம் விளம் மா
6. கடைச்சீர் மா ஆக, வெண்டளை பயிலப் பிற விளம் மாச் சீராய் வரல்
7. மா மா மா மா மா காய்

ஆகிய ஏழு அறுசீர் ஆசிரியவிருத்த வகைகளுக்கும்,

1. விளம் மா விளம் மா விளம் விளம் மா

எனும் ஓர் எழுசீர் ஆசிரியவிருத்த வகைக்கும்,

1. காய் காய் மா தேமா காய் காய் மா தேமா
2. காய் காய் காய் தேமா காய் காய் காய் தேமா
3. காய் காய் காய் புளிமா காய் காய் காய் புளிமா
4. மா கூவிளம் விளம் மா மா கூவிளம் விளம் மா

ஆகிய நான்கு எண்சீர் ஆசிரியவிருத்த வகைகளுக்கும் இந்நூல் சான்றமைத்துள்ளது.

பிற யாப்புச் சான்றிலக்கியங்கள் பல பா, பாவினங்களுக்கும் சான்று கூறுவனவாக அமைய, இந்நூல் மட்டும் ஒரு பாவினச் சான்றிலக்கியமாகத் தோன்றியுள்ளது.

இந்நூலின் குறிப்புரைகளில் விருத்தவகைப் பெயர், அதற்கான விருத்தப்பாவியலின் நூற்பா, சிறுவிளக்கம் ஆகியன இடம்பெற்றுள்ளன. ஒவ்வொரு பாவகைச் சான்றுக்கும் உரிய மூல இலக்கண நூற்பாவைக் குறிப்புரையில் அமைத்துக்காட்டுதல் சான்றிலக்கியங்களுள் இந்நூலில் மட்டுமே காணப்படுகிறது. இவ்வாறமைந்த இயல்பினைக் க.த. திருநாவுக்கரசு,

> இத்தொகுப்பிலுள்ள பாடல்களுக்கு ஒரு தனிச் சிறப்பு உண்டு. எண்பத்தைந்து (கி.பி. 1885) ஆண்டுகளுக்கு முன்பு திரு. தி. வீரபத்திர முதலியார், B.A.,B.L., அவர்களால் இயற்றப்பட்ட 'விருத்தப்பாவியல்' என்னும் இலக்கணத்தில் வகுத்துத் தரப்பட்டுள்ள விருத்தப்பாவின் இலக்கணத்திற்கு ஏற்பக் கவிஞர் வாணிதாசன் தம்முடைய கவிதைகளை இயற்றியுள்ளார். இதை, அவர் ஒவ்வொரு பாடலின் முடிவிலும் விருத்தப்பாவியலின் இன்ன விதிபற்றி இயற்றப் பட்டுள்ளதெனத் தெளிவுறுத்தியுள்ளமையால் நாம் அறிகிறோம்[56]

என்று குறிப்பிட்டுள்ளமை மனங்கொள்ளத்தக்கது.

'விருத்தப்பாவியல்', அறுசீர் ஆசிரியவிருத்தம், எழுசீர் ஆசிரிய விருத்தம், எண்சீர் ஆசிரியவிருத்தம், கலிவிருத்தம், கலித்துறை, சந்த ஆசிரியவிருத்தங்கள், சந்தக் கலிவிருத்தங்கள், சந்தக்கலித்துறை ஆகிய வகைகளுக்கு இலக்கணம் கூறியுள்ளது. இவற்றுள் அறுசீர், எழுசீர், எண்சீர் ஆசிரிய விருத்தங்களுக்கு மட்டும் 'எழில் விருத்தம்' சான்றுப் பாக்களை அமைத்துள்ளது.

இக்காலத்தில் ஆசிரிய விருத்தங்களே பாவலர்களிடை மிகுதியாக ஆளப்பெறுவதால், 'எழில் விருத்தம்' ஆசிரியவிருத்தங் களுக்கு மட்டுமே சான்று படைத்து விளக்கியுள்ளது எனலாம். கலிவிருத்தம், கலித்துறை ஆகிய வகைகள் பாவலரிடையே குறைவாக ஆளப்பெறுவதாலும், சந்தக்கலிவிருத்தங்கள், சந்த ஆசிரிய விருத்தங்கள், சந்தக் கலித்துறைகள் ஆகியன இயற்றுவதற்குச் சற்றுக் கடினமானவை என்பதாலும் இந்நூல் அவற்றுக்குச் சான்று படைக்கவில்லை எனக் கருதலாம்.

இந்நூல் இளம் பாவலர்களுக்கு 'விருத்தப்பாவியலி'ன் சில இலக்கணங்களை எளிமையாகப் புகட்டி, அவர்கள் விருத்த வகைகளை எளிதாகப் படைக்குமாறு தூண்டும் நோக்கில் தோன்றியதாகும். இதனை,

> மரபிலக்கணத்தில் அத்துணை அழுத்தமான பற்றுள்ள அவர், விருத்தப் பாவியலின் அருமையை எடுத்துக்காட்டி இளம்பாவலர்கள் அதைப்பயன் கொள்ளும்படி செய்ய வேண்டும் என்ற நோக்கத்துடன் ஒரு நூல் படைக்க எண்ணினார். இத்தகைய எண்ணம் வேறு பாவலருக்கு எழவில்லை. அறுசீர், எழுசீர், எண்சீர் விருத்தங்களின் இலக்கணங்களை மட்டுமாவது தெளிவாகக் கற்பிக்க விழைந்தது அவர் உள்ளம்[57]

என்னும் இரா. திருமுருகன் கூற்று நன்குணர்த்தும்.

'விருத்தப்பாவியல்' கூறியுள்ள வடிவங்களுள் இயற்ற எளியனவாகவும் அதிக ஆட்சியனவாகவும் உள்ள ஆசிரிய விருத்தங்களுக்கு மட்டுமே 'எழில் விருத்தம்' சான்று படைத்து விளக்கியுள்ளமை குறிப்பிடத்தக்கது.

அரங்கன் கவிதை அமுதம் (திருவரங்கச் செய்யுட்கோவை)

'அரங்கன் கவிதை அமுதம்' எனும் 'திருவரங்கச்செய்யுட் கோவை' (1986), மாலியச் சமயப் பொருண்மையில் அமைந்த மற்றுமொரு சான்றிலக்கியமாக விளங்குகின்றது. இந்நூலை இயற்றியவர் கவிஞர் சக்தி சரணன்.

இரு பதிப்புகளைப் பெற்றுள்ள இந்நூல், முதற்பதிப்பில் பெரிதும் காரிகையைப் பின்பற்றும் சான்றிலக்கியமாகவும், இரண்டாம் பதிப்பில் பல்வகை யாப்பு வடிவங்களுக்கும் சான்றமைக்கும் விரிவு பெற்ற – குறிப்பிட்ட நூலுக்கானது எனும் வரம்பிகந்த சான்றிலக்கியமாகவும் அமைகின்றது.

யாப்பருங்கலக்காரிகை கூறுகின்ற அசை, சீர், தளை, அடி, தொடை, ஓசை ஆகியவற்றுக்கும், பா, பாவின வகைகளுக்கும் இந்நூல் எடுத்துக்காட்டுப் பாக்களை அமைத்துக்காட்டுகின்றது. காரிகை ஒழிபியலில் கூறும் எந்த இலக்கணத்திற்கும் இந்நூல் சான்றமைக்கவில்லை. காரிகைகூறும் பா வடிவங்களோடு பிற்காலத்தில் வளர்ச்சி பெற்றுள்ள பா வடிவங்களுக்கும் இந்நூல் சான்றமைக்கின்றது.

இந்நூல் காரிகையின் உறுப்பியலில் கூறப்பட்டுள்ள இலக்கணங்களுக்கு முதலில் தனியாக 19 சான்றுப்பாக்களைப் படைத்துள்ளது. பின்னர்ச் செய்யுளியலில் கூறப்பட்டுள்ள பா, பாவினங்களுக்குத் தனியாக 95 சான்றுப் பாக்களைக் கொண்டுள்ளது. அடுத்துப் பிற்சேர்க்கை – 1, பிற்சேர்க்கை – 2 எனும் பகுதிகளில் 31 செய்யுள்கள் உள்ளன. இறுதியில் 'சிலவகை இசைத் தமிழ்ப்பாடல்கள்' எனும் தலைப்பில் கும்மி, கண்ணி, ஆனந்தக்

களிப்பு, காவடிச் சிந்து, நொண்டிச்சிந்து முதலிய சிந்துப்பா வகைகள் ஏழு தலைப்பில் இடம்பெற்றுள்ளன. இப்பிற்சேர்க்கைப் பகுதிகளில் காரிகையில் கூறப்படாத கட்டளைக் கலிப்பா, வெண்டளைக் கலிவிருத்தம், எட்டடி வெண்டளைத் தரவு முதலிய சில பா, பாவினங்களுக்கும் காரிகையில் கூறப்பட்ட சில பா, பாவினங்களுக்கும் சான்றமைக்கப் பெற்றுள்ளன.

பாப்பாவினத்தைப் போல் சவலை வெண்பாவிற்கும் (அரங்.'வெண்பா' பா.21), பல்சந்தப்பரிமளத்தைப் போல் சவலை வெண்பா, பன்னிருசீர் ஆசிரியவிருத்தம் (அரங்.'ஆசிரியப் பாவினம்' பா.13,14), வண்ணவிருத்தம் (அரங்,'ஆசிரியப் பாவினம்' பா.15) ஆகியவற்றுக்கும் இரண்டாம் பதிப்பில் இந்நூல் சான்றமைத்துள்ளது. மேலும் பிற்சேர்க்கைப் பகுதியில் கரந்துறை செய்யுள், அக்கரமாலை, விருத்தப்போலி, சிந்துப்பா வகைகள் ஆகியவற்றையும் இரண்டாம் பதிப்புக் கொண்டுள்ளது. இந்நூலின் முதற்பதிப்பு, பிற்சேர்க்கை தவிர்ந்த நூற்பகுதியுள் காரிகை கூறாத எந்த இலக்கணத்திற்கும் சான்றுப்பாக்களைக் கொண்டிருக்கவில்லை என்பது குறிப்பிடத்தக்கது.

இந்நூலின் சான்றுப்பாக்களை அடுத்த குறிப்புரைகள், விளக்கமாக இன்றி ஒருவரிக் குறிப்புகளாய் அமைக்கப் பெற்றுள்ளன. பாப்பாவினச் செய்யுள்களைப் போல இந்நூற் செய்யுள்களும் பல்வேறு பொருளணிகள் இடம்பெற அமைக்கப் பெற்றுள்ளன. சில சொல்லணிகள் அமைக்கப் பெற்ற பாக்களும் நூலில் இடம்பெற்றுள்ளன. ஆயினும் பாக்களில் இடம்பெற்றுள்ள அணிவகைகளின் பெயர்கள், துறைக்குறிப்புகள் முதலியன பாக்களை அடுத்த உரைநடைக்குறிப்பில் சுட்டப்படாமல் நூலின் முன் பகுதியில் தனிப் பட்டியலாகத் தரப்பெற்றுள்ளன. இது நூலின் யாப்பியல் தனித்தன்மையைப் பேணுகிறது. இந்நூற்செய்யுள்கள் யாப்புக்கு விளக்கம் தருவதை முதன்மை நோக்கமாகக் கொண்டுள்ளன. மேலும் பலவகை அணிகளுக்கும், பொருட்டுறைகளுக்கும் எடுத்துக்காட்டாகவும் அமைந்துள்ளன. இதனை நூலாசிரியரே,

> அவ்வருமை நூலைப் (சிதம்பரச் செய்யுட்கோவை) போலவே இந்நூலும் யாப்பை விளக்க ஏற்ற எடுத்துக்காட்டுகளைத் தருவதையே தன் முதனோக்கமாகக் கொண்டுள்ளது . . . யாப்பு உறுப்புகட்கு மட்டுமன்றிப் பலவகை அணிகளுக்கும் பலவகைப் பொருட்டுறைகளுக்கும் ஏற்ற எடுத்துக்காட்டுகள் இதன்கண் இடம்பெற்றுள்ளன[58]

என்று குறிப்பிட்டுள்ளார்.

யாப்பருங்கலக் காரிகையை மூல இலக்கணமாகக் கொண்டு இந்நூல் தனது முதற்பதிப்பில் காரிகைக்குச் சான்றமைக்கும் நூலாகவே தோன்றியுள்ளது. காரிகை கூறாத இலக்கணங்களுக்கான எடுத்துக்காட்டுகள் சிலவற்றைப் பிற்சேர்க்கைப் பகுதியில்தான் கொண்டுள்ளது. இரண்டாம் பதிப்பில் காரிகைக்குச் சான்றமைக்கும் நூலமைப்பிலிருந்து மாற்றம் பெற்று, நூற்பகுதி, பிற்சேர்க்கைப் பகுதி இரண்டனுள்ளுமே காரிகை கூறாத வடிவங்களுக்கும் சான்றமைத்துள்ளது. காரிகைக்கான சான்றிலக்கியமாக முதற்பதிப்பில் அமைந்த இந்நூல், பரவலாகப் பல்வகை யாப்பு வடிவங்களுக்கும் சான்றமைக்கும் சான்றிலக்கியமாக இரண்டாம் பதிப்பில் விரிவு பெற்றுள்ளது.

காரிகையிலிருந்து மாறுபட்டுத் தொடை வகைகளின் வைப்புமுறையை மோனை, எதுகை, முரண், இயைபு, அளபெடை என இந்நூல் வரிசைப்படுத்திச் சான்றமைத்துள்ளது (அரங்.'தொடைகள்' பா.1–8). பயன்பாட்டு நோக்கிலும் தொல்காப்பிய நெறிப்படியும் மோனையை அடுத்து எதுகையை வைத்துள்ளது.

பா, பாவின வகைகளுக்கான சான்றுப் பாக்களில், எட்டடிப் பஃறொடை வெண்பா இடம்பெற்றுள்ளமையும் (அரங்.'வெண்பா' பா.16), காரிகையுரையின் எடுத்துக்காட்டுப் பாடலைப் பின்பற்றி வெள்ளைச் சுரிதகத்தாலிற்ற நேரிசை ஒத்தாழிசைக் கலிப்பா படைக்கப் பெற்றுள்ளமையும் (அரங்.'கலிப்பா' பா.2) தனித்துச் சுட்டத்தக்கன. கலித்தளை முதலியன விரவுதல் வெண்கலிப்பா எனவும் வெண்டளையே பயிலுதல் கலிவெண்பா எனவும் கொண்டு இரண்டையும் கலிப்பா வகைகளாக வைத்து இந்நூல் சான்றமைத்துள்ளது (அரங்.'கலிப்பா' பா.6,7).

இந்நூல் தன் முதற்பதிப்பிலேயே கட்டளைக் கலித்துறைக்குச் சான்றமைத்துள்ளது (அரங்.'கலிப்பாவினம்' பா. 2,3). இவ்வகையின் முதல் நூலான 'பாப்பாவினம்', கட்டளைக் கலித்துறைக்குச் சான்றமைக்காத நிலையில், சான்றமைத்த சிதம்பரச் செய்யுட் கோவையை இந்நூல் அடியொற்றி இவ்வாறு படைத்துள்ளது எனலாம்.

காரிகை இலக்கணங்களுக்குச் சான்றமைத்தல், முன்னைச் சான்றிலக்கியங்களில் இடம்பெற்ற சில வகைகளுக்குச் சான்றமைத்தல், சமகாலம் வரையிலான யாப்பு வளர்ச்சியை, இலக்கிய ஆட்சியைக் கணக்கிலெடுத்துக் கொண்டு பரவலாகப் பல வடிவங்களுக்கும் சான்றமைத்தல் என்னும் மூன்று நிலைகளை

இந்நூலின் தனித்தன்மைகளாக இரு பதிப்புகளையும் தொகுத்துக் காண்கையில் அறியமுடிகிறது.

செந்தமிழ்ச் செய்யுட் கோவை

சான்றிலக்கிய நூல்களில் அண்மையில் தோன்றிய இந்நூல் 'யாப்புநூல்' என்பதன் சான்றிலக்கியமாக அமைந்துள்ளது. காதற் பொருண்மையில் ப. எழில்வாணன் என்பவர் இயற்றிய இவ்விலக்கியம் 1989இல் வெளிவந்துள்ளது. நூலுள் கலிவிருத்தயாப்பில் அமைந்த 18 பாக்களை மட்டும் தரங்கை பன்னீர்ச்செல்வன் எனும் இன்னொரு பாவலர் படைத்துள்ளார்.

அண்மைக்காலத்தில் தோன்றியதும், சில புதிய கூறுகளை முன்வைத்துள்ளதுமான 'யாப்புநூல்' எனும் இலக்கண நூல் உறுப்பியல், பாவியல், வார்ப்பியல் எனும் முப்பகுப்புகளை உடையது. இப்பகுப்புள் பாவியல் அசைப்பா, தளைப்பா, புதுப்பா, திரைப்பா, இசைப்பா, ஒலிப்பா எனத் தமிழ்ப் பாக்களை அறுவகைப்படுத்தும். இவ்வறுவகைகளில் அசைப்பா, தளைப்பா, ஒலிப்பா எனும் மூவகைக்கு மட்டும் சான்றிலக்கியமாக இந்நூல் அமைந்துள்ளது. "மூவாயிரம் ஆண்டுகளாய் முத்தமிழ் மொழியில் முகிழ்த்த பாடல்களின் முழுவடிவம் கொண்டன"[59] என நூலின் தொடக்கத்தில் மிகைபடக் கூறப்பட்டுள்ளபோதிலும் 'யாப்புநூலி'ன் 'பாவியல்' எனும் பகுதியின் பகுதிக்கே இந்நூல் சான்றிலக்கியமாக அமைந்துள்ளது.

இச்சான்றிலக்கியத்தில் மொத்தம் 204 பாக்கள் இடம் பெற்றுள்ளன. பாடல்தோறும் அடியில் குறிப்புரை இடம் பெறவில்லை. இவ்வகை நூல்களுள் இந்நூலில் மட்டும் பாவகை இலக்கணம் கூறும் குறிப்புரைகளைப் பாடல்தோறும் அமைக்கும் மரபு பின்பற்றப்படவில்லை. சில இடங்களில் குறிப்பும், விருத்த வகைகட்கு வாய்பாட்டுக் குறியீடுகளும் இடம்பெற்றுள்ளன.

வஞ்சிவிருத்தம், வஞ்சித்தாழிசை, கலித்துறை, கலித்தாழிசை, மருட்பா, வெண்பாவினம், ஆசிரியத்துறை, ஆசிரியத்தாழிசை, வண்ணப்பா ஆகியவற்றுக்கும் இந்நூல் சான்றமைக்கவில்லை.

மூல இலக்கண நூலாகிய 'யாப்புநூல்' வரிசைப்படுத்தி யுள்ளதைப் பின்பற்றி இந்நூல் வஞ்சிப்பா வகைகட்கு முதலில் சான்றுப்பாக்களை அமைத்துள்ளது. 'யாப்புநூல்' பா வகைகளை வஞ்சிப்பா, அகவற்பா, விருத்தப்பா, கலிப்பா, கலித்துறை, வெண்பா, மருட்பா, கட்டளைப்பாக்கள், வண்ணப்பா, சிந்துப்பா என்னும் வரிசையில் வைத்து இலக்கணங் கூறுகின்றது. இச்சான்றிலக்கியம் இவ்வரிசையைச் சிறு மாறுதலுடன் பின்பற்றி

வஞ்சிப்பா, அகவற்பா, வெண்பா, கலிப்பா, கட்டளைப்பாக்கள், வஞ்சித்துறை, கலி, ஆசிரியவிருத்தம், சிந்துப்பா எனும் வரிசையில் சான்றமைத்துள்ளது.

தொடை வகைகள் சிலவற்றுக்கு 'யாப்புநூல்' இலக்கணங் கூறியுள்ளபோதிலும் இவ்விலக்கியம் தொடை வகைகள் பற்றிக் குறிப்பிடவில்லை.

வெண்பா வகையில் கலிவெண்பாவை வைத்துள்ளமையும் (செ.செ.பக்.36–41), கட்டளைக்கலிப்பாவைக் கட்டளைவிருத்தம் என்று சுட்டிச் சான்றமைத்துள்ளமையும் (செ.செ.ப.67), விருத்தத்தை மண்டிலம் எனக் குறித்துள்ளமையும் (செ.செ.ப.78), வெண்டளை பயிலும் வெண்பா தவிர்ந்த பிற பா, இனவகைகளைக் 'கட்டளைப்பாக்கள்' என ஓரினப்படுத்தியுள்ளமையும் (செ.செ.பக்.62–71), 'யாப்புநூலை' அடியொற்றி இந்நூல் அளிக்கும் புதிய செய்திகளாகும்.

பஃறொடை வெண்பாவுக்கு ஏழடிவரையும் (செ.செ.பக்.34,35), ஆசிரிய விருத்தத்திற்கு எண்சீர் வரையும் (செ.செ.பக்.78–88) இந்நூலில் சான்றமைக்கப்பட்டுள்ளன.

'யாப்புநூல்' கூறும் இலக்கணத்தைப் பின்பற்றியே இவ்விலக்கியம் சில வகைகளுக்குச் சான்றமைத்தும் சில வகைகளுக்குச் சான்றமைக்காமலும் செல்கிறது. ஆனால் 'அடிமறி மண்டில ஆசிரியப்பாவை இனித்தனிவகையாய்ச் சொல்வதைத் தவிர்க்கலாம்' என 'யாப்புநூல்' (யாப்பு.நூ.68) கூறியுள்ளபோதிலும் இவ்விலக்கியம் அதனைத் தனிவகையாகக் கொண்டு சான்றமைத்துள்ளது (செ.செ.ப.25).

வஞ்சிவிருத்தம், வஞ்சித்தாழிசை, கலித்தாழிசை, வெண்பா வினம், ஆசிரியத்துறை, ஆசிரியத்தாழிசை ஆகியவற்றுக்கு 'வழக்கு வீழ்ந்தவை' எனக் காரணங்காட்டி, 'யாப்புநூல்' இலக்கணங் கூறவில்லை. 'யாப்பு நூலை'ப் பின்பற்றி இவற்றுக்கு இவ்விலக்கியம் சான்று படைக்கவில்லை. ஆனால் 'யாப்புநூல்' இலக்கணங்கூறிய கலித்துறை, மருட்பா, வண்ணப்பா ஆகியவற்றுக்கும் இவ்விலக்கியம் சான்று படைக்கவில்லை என்பது சுட்டத்தக்கது. கலித்துறை, மருட்பா ஆகியனவும் வழக்கு வீழ்ந்தவை; வண்ணப்பா இயற்றக் கடினமானது எனக்கருதி இவற்றுக்கு இவ்விலக்கியம் சான்று படைக்காமல் விட்டிருக்கக்கூடும்.

இருசீரடி நான்கால் அமையும் வஞ்சித்துறைப் பாக்களில் இலக்கிய வழக்கில் வஞ்சிக்குரிய கனிச்சீர் பெரிதும் இடம்பெறுவதில்லை. வஞ்சித்துறையின் சீர்கள் கனிச்சீராகவே அமைதல்

வேண்டுமெனும் 'யாப்புநூற்' கருத்தை அடியொற்றி இவ்விலக்கியம் கனிச்சீர்களே அமைய வஞ்சித்துறைப் பாக்களை,

அன்பெனும்வலி அச்சினில்செலும்
தென்புடைபெருங் காதலினெதிர்
துன்பமும்சிறு துரும்பாம்;நமக்
கின்பெழஇனி வழிபிறந்திடும்.

(செ.செ.ப.74)

என்பது போலப் புதிதாகப் படைத்துக்காட்டியுள்ளமை குறிப்பிடத்தக்கது.

வெண்கலிப்பாவின் இலக்கணத்தை 'யாப்புநூல்' 1.வெண்பா வடிவத்துள் கலித்தளையும் பிறதளையும் விரவிவரல் 2.வெண்டளையே பயின்று வெண்பாவின் ஈற்றடியும் நாற்சீராதல் 3. வெண்டளையும் பிறதளையும் விரவி ஈற்றடியும் நாற்சீராதல் என மூன்று நிலைகளில் (யாப்பு.நூ.99உரை) குறிப்பிடுகிறது. இவ்விலக்கணத்தை அடியொற்றிச் செந்தமிழ்ச் செய்யுட்கோவை சான்றமைத்துள்ளது (செ.செ.பக்.49–52). 'யாப்புநூல்' கூறியுள்ள இலக்கணப்படி காவடிச்சிந்து, நொண்டிச்சிந்து, சமநிலை, வியனிலைச்சிந்து முதலிய வகைகளுக்கு இவ்விலக்கியம் சான்றமைத்துள்ளது (செ.செ.பக்.88–96). கட்டளைக் கலிப்பாவும் கட்டளைக் கலித்துறையும் 'கட்டளைப்பாக்கள்' எனும் வகையினவாக இவ்விலக்கியத்துள் அமைக்கப்பட்டுள்ளன (செ.செ.பக்.63,64,67).

பா, பாவின வைப்பு முறையிலும் பா வடிவங்களுக்குப் பெயரிடு முறையிலும் மூலநூலின் கருத்தை ஏற்று அவ்வாறே இவ்விலக்கியம் அமைத்துள்ளது.

சான்றிலக்கியப் பாக்கள்

வண்ணயாப்புக்கு இலக்கணங்கூறும் தண்டபாணி சுவாமிகள் தாம் வண்ண இலக்கணத்துக்கு மூன்று சான்றிலக்கியப் பாக்களை படைத்துள்ளது பற்றி,

கருணைக் கடல்எனச் சக்திவேல் என்ன
வென்றி மழுவெனத் துவக்கிஓர் மூன்று
வண்ணம் **இவற்றினுக்கு இலக்கியம்** என்றே
கருதிக் கூறினம்; மற்றும் பற்பல
வண்ணமும் வகுப்பும் விருத்தமும் பகர்ந்துளம்;
அவைகளும் துணையாம் அறியவேண் டுநர்க்கே

(அறு. நூ. 482)

என்று குறிப்பிட்டுள்ளார்.

வண்ணச்சரபமெனப் புகழப்பெறும் தண்டபாணி சுவாமிகள், தாம் கூறிய வண்ண இலக்கணத்துக்குச் சான்றாகப் படைத்துள்ளதாக விதந்து குறிப்பிடும் அம்மூன்று பாக்களும் சான்றிலக்கியங்களாகக் கருதத்தக்கன. அம்மூன்று பாக்களும் 1879இல் வெளிவந்த 'வண்ணத்தியல்பும் உதாரண வண்ணங்களும் திருப்புகழ்களும்' எனும் 'வண்ணத்தியல்பு'ப் பதிப்பில் இடம்பெற்றுள்ளன. வண்ண இலக்கணங்களை முழுமையாகப் பெற்றமைந்த இப்பாடல்களில் அவற்றைப் பொருத்திக் காட்டும் இலக்கணக்குறிப்புரை இடம்பெறவில்லை.

தொகுப்புரை

- யாப்புச் சான்றிலக்கியங்கள் எனும் இலக்கண – இலக்கிய நூல்கள் யாப்பருங்கலக்காரிகைக்குப் பின்னர்த் தோன்றியுள்ளன. இவை காரிகை முதலிய யாப்பிலக்கண நூல்கள் தரும் இலக்கணத்திற்கு விளக்கமும் தெளிவும் தருகின்றன. முன்னை இலக்கண நூல்கள் கூறிய சில அரிய யாப்பு வடிவங்களுக்கு இவை தம் சான்றுப்பாக்களால் புத்துயிரூட்டி யாப்பியல் வரலாற்றில் உயிர்ப்பை ஏற்படுத்தியுள்ளன.

- 'இலக்கியம் கண்டதற்கு இலக்கணம் இயம்பல்' என்பது தொன்று தொட்டுவரும் மரபு. இச்சான்றிலக்கியங்களோ இலக்கணங் கண்டதற்கு இலக்கியம் இயற்றியளிக்கும் புதுநெறியில் அமைவன. பல பா, பாவின இலக்கண அமைப்புகளை அழகிய இலக்கியப் பாக்களில் ஒருங்கு அமைத்து இலக்கியம் படைத்தளிக்கும் இந்நூன்முறை உத்தியால் இலக்கணங்களின் நிலைபேறு அதிகரிக்கிறது.

- 'நூற்பா – உரை' என்னும் இலக்கண நூல் மரபினிடையே 'சான்றுப்பாடல் – உரைநடையில் இலக்கண விளக்கம்' எனும் மரபைப் படைத்து இச்சான்றிலக்கியங்கள் யாப்பிலக்கணக் கல்விக்குத் தெளிவையும் விரிவையும் வழங்கியுள்ளன.

- குறிப்பிட்ட இலக்கண நூலுக்குச் சான்றிலக்கியமாகத் தோன்றிய இவ்வகை நூல்கள் பின்வரும் பண்புகளைத் தம் நூலமைப்பில் பொதுவாகக் கொண்டுள்ளன.

  அ) மூல இலக்கண நூலில் கூறப்பட்டவற்றுக்குச் சான்றமைத்தல்.

  ஆ) மூலத்தில் இன்றி உரையில் மட்டும் கூறப்பட்டவற்றுக்கும் சான்றமைத்தல்.

இ) மூலத்திலும் உரையிலும் கூறப்பட்டவற்றுள் சிலவற்றை விட்டுவிடல்.

ஈ) இரண்டிலும் இல்லாத புதியவற்றை முன்னை இலக்கண நூல் கூறியுள்ளமை கொண்டும், சமகாலம் வரையிலான இலக்கிய ஆட்சி கண்டும் சான்றமைத்தல்.

o பரிபாடல், உறழ்கலி, சவலை வெண்பாப் போன்ற இலக்கிய வழக்கில் அருகிக் காணப்படும் சில பாக்களுக்கும் பாவினங்களுக்கும், இலக்கண நூல்களில் குறிப்பிடப்பெறாத முன்முடுகு, பின்முடுகு வெண்பா முதலான சில புது வடிவங்கட்கும், இலக்கண நூல்களில் பதிவு குறைந்தும் இலக்கிய நூல்களில் ஆட்சி மிகுந்தும் காணப்படும் வண்ணம், சிந்து முதலிய வடிவங்களுக்கும் சான்றமைத்து இந்நூல்கள் யாப்பிலக்கண வளர்ச்சிக்குத் தனித்த பங்களிப்பைச் செய்துள்ளன.

o ஆசிரியத் துறை, ஆசிரியத் தாழிசை, வெளிவிருத்தம், வெண்டுறை, வெண்டாழிசை முதலிய இலக்கிய வழக்கு அருகிய பாவினங்களுக்கு, இலக்கண உரைகளுக்கு அடுத்த நிலையில் இந்நூல்கள்தாம் சான்றுப் பாக்களைக் கொண்டுள்ளன.

o ஆராயப்பெற்ற ஏழு சான்றிலக்கியங்களுள் ஐந்து நூல்கள் சமயப் பொருண்மையிலும், ஒருநூல் காதற்பொருண்மையிலும், ஒருநூல் இயற்கைப் பொருண்மையிலும் அமைந்துள்ளன.

o யாப்புச் சான்றிலக்கியங்கள், பல்வகையான தொடை, பா, பாவின வடிவங்களுக்குச் சான்று, இலக்கணம் ஆகிய இரண்டையும் கொண்டு யாப்பு வடிவங்களின் அடையாளப் பதிவேடுகளாக விளங்குகின்றன. இவை தமிழ் யாப்பிலக்கண வரலாற்றில் புதுமையும் பயனும் மிக்க ஒரு வளர்ச்சிநிலையை உருவாக்கியுள்ளன. மூல இலக்கணங்களுக்குச் சான்று காட்டி, அவற்றுக்குத் தெளிவையும் ஒளியையும் நிலைபேற்றையும் வாழ்வையும் வழங்குவனவாக இச்சான்றிலக்கியங்கள் திகழ்கின்றன.

~ ~

சான்றெண் விளக்கம்

1. ச.வே. சுப்பிரமணியன், இலக்கணத் தொகை யாப்பு – பாட்டியல், பக்.1,2.

2. உ.வே. சாமிநாதையர் (ப.ஆ.), *ஸ்ரீ குமரகுருபர சுவாமிகள் பிரபந்தத் திரட்டு*, 'ஆராய்ச்சி' ப.xliii.

3. தெ.பொ. மீனாட்சி சுந்தரனார், *பிறந்தது எப்படியோ?* ப.117.

4. ச.வே. சுப்பிரமணியன், *மு.கு.நூல்*, பக்.1,2.

4 (அ) முத்துவீர உபாத்தியாயர் இயற்றியதாகத் 'திருப்போரூர் முருகக்கடவுள் வெண்பாமாலை' எனும் நூலை யாப்பிலக்கணப் பகுப்புள் "தமிழ்நூல் விவர அட்டவணை" (இரண்டாம் தொகுதி – முதற்பகுதி, ப. 215) குறிப்பிடுகிறது. மேலும் அந்நூல் "வெண்பாவின் விகற்பங்களுக்கெல்லாம் இலக்கியமாக அமைந்தது" என்கிறது. அந்நூல் பார்வைக்குக் கிட்டாததால் சான்றிலக்கிய நூலா என்பதை அறிய இயலவில்லை. அந்நூல் கிடைக்கப் பெற்றுச் சான்றிலக்கிய நூலென உறுதிபெறின் யாப்புச் சான்றிலக்கிய நூல்களின் எண்ணிக்கை கூடுவதோடு ஆய்வுக்களமும் விரிவுபெறும்.

5. திரிசிரபுரம் ஸ்ரீ மீனாட்சிசுந்தரம் பிள்ளையவர்கள் *பிரபந்தத்திரட்டு*, 'குமரகுருபர ஸ்வாமிகள் சரித்திரம்', ப. 643 (பா.212,213).

6. மு. அருணாசலம், *தமிழ் இலக்கிய வரலாறு* 16ஆம் நூற்றாண்டு (இரண்டாம் பாகம்), பக். 165,166.

7. இரா. இளங்குமரன், *இலக்கண வரலாறு*, ப. 358.

8. ச. சோமசுந்தர தேசிகர், *தமிழ்ப் புலவர்கள் வரலாறு பதினேழாம் நூற்றாண்டு*, ப. 47. இக்கதை சேற்றூர் ரா. சுப்பிரமணியக் கவிராயர் பாடிய "ஸ்ரீ குமரகுருபர சுவாமிகள் புராணம்" எனும் நூலில் இடம்பெற்றுள்ளதெனத் தெரிகிறது. காண்க: மு. அருணாசலம், *ஸ்ரீ குமரகுருபர சுவாமிகள்*, ப.68.

9. தெ.பொ. மீனாட்சிசுந்தரனார், *மு.கு.நூல்*, ப. 117.

10. தமிழண்ணல், *சங்க இலக்கிய ஒப்பீடு – இலக்கியக் கொள்கைகள்*, ப. 230.

11. சோம. இளவரசு, *இலக்கண வரலாறு*, ப. 184.

12. ச.வே. சுப்பிரமணியன், *மு.கு.நூல்*, ப. 18.

13. *மேலது*, ப. 19.

14. *மேலது*, ப. 27; அன்னி தாமசு, *பதிப்பியல்*, பக். 45,53.

15. அன்னி தாமசு, *பதிப்பியல்*, பக். 45,52.

16. அன்னி தாமசு, *யாப்பியல்*, ப. 192.

17. தமிழண்ணல், *மு.கு. நூல்*, ப. 230.

18. கி. இராமானுஜையங்கார் (ப.ஆ.), 'முகவுரை', *பாப்பாவினம்*, ப. (i).

19. மு. அருணாசலம், *தமிழ் இலக்கிய வரலாறு* 16ஆம் நூற்றாண்டு (இரண்டாம் பாகம்), ப. 161.

20. அன்னி தாமசு, *மு.கு.நூல்*, பக். 192,193.

21. மு. அருணாசலம். *மு.கு.நூல்*, ப. 162.

22. சோம. இளவரசு, *மு.கு.நூல்*, ப. 20.

23. இரா. இளங்குமரன், *மு.கு. நூல்*, ப. 356.

24. மு. சண்முகம் பிள்ளை, 'சிதம்பரச் செய்யுட் கோவை', *வாழ்வியற் களஞ்சியம்*, தொகுதி–8, பக். 926,927.

25. ச.வே. சுப்பிரமணியன், *மு.கு.நூல்*, பக். 7,8,10,567.

26. சோ.ந. கந்தசாமி, *தமிழ் யாப்பியலின் தோற்றமும் வளர்ச்சியும்* (முதற்பாகம் – முதற்பகுதி), ப. 62.

27. *மேலது*, ப. 67.

28. *மேலது*, (முதற்பாகம் – இரண்டாம் பகுதி), ப. 532.

29. அன்னி தாமசு, *பதிப்பியல்*, ப. 52.

30. இரா. இளங்குமரன், *மு.கு.நூல்*, ப. 355.

31. சோம. இளவரசு, *மு.கு.நூல்*, ப. 183.

32. கி. இராமானுஜையங்காரின் அடிக்குறிப்பு, *பாப்பாவினம்*, பக். 30,35.

33. கி. இராமானுஜையங்கார் (ப.ஆ.), 'முகவுரை', *பாப்பாவினம்*, ப. ii.

34. டி.என். சேஷாசலம், *கலாநிலயம்*, கிழமை இதழ், 8–8–1929, ப. 608.

35. மு. அருணாசலம், *மு.கு.நூல்*, பக். 161,162.

36. *மேலது*, பக். 164,165.

37. இப்பாடலின் 15 சீர்களிலும் மோனை அமைக்கப்பெற்றுள்ளதாய் மு. அருணாசலம் குறிப்பிடுகின்றார். (மு. அருணாசலம், *மு.கு. நூல்*. ப.165) இக்கூற்றுச் சரியன்று. நான்காம் அடியைக் 'காவல காவென்னார் கலர்' எனச் சீர்பிரித்து ஈற்றடி முச்சீரிலும் மோனை அமைந்ததாய்க் கொண்டால் 'காவென்னார் கலர்' என்பதில் காய் முன்நிரை அமைந்து வெண்பாவிற்குரிய தளை இடம்பெறாது வெண்பாப் பிழையுடையதாகிவிடும்.

38. சா. கிருட்டிணமூர்த்தி (குறிப்பாசிரியர்), 'ஆய்வுரை' *இலக்கணச் சூடாமணி*, ப. 51.

39. வீரமாமுனிவர், *தொன்னூல் விளக்கம்* மூலமும் உரையும், ப. 163.

40. சோ.ந. கந்தசாமி, *மு.கு.நூல்*, (முதல்பாகம் – முதற்பகுதி), ப. 405.

41. உ.வே. சாமிநாதையர் (ப.ஆ.), 'முகவுரை', *பரிபாடல்*, ப. xiii.

42. எஸ். வையாபுரிப் பிள்ளை, *தமிழ்ச் சுடர்மணிகள்*, ப. 104.

43. மு. அருணாசலம், *மு.கு.நூல்*, ப. 166.

44. இரா. இளங்குமரன், *மு.கு.நூல்*, ப. 360.

45. மு. அருணாசலம், *ஸ்ரீ குமரகுருபர சுவாமிகள்*, ப. 138.

46. மு. சண்முகம் பிள்ளை, *மு.கு.நூல்*, ப. 927.

47. திருநெல்வேலி திருப்பாற்கடனாதன் கவிராயர் உரை, *முத்துவீரியம்*, நூ. 908.

48. இரா. இளங்குமரன், *மு.கு.நூல்*, ப. 356.

49. பாம்பன் குமரகுருதாச சுவாமிகள், *திருவலங்கற்றிரட்டு – பல்சந்தப் பரிமளம்*, (இரண்டாம் பதிப்பு), முகப்புப் பக்கத்தில் இடம்பெற்றுள்ள வெண்பா.

50. *மேலது*, முதற்பதிப்பின் பிரகடன உரை, ப. 1.

51. ஆர். ஸ்ரீனிவாஸராகவாசார்ய[ர்], 'முன்னுரை', *யாப்பொளி*, ப. (iv).

52. *மேலது*, ப. 153.

53. கோ. பாலசுந்தர நாயகர், 'சிறப்புப்பாயிரம்', *யாப்பொளி*, ப. (v).

54. ச.வே. சுப்பிரமணியன், *மு.கு.நூல்*, ப. 567.

55. பதிப்புரை, *எழில்விருத்தம்*, ப. III.

56. க.த. திருநாவுக்கரசு, 'அணிந்துரை', *எழில்விருத்தம்*, ப. x.

57. இரா. திருமுருகன், 'எழில்விருத்தம் – ஓர் யாப்பியல் பார்வை', *மொழிப் பார்வைகள்*, ப. 143.

58. சக்தி சரணன், 'பணிவுரை', *அரங்கன் கவிதை அமுதம்* (திருவரங்கச் செய்யுட் கோவை), ப. vii (முதற்பதிப்பு).

59. *செந்தமிழ்ச் செய்யுட் கோவையின்* பொருளடக்கப் பக்கத்தில் (ப.7) இவ்வாறு குறிப்பிடப்பட்டுள்ளது.

~~

முடிவுரை

தமிழ் யாப்பியல் வரலாற்றின், வளர்ச்சியின் முதன்மையான நிலைகளையும் கூறுகளையும் இந்த ஆய்வின் அடிப்படையில் இங்குத் தொகுத்துக் காணலாம்; தமிழ் யாப்பியலை வளப்படுத்தும் மேலாய்வுக் களங்களையும், யாப்பிலக்கண நிலைப் படைப்புக்களங்களையும் கருத்தில் கொள்ளலாம்.

O தமிழ் யாப்பிலக்கணப் பெருவளர்ச்சியின் ஒருநிலையினைத் தொல்காப்பியம் காட்டுகின்றது. யாப்பினைத் தனித்து நோக்காமல் பொருண்மை முதலியவற்றோடு இணைத்துப் பார்க்கும் முழுமை நோக்கே பண்டு விளங்கியமையைத் தொல்காப்பியச் செய்யுளியல் உணர்த்துகின்றது. செய்யுள்களின் புறவடிவ இலக்கணமே யாப்பிலக்கணம் எனும் வரையறை தொல்காப்பியத்திற்குப் பின்னர் உருவாகியுள்ளது; புறவடிவ இலக்கணத்தை மட்டுமே தனித்துப் பேசும் யாப்பிலக்கணநூல்கள் பல தொல்காப்பியத்திற்குப் பின்னர்த் தோன்றி யாப்பிலக்கணத்தைத் தனித்த வகையாக்கியுள்ளன. தொல்காப்பியத்திற்குப் பின்னரும் யாப்பருங்கலத் திற்கு முன்னரும் யாப்பிலக்கணங் கூறுவனவாய்ப் பதினைந்துக்கும் மேற்பட்ட நூல்கள் தோன்றி யுள்ளன. எனினும் இவை முழுவடிவில் கிடைக்க வில்லை. தொல்காப்பியத்திற்குப் பிற்பட்ட காரிகை வரையிலான யாப்பிலக்கண நெறிகள் பெரிதும் காக்கைபாடினிய வழிப்பட்டன எனலாம். தொல்காப்பிய யாப்புநெறிகளுள் சில வழக்கு வீழ்ந்துள்ளன; புதுநெறிகள் கால்கொண்டுள்ளன.

உறுப்பிலக்கணம், பாவிலக்கணம் ஆகியவற்றில் வடிவம் சார்ந்த கூறுகளே தொடர்ச்சி பெற்றுள்ளன. உறுப்புகளும் பாவகைகளும் தெளிவான இலக்கண வகைப்பாட்டைப் பெற்றுள்ளன. தொல்காப்பியத்திற்குப் பின்னர்ப் பாவின இலக்கணம் தோன்றித் தெளிவான வளர்ச்சியைப் பெற்றுள்ளது. தமிழ் யாப்பிலக்கண வரலாற்றிலும் வளர்ச்சியிலும் யாப்பருங்கல விருத்தியுரையின் இடம் குறிப்பிடத்தக்கது. இலக்கண நுவல்முறை, தனக்கமைந்த விருத்தியுரை ஆகியவற்றால் யாப்பருங்கலமும், தெளிவும் சுருக்கமும் இனிமையும் அமைய இலக்கணங்கூறும் முறை, அளவான உரை ஆகியவற்றால் யாப்பருங்கலக் காரிகையும் நிகரிலா நிலைபேற்றை யாப்பியலில் எய்தியுள்ளன. தமிழ் யாப்பியலின் பண்டைய வளர்ச்சியைத் தொல்காப்பியத்தாலும் பின்னைய வளர்ச்சியை யாப்பருங்கல விருத்தியுரையாலும் அறியமுடிகின்றது.

❍ காரிகைக்குப் பின்னர் மிகப் பல யாப்பிலக்கணநூல்கள் தோன்றி யாப்பிலக்கண வளர்ச்சிக்கு வழிவகுத்துள்ளன. யாப்பு நூலெதுவும் தோன்றாத 12 முதல் 15ஆம் நூற்றாண்டு வரையிலான காலத்தில் இலக்கண உரைகள் தோன்றி, நூல் தோன்றா இடைவெளியை நிறைவுசெய்து யாப்பிலக்கண வளர்ச்சிக்குத் துணைபுரிந்துள்ளன. யாப்பிலக்கண நூல்கள் அகவல்நூற்பா, கட்டளைக்கலித்துறை, வெண்பா, விருத்தம் ஆகிய யாப்புகளில் அமைந்துள்ளன; விதிகூறும் நூற்பாவிலேயே சான்றும் அமைய இலக்கணங்கூறும் போக்குத் தோன்றிவளர்ந்து விருத்தப்பாவியலின் நூற்பா அமைப்பில் முழுமை பெற்றுள்ளது. வண்ணம், சிந்து, கட்டளைக் கலித்துறை என யாப்பின் ஒவ்வொரு கூறினையே தனித்து விரித்து இலக்கணங்கூறும் வகையிலான நூல்கள் காரிகைக்குப் பின்னரே தோன்றியுள்ளன. பா உறுப்புகளின் இலக்கணத்திலும் பா வடிவங்களின் இலக்கணத்திலும் ஏற்பட்டுள்ள பல வளர்ச்சிநிலைகளைக் கருத்தில்கொண்டு இலக்கணங்கூறுவனவாய்க் காரிகைக்குப் பிந்தைய நூல்கள் பல உள. நிகண்டுகள் சில அரிய யாப்புச்செய்திகளைக் கொண்டுள்ளன. பத்தொன்பது, இருபதாம் நூற்றாண்டுகளில் தோன்றியுள்ள யாப்பிலக்கண நூல்களில் பல, உரைநடை வடிவின. காரிகைக்குப் பிந்தைய நூல்களில் பலவும் இலக்கணம் பெறாத கூறுகளுக்கு இலக்கணம் வகுக்க வேண்டும் எனும் முயற்சியைக் கொண்டுள்ளன.

❍ காரிகைக்குப் பிந்தைய வரலாற்றில் உறுப்பிலக்கண வளர்ச்சி குறிப்பிடத்தக்கதாக அமைந்துள்ளது.

எழுத்து, அசை, சீர், தளை, அடி, தொடை ஆகிய உறுப்புகளின் இலக்கண வளர்ச்சியில் பின்வருவன குறிப்பிடத்தக்கன:

(i) எழுத்துறுப்பைக் குறில், நெடில், ஒற்று என மூவகைப்படுத்தல் *(ii)* அசை, சீர், தளை ஆகியவற்றைச் சந்தக்குறியீடு வழியாகவும் விளக்கல் *(iii)* சீர்வகைகள் முதற்சீர், இடைச்சீர், கடைச்சீர் எனும் பெயர்களால் குறிப்பிடப்பெறல் *(iv)* ஐந்தசைச் சீர் எனும் வகைமை கூறல் *(v)* ஓரசைச் சீர் பாவினத்திலும் சிந்துப் பாவிலும் இடம்பெறலுக்கு இலக்கணங்கூறல் *(vi)* இயற்சீர் வெண்டளையை இருவகையாக்கித் தளையை எண்வகைப்படுத்தல் *(vii)* சீர்வகையடிகளுக்கு ஐம்பூதப் பெயர்களையும் குறளியற்சீரடி முதலிய புதிய பெயர்களையும் தரல் *(viii)* கழிநெடிலடிகளை வகைப் படுத்திப் புதியபெயர்தரல் *(ix)* ஒருசீரடி எனும் சீர்வகையடியைக் குறிப்பிடல் *(x)* வண்ணஎதுகை, சொல்மோனை, கள்ளமோனை ஆகிய புதிய எதுகை மோனை வகைகளுக்கு இலக்கணங்கூறல் *(xi)* பாவினம் முதலியவற்றிலும் வெண்டளையுறுப்பு இடம்பெறல் குறித்துக் கூறல் *(xii)* நாற்சீரடிக்கு மேற்பட்ட சீரடிகளில் மோனையமைதலுக்குப் புதியபெயர் தரல், இலக்கணங்கூறல்.

வண்ணப்பா, சந்தப்பா, சிந்துப்பா ஆகியன புதிய உறுப்பிலக் கணங்களைப் பெற்றுள்ளன. சந்தம், சந்தச்சீர், வண்ணத்தொடர், துள்ளல், குழிப்பு, தொங்கல் தாழிசைத்துள்ளல், கலை முதலிய புதிய உறுப்புகளைக் கொண்டு வண்ணப்பா உறுப்பிலக்கணம் வகுக்கப்பட்டு வளர்ச்சிநிலைகளை அடைந்துள்ளது. மாத்திரை எனும் வடமொழி யாப்புறுப்பையும் நேர், நிரை, தேமா, புளிமா முதலிய சீர்வாய்பாட்டு அலகுகளையும் வெண்டளை உறுப்பையும் கொண்டு சந்தப்பாக்களை விளக்கும் முயற்சிகளால், சந்தப்பா உறுப்பிலக்கணம் இருமொழி யாப்பலகுகளையும் இணைத்துக் கூறியதாகவே உள்ளமையை அறியமுடிகின்றது. சிந்துப்பா உறுப்பிலக்கணம் மரபான உறுப்புகளால் கூறப்படுவதாகவும் இசையிலக்கண அடிப்படையிலான புதிய உறுப்புகளால் கூறப்படுவதாகவும் இருநிலைகளில் வகுக்கப்பெற்று மேம்பாடு கண்டுள்ளது.

முன்னை யாப்புறுப்புகளின் இலக்கணங்கள் புதிய பெயர் களையும் உள்வகைகளையும் விளக்கங்களையும் ஏற்றுள்ளன; பிற்காலப் பா வடிவ வளர்ச்சிகளுக்கேற்பப் புதிய உறுப்பிலக் கணங்கள் தோன்றியுள்ளன. இவ்வாறு தமிழ்யாப்பில் உறுப்பிலக்கண வளர்ச்சி செழுமை பெற்றுள்ளது.

❍ நாற்பாக்களின் இலக்கணத்தில் சில புதிய வளர்ச்சிகள் ஏற்பட்டமை, பாவினங்களான விருத்தம், துறை ஆகியவற்றின் பலவகை அமைப்புகளை விளக்கும் வகையில் இலக்கணம் மேம்பட்டமை, பாவினப் பகுப்புள் அடங்காத புதிய பல செய்யுள் வடிவங்கள் இலக்கணம் பெற்றமை ஆகியன காரிகைக்குப் பிந்தைய வரலாற்றில் குறிப்பிடத்தக்க பாவிலக்கண வளர்ச்சிகளாகும்.

பாவகை இலக்கணங்களின் வளர்ச்சியில் குறிப்பிடத்தக்கன: (i) கலிப்பாவின் வகையாகக் கூறப்பட்டுவந்த கலிவெண்பா வெண்பா வகையாகக் குறிப்பிடப்படல் (ii) குறள்வெண்பாவை எதுகையமைப்பு நோக்கி முதலடி முச்சீர் – இரண்டாமடி நாற்சீர் பெறுமென வகைப்படுத்தலாம் எனல் (iii) நாலடிவெண்பா என்பதைப் பொதுவகைப் பெயராகவும் நேரிசை வெண்பா, இன்னிசை வெண்பா ஆகியவற்றை உட்பிரிவுகளின் பெயராகவும் கூறல் (iv) பஃறொடை வெண்பாவிற்குப் பல்லடி வெண்பா எனும் பெயரிடல் (v) பஃறொடை வெண்பாவிற்கு அடிப்பெருமை பன்னீரடி எனும் கருத்து மேலோங்கல் (vi) அடிமறி மண்டிலத்தைத் தனிவகையாக்குவதைத் தவிர்த்து ஆசிரியப்பா மூவகைப்படுமென வரையறுத்தல் (vii) மருட்பாவை ஆசிரியப்பாவின் வகையாக்கல் (viii) ஆசிரியப்பாவின் அடிப்பெருமையை ஈராயிரம் அடி எனல் (ix) சவலைவெண்பா, பின்முடுகு வெண்பா எனும் புதிய வெண்பா வகைகளும் கட்டளைக்கலிப்பா எனும் கலிப்பாவோடு தொடர்புபடுத்தப்படும் புதிய வடிவமும் பரணிக் கலித்தாழிசை, சவலை, சதுக்கம் முதலிய வடிவங்களும் இலக்கணம் பெறல் (x) வெண்டளைப் பாவினங்கள் 'கட்டளைப்பாக்கள்' எனும் பெயரில் இலக்கணம் பெறல்.

பாவினங்களுள் இலக்கிய ஆட்சி மிகப்பெற்ற ஆசிரிய விருத்தம், கலிவிருத்தம், கலித்துறை முதலியவற்றின் பல்வகை அமைப்புகள் சீர்வாய்ப்பாட்டு அடிப்படையில் விரிவான நிலையில் இலக்கணம் பெற்றுள்ளன. சந்தப்பாவினங்களின் அமைப்பில் வடமொழி யாப்பிலக்கணத்தைப் பொருத்திப்பார்க்கும் முயற்சிகள் நடந்துள்ளன. எனினும் இருமொழி யாப்பையும் இணைத்துப் பயன்படுத்தியே சந்தப்பாவினங்களை விளக்கமுடிந்துள்ளது.

பாவினம் எனும் பகுப்புள் அடங்காத, இனவினம் எனும் பகுப்புள் வைக்கத்தக்க வண்ணம், சிந்து ஆகிய வடிவங்கள் மிக விளக்கமாகவும், கீர்த்தனை, மேல்வைப்பு ஆகிய வடிவங்கள் சுருக்கமாகவும் இலக்கணம் பெற்றுள்ளன. சிந்துப்பா வகைகள் மரபான யாப்பிலக்கண அடிப்படையிலும், இசையிலக்கண அடிப்படையிலுமாக இருநிலைகளில் விரிவான இலக்கணத்தைப் பெற்றுள்ளன. புதுக்கவிதை, ஐக்கூ ஆகிய இக்காலப் பாவடிவங்களுக்கும் இலக்கணங்கூறும் முயற்சிகள் முகிழ்த்துள்ளன.

இவ்வாறு பாவிலக்கணம் விதந்து குறிப்பிடத்தகு நிலையில் வளர்ச்சி பெற்றுள்ளது.

○ யாப்புச் சான்றிலக்கிய நூல்கள் யாப்பிலக்கண நூல்வகைகளுள் ஒருவகையாகக் கொள்ளத்தக்கனவாகும். இவை காரிகை முதலிய நூல்கள் தரும் யாப்பிலக்கணக் கூறுகள் அனைத்துக்கும்

ஒருசேரச் சான்றமைத்து விளக்கி, மூல இலக்கண நூல்களுக்கு விளக்கமும் தெளிவும் அளிக்கும் நோக்கில் அமைந்துள்ளன.

யாப்புச் சான்றிலக்கிய நூல்கள், இலக்கிய வழக்கருகிய பரிபாடல், உறழ்கலி, சவலை வெண்பா முதலிய அரிய முன்னைப் பாவடிவங்களுக்கும், இலக்கணநூல்களில் அதிகம் பதிவுபெறாத முடுகு வெண்பா முதலிய புது வடிவங்களுக்கும், பிற்கால வளர்ச்சி வடிவங்களான வண்ணம், சிந்து முதலியவற்றுக்கும் சான்றமைத்து விளக்கி யாப்பிலக்கண வளர்ச்சிக்குத் தனித்த பங்களிப்பைச் செய்துள்ளன.

யாப்பிலக்கணக்கூறுகள் பெரும்பாலானவற்றுக்குரிய சான்று களையும் விதிகளையும் ஒருசேரக் கண்ணுற்றுப் பயன்துய்க்கும் வகையில் சிறந்த யாப்புப் பதிவேடுகளாக யாப்புச் சான்றிலக்கிய நூல்கள் திகழ்கின்றன. தனிவகையாய்த் தழைத்தும், காரிகைக்குப் பிந்தைய காலத்தின் கொடையாக அமைந்தும், தமிழின் யாப்பிலக்கண வளர்ச்சி வரலாற்றின் பெருமைக்குரிய ஒரு நூல்வரிசையாய்ப் பிறங்கியும் இந்நூல்கள் தமிழ் யாப்பியலை வளப்படுத்துகின்றன.

○ நெடிய கால எல்லையில் தோன்றிய யாப்பிலக்கண நூல் களனைத்தையும் களனாகக் கொண்டு நிகழ்த்தப்பெற்ற யாப்பிலக் கண வளர்ச்சிகுறித்த இவ்வாய்வில், உரிய மேலாய்வுக்கூறுகள் இந்நூலினுள் ஆங்காங்குச் சுட்டப்பெற்றுள்ளன. அவற்றோடு, இவ்வாய்வுப் பொருண்மைத் தொடர்புடைய மேலாய்வுக் களங்களாகப் பின்வருவனவற்றைக் கருதலாம்.

1. இலக்கியப் படைப்புகள் அனைத்தையும் களனாகக் கொண்டு காலந்தோறும் தோன்றி வளர்ந்துள்ள யாப்பு வடிவங்களை இனங்கண்டு யாப்பு வளர்ச்சியை ஆராய்தல்.

2. இலக்கியங்களில் காணப்படும் யாப்பு வடிவங்களையும் இலக்கணங்களில் பதிவு பெற்றுள்ள யாப்பு வடிவங் களையும் ஒப்பிட்டு நோக்கிப் பதிவுபெறாமல் விடு பட்டுள்ளவற்றையும், இலக்கணங் கூறப்பட்டுள்ளவற்றின் வன்மை மென்மைகளையும், கூறப்பட வேண்டிய முறையையும் ஆராய்தல்.

3. இலக்கண உரைகளிலும் பாட்டியல் நூல்களிலும் இடம்பெற்றுள்ள யாப்பிலக்கணச் செய்திகளைத் தனித்தனியே விரிவாக ஆராய்தல்.

○ தமிழில் யாப்பிலக்கண வளர்ச்சியை ஆராய்ந்து கண்ட முடிவுகளின் பயனாகத் தமிழ் யாப்பியலில் இரு படைப்புக்

களங்கள் உள்ளமை அறியப்பட்டு இங்கு யாப்பியலாரின் பார்வைக்குப் பரிந்துரைக்கப்படுகின்றன.

1. மிகப் பல யாப்பிலக்கண நூல்கள் தோன்றி இலக்கியங் களில் இடம்பெற்றுள்ள பெரும்பாலான வடிவங்களுக்கு இலக்கணம் கூறியுள்ளபோதிலும் தமிழ் யாப்பு வடிவங்கள் அனைத்துக்குமான இலக்கணங்களை ஒருசேர ஓரிலக்கண நூலினகத்தேயே காணும் வகையிலான 'முழுமையான யாப்பிலக்கண நூல்' இதுகாறும் தோன்றவில்லை. இதுவரை தோன்றியுள்ள நூல்களில் கூறப்பட்ட இலக்கணங்களில் செழுமைப்படுத்த வேண்டியவற்றைச் செழுமைப்படுத்தியும் விடுபட்டுள்ள கூறுகளை இனங்கண்டு அவற்றுக்கு இலக்கணம் வகுத்தும் முழுமையான யாப்பிலக்கண நூலைப் படைத்தல் வேண்டும். இம்முழுமையான நூலை மரபு நோக்கி நூற்பா அமைப்பில் ஆக்கி, விரிவான சான்றுகளையும் விளக்கங்களையும் அளிக்கலாம்; அல்லது பயன்பாட்டு மிகுதிநோக்கி உரைநடையிலேயே விரிவாகப் படைத்து விதிகளை நினைவில் கொள்ள வாய்ப்பாக நூற்பாக்களை இயற்றி நூலிறுதியில் இணைத்தளிக்கலாம்.

2. யாப்புச் சான்றிலக்கிய நூல்கள் எனும் வகையில் பல நூல்கள் தோன்றியுள்ளன. எனினும் தமிழில் காணப்படும் அனைத்து யாப்பு வடிவங்களுக்குமுரிய சான்றுப் பாக்களை ஒருசேர உள்ளடக்கிய 'முழுமையான சான்றிலக்கியம்' இதுகாறும் தோன்றவில்லை. முழுமையான சான்றிலக்கியப் படைப்பை உருவாக்குதல் என்னும் படைப்புக்களம் தேர்ந்த பாவலர்கள் சாதனை நிகழ்த்தற்கேற்ற சிறந்த பாடுகளமாக அமைந்துள்ளது. இலக்கியங்களிலிருந்து பல்வேறு வடிவப் பாக்களைத் தேர்ந்து முழுமையான சான்றிலக்கியத் தொகை நூலை அமைக்கவும் வாய்ப்புள்ளது. இவ்வகை முயற்சியில் கவிச்சுவையும் யாப்புவடிவும் தேரும் அறிஞர்தம் பார்வைபடல் பயன்விளைக்கும்.

முழுமையான யாப்பிலக்கண நூலாக்கமும் முழுமையான யாப்புச் சான்றிலக்கிய நூலாக்கமும் தமிழ் யாப்பியலின் வளங் காட்டும் தலைசிறந்த பதிவாவணங்களாகவும் தமிழ் யாப்பிலக்கண வளர்ச்சியின் கொடுமுடிப்படைப்புகளாகவும் கோலோச்சும் என்பது உறுதி.

~~

குறுக்க விளக்கம்

அரங்.	–	அரங்கன் கவிதை அமுதம்
அவி.	–	அவிநயம்
அறு.	–	அறுவகை இலக்கணம்
ஆ.பெ.இ.	–	ஆசிரியர் பெயர் இல்லை
இலக்.சூ.	–	இலக்கணச் சூடாமணி
இலக்.வி.	–	இலக்கண விளக்கம்
இலக்.வி.யா.	–	இலக்கண விளக்கம் – யாப்பியல்
இலகு.	–	இலகு தமிழ் ஐந்திலக்கணம்
இளம்.	–	இளம்பூரணம்
எழில்.	–	எழில்விருத்தம்
எளி.பா.	–	எளிதாகப் பாடலாம்
ஏழாம்.	–	ஏழாம் இலக்கணம்
கட்.கலி.	–	கட்டளைக்கலித்துறை
கந்.	–	கந்தபுராணம்
கவி.	–	கவி பாடலாம்
கவிஞ.	–	கவிஞராக
கழகம்.	–	திருநெல்வேலி, தென்னிந்திய சைவ சித்தாந்த நூற்பதிப்புக் கழகம்
கா.	–	காரிகை (கட்டளைக்கலித்துறை) யாப்பிலமைந்த நூற்பா எண்
கா.பா.	–	காக்கைபாடினியம்
குமார.	–	குமாரபூபதீயம் என்னும் வண்ணப்பா யாப்பிலக்கணம்

குறிப்.	–	குறிப்புரை, குறிப்புரைகள்
சித.	–	சிதம்பரச் செய்யுட்கோவை
சிந்.	–	சிந்துப்பாவியல்
சி.பா.	–	சிதம்பரப்பாட்டியல்
சுவாமி.	–	சுவாமிநாதம்
செ.இ.	–	செய்யுளிலக்கணம்
செ.செ.	–	செந்தமிழ்ச் செய்யுட்கோவை
செந்.	–	செந்தமிழ்
செய்.	–	தொல்காப்பியச் செய்யுளியல்
திரு.	–	திருவலங்கற்றிரட்டு–பல்சந்தப் பரிமளம்
தெ.	–	தென்னூல் இலக்கியப்படலம்
தொடை.	–	தொடையதிகாரம்
தொல்.	–	தொல்காப்பியம்
தொன்.	–	தொன்னூல் விளக்கம்
நச்.	–	நச்சினார்க்கினியம்
நூ.	–	நூற்பா எண்
பஞ்ச.	–	பஞ்சமரபு
பன்.	–	பன்னிருபாட்டியல்
பாப்.	–	பாப்பாவினம்
பாவலர்.	–	பாவலர்பண்ணை
பெருந்.	–	பெருந்தேவனாருரை
பேரா.	–	பேராசிரியம்
மு.வீ.	–	முத்துவீரியம்
யா.	–	யாப்பருங்கலம்
யா.கா.	–	யாப்பருங்கலக்காரிகை
யாப்.	–	யாப்பொளி
யாப்பதி.	–	யாப்பதிகாரம்
யாப்பு.	–	யாப்புநூல்
யா.வி.	–	யாப்பருங்கல விருத்தியுரை
வண்.	–	வண்ணத்தியல்பு
வி.பா.	–	விருத்தப்பாவியல்
வீ.சோ.	–	வீரசோழியம்

துணைநூற்பட்டியல்

1. இலக்கண நூல்கள்

அமிதசாகரர் — *யாப்பருங்கலக்காரிகை மூலமும் குணசாகரர் இயற்றிய உரையும்*, ந.மு. வேங்கடசாமி நாட்டார் செய்து தந்த திருத்தங்களுடன் கூடியது, கழகம், சென்னை, 20ஆம் பதிப்பு, 1996.

அமிதசாகரனார் — *யாப்பருங்கலம் (பழைய விருத்தி யுரையுடன்)*, மே.வீ. வேணுகோபாலப் பிள்ளை (ப.ஆ.), அரசு கீழ்த்திசைச் சுவடி நூலகம், சென்னை, பதிப்பெண் இல்லை, 1960.

அமிதசாகரனார் — *யாப்பருங்கலம் (பழைய விருத்தி யுரையுடன்)*, இரா. இளங்குமரன் (ப.ஆ.), கழகம், சென்னை, மறுபதிப்பு, 1976.

அமிர்தசாகரனார் — *யாப்பருங்கலக்காரிகை மூலமும் குணசாகரர் உரையும்*, டாக்டர் உ.வே. சாமிநாதையர் நூல்நிலையம், சென்னை, இரண்டாம் பதிப்பு, 1968.

அமிர்தசாகரனார் — *யாப்பருங்கலம் மூலம் (பழைய விருத்தி யுரையுடன்)* பகுதி 1, ச. பவானந்தம் பிள்ளை பதிப்பித்தது, மினெர்வா அச்சுக்கூடம், சென்னை, பதிப்பெண் இல்லை, 1916.

அமிர்தசாகரனார்	*யாப்பருங்கலம் மூலம் (பழைய விருத்தியுரையுடன்) பகுதி 2*, ச. பவானந்தம்பிள்ளை பதிப்பித்தது, மினெர்வா அச்சுக்கூடம், சென்னை, பதிப்பெண் இல்லை, 1917.
அமுதசாகரர்	*அமுதசாகரம் மூலமும் உரையும்*, உரையாசிரியரும் பதிப்பாசிரியரும்: க.ப. அறவாணன், ஜைன இளைஞர் மன்றம், சென்னை, 1974.
அருமருந்தைய தேசிகர்	*அரும்பொருள் விளக்க நிகண்டு*, செந்தமிழ்ப் பிரசுரம் – 54, மதுரை, பதிப்பெண் இல்லை, 1931.
அவிநயனார்	*அவிநயம் மூலமும், உரையும்* உரையாசிரியரும் பதிப்பாசிரியரும்: க.ப அறவாணன், ஜைன இளைஞர் மன்றம், சென்னை, முதற்பதிப்பு, 1975.
அறிவனார்	*பஞ்சமரபு மூலமும் உரையும்*, வே.ரா. தெய்வசிகாமணிக்கவுண்டர் (ப.ஆ), சக்தி அறநிலையம், கோவை, இரண்டாம் பதிப்பு, 1975.
இராமலிங்கம் பிள்ளை ஆழ்வார்குறிச்சி, வா.	*தமிழ்ச்செய்யுள் இலக்கணம் (யாப்பு விதி)*, சுந்தரம் பிரஸ், அம்பா சமுத்திரம், பதிப்பெண் இல்லை. 1969.
இராஜகோபாலாச்சாரியார் கலாநிலயம் கே.	*இலக்கண விளக்கம் – யாப்பியல்*, ஸ்டார் பிரசுரம், சென்னை, முதற்பதிப்பு, 1963.
இராஜகோபாலாச்சாரியார் கலாநிலயம் கே.	*இலக்கண விளக்கம் – யாப்பியல்*, ஸ்டார் பிரசுரம், சென்னை, முதற்பதிப்பு 1997. (இரண்டாம் பதிப்பான இந்நூலில் 'முதற்பதிப்பு' என்றே குறிக்கப்பட்டுள்ளது.)
இளங்குமரன், இராமு.	*எளிதாகப் பாடலாம், தமிழ்க் கா.சு. நினைவு இலக்கியக்குழு*, குழித்தலை, முதற்பதிப்பு, 1989.
இறையனார்	*களவியல் என்ற இறையனார் அகப்பொருள்*, தெய்வப்புலமை நக்கீரனார் அருளிய உரையுடன், கழகம், சென்னை, முதற்பதிப்பு, 1953.

கலியாணசுந்தர முதலியார், பூவை	*செய்யுளிலக்கணம், கத்தியரூபம்,* நிரஞ்சன விலாச அச்சுக்கூடம், சென்னை, பதிப்பெண் இல்லை, 1893.
கவிபாலபாரதி	*இலக்கணச் சூடமாணி,* பொதுப் பதிப்பாசிரியர்: த.கோ. பரமசிவம், குறிப்பாசிரியர்: சா. கிருட்டிணமூர்த்தி, தமிழ்ப்பல்கலைக்கழகம், தஞ்சாவூர், முதற்பதிப்பு, 1990.
காக்கைபாடினியார்	*காக்கைபாடினியம்* மூலமும் இரா. இளங்குமரன் இயற்றிய விளக்கச் சிற்றுரையும், கழகம், சென்னை, முதற்பதிப்பு, 1974.
காசி விசுவநாத முதலியார், சைதாபுரம்.	*யாப்பிலக்கண வினாவிடைச்சுருக்கம்,* ஸ்டார் ஆப் இந்தியா பிரஸ் அச்சுக் கூடத்தில் பதிப்பிக்கப்பட்டது, பதிப்பெண் இல்லை, சென்னை, 1868.
குணவீர பண்டிதர்	*வெண்பாப்பாட்டியல்* மூலமும் உரையும், வரையறுத்த பாட்டியல் மூலமும் உரையும் இணைந்தது, எஸ். அனவரத விநாயகம் பிள்ளையால் பார்வையிடப்பெற்றது, மதராஸ் ரிப்பன் அச்சியந்திரசாலை, சென்னை, பதிப்பெண் இல்லை, 1908.
குழந்தை, புலவர்	*தொடையதிகாரம்,* பாரிநிலையம், சென்னை, முதற்பதிப்பு, 1967.
குழந்தை, புலவர்	*யாப்பதிகாரம்,* பாரிநிலையம், சென்னை, ஏழாம்பதிப்பு, 1995.
சங்குப்புலவர்	*மாணவர் தமிழ் இலக்கணம்,* பதிப்பக விவரம் இல்லை, சென்னை, பதிப்பெண் இல்லை, 1964.
சரவணத்தமிழன், த.	*யாப்புநூல்* (பாவும் உரையும்), இயற்றமிழ்ப் பயிற்றகம், திருவாரூர், பதிப்பெண் இல்லை, 1981.
சாமிநாத கவிராயர், கல்லிடைநகர்	*பொதிகை நிகண்டு,* எஸ். வையாபுரிப் பிள்ளை பரிசோதித்தது, தி.பி.என். பிரஸ், சென்னை, பதிப்பெண் இல்லை, 1934.

சிவசுப்பிரமணியக் கவிராயர், கல்லிடைநகர்	*நாமதீப நிகண்டு*, எஸ். வையாபுரிப் பிள்ளை புத்துரையுடன், நிழற்பட மறுபதிப்பு, தமிழ்ப்பல்கலைக்கழகம், தஞ்சாவூர், 1985.
சீனிவாசன், ரா.	*தமிழ்ப்பாவியல்*, அணியகம், சென்னை, முதற்பதிப்பு, 1974.
சுவாமிகவிராசர்	*சுவாமிநாதம், பதிப்பும் உரையும்*: செ.வை. சண்முகம், அண்ணாமலைப் பல்கலைக்கழகம், அண்ணாமலைநகர், முதற்பதிப்பு, 1975.
தண்டபாணி சுவாமிகள்	*வண்ணத்தியல்பும் உதாரண வண்ணங்களுந் திருப்புகழ்களும்*, ஸ்ரீநிலய அச்சுக்கூடம், தஞ்சாவூர், இரண்டாம் பதிப்பு, பிரமாதி – கார்த்திகை (1879).
தண்டபாணி சுவாமிகள்	*அறுவகை இலக்கணம், ஏழாம் இலக்கணம்* பூவை. கலியாணசுந்தர முதலியார் பதிப்பித்தது, சென்னை, முதற்பதிப்பு, விஜய–கடகரவி (1893).
தண்டபாணி சுவாமிகள்	*வண்ணத்தியல்பு, பதிப்பும் உரையும்*: இ. சுந்தரமூர்த்தி, புலமை வெளியீடு, சென்னை, பதிப்பெண் இல்லை, 1987.
தண்டபாணி சுவாமிகள்	*அறுவகை இலக்கணம், பதிப்பும் உரையும்*: ப.வெ. நாகராசன், தமிழ்ப் பல்கலைக்கழகம், தஞ்சாவூர், முதற்பதிப்பு, 1991.
தண்டியாசிரியர்	*தண்டியலங்காரம்*, சுப்பிரமணியதேசிகர் உரையுடன், கழகம், சென்னை, 15ஆம் பதிப்பு, 1989.
தாமோதரம்பிள்ளை, சி.வை.	*கட்டளைக்கலித்துறை*, சதாவதானம் சுப்பிரமணிய ஐயரது வித்தியாவர்தனி அச்சுக்கூடம், சென்னை, இரண்டாம் பதிப்பு, விசு ஆண்டு (1881).
திருமுருகன், இரா.	*சிந்துப்பாவியல்*, அரங்க. நடராசன் (உரையாசிரியர்), பாவலர் பண்ணை, புதுச்சேரி, முதற்பதிப்பு, 1994.

திருமுருகன், இரா. *பாவலர் பண்ணை*, ஏழிசைச்சூழல், புதுச்சேரி, முதற்பதிப்பு, 1997.

திவாகரர் *திவாகரம்*, முதல்தொகுதி, மு. சண்முகம்பிள்ளை, இ. சுந்தரமூர்த்தி (ப.ஆ.), சென்னைப் பல்கலைக் கழகம், சென்னை, முதற்பதிப்பு, 1990.

திவாகரர் *திவாகரம்*, இரண்டாம்தொகுதி, மு. சண்முகம் பிள்ளை, இ. சுந்தரமூர்த்தி (ப.ஆ.), சென்னைப் பல்கலைக்கழகம், சென்னை, முதற்பதிப்பு, 1993.

தொல்காப்பியர் *தொல்காப்பியம் பொருளதிகாரம்*, பேராசிரியம், கழகம், சென்னை, மறுபதிப்பு, 1975.

தொல்காப்பியர் *தொல்காப்பியம் பொருளதிகாரம்* செய்யுளியல், நச்சினார்க்கினியர் உரை, கழகம், சென்னை, முதற்பதிப்பு, 1965.

தொல்காப்பியர் *தொல்காப்பியம் பொருளதிகாரம்*, இளம்பூரணர் உரையுடன், கழகம், சென்னை, மறுபதிப்பு, 1977.

பரஞ்சோதியார் *சிதம்பரப்பாட்டியல்* (உரையுடன்), கி. இராமாநுஜையங்காரால் பரிசோதிக்கப் பெற்றது, செந்தமிழ்ப் பிரசுரம் – 21, மதுரை, இரண்டாம் பதிப்பு, 1932.

பரந்தாமனார், அ.கி. *கவிஞராக*, விற்பனை உரிமை: பாரி நிலையம், சென்னை, மூன்றாம் பதிப்பு, 1986.

பவணந்தி முனிவர் *நன்னூல் மூலமும்* மயிலைநாதருரையும், உ.வே. சாமிநாதையர் (ப.ஆ.), கபீர் அச்சுக்கூடம், சென்னை, இரண்டாம் பதிப்பு, 1946.

பவணந்தி முனிவர் *நன்னூல் மூலமும்* சங்கரநமச்சிவாயர் செய்து சிவஞானமுனிவரால் திருத்தப் பட்ட புத்தம்புத்துரை என்னும் விருத்தியுரையும், அ. தாமோதரன்

(ப.ஆ.), உலகத்தமிழாராய்ச்சி நிறுவனம், சென்னை, முதற்பதிப்பு, 1999.

பாலசுந்தரம், ச. — *செய்யுள் இலக்கணம்* (குறிப்புரையுடன்) தாமரை வெளியீட்டகம், தஞ்சாவூர், இரண்டாம்பதிப்பு, 1967.

பாலசுந்தரம், ச. — *தென்னூல் இலக்கியப்படலம்*, தாமரை வெளியீட்டகம், தஞ்சாவூர், முதற்பதிப்பு, 1991.

பிங்கல முனிவர் — *பிங்கலநிகண்டு*, கழகம், சென்னை, முதற்பதிப்பு, 1968.

புத்தமித்திரனார் — *வீரசோழியம்* மூலமும் பெருந்தேவனார் இயற்றிய உரையும், கா.ர. கோவிந்தராஜ முதலியார் (ப.ஆ.), பவானந்தர் கழகம், சென்னை, பதிப்பெண் இல்லை, 1942.

புத்தமித்திரனார் — *வீரசோழியம்* திறனாய்வு மூலமும் கருத்தும், ச.வே. சுப்பிரமணியன் (ப.ஆ.), தமிழ்ப் பதிப்பகம், சென்னை, இரண்டாம் பதிப்பு, 1979.

பூபதி, ம.ரா. — *குமாரபூபதீயம் என்னும் வண்ணப்பா யாப்பிலக்கணம்*, புதுச்சேரி, முதற்பதிப்பு, 1977.

மண்டலபுருடர் — *சூடாமணி நிகண்டு*, ஆறுமுகநாவலரால் பரிசோதிக்கப்பெற்றது, சைவ வித்தியாநுபாலன யந்திரசாலை, ஐந்தாம்பதிப்பு, பரிதாவி – ஆனி.

முத்துச்சிதம்பரம்பிள்ளை, திரிசிரபுரம் — *யாப்பிலக்கணச் சுருக்கம்*, செயிண்ட் ஜோஸப் காலேஜ் பிரஸ், திருச்சிராப்பள்ளி, பதிப்பெண் இல்லை, 1898.

முத்துசுவாமிப்பிள்ளை, பி.எஸ்.டி. — *இலக்கண மணிமாலை*, பதிப்பக விவரம் இல்லை, பெங்களூர், பதிப்பெண் இல்லை, 1895.

முத்துவீர உபாத்தியாயர்	*முத்துவீரியம்* திருநெல்வேலி திருப்பாற்கடனாதன் கவிராயர் உரையுடன், கு. சுந்தரமூர்த்தி (ப.ஆ.), கழகம், சென்னை, முதற்பதிப்பு, 1972.
விசாகப் பெருமாளையர்	*பாலபோத இலக்கணம்*, கலாநிதி அச்சுக்கூடம், சென்னை, பதிப்பெண் இல்லை, 1870.
விசாகப் பெருமாளையர்	*யாப்பிலக்கணம்*, கழகம், சென்னை, மூன்றாம் பதிப்பு, 1944.
வீரபத்திர முதலியார், தி.	*விருத்தப்பாவியல்*, ஈ.என். தணிகாசல முதலியார் (ப.ஆ.), கழகம், சென்னை, முதற்பதிப்பு, 1984.
வீரமாமுனிவர்	*தொன்னூல் விளக்கம்* மூலமும் உரையும் உ. ஸ்ரீநிவாசராகவாசாரியாரவர்களால் பார்வையிடப்பட்டு ஜி. மெக்கென்ஜி காபன் அய்யரால் பதிப்பிக்கப்பட்டது, சென்னை, இரண்டாம் பதிப்பு, 1891.
வேங்கடராமன்,மு.	*இலகு தமிழ் ஐந்திலக்கணம்* (உதாரண விளக்கத்துடன்), புதுப்பட்டி, புதுகை மாவட்டம், முதற்பதிப்பு, 1990.
வைத்தியநாத தேசிகர்	*இலக்கண விளக்கம் பொருளதிகாரம் செய்யுளியல்*, தி.வே. கோபாலையர் (ப.ஆ.), சரசுவதி மகால் நூல்நிலையம், தஞ்சாவூர், முதற்பதிப்பு, 1974.
ஜகந்நாதன், கி.வா.	*கவி பாடலாம்.* மணிவாசகர் நூலகம், சிதம்பரம், முதற்பதிப்பு, 1966.
ஸ்ரீனிவாஸராகவாசார்ய சிரோமணி, ஆர்.	*யாப்பொளி*, திருவேங்கடவன் கீழ்த்திசைக் கலை ஆராய்ச்சிக் கழகம், திருப்பதி, முதற்பதிப்பு, 1957.
(ஆ.பெ.இ.)	*பன்னிருபாட்டியல்*,கா.ர.கோவிந்தராச முதலியார் விளக்கவுரையுடன், கழகம், சென்னை, இரண்டாம் பதிப்பு, 1949.

ஆங்கிலம்

Beschi, Constantius Joseph. *A Grammar of the High Dialect of the Tamil Language called* செந்தமிழ், Translated from the Original Latin by Benjamin Guy Babington, Reprinted and Published by The Tanjore Maharaja Serfoji's Sarasvati Mahal Library, Thanjavur, (Second Edition 1917), Reprint, 1974.

2. யாப்புச் சான்றிலக்கிய நூல்கள்

எழில்வாணன், ப. செந்தமிழ்ச் செய்யுட் கோவை, தமிழன் பதிப்பகம், இயற்றமிழ்ப் பயிற்றகம், திருவாரூர், முதற்பதிப்பு, 1989.

குமரகுருதாச சுவாமிகள், பாம்பன் திருவலங்கற்றிரட்டு – பல்சந்தப் பரிமளமாகிய இரண்டாங்கண்டம், உடையநாயகம் பிள்ளை பதிப்பு, பண்டிதமித்திர அச்சுக்கூடம், சென்னை, முதற்பதிப்பு, 1902.

குமரகுருதாச சுவாமிகள், பாம்பன் திருவலங்கற்றிரட்டு – பல்சந்தப் பரிமளமாகிய இரண்டாங்கண்டம், சாதுபிரஸ், சென்னை, இரண்டாம் பதிப்பு, 1929.

குமரகுருபரர் சிதம்பரச் செய்யுட் கோவை, ய. மணிகண்டன் (ப.ஆ.), சரசுவதி மகால் நூலகம், தஞ்சாவூர், முதற்பதிப்பு, 1999.

சக்தி சரணன் அரங்கன் கவிதை அமுதம் (திருவரங்கச் செய்யுட் கோவை), விற்பனை உரிமை: அமுதநிலையம் லிமிடெட், சென்னை, முதற்பதிப்பு, 1986.

சக்தி சரணன் அரங்கன் கவிதை அமுதம் (திருவரங்கச் செய்யுட் கோவை), விற்பனை உரிமை: திருவரங்கன் தமிழரங்கம், ஸ்ரீரங்கம், இரண்டாம் பதிப்பு, 1998.

திருக்குருகைப் பெருமாள் கவிராயர், *பாப்பாவினம்*, கி.இராமானுஜையங்காரால் பரிசோதிக்கப் பெற்றது, செந்தமிழ்ப்பிரசுரம் – 56, மதுரை, பதிப்பெண் இல்லை, 1932.

வாணிதாசன் *எழில் விருத்தம்*, வில்லி வெளியீட்டகம், சென்னை, முதற்பதிப்பு, 1970.

3. இலக்கிய நூல்கள்

அமுதபாரதி *காற்றின் கைகள்*, நர்மதா பதிப்பகம், சென்னை, முதற்பதிப்பு, 1985.

அருணகிரிநாத சுவாமிகள் *திருப்புகழ்*, திருவரசு புத்தக நிலையம், சென்னை, நான்காம்பதிப்பு, 1999.

ஆசிரியன் நல்லந்துவனார் முதலியோர் *பரிபாடல் மூலமும் பரிமேலழகர் உரையும்*, டாக்டர் உ.வே. சாமிநாதையர் நூல்நிலையம், சென்னை, ஐந்தாம் பதிப்பு, 1980.

ஔவையார் முதலானோர் *நீதிக்களஞ்சியம்* (தொகுப்புநூல்), நியூ செஞ்சுரி புக் ஹவுஸ் பிரைவேட் லிமிடெட், சென்னை, இரண்டாம் அச்சு, 1985.

குமரகுருபரர் *ஸ்ரீ குமரகுருபரசுவாமிகள் பிரபந்தத் திரட்டு*, உ.வே. சாமிநாதையர் பதிப்பு, ஸ்ரீ காசிமடம். திருப்பனந்தாள், மூன்றாம் பதிப்பு, 1952.

குருபாததாசர் *குமரேச சதகம்*, ய. மணிகண்டன் (ப.ஆ.), சரசுவதி மகால் நூலகம், தஞ்சாவூர், முதற்பதிப்பு, 1998.

சிவப்பிரகாச சுவாமிகள் *சிவப்பிரகாச சுவாமிகள் பிரபந்தத் திரட்டு*, த.வை. இளைஞர் தமிழ்ச்சங்க வெளியீடு, பாகனேரி, முதற்பதிப்பு, 1941.

சுந்தரமூர்த்தி சுவாமிகள் *தேவாரப்பதிகங்கள் (திருமுறை – 7)*, கயப்பாக்கம் சதாசிவ செட்டியாரால் பார்வையிடப்பெற்றன, கழகம், சென்னை, இரண்டாம் பதிப்பு, 1973.

திருஅருட்பிரகாச வள்ளலார் *திருஅருட்பா முதல் ஐந்து திருமுறைகள்*, இராமலிங்கர் பணிமன்றம், சென்னை, இரண்டாம் பதிப்பு, 1981.

திருஅருட்பிரகாச வள்ளலார்	*திருஅருட்பா ஆறாம் திருமுறை*, இராமலிங்கர் பணிமன்றம், சென்னை, இரண்டாம் பதிப்பு, 1981.
திருஞானசம்பந்தசுவாமிகள்	*தேவாரப் பதிகங்கள் (திருமுறை 1,2,3)*, கயப்பாக்கம் சதாசிவ செட்டியாரால் பார்வையிடப்பெற்றன, கழகம், சென்னை, இரண்டாம்பதிப்பு, 1973.
திருநாவுக்கரசு சுவாமிகள்	*தேவாரப் பதிகங்கள் (திருமுறை 4,5,6)*, கயப்பாக்கம் சதாசிவ செட்டியாரால் பார்வையிடப்பெற்றன, கழகம், சென்னை, இரண்டாம்பதிப்பு, 1973.
திருவள்ளுவர்	*திருக்குறள் (பரிமேலழகர் உரையுடன்)*, கழகம், சென்னை, 19ஆம் பதிப்பு, 1987.
பட்டினத்துப் பிள்ளையார்	*பட்டினத்துப் பிள்ளையார் திருப்பாடல்கள் (இரு பகுதிகள்)*, கழகம், சென்னை, மறுபதிப்பு, 1973.
பல வித்துவான்கள்	*தனிப்பாடற்றிரட்டு – இரண்டாம் பாகம்*, கா. சுப்பிரமணிய பிள்ளை உரையுடன், பி. இரத்தினநாயகர் சன்ஸ், சென்னை, பதிப்பெண் இல்லை, 1955.
பாரதியார்	*பாரதி பாடல்கள் ஆய்வுப்பதிப்பு*, ம.ரா.போ. குருசாமி (ப.ஆ.), தமிழ்ப் பல்கலைக்கழகம், தஞ்சாவூர், இரண்டாம் பதிப்பு, 1989.
மீனாட்சிசுந்தரம்பிள்ளை, திரிசிரபுரம் ஸ்ரீ.	*திரிசிரபுரம் ஸ்ரீ மீனாட்சிசுந்தரம் பிள்ளையவர்கள் பிரபந்தத்திரட்டு*, உ.வே. சாமிநாதையர் பதிப்பு, வைஜயந்தி அச்சுக்கூடம், சென்னை, பதிப்பெண் இல்லை, 1910.
வில்லிபுத்தூரார்	*மகாபாரதம் முதலாவது ஆதிபருவம்*, வை.மு. கோபால கிருஷ்ணமாசாரியார் உரையுடன், வை.மு. கோபால கிருஷ்ணமாசாரியார் கம்பெனி, சென்னை, மூன்றாம் பதிப்பு, 1957.

(ஆ.பெ.இ.) | *அரிச்சந்திரன் அம்மானை,* ய. மணிகண்டன் (ப.ஆ), சரசுவதி மகால் நூலகம், தஞ்சாவூர், முதற்பதிப்பு, 1995.

4. பிற நூல்கள் – தமிழ்

அகத்தியலிங்கம், ச., ஞானமூர்த்தி, தா.ஏ. (செயலாளர்கள்) | *பதினோராவது கருத்தரங்கு ஆய்வுக் கோவைதொகுதி 2,* இந்தியப் பல்கலைக் கழகத் தமிழாசிரியர் மன்ற வெளியீடு, அண்ணாமலைநகர் பதிப்பெண் இல்லை, 1979.

அரங்கராசன், மருதூர், ச. | *இலக்கண வரலாறு – பாட்டியல் நூல்கள்,* பாலமுருகன் பதிப்பகம், மருதூர், முதற்பதிப்பு, 1983.

அரவிந்தன், மு.வை. | *உரையாசிரியர்கள்,* மணிவாசகர் பதிப்பகம், சென்னை, விரிவும் திருத்தமும் பெற்ற மூன்றாம் பதிப்பு, 1995.

அருணாசலம், மு. | *தமிழ் இலக்கிய வரலாறு பதினான்காம் நூற்றாண்டு,* காந்தி வித்தியாலயம், திருச்சிற்றம்பலம், முதற்பதிப்பு, 1969.

அருணாசலம், மு. | *தமிழ் இலக்கிய வரலாறு பதின்மூன்றாம் நூற்றாண்டு,* காந்தி வித்தியாலயம், திருச்சிற்றம்பலம், முதற்பதிப்பு, 1970.

அருணாசலம், மு. | *தமிழ் இலக்கிய வரலாறு பதினொராம் நூற்றாண்டு,* காந்தி வித்தியாலயம், திருச்சிற்றம்பலம், முதற்பதிப்பு, 1971.

அருணாசலம், மு. | *தமிழ் இலக்கிய வரலாறு பன்னிரண்டாம் நூற்றாண்டு – முதல்பாகம்,* காந்தி வித்தியாலயம், திருச்சிற்றம்பலம், முதற்பதிப்பு, 1973.

அருணாசலம், மு. | *தமிழ் இலக்கிய வரலாறு பன்னிரண்டாம் நூற்றாண்டு – இரண்டாம் பாகம்,* காந்தி வித்தியா லயம், திருச்சிற்றம்பலம், முதற்பதிப்பு, 1973.

அருணாசலம், மு. | *தமிழ் இலக்கிய வரலாறு பதினாறாம் நூற்றாண்டு – இரண்டாம் பாகம்,* காந்தி வித்தியாலயம், திருச்சிற்றம்பலம், முதற்பதிப்பு, 1975.

அருணாசலம், மு.	ஸ்ரீ குமரகுருபர சுவாமிகள், காந்தி வித்தியாலயம், திருச்சிற்றம்பலம், முதற்பதிப்பு, 1990.
அருணாசலம், மு. (ப.ஆ.)	ஐந்தாம் உலகத்தமிழ் மாநாடு, மதுரை – சனவரி, 1981 கருத்தரங்க ஆய்வுக் கட்டுரைகள், தொகுதி – 3, உலகத் தமிழாராய்ச்சி மன்றம், சென்னை, முதற்பதிப்பு, 1981.
அழகப்பன், ஆறு. (ப.ஆ.)	இலக்கணக் கருவூலம் – 1 அண்ணாமலைப் பல்கலைக்கழகம், அண்ணாமலைநகர், முதற்பதிப்பு, 1985.
அழகப்பன், ஆறு. (ப.ஆ.)	இலக்கணக் கருவூலம் – 2 அண்ணாமலைப் பல்கலைக்கழகம், அண்ணாமலைநகர், முதற்பதிப்பு, 1987.
அழகப்பன், ஆறு. (ப.ஆ.)	இலக்கணக் கருவூலம் – 3 அண்ணாமலைப் பல்கலைக்கழகம், அண்ணாமலைநகர், முதற் பதிப்பு, 1992.
அன்னிதாமசு	பதிப்பியல், அமுத நிலையம் லிமிடெட், சென்னை, முதற்பதிப்பு, 1997.
அன்னிதாமசு	யாப்பியல், அமுதநிலையம், சென்னை, முதற்பதிப்பு, 1998.
இராகவையங்கார், மு.	ஆராய்ச்சித் தொகுதி, தமிழ்ப் பல்கலைக்கழகம், தஞ்சாவூர், நிழற்படப்பதிப்பு, 1984.
இளங்குமரன், இரா.	இலக்கண வரலாறு, மணிவாசகர் பதிப்பகம், சென்னை, முதற்பதிப்பு, 1990.
இளவரசு, சோம.	இலக்கண வரலாறு, தொல்காப்பியர் நூலகம், சிதம்பரம், முதற்பதிப்பு, 1963.
கந்தசாமி, சோ. ந.	தமிழ் யாப்பியலின் தோற்றமும் வளர்ச்சியும், முதற்பாகம் – முதற் பகுதி, தமிழ்ப் பல்கலைக்கழகம், தஞ்சாவூர், முதற்பதிப்பு, 1989.

கந்தசாமி, சோ. ந.	தமிழ் யாப்பியலின் தோற்றமும் வளர்ச்சியும், முதற் பாகம் – இரண்டாம்பகுதி, தமிழ்ப் பல்கலைக் கழகம், தஞ்சாவூர், முதற் பதிப்பு, 1989.
கந்தையாபிள்ளை, ந.சி.	தமிழ்ப்புலவர் அகராதி, ஆசிரியர் நூற்பதிப்புக் கழகம், சென்னை, பதிப்பெண் இல்லை, 1952.
கோபாலையர், தி.வே.	தேவாரம் – ஆய்வுத்துணை, இன்ஸ்டிடியூட் பிரான்ஸீஸ், பாண்டிச்சேரி, முதற் பதிப்பு, 1991.
சண்முகதாஸ், அ.	தமிழின் பா வடிவங்கள், உலகத் தமிழாராய்ச்சி நிறுவனம், சென்னை, முதற்பதிப்பு, 1998.
சண்முகம், செ.வை.	இலக்கியமும் மொழியமைப்பும், நியூ செஞ்சுரி புக் ஹவுஸ் (பி) லிட், சென்னை, முதற்பதிப்பு, 1998.
சண்முகம்பிள்ளை, மு.	திருக்குறள் யாப்பமைதியும் பாட வேறுபாடும், சென்னைப் பல்கலைக் கழகம், சென்னை, முதற்பதிப்பு, 1971.
சம்பத், இரா.	இருபதாம் நூற்றாண்டுத் தமிழ் மரபுக்கவிதை யாப்பியல்: மரபும் நெகிழ்வும், புதுவை மொழியியல் பண்பாட்டு ஆராய்ச்சி நிறுவனம், புதுச்சேரி, முதற்பதிப்பு, 1998.
சவுரிராசன், பொன்., முத்துராசன், கு.	யாப்பும் பொருளும், தேன்தமிழ்ப் பதிப்பகம், சேலம், முதற்பதிப்பு, 1981.
சுப்பிரமணியன், ச.வே.	இலக்கணத்தொகையாப்பு–பாட்டியல், தமிழ்ப்பதிப்பகம், சென்னை, முதற் பதிப்பு, 1978.
சுப்ரமண்ய சாஸ்திரி, பி.எஸ்.	வட மொழிநூல் வரலாறு, அண்ணாமலைப் பல்கலைக்கழகம், அண்ணாமலைநகர், பதிப்பெண் இல்லை, 1946.
செயராமன், ந.வீ.	சிலப்பதிகார யாப்பமைதி, அண்ணாமலைப் பல்கலைக்கழகம், அண்ணாமலைநகர், முதற்பதிப்பு, 1977.

செல்வம்	யாப்பும் கவிதையும், சாதனா பதிப்பகம், சேலம், முதற்பதிப்பு, 1975.
சோமசுந்தர தேசிகர், ச.	தமிழ்ப்புலவர்கள் வரலாறுபதினேழாம் நூற்றாண்டு, தி பாரதி விஜயம் பிரஸ், சென்னை, பதிப்பெண் இல்லை, 1939.
சௌந்தர பாண்டியன், எஸ்.	தமிழில் வண்ணப்பாடல்கள், ஸ்டார் பிரசுரம், சென்னை, முதற்பதிப்பு, 1988.
ஞானசம்பந்தன், அ.ச., (பொதுப்பதிப்பாசிரியர்) சண்முகம், மு. (பதிப்பாசிரியர்)	தமிழ்நூல் விவர அட்டவணை, இரண்டாம் தொகுதி – முதற்பகுதி, தமிழ்நாட்டு அரசினர் தமிழ் வளர்ச்சி ஆராய்ச்சி மன்ற வெளியீடு, முதற்பதிப்பு, 1965.
தமிழண்ணல்	சங்க இலக்கிய ஒப்பீடு – இலக்கியக் கொள்கைகள், மீனாட்சி புத்தக நிலையம், மதுரை, இரண்டாம் பதிப்பு, 1979.
தமிழண்ணல்	புதிய நோக்கில் தமிழ் இலக்கிய வரலாறு, விற்பனை உரிமை: மீனாட்சி புத்தக நிலையம், மதுரை, பதினான்காம் பதிப்பு, 1998.
திருமுருகன், இரா.	சிந்துப்பாடல்களின் யாப்பிலக்கணம், பாவலர் பண்ணை, புதுச்சேரி, முதற் பதிப்பு, 1993.
திருமுருகன், இரா.	மொழிப் பார்வைகள், பாவலர் பண்ணை, புதுச்சேரி, முதற்பதிப்பு, 1995.
பாலுசாமி, நா. (முதன்மைப் பதிப்பாசிரியர்)	வாழ்வியற் களஞ்சியம் தொகுதி – 8, தமிழ்ப் பல்கலைக்கழகம் தஞ்சாவூர், முதற்பதிப்பு, 1988.
புதுமைப்பித்தன்	புதுமைப்பித்தன் கட்டுரைகள், ஆ.இரா. வேங்கடாசலபதி (ப.ஆ.), காலச்சுவடுப் பதிப்பகம், நாகர்கோவில், முதல் பதிப்பு, 2002.
பொற்கோ (பொன். கோதண்டராமன்)	இலக்கண உலகில் புதிய பார்வை தொகுதி – 3, பூம்பொழில் வெளியீடு, சென்னை, முதற்பதிப்பு, 1996.

பொற்கோ (பொன். கோதண்டராமன்)	தமிழிலக்கணக் கோட்பாடுகள், தமிழ் நூலகம், சென்னை, முதற்பதிப்பு, 1989.
பொற்கோ (பொன். கோதண்டராமன்)	புதிய நோக்கில் தமிழ் யாப்பு, புலமை வெளியீடு, சென்னை, முதற்பதிப்பு, 1995.
மணிகண்டன், ய.	யாப்பிலக்கணச் சிந்தனைகள், பயன் இலக்கண ஆய்வு – இலக்கியத் தொகுப்பு மையம், சென்னை, முதற்பதிப்பு, 1991.
மாணிக்கம், வ.சுப.	தொல்காப்பியக் கடல், மணிவாசகர் பதிப்பகம், சிதம்பரம், முதற்பதிப்பு, 1987.
மீனாட்சிசுந்தரனார், தெ.பொ.	பிறந்தது எப்படியோ?, பாரி நிலையம், சென்னை, இரண்டாம் பதிப்பு, 1952.
மீனாட்சிசுந்தரனார், தெ.பொ.	தமிழ் மொழி வரலாறு, ச. செயப்பிரகாசம் (மொழிபெயர்ப் பாசிரியர்), சர்வோதய இலக்கியப் பண்ணை, மதுரை, இரண்டாம்பதிப்பின் மறுஅச்சு, 1982.
வரதராசன், மு.	மொழி வரலாறு, கழகம், சென்னை, மறுபதிப்பு, 1995.
வெள்ளைவாரணன், க.	பன்னிரு திருமுறை வரலாறு முதற்பகுதி, அண்ணாமலைப் பல்கலைக்கழகம், அண்ணாமலை நகர், பதிப்பெண் இல்லை, 1972.
வேங்கடசாமி, மயிலை சீனி.	மறைந்துபோன தமிழ் நூல்கள், மணிவாசகர் பதிப்பகம், சிதம்பரம், மூன்றாம் பதிப்பு, 1983.
வேங்கடராமன், கா.கோ.	காப்பிய நடையியல், கனிமொழி பதிப்பகம், வேலூர் (சேலம்), முதற்பதிப்பு, 1997.
வையாபுரிப்பிள்ளை, எஸ்.	இலக்கிய விளக்கம், தமிழ்ப் புத்தகாலயம், சென்னை, இரண்டாம் பதிப்பு, 1965.

வையாபுரிப்பிள்ளை, எஸ். *தமிழ்ச்சுடர் மணிகள்*, வையாபுரிப் பிள்ளை நூற்களஞ்சியம் ஆறாம் தொகுதி, வையாபுரிப்பிள்ளை நினைவு மன்றம், சென்னை, முதற்பதிப்பு, 1995.

ஆங்கில நூல்கள்

Annie Mrithulakumari Thomas *Tamil Prosody Through the Ages,* Unpublished Ph.D. Dissertation, Kerala University, 1974.

Chidambaranatha Chettiar, A. *Advanced Studies in Tamil Prosody,* Annamalai University, Annamalainagar, No.of edition not mentioned, 1943.

Dakshayani, K.V. *The Metres in Kambaramayanam,* Annamalai University, Annamalainagar, First Edition, 1979.

Subrahmanyan, S. *The Commonness in the Metre of the Dravidian Languages,* Dravidian Linguistics Association, Trivandrum, First Edition, 1977.

Zvelebil, Kamil V. *Classical Tamil Prosody : An Introduction,* New Era Publications, Madras, 1989.

5. இதழ்கள்

1. *கலா நிலயம் கிழமை இதழ்*, சென்னை, ஆகஸ்டு – 8, *1929.*
2. *செந்தமிழ்ச் செல்வி திங்கள் இதழ்*, சென்னை, சிலம்பு – 12, பரல் 1&2, *1933 –34.*

ஆசிரியரின் காலச்சுவடு வெளியீடுகள்

மணிக்கொடி

கவிதைகள்

(தொகுப்பும் பதிப்பும்)

ரூ. 160

புதுமைப்பித்தன், ந. பிச்சமூர்த்தி, கு.ப.ரா., மௌனி முதலியவர்களின் சிறுகதைப் படைப்புகளால், நவீனத் தமிழிலக்கிய வரலாற்றில் முக்கியத்துவம்பெறும் 'மணிக்கொடி' நவீனக் கவிதை வளர்ச்சிக்கும் தனித்த பங்களிப்பை வழங்கியுள்ளது. பாரதிதாசன், நாமக்கல் கவிஞர், சுத்தானந்த பாரதி, ச.து.சு. யோகி முதலியோரின் மரபுக் கவிதைகளும், ந. பிச்சமூர்த்தி, கு.ப.ரா. முதலியோரின் வசனகவிதைகளும், புதுமைப்பித்தன் உள்ளிட்டோரின் மொழிபெயர்ப்புக் கவிதைகளும் 'மணிக்கொடி'யில் இடம்பெற்றன. 'மணிக்கொடி'யின் கவிதைப் பங்களிப்பு உரிய கவனத்தைப் பெறும் வகையில் 'மணிக்கொடி'யில் வெளிவந்த அனைத்துக் கவிதை களையும் இந்நூல் முதன்முறையாகத் தேடித் திரட்டி வழங்குகிறது.

மணிக்கொடி மரபும் பாரதிதாசனும்

(ஆய்வு நூல்)

ரூ. 280

தமிழ் நவீனத்துவத்தின் அடையாளமாகக் கருதப்படும் 'மணிக்கொடி'க்கும் திராவிட இயக்கக் கவிஞராகக் கொண்டாடப்படும் பாரதிதாசனுக்குமான உறவை ஆராயும் நூல் இது. பாரதிதாசனையும் அவருடைய கவிதைகளையும் மணிக்கொடி மரபினரான புதுமைப்பித்தன், கு.ப.ரா., ந. பிச்சமூர்த்தி, க.நா.சு., சி.சு. செல்லப்பா முதலானோர் எவ்வாறு எதிர்கொண்டார்கள் என்பதை விளக்குகிறார் ய. மணிகண்டன். கெட்டிதட்டிப்போன மனப்பதிவுகளையும் முன்னெண்ணங்களையும் ஏராளமான புதிய செய்திகளோடு தகர்க்கும் சுவையான ஆராய்ச்சி நூல் இது.

ஆ.இரா. வேங்கடாசலபதி

பாரதியின் இறுதிக் காலம்
'கோவில் யானை' சொல்லும் கதை
(ஆய்வும் பதிப்பும்)
ரூ. 90

சென்னை திருவல்லிக்கேணி பார்த்தசாரதி கோவில் யானையால் தாக்கப்பட்டது, பாரதியின் இறுதிக்கால வாழ்வில் முக்கிய நிகழ்வாகும். அச்சம்பவத்தின் தாக்கத்தில் 'கோவில் யானை' எனும் நாடகத்தைப் பாரதி எழுதினார். பாரதி நூலெதிலும் இடம்பெறாத இந்நாடகத்தைக் கண்டெடுத்து வழங்கும் இந்நூல் பாரதியியலில் புதிய ஒளியைப் பாய்ச்சுகிறது.

ஆ. இரா. வேங்கடாசலபதி